குதிரை வேட்டை

குதிரை வேட்டை

யுவன் சந்திரசேகர் (பி. 1961)
மொழிபெயர்ப்பாளர்

யுவன் சந்திரசேகர் (எம். யுவன்) பிறந்தது மதுரை மாவட்டம் சோழவந்தானுக்கருகிலுள்ள கரட்டுப்பட்டி என்ற சிறு கிராமத்தில். வசிப்பது சென்னையில். பாரத ஸ்டேட் வங்கியில் பணிபுரிந்து விருப்ப ஓய்வு பெற்றிருக்கிறார்.

மின்னஞ்சல் : writeryuvan@gmail.com

பெர் பெதர்சன்

குதிரை வேட்டை

தமிழில்
யுவன் சந்திரசேகர்

காலச்சுவடு பதிப்பகம்

அன்பார்ந்த வாசகருக்கு,

வணக்கம்.

காலச்சுவடு நூலை வாங்கியமைக்கு நன்றி.

நூலின் உள்ளடக்கம், உருவாக்கம், அட்டைப்படம் இன்ன பிற அம்சங்கள் பற்றிய உங்கள் கருத்துகளையும் ஆலோசனைகளையும் காலச்சுவடு வரவேற்கிறது. தகவல், எழுத்து, வாக்கியப் பிழைகள் தென்பட்டால் கட்டாயம் தெரிவித்து உதவுங்கள். நூல் தயாரிப்பில் கடும் குறைபாடு இருப்பின் மாற்றுப் பிரதி உங்களுக்குக் கிடைக்கக் காலச்சுவடு ஏற்பாடு செய்யும்.

மின்னஞ்சல்: *publisher@kalachuvadu.com*

காலச்சுவடு நாகர்கோவில் தலைமையகத்துக்கும் கடிதம் அனுப்பலாம்.

தங்கள்

எஸ்.ஆர். சுந்தரம் (கண்ணன்)
பதிப்பாளர் – நிர்வாக இயக்குநர்

"This translation has been published with the financial support of NORLA."
Out Stealing Horses by Per Petterson
© 2003 *Forlaget Oktober A/S.*

குதிரை வேட்டை ◆ நாவல் ◆ ஆசிரியர்: பெர் பெதர்சன் ◆ ஆங்கிலத்திலிருந்து தமிழில்: யுவன் சந்திரசேகர் ◆ மொழிபெயர்ப்புரிமை: ஆர். சந்திரசேகரன் ◆ முதல் பதிப்பு: டிசம்பர் 2013, இரண்டாம் பதிப்பு: ஜூலை 2023 ◆ வெளியீடு: காலச்சுவடு பப்ளிகேஷன்ஸ் (பி) லிட்., 669, கே. பி. சாலை, நாகர்கோவில் 629001

kutirai veeTTai ◆ Novel ◆ Author: Per Petterson ◆ Translated from English by: Yuvan Chandrasekar ◆ Translation copyright ©: R. Chandrasekaran ◆ Language: Tamil ◆ First Edition: December 2013, Second Edition: July 2023 ◆ Size: Royal ◆ Paper: 18.6 kg maplitho ◆ Pages: 224.

Published by Kalachuvadu Publications Pvt. Ltd., 669, K.P. Road, Nagercoil 629001, India ◆ Phone: 91–4652–278525 ◆ e–mail: publications@kalachuvadu.com ◆ Printed at Clicto Print, Jaleel Towers, 42 KB Dasan Road, Teynampet Chennai 600018

ISBN: 978–93–82033–15–8

07/2023/S.No. 550, kcp 4543, 18.6 (2) 1k

I

1

நவம்பர் ஆரம்பம். ஒன்பது மணி. டிட்மௌஸ் பறவைகள் ஜன்னலில் மோதுகின்றன. மோதியதன் விளைவாக, சில வேளை கிறங்கிப் பறக்கின்றன. பிற வேளைகளில், புதுப் பனியில் வீழ்ந்து தவிக்கின்றன – மீண்டும் எழுந்து பறக்க இயலும்வரை. என்னிடமுள்ள எது அவற்றுக்கு வேண்டும் என்று எனக்குத் தெரியவில்லை. ஜன்னல் வழியே தெரியும் கானகத்தைப் பார்க்கிறேன். ஏரியின் அருகே உள்ள மரங்களுக்கு மேலாக சிவப்பு நிற வெளிச்சம் தெரிகிறது. காற்று வீசத் தொடங்குகிறது. நீர்ப் பரப்பின்மேல் காற்றின் வடிவத்தைக் காண முடிகிறது எனக்கு.

இப்போது இங்கே வசிக்கிறேன். நார்வேயின் கிழக்குக் கோடியில் உள்ள சிறு வீட்டில். ஏரியில் ஓர் ஆறு கலக்கிறது. ஆறு என்றும் பெரிதாகச் சொல்வதற்கில்லை, கோடையில் வறண்டுவிடும். ஆனால், வசந்தத்திலும் இலையுதிர் காலத்திலும் விசையாக ஓடும். நன்னீர் மீன்கள் வேறு இருக்கும். நானே நிறையப் பிடித்திருக்கிறேன். ஆற்றின் முகத்துவாரம் இங்கிருந்து நூறு மீட்டர் தொலைவில்தான் இருக்கிறது. பிர்ச் இலைகள் உதிர்ந்தபிறகு, என்னுடைய சமையலறை ஜன்னல் வழியே அந்த இடத்தைப் பார்க்க முடியும். இப்போது நவம்பரில் பார்க்கிற மாதிரி. கீழே, ஆற்றின் கரையில், ஒரு குடில் இருக்கிறது. நான் வாசலுக்குப் போகும்போது, அந்த வீட்டில் விளக்கெரிந்தால் தெரியும். அங்கே ஓர் ஆள் வசிக்கிறார். என்னைவிட வயதானவர் – என்று நினைக்கிறேன். அல்லது பார்ப்பதற்கு அப்படி இருக்கிறார். அல்லது, நான் எப்படித் தென்படுகிறேன் என்பது பற்றி எனக்குச் சரியாகத் தெரியாததால். அல்லது எனக்கு அமைந்ததைவிடக் கடினமான வாழ்க்கை அவருக்கு அமைந்திருக்கக் கூடும் என்பதால். அப்படியொரு சாத்தியமும் இருக்கத்தான் செய்கிறது. அவர் ஒரு நாய் வளர்க்கிறார். பார்டர் கோலிஇனம்.

என் வீட்டின் முற்றத்தில், கொஞ்சம் தள்ளி, நாட்டியிருக்கும் கோல்மீது ஒரு பறவை மேடை அமைத்திருக்கிறேன். வெளிச்சம் படரத் தொடங்கும் காலை வேளையில், ஒரு கோப்பைக் காபியுடன் சமையலறை மேஜையருகே அமர்வேன். பறவைகள் சடசடத்தவாறு வந்துசேர்வதைப் பார்த்துக்கொண்டிருப்பேன். இதுவரை எட்டு வெவ்வேறு இனங்களைப் பார்த்திருக்கிறேன். இதற்கு முன் வசித்த எந்த இடத்தைவிடவும் அதிகமான எண்ணிக்கை. ஆனால், டிட்மௌஸ்கள் மட்டும்தான் ஜன்னலில் மோதுகின்றன. பல இடங்களில் வசித்திருக்கிறேன். இப்போது இங்கே வசிக்கிறேன். காலை வெளிச்சம் வருவதற்குப் பலமணி நேரம் முன்னதாகவே விழித்துவிட்டிருப்பேன். கணப்பைத் தூண்டிவிட்டிருப்பேன். வீட்டைச் சுற்றி நடந்திருப்பேன். நேற்றைய செய்தித்தாளை வாசித்திருப்பேன். நேற்றைய பாத்திரங்களைக் கழுவியிருப்பேன் – அவையொன்றும் அதிகம் இருக்காது. பி பி ஸி வானொலியைக் கேட்டிருப்பேன். அநேகமாகப் பகல் முழுவதும் வானொலிப் பெட்டி ஒலித்துக்கொண்டேயிருக்கும். செய்திகள் கேட்பேன். அந்தப் பழக்கத்தை என்னால் விட முடியவில்லை. அவற்றை வைத்து இனி என்ன செய்வது என்பதும் விளங்கவில்லை. இந்தக் காலத்தில் அறுபத்தேழெல்லாம் ஒரு வயதே இல்லை என்கிறார்கள். எனக்கும் அப்படியோர் உணர்வுதான் இருக்கிறது. மிகவும் சுறுசுறுப்பாகவே இருக்கிறேன். ஆனாலும், செய்திகளைக் கேட்கும்போது, அவை என் வாழ்வில் இதுநாள்வரை வகித்த இடத்தைத் தற்போது வகிக்கவில்லை. என் உலகப் பார்வையை பாதிப்பதில்லை – ஒரு காலத்தில் பாதித்த மாதிரி. ஒருவேளை, கோளாறு செய்திகளில் இருக்கலாம். அவை வழங்கப்படும் விதத்தில் இருக்கலாம். அல்லது அவை அளவுக்கதிகமாக இருப்பதால் இருக்கலாம். அதிகாலையில் ஒலிபரப்பாகும் பி பி ஸி உலகச் சேவையின் ஒரு நல்ல அம்சம், அது வழங்கும் எல்லாத் தகவல்களுமே அந்நியமாக இருப்பது. நார்வேயைப் பற்றிப் பேச்சே இருக்காது. ஜமைக்கா, பாகிஸ்தான், இந்தியா, ஸ்ரீலங்கா போன்ற நாடுகளின், கிரிக்கெட் நிலவரம் மாதிரியான விஷயங்களை நான் அன்றன்று தெரிந்துகொள்ளலாம். அந்த விளையாட்டை நான் பார்த்தது இல்லை; பார்க்கப் போவதும் இல்லை – இது பற்றி நான் கருத்து ஏதும் சொல்லலாம் என்றால். ஆனால், நான் கவனித்த ஒரு சங்கதி, ‘தாயக’மான இங்கிலாந்து தொடர்ந்து தோற்கடிக்கப் படுகிறது. எந்தவிதத்திலும், அது ஒரு முக்கியமான சமாசாரம்தான்.

என்னிடமும் ஒரு நாய் இருக்கிறது. அவள் பெயர் லிரா. எந்த இனத்தைச் சேர்ந்தவள் என்று சொல்வது அவ்வளவு எளிதல்ல. அது அவ்வளவு முக்கியமும் இல்லை. டார்ச் விளக்கை எடுத்துக்கொண்டு, ஏரியோரமாய் நாங்கள் வழக்கமாகச் செல்லும் பாதையில், வெளியே போய்த் திரும்பிவிட்டோம். ஏரிப்பரப்பின் உறைபனி கரைமீது சில மில்லிமீட்டர்கள் ஏறியிருக்கிறது. அந்த இடத்தில், பட்டுப்போன நாணல் தட்டைகள் இலையுதிர்காலத்தின் மஞ்சள் நிறம் பூண்டிருக்கும். இருண்ட வானத்திலிருந்து, கனத்து, மௌனமாகப் பெய்யும் பனி, லிராவை ஆனந்தமாகத் தும்ம வைக்கும். இப்போது லிரா அடுப்புக்கு அருகில்

படுத்து உறங்குகிறாள். பனி பெய்வது நின்றுவிட்டது. பகல் முற்றும் போது மொத்தப் பனியும் உருகிவிடும். வெப்பமானியைப் பார்த்தே இதை என்னால் சொல்ல முடியும். மானியின் சிவப்புக்கோடு சூரியனுக்கு இணையாக உயர்கிறது.

இது மாதிரியான ஓர் இடத்தில் தனியாக வசிப்பதற்கு என் வாழ்நாள் முழுவதும் ஏங்கியிருக்கிறேன் – எல்லாம் நல்லபடியாக நடந்து கொண்டிருந்த சமயத்திலும்கூட. அநேகமாய் நல்லபடியாகவே நடந்தும் வந்திருக்கிறது. அவ்வளவுதான் என்னால் சொல்ல முடியும் – நல்லபடியாகவே எல்லாம் நடந்தன என்று. நான் அதிர்ஷ்டசாலி. ஆனாலும்கூட, உதாரணமாய், நான் கேட்க விரும்பும் வார்த்தைகளைக் காதோரம் கிசுகிசுத்தபடி என்னை யாராவது தழுவியிருக்கும் சமயத்திலும் கூட, திடீரென்று எனக்குள் அந்த ஏக்கம் பரவும் – நிசப்தம் மட்டுமே நிரம்பியிருக்கும் இடத்தில் இருக்க வேண்டும் என்று. ஆண்டுகள் போயிருக்கலாம்; நான் அதுபற்றி யோசிக்காமலே இருந்திருக்கலாம்; அதற்காக, நான் ஏங்கவில்லை என்று அர்த்தமாகிவிடாது. இதோ, இங்கே இருக்கிறேன்; கிட்டத்தட்ட நான் கற்பனை செய்த அதே மாதிரி இடத்தில்.

இன்னும் இரண்டு மாதத்துக்குள் தற்போதைய ஆயிரமாவது ஆண்டு முடிந்துவிடும். நான் அங்கம் வகிக்கும் தேவாலயப் பங்கில் கொண்டாட்டங்களும் வாணவேடிக்கைகளும் நிலவும். அவற்றின் அருகில்கூட நான் போகமாட்டேன். இதே இடத்தில் லிராவுடன் இருப்பேன். ஒருவேளை, ஏரிவரை நடந்து போகலாம்; என்னுடைய எடையை உறைபனி தாங்குகிறதா என்று பார்க்க. நிலாவெளிச்சமும், மைனஸ் பத்து டிகிரி குளிரும் இருக்கக்கூடும் என்று யூகிக்கிறேன். கணப்பைத் தூண்டிவிடுவேன். பில்லி ஹாலிடேயின் குரல் ஒலிக்கும் இசைத்தட்டை அந்தப் பழைய கிராமபோனில் பொருத்துவேன். ஐம்பதுகள் வாக்கில் ஆஸ்லோ கோலோஸியத்தில் நான் கேட்ட குரல் அது. ரகசியம்போல ஒலிப்பது. கிட்டத்தட்ட ஓய்வுபெற்றுவிட்ட குரல். ஆனாலும் வசியத்தை இழக்காதது. அப்புறம், அலமாரித்தட்டில் நான் வைத்திருக்கும் சீசாவை எடுத்து, மிகப் பொருத்தமான விதத்தில், மது அருந்துவேன். இசைத்தட்டு முடிந்ததும், படுக்கச் செல்வேன். முடிந்த அளவு ஆழ்ந்து உறங்குவேன் – அதாவது, மரணத்துக்குக் கொஞ்சம் குறைவான உறக்கம். பிறகு, புத்தாயிரத்தில் விழித்தெழுவேன் – அதற்குச் சிறப்பான பொருள் எதுவும் ஏற்பட்டுவிடாதபடி. அந்த நாளை எதிர் பார்த்திருக்கிறேன்.

தற்போதைக்கு, இந்த இடத்தைச் சீராக்குவதில் என் நாட்களைக் கழித்துவருகிறேன். ஏகப்பட்ட காரியங்கள் செய்ய வேண்டியிருக்கிறது. அதற்காக, நான் அதிகம் செலவு செய்யவில்லை. வாஸ்தவத்தில் இந்த வீட்டையும் நிலத்தையும் வாங்குவதற்கு நிறையவே கொடுக்கத் தயாராய் இருந்தேன். ஆனால் போட்டி அதிகமில்லை. ஏனென்று இப்போது புரிகிறது. ஆனால் அது ஒரு பொருட்டில்லை. எப்படியோ, நான் ஆனந்தமாய் இருக்கிறேன். பெரும்பாலான வேலைகளை நானே செய்துகொள்கிறேன். கூலிகொடுத்து ஒரு தச்சனை அமர்த்திக்

குதிரை வேட்டை

கொள்ளலாம்தான். நானும் வசதியில்லாதவன் இல்லை. ஆனால், அப்புறம் எல்லாமே சீக்கிரம் நடந்து முடிந்துவிடும். எவ்வளவு நேரம் எடுக்கிறதோ அவ்வளவுக்குத் தேவலை என்று நினைக்கிறேன். காலம் இப்போது எனக்கு முக்கியம் என்று எனக்கு நானே சொல்லிக் கொள்கிறேன். அது விரைவாகவோ மந்தமாகவோ கழிய வேண்டிய தில்லை; ***காலம்*** என்பதாக இருந்தால் போதும். அதனுள் நான் வசித்து, அதைப் பகுக்கும் விதமான நடவடிக்கைகளாலும் பொருட்களா லும் நிரப்பினால் போதும். அப்போது காலம் எனக்குத் தனித்துவமான தாக வளரும்; நான் கவனிக்காதபோது கரைவதாக இருக்காது.

நேற்றிரவு ஒரு சம்பவம்.

சமையலறைக்குப் பக்கவாட்டில் உள்ள சிறு அறையில், ஜன்னலுக்குக் கீழே அமைத்திருந்த தற்காலிகப் படுக்கையில் படுத்திருந்தேன். அப்படியே தூங்கிவிட்டேன். நள்ளிரவு கடந்திருந்தது. வெளியில் கடும் இருட்டு. வீட்டுக்குப் பின்புறம் சிறுநீர் கழிக்கப் போனபோது குளிரை என்னால் உணர முடிந்தது. எனக்கு நானே வழங்கிக்கொள்ளும் சலுகை அது. இப்போதைக்கு, வீட்டுக்கு வெளியில் உள்ள கழிவறை தவிர வேறேதுமில்லை இங்கே. தவிர, யாரும் பார்க்க முடியாது, மேற்கே காடு அடர்ந்திருக்கிறது.

காதைத் துளைக்கும் ஓசை ஒன்று என்னை எழுப்பிவிட்டது. குறுகிய இடைவேளைகளில் திரும்பத் திரும்ப, உரத்து ஒலித்த ஓசை. அது ஓய்ந்ததும் நிசப்தம் கவியும். மீண்டும் அந்த ஒலி. படுக்கையில் எழுந்து அமர்ந்தேன். ஜன்னலை லேசாகத் திறந்து வெளியில் பார்த்தேன். இருளினூடே, டார்ச் விளக்கின் மஞ்சள் ஒளிக்கற்றை தெரிந்தது. கொஞ்சம் கீழே, ஆற்றின் புறமிருந்து வந்தது அது. டார்ச் வைத்திருக்கும் ஆள்தான் நான் கேட்ட ஓசையை எழுப்பியிருக்க வேண்டும். ஆனால், என்னவிதமான ஒலி என்றோ, அந்த ஆள் எதற்காக அதை எழுப்புகிறான் என்றோ எனக்குப் புரியவில்லை. அதாவது, அது ***அவன்*** என்றால். ஒளிக்கற்றை இடமும் வலமுமாக அல்லாடியது – இலக்கற்று, தீர்மானமற்று. என் அண்டைவீட்டுக்காரனின் முகம் கோட்டுருவமாய்த் தட்டுப்பட்டது. சுருட்டு மாதிரித் தெரிந்த ஏதோவொன்றை வாயில் கவ்வியிருந்தான். அந்த ஒலி மீண்டும் எழுந்தது. அது நாய் ஊதல் என்று உணர்ந்தேன் – இதற்கு முன்னால் அதைப் பார்த்ததே கிடையாது என்றபோதும். அவன் நாயைக் கூப்பிட ஆரம்பித்தான். 'போக்கர்' என்று கூவினான். போக்கர் என்பது அந்த நாயின் பெயர். 'வாடா இங்கே' என்று கத்தினான். நான் படுக்கையில் மீண்டும் படுத்து, கண்களை மூடினேன். ஆனால், எனக்குத் தெரியும், நான் மறுபடியும் தூங்கப் போவதில்லை என்று.

எனக்கு வேண்டியதெல்லாம், தூக்கம் மட்டும்தான். எனக்குக் கிடைக்கும் அவகாசம் பற்றிச் சற்றுக் கலவரமடைகிறேன். அதிக நேரம் கிட்டுவதில்லை என்றாலும், அது முன்பெல்லாம் இருந்ததைவிட முற்றிலும் மாறுபட்டதாக இருக்க வேண்டும் என்று விழைகிறேன்.

வீணாகிவிட்ட ஓர் இரவு, வரவிருக்கும் நாட்கள் பலவற்றின் மீதும் கருநிழல் படிய வைக்கிறது. எனக்குள் எரிச்சல் மூட்டுகிறது. சகஜத் தன்மையை இழந்துவிடுகிறேன். அதற்கெல்லாம் அவகாசமில்லை இப்போது. நான் கவனத்தைக் குவிக்க வேண்டும். படுக்கையில் மீண்டும் எழுந்து அமர்ந்தேன். இருட்டின் அடர்த்தியில் கால்களைச் சுழற்றித் தரையில் ஊன்றினேன். நாற்காலியின் முதுகில் கிடந்த என் ஆடைகளை எடுத்தேன். அவை கடுமையாய்க் குளிர்ந்திருந்ததில் மலைத்தேன். சமையலறை வழியாகக் கூடத்துக்குள் போனேன். பழசாகிவிட்ட எனது மேல்சட்டையை இழுத்துவிட்டுக்கொண்டேன். அலமாரியிலிருந்து டார்ச் விளக்கை எடுத்துக்கொண்டு படிக்கட்டை நோக்கிப் போனேன். கரிக் கறுப்பாய் இருந்தது வெளியே. கதவை மீண்டும் திறந்தேன். கையை உள்ளே நுழைத்து வெளிப்புற விளக்கைப் போட்டேன். அது பலனளித்தது. சிவப்புநிற வர்ணம் பூசின அவுட் ஹவுஸ் சுவர் முற்றத்தில் இதமான ஒளிர்வைப் பரப்பியது.

நான் அதிர்ஷ்டசாலி என்று சொல்லிக்கொள்கிறேன். இரவில், தனது நாயைத் தேடிக்கொண்டிருக்கும் அண்டைவீட்டுக்காரனிடம் போக முடிகிறது எனக்கு. இதன் விளைவு இரண்டு நாட்களுக்கு இருக்கும். அதன்பிறகு மறுபடியும் நான் சரியாகிவிடுவேன். என் டார்ச் விளக்கை எரியவிட்டுக்கொண்டு, முற்றத்திலிருந்து சாலையில் கீழிறங்கி நடக்கத் தொடங்கினேன். லேசான சரிவில், தனது டார்ச்சைச் சுழற்றிக்கொண்டு அவன் இன்னமும் அதே இடத்தில் நின்றிருந்தான். ஒளிக்கற்றை நிதானமாக வட்டமிட்டது – காட்டின் விளிம்பு நோக்கி, சாலையின் குறுக்கே, ஆற்றின் கரையோடு, திரும்பவும் ஆரம்பித்த இடத்துக்கே என. போக்கர்... என்று அழைத்தான். போக்கர். பிறகு ஊதலை ஒலித்தான். இரவின் சாந்தத்துக்குள் இதமற்று உரத்த ஒலி. அவனுடைய முகமும் உடலும் இருட்டில் ஒளிந்திருந்தன. அவனை எனக்குத் தெரியாது. லிராவுடன் வெளியேறி, அவனது குடிலைத் தாண்டிப் போகும்போது சில தடவை பேச்சுக் கொடுத்திருக்கிறேன் – அவ்வளவுதான். அது அநேகமாக அதிகாலை நேரமாக இருக்கும். திடுமென்று, திரும்பிப் போய்விட வேண்டும்; இது எல்லாவற்றையும் மறந்துவிட வேண்டும் என்று தோன்றியது. ஆனால், நான் என்ன செய்ய முடியும், அவன் என் டார்ச் வெளிச்சத்தைப் பார்த்திருப்பான்; காலம் கடந்துவிட்டது. தவிர, இந்த இரவில், தனியாக நின்றுகொண் டிருக்கும் இந்த ஆசாமி தொடர்பாக, என்னால் புரிந்துகொள்ள முடியாத எதுவோ ஒன்று இருக்கிறது. அவன் இப்படித் தனியாக நின்றுகொண் டிருக்கக் கூடாது. அது சரியில்லை.

‘ஹலோ’ என்று – சூழ்ந்திருக்கும் நிசப்தத்தைக் கருதி – சன்னமாகக் கூப்பிட்டேன். அவன் திரும்பினான். ஒரு கணம் என்னால் எதையுமே காண முடியவில்லை. அவனது டார்ச்சின் ஒளிக்கற்றை நேரடியாக என் முகத்தில் அடித்தது. அதை உணர்ந்த மாத்திரத்தில், டார்ச்சைக் கொஞ்சம் தாழ்த்தினான். சில நொடிகள் அசையாமல் நின்றேன் – என் ராப்பார்வையை மீட்டுக்கொள்வதற்காக. பிறகு அவன் நின்றிருக்கும் இடம் நோக்கி நடந்தேன். நாங்கள் இருவரும் அருகருகே நின்றிருந்தோம்.

எங்கள் டார்ச்களின் ஒளிக்கற்றைகள் இடுப்புயரத்திலிருந்து, எங்களைச் சுற்றிலுமுள்ள தரையை நோக்கியிருந்தன. எதுவுமே பகலில் தென்பட்டதின் சாயலில் இல்லை. இருளுக்கு நான் வெகுவாகப் பழகிவிட்டிருந்தேன். இருட்டைப் பார்த்து எப்போதாவது அஞ்சியிருக்கிறேனா என்றே ஞாபகமில்லை. ஆனால் நான் அஞ்சியிருக்கக்கூடும். இப்போது இருள் இயல்பானதாக, பாதுகாப்பானதாக, வெளிப்படையாகத் தென்படுகிறது. நிஜத்தில் இருட்டுக்குள் என்னவெல்லாம் பொதிந்திருக்கிறது என்பது ஒரு பொருட்டேயில்லை – அதற்கு ஓர் அர்த்தமும் இல்லை என்ற போதிலும். உடம்பின் சுதந்திரத்துக்கும், லகுத்தன்மைக்கும் எதுவுமே சவால் இல்லை; வரையறையற்ற உயரம், எல்லையற்ற தொலைவு எதுவுமே. காரணம், இவை இருளின் குணாம்சங்களல்ல. இருள் என்பது அதனுள் புழங்குவதற்கான அளவற்ற வெளியை உள்ளடக்கியது மட்டுமே.

‘அவன் திரும்பவும் ஓடிப்போய்விட்டான்’ என்றான் என் அண்டை வீட்டான். ‘அவன்தான், என்னுடைய நாய், போக்கர். இது வாடிக்கை யாய் நடப்பதுதான். எப்போதுமே திரும்பி வந்துவிடுவான். ஆனால், அவன் இந்த மாதிரி ஓடிப்போயிருக்கும்போது, தூங்க முடியாமல் ஆகிவிடுகிறது. காட்டில் இப்போது ஓநாய்கள் இருக்கின்றன. அதே சமயம், கதவை மூடிவைக்கவும் முடிவதில்லை எனக்கு.’

அவன் சற்று தர்மசங்கடப்படுகிற மாதிரி இருந்தது. அது ஒருவேளை என்னுடைய நாயாக இருந்திருந்தால் நானும் அப்படித்தான் உணர்ந் திருப்பேன். லிரா ஓடிப்போயிருந்தால் நான் என்ன செய்திருப்பேன் என்று தெரியவில்லை. நானுமே அவளைத் தேடிப் போயிருப்பேனோ.

‘உலகத்திலேயே அதிபுத்திசாலியான நாய் பார்டர் கோலிதான் என்று சொல்வார்கள், தெரியுமா?’ என்றான்.

‘கேள்விப்பட்டிருக்கிறேன்’ என்றேன்.

‘போக்கர் என்னைவிடக் கெட்டிக்காரன். அவனுக்குமே அது தெரியும்’ என் அண்டைவீட்டான் தலையை ஆட்டிக்கொண்டான். ‘அவன் எஜமானன் ஆகப் பார்க்கிறானோ என்று தோன்றுகிறது.’

‘ஓ. அது நல்லதுக்கில்லை’ என்றேன்.

‘ஆமாம்’ என்றான்.

நாங்கள் பரஸ்பரம் அறிமுகமாகவேயில்லை இன்னும் என்று எனக்குப் பட்டது. என் கையை உயர்த்தினேன். அதன்மீது டார்ச் ஒளி படுகிறமாதிரிப் பிடித்தேன் – அவனுக்குத் தெரிய வேண்டும் என்று.

‘ட்ரோண் சாண்டர்’ என்று சொன்னேன். இது அவனைக் குழப்பியது. இடது கைக்கு டார்ச்சை மாற்றிக்கொள்ள, பிறகு தனது வலது கையால் எனது வலது கையைப் பற்ற, அவனுக்கு ஓரிரு கணங்கள் பிடித்தது.

‘லார்ஸ். லார்ஸ் ஹாக். ‘ஜி’ உச்சரிப்புள்ள ஹாக்.’

‘நலம்தானே?’ என்றேன் – இருள் மண்டிய இரவில் அந்த இடத்தில் எனக்கே விநோதமாகவும் விசித்திரமாகவும் ஒலித்தது. எப்படியென்றால்,

மிகப் பல வருடங்களுக்கு முன்னால், அடர்ந்த காட்டுக்குள் நடந்த இறுதிச் சடங்கில், 'ஆழ்ந்த அனுதாபங்கள்' என்று என் அப்பா சொன்ன போது இருந்த மாதிரி. அந்தச் சொற்களை உதிர்த்துத் தொலைத்தோமே என்று வருந்தினேன். ஆனால், லார்ஸ் ஹாக் கவனித்த மாதிரித் தெரிய வில்லை. ஒருவேளை, அவை சொல்ல வேண்டிய வார்த்தைகள் தானே என்று அவன் நினைத்திருக்கலாம். வயல்வெளியில், முதிர்ந்த ஆடவர்கள் சந்தித்துக்கொள்ளும்போது பரஸ்பரம் வந்தனம் சொல்லிக்கொள்வதை விட அசந்தர்ப்பமாக இல்லை இந்தச் சூழ்நிலை என்றும் நினைத்திருக்கலாம்.

நிசப்தம் எங்களைச் சூழ்ந்திருந்தது. கடந்த சிலநாட்களாக இரவும் பகலும் விடாமல் காற்றும் மழையும் நிலவியிருந்தது. பைன் மற்றும் ஸ்ப்ரூஸ் மரங்களுக்கூடாக ஒலித்த ஓயாத கர்ஜனை. ஆனால், தற்போது காட்டுக்குள் முழு அமைதி நிலவியது. ஒரு நிழல்கூட அசையவில்லை. நாங்களும், அதாவது நானும் என் அண்டைவீட்டானும், அசைவற்று நின்றிருந்தோம் – இருளுக்குள் ஊடுருவிப் பார்த்துக்கொண்டு.

சடாரென்று, எனக்குப் பின்புறம், நிச்சயமாய் ஏதோ இருக்கிறது என்று பட்டது. உடனடியாக என் முதுகில் கடும் குளிர் ஓடிய மாதிரி உணர்ந்தேன். லார்ஸ் ஹாகும் அதேவிதமாக உணர்ந்தான். தன்னுடைய டார்ச்சின் ஒளியை என்னைத் தாண்டி இரண்டு மீட்டர் தொலைவில் பாய்ச்சினான். நான் திரும்பினேன். போக்கர் நின்றிருந்தது. இறுக்கமாக, ஜாக்கிரதையாக நின்றது. ஒரு நாய் எவ்வாறு குற்ற உணர்ச்சியை அனுபவிக்கவும், வெளிக்காட்டவும் செய்யும் என்பதை இதற்கு முன்பும் நான் பார்த்ததுண்டு. நம்மில் பெரும்பாலானவர்களுக்குப் போலவே, நாய்க்கும் அது பிடிக்காத விஷயம்தான். குறிப்பாக, அதன் உரிமை யாளரின் குரல் கிட்டத்தட்ட குழந்தையினுடையது மாதிரி தொனிக்கும் போது; வயது முற்றிய ஆளின் சுருக்கம் விழுந்த முகத்துடன் பொருந்தாத குரலாக. அதிலும் அந்த மனிதன் இசகுபிசகான வேலைகளை, உவப்பற்ற காற்று வீசுகையில் சிடுக்கான வேலைகளை, கடும் அழுத்தம் தரும் வேலைகளைப் பார்த்துவிட்டு வந்து குளிர் நிரம்பிய இரவில் நின்றிருக்கும் போது – அவனுடன் கைகுலுக்கும்போது இதை உணர முடிந்தது எனக்கு.

'ஆ, எங்கே தொலைந்தாய் போக்கர், முட்டாள் நாயே. உன் தகப்பனுக்கு அடங்க மாட்டேனென்கிறாயே மறுபடியும்? வெட்கம் கெட்ட பயலே. இப்படியா நடந்துகொள்வது?' நாயை நோக்கி ஓர் அடி எடுத்து வைத்தான். அது தொண்டைக்குள் உறும ஆரம்பித்தது. காதுகள் விறைத்தன. லார்ஸ் ஹாக் நின்றான். தனது டார்ச்சின் ஒளி காலடியில் படுமளவு தாழ்த்தினான். நாயின் புறத்தோலில் இருந்த வெள்ளை நிற ஒட்டுகளை அதற்குள் நான் பார்த்துவிட்டேன். கருநிற ஒட்டுகள் இரவோடு கலந்திருந்தன. ஆனால், அவையனைத்தும் பொருந்தாமலும் ஒன்றுக்கொன்று ஒவ்வாமலும் தென்பட்டன. நாயின் அடித்தொண்டை உறுமல் சற்றுத் துல்லியமற்ற விதத்தில் தொடர்ந்தது. என் அண்டைவீட்டான் சொன்னான்:

'முன்பு ஒரு நாயைச் சுட்டுக்கொன்றிருக்கிறேன். பிறகு, இன்னொரு தடவை அப்படிச் செய்வதில்லை என்று சங்கல்பமும் கொண்டிருக்கிறேன்.

ஆனால், இப்போது எனக்குப் புரியவில்லை.' அவன் தன்னம்பிக்கை இழந்திருக்கிறான் என்பது தெளிவாகத் தெரிந்தது. அடுத்து என்ன செய்வது என்று தீர்மானிக்க முடியவில்லை அவனுக்கு. சட்டென்று அவன்மீது பச்சாதாபம் ஊறியது எனக்குள். அந்த உணர்வு எங்கிருந்து ஊறுகிறது என்று எனக்குத் தெரியவில்லை. வெளியே இருளில் எங்கிருந்தோ ஊறியிருக்கலாம். முழுக்க வேறான சந்தர்ப்பத்தில், வேறேதோ நிகழ்ந்துவிட்ட இடத்திலிருந்து. அல்லது என்னுடைய வாழ்விலிருந்தே, நான் எப்போதோ மறந்துவிட்ட ஒன்றிலிருந்து ஊறியிருக்கலாம். எப்படியோ, அது என்னை தர்மசங்கடப்படுத்தியது. அசவுகரியமாய் உணர வைத்தது. தொண்டையைச் செருமிக்கொண்டேன். என் முழுக்கட்டுப்பாட்டில் இல்லாத குரலில் சொன்னேன்:

'நீங்கள் சுட நேரிட்ட நாய் என்ன இனம்?' அதைத் தெரிந்து கொள்வதில் எனக்கு ஆர்வமிருந்தது என்று நான் நினைக்கவில்லை, ஆனாலும், என் நெஞ்சுக்குள் திடீரென உயர்ந்துவிட்ட படபடப்பைத் தணித்துக்கொள்ள ஏதாவது சொல்ல வேண்டுமே.

'அல்சேஷன். ஆனால், அது என்னுடைய நாய் இல்லை. நான் வளர்ந்த பண்ணையில் வைத்து நடந்தது அது. என் அம்மாதான் முதலில் அதைப் பார்த்தாள். கவரிமானை வேட்டையாடுவதற்காகக் காட்டின் விளிம்பில் ஓடிக்கொண்டிருந்தது அது. மிரண்டு போயிருந்த இரண்டு இளம் குட்டிகளை வேட்டையாட. வடக்கிலிருந்த புல்வெளி யின் விளிம்பிலிருந்த குத்துச்செடிகளில் அவை மேய்வதைப் பலதடவை எங்கள் ஜன்னல்வழியே பார்த்திருக்கிறோம். எப்போதுமே ஒன்றை யொன்று நெருங்கியிருக்கும் அவை. அப்போதும் அப்படித்தான் இருந்தன. அல்சேஷன் அவற்றைத் துரத்தியது. சுற்றி வளைத்தது. அவற்றின் கணுக்காலை நெருங்கியது. அவை ஓடிக் களைத்துவிட்டன. தப்புவதற்கு வாய்ப்பே இல்லை. அம்மாவுக்கு அதைக் காணச் சகிக்கவில்லை. பண்ணை மேலாளரைத் தொலைபேசியில் அழைத்தாள். என்ன செய்வதென்று கேட்டாள். அவர் சொன்னார் – 'சுட்டுத் தள்ளுங்கள்.'

தொலைபேசியை வைத்தவுடன், 'உனக்கு ஒரு வேலை வந்திருக் கிறது லார்ஸ். உன்னால் முடியுமா?' என்றாள். எனக்கு விருப்பமில்லை என்றுதான் சொல்ல வேண்டும். அந்தத் துப்பாக்கியை நான் தொட்டது கூடக் கிடையாது. ஆனால், அந்த இளம் குட்டிகளை நினைத்தால் பாவமாக இருந்தது. தவிர, ***நீயே*** செய்யேன் என்று அம்மாவிடம் சொல்ல முடியவில்லை. வீட்டில் வேறு யாரும் கிடையாது. என் அண்ணன் கடலுக்குப் போயிருந்தான். என் மாற்றாந்தகப்பன் அண்டையிலுள்ள குடியானவருக்காக மரம் வெட்டக் காட்டுக்குள் போயிருந்தார் – வழக்கமாய் வருடத்தின் அந்தப் பருவத்தில் போகிற மாதிரி. ஆக, நான் துப்பாக்கியை எடுத்தேன். புல்வெளியின் குறுக்கே, காட்டை நோக்கி நடந்தேன். அங்கே போய்ச் சேர்ந்தபோது நாயைக் காணவில்லை. கவனித்தபடி அசையாது நின்றேன். இலையுதிர் காலம். நடுப் பகல் காற்று நன்கு தெளிவாக இருந்தது. அசாதாரணமான அமைதி. நான் திரும்பி, வீட்டின் பக்கம் பார்த்தேன். அம்மா ஜன்னலருகில் நின்று, நான் செய்யும் ஒவ்வொன்றையும் பார்த்துக்

கொண்டிருப்பாள் என்று எனக்குத் தெரியும். அவள் என்னை விடப் போவதில்லை. மீண்டும் காட்டைப் பார்த்தேன். திடீரென்று, ஒரு பாதைவழியே, கவரிமான்கள் இரண்டும் என் திக்கில் ஓடி வந்து கொண்டிருந்தன. முழந்தாளிட்டேன். துப்பாக்கியை உயர்த்தினேன். மோவாயைக் குழல்மீது பதித்தேன். குட்டிகள் இரண்டும் வெகுவாக மிரண்டிருந்தன. என்னைக் கவனிக்கவில்லை. அல்லது, இன்னொரு எதிரியைப் பற்றிக் கவலைகொள்ளுமளவு அவற்றுக்குத் திராணியில்லாமல் இருந்திருக்கலாம். தமது பாதையை மாற்றிக்கொள்ளவில்லை. என்னை நோக்கி நேரே ஓடிவந்தன. என் தோளிலிருந்து ஒரு கை நீளத் தொலைவில் கடந்து ஓடின. அவற்றின் கனத்த மூச்சொலி எனக்குக் கேட்டது. அகன்று வெறித்த வெண்ணிற விழிகளைப் பார்த்தேன்.'

லார்ஸ் இடைவெளி விட்டான். டார்ச்சை உயர்த்தி போக்கர் மீது ஒளி பாய்ச்சினான். எனக்குப் பின்னால், நின்ற இடத்திலிருந்து நகராமல் நின்றிருந்தது அது. நான் திரும்பிப் பார்க்கவில்லை. ஆனால், நாயின் தணிந்த உறுமல் கேட்டது. தொந்தரவான சப்தம் அது. முன்னால் நின்றிருந்தவன் மட்டியைக் கடித்தான். இடதுகை விரல்களால், தயக்கத்துடன், நெற்றியைத் தடவிக்கொண்டான். பிறகு தொடர்ந்தான்.

'அவற்றுக்கு முப்பது மீட்டர் தள்ளி அல்சேஷன் வந்தது. பெரிய விலங்கு. உடனடியாகச் சுட்டேன். அதை நான் தாக்கிவிட்டேன் என்பது உறுதி. ஆனால், அதன் வேகமோ திசையோ மாறவில்லை. அதன் உடம்பில் ஒரு நடுக்கம் ஓடியிருக்கலாம் ஒருவேளை – எனக்குத் தெரியவில்லை. எனவே, மறுபடியும் சுட்டேன். அது முழங்கால் மடிந்து வீழ்ந்தது. எழுந்து மீண்டும் ஓடியது. நம்பிக்கையிழந்தவனாக, மூன்றாம் முறை சுட்டேன். மிகச் சில மீட்டர்கள் தொலைவில் இருந்த அது, கரணமடித்து மல்லாந்து என்னுடைய காலணிகளின் நுனியருகில் சறுக்கி வந்து வீழ்ந்தது. ஆனால், இறந்திருக்கவில்லை. செயலற்றுக் கிடந்தது. என்னை நேருக்குநேர் பார்த்தது. எனக்குப் பாவமாக இருந்தது என்றே சொல்ல வேண்டும். இறுதியாக அதன் தலையில் ஒருதடவை செல்லமாகத் தட்டிக்கொடுக்கலாம் என்று குனிந்தேன். அது உறுமியபடி என் கையைக் கவ்வியது. நான் தாவிப் பின்னகர்ந்தேன். மூர்க்கமானேன். அதன் தலையில் இன்னும் இரண்டு தடவை சுட்டேன்.'

முகம் தெளிவாகத் தெரியாதவண்ணம் நின்றுகொண்டிருந்தான் லார்ஸ் ஹாக். அவன் கையிலிருந்த டார்ச் சோர்வாகத் தொய்ந்திருந்தது – தரையில் சிறு மஞ்சள் நிற வட்டமாக ஒளியைக் கிடத்தி. ஊசியிலைகள். கூழாங்கற்கள். இரண்டு ஊசியிலைக் காய்கள். துளி அசைவும், ஒலியும் இல்லாது நின்றது போக்கர். நாய்களால் மூச்சடக்க முடியுமா என்று ஆச்சரியமாய் இருந்தது எனக்கு.

'அய்யோ' என்றேன்.

'வெறும் பதினெட்டு வயதுதான் எனக்கு... ரொம்ப நாள் ஆகி விட்டது; ஆனாலும் நான் அதை மறக்கவே மாட்டேன்.'

‘எனக்கு நன்றாகவே புரிகிறது – நீங்கள் ஏன் இனி ஒருபோதும் ஒரு நாயைச் சுடமாட்டீர்கள் என்று.’

‘பார்க்கலாம். இப்போதைக்கு இதை உள்ளே இழுத்துப்போகிறேன். ரொம்ப லேட்டாகிவிட்டது. போக்கர், வா’ என்றான். குரல் கூர்மையாகி யிருந்தது. சாலையில் நடக்க ஆரம்பித்தான். சில மீட்டர்கள் பின்னால் போக்கர் பணிவாய்ப் பின் தொடர்ந்தது. குட்டிப் பாலத்தை அவர்கள் நெருங்கியவுடன், லார்ஸ் ஹாக் நின்றான். டார்ச்சை ஆட்டினான்.

‘கூட இருந்ததற்கு நன்றி’ என்று இருளினூடாகச் சொன்னான். என்னுடைய டார்ச்சை ஆட்டிக் காட்டிவிட்டு என் வீட்டை நோக்கி சரிவில் மேலேறி நடந்தேன். கதவைத் திறந்து, விளக்கெரியும் மைய அறைக்குள் நுழைந்தேன். ஏதோ காரணத்தால், கதவைத் தாழிட்டேன். இங்கே வந்ததிலிருந்து நான் செய்திராத ஒரு காரியம். எனக்குப் பிடிக்காதது, ஆனாலும் செய்தேன். உடைகளைக் களைந்துவிட்டு, கட்டிலில் படுத்தேன். வரவிருக்கும் வெம்மைக்காகக் காத்திருந்தபடி, விதானத்தை வெறித்தபடி, ரஜாய்க்கடியில் படுத்திருந்தேன். சற்று மடத்தனமாக உணர்ந்தேன். உடனே கண்களை மூடினேன். நான் தூங்கியபிறகு, ஒரு தருணத்தில் பனி பெய்யத் தொடங்கியது. தூக்கத்திலும் கூட பருவநிலை மாறியதும் குளிர் அதிகரித்ததும் எனக்குத் தெரிந்தது என்பது நிச்சயம். குளிர்காலம் என்றாலே எனக்கு அச்சம்தான் என்பதை நான் அறிவேன். அதிலும் பனியைக் கண்டு அஞ்சுவேன் – அது அளவுக் கதிகமாக இருந்தால். இங்கே குடியமர்ந்ததன் மூலம், அசாத்தியமான தொரு நிலைமைக்குள் என்னைத் தள்ளிக்கொண்டிருக்கிறேன் என்பதும் எனக்குத் தெரிந்தே இருந்தது. எனவே, கோடையைப் பற்றிய தீவிரமான கனவொன்றைக் கண்டேன். மிகத் தீவிரமானது அது, நான் கண் விழித்தபிறகும் என் மண்டைக்குள் இருந்தது. ஏதோவொரு கோடையைப் பற்றி நான் கனவு கண்டிருக்க முடியும். ஆனால் அது அப்படியில்லை. மிக விசேஷமான கோடை. இப்போதும், சமையலறை மேடையருகே அமர்ந்து, ஏரியோர மரங்கள்மீது வெளிச்சம் பரவுவதைப் பார்த்துக் கொண்டிருக்கும்போதும், அந்தக் கோடையை நினைத்துப் பார்க்கிறேன். எதுவுமே நேற்றிரவு இருந்ததுபோலத் தென்படவில்லை. கதவைத் தாழிட்டதற்கு ஒரேயொரு காரணம்கூடப் புலப்படவில்லை. சோர்ந்திருந்தேன்தான், ஆனால் நான் எதிர்பார்த்த அளவுக்கு சோர வில்லை. சாயங்காலம்வரை இப்படித்தான் இருப்பேன் என்று தெரியும். இப்படியேதான் இருப்பேன். மேசையருகிலிருந்து எழுகிறேன். முதுகில் லேசாகப் பிடிப்பு. வழக்கமான முதுகு இல்லை இது. அடுப்பருகில் இருக்கும் லிரா தலையை உயர்த்திப் பார்க்கிறாள். மறுபடியும் நாம் வெளியில் போகிறோமா? இல்லை, இப்போதைக்கு இல்லை. செய்வதற்கு ஏகப்பட்ட வேலைகள் இருக்கின்றன. அந்தக் கோடையை நினைத்துப் பார்ப்பது தொந்தரவாக மாற ஆரம்பிக்கிறது. கடந்த பல வருடங்களில் இப்படி இருந்ததில்லை.

○

2

நாங்கள் குதிரைகளை வேட்டையாடப் போனோம். அவன் இப்படித்தான் சொன்னான் – அப்பாவுடன் நான் கோடையைக் கழித்துக்கொண்டிருந்த மரவீட்டின் கதவருகில் நின்று. எனக்குப் பதினைந்து வயது. 1948 ஜூலை ஆரம்பத்தில் ஒரு நாள். மூன்று வருடங்களுக்கு முன்பே ஜெர்மானியர்கள் போய்விட்டிருந்தார்கள். அவர்களைப் பற்றி இன்னமும் நாங்கள் பேசிக்கொண்டிருந்தோமா என்பது எனக்கு நினைவில்லை. குறைந்தபட்சம், என் அப்பா பேசவில்லை. யுத்தத்தைப் பற்றி அவர் எதுவுமே சொன்னதில்லை.

ஜான் அடிக்கடி எங்கள் வீட்டுக்கு வருவான். எந்த நேரத்திலும் வருவான். நான் அவனோடு வெளியில் வர வேண்டும் என்று விரும்புவான். ஆண்முயல்களைச் சுடுவது, வெளிறிய நிலவொளியில் காட்டினூடே நடந்து முழுமையான மௌனத்தில் ஆழ்ந்திருக்கும் மலையுச்சிவரை போவது, ஆற்றில் நன்னீர் மீன்கள் பிடிப்பது, ஆற்றில் தூர் அகற்றும் பணி முடிந்தபின்னும் எங்கள் மரவீட்டின் அருகில் மிதந்து செல்லும் பளபளப்பான மஞ்சள்நிற மரத் தடிகளின் மீது தடுமாறாமல் நிற்பது, என்கிற மாதிரி ஏதாவது செய்வதற்கு. சற்றுப் பாதுகாப்பற்ற காரியம் இது. ஆனாலும் நான் மாட்டேன் என்று சொன்னதே கிடையாது. நாங்கள் என்ன செய்கிறோம் என்பது பற்றி அப்பாவிடம் எதுவுமே சொன்னதில்லை. சமையலறை ஜன்னல் வழியே, ஆற்றின் ஒரு பகுதியைப் பார்க்க முடியும் – எங்களுடைய சர்க்கஸ் வேலைகளை அந்தப் பகுதியில் வைத்துக்கொள்ள மாட்டோம். இன்னும் கீழே, ஒரு கிலோமீட்டர் தள்ளித்தான் எப்போதும் ஆரம்பிப்போம். சிலவேளைகளில் மரத்தடிகளின் மீதேறி மிக அதிகத் தொலைவுக்கு, மிக அதிக வேகத்தில் போய்விடுவோம். காட்டினூடே திரும்பி வருவதற்கு ஒருமணிநேர நடை பிடிக்குமளவு. கரையில் தொற்றியேறும்போது, ஈரத்தில் ஊறி நடுங்கிக்கொண்டிருப்போம்.

குதிரை வேட்டை

என்னைத் தவிர வேறு யாருடைய தோழமையையும் ஜான் விரும்பியதில்லை. அவனுக்கு இரண்டு சகோதரர்கள் இருந்தார்கள். இரட்டையர் லார்ஸ், ஆட். ஆனால், ஜானும் நானும் சமவயதுக்காரர்கள். ஆண்டின் பிற பருவங்களில், நான் ஆஸ்லோவில் இருக்கும்போது, அவன் யாருடன் பொழுதைக் கழிப்பான் என்று எனக்குத் தெரியாது. அதைப்பற்றி அவன் சொன்னதில்லை. நகரத்தில் என்ன செய்தேன் என்று நானும் அவனிடம் சொன்னதில்லை.

அவன் ஒருபோதும் கதவைத் தட்ட மாட்டான். ஆற்றில் அவனுடைய குட்டிப்படகைக் கட்டியிருக்கும் இடத்திலிருந்து மேலேறிவரும் பாதையில் அமைதியாக நடந்துவந்து கதவருகில் காத்து நிற்பான் – அவன் அங்கே இருக்கிறான் என்பதை நானாக உணரும்வரை. நான் உணர்வதற்கு அதிக நேரம் ஆனதேயில்லை. அதிகாலையில், நான் இன்னமும் தூங்கிக்கொண்டிருக்கும்போதுகூட, என் கனவின் ஆழத்தில் ஒருவிதப் பரபரப்பை உணர்வேன். சிறுநீர் நெருக்குவது மாதிரி, உடனடியாக எழுந்துவிட வேண்டும் என்பது போல. கண்ணைத் திறந்த மாத்திரத்தில் புரிந்துவிடும் – அது ***அது*** அல்ல என்று. நேரே கதவருகில் சென்று திறப்பேன். அவன் நின்றிருப்பான். தனது சிறு புன்னகையைப் பூப்பான். அரைக்கண்ணால் பார்ப்பான், எப்போதும் போல.

‘வருகிறாயா? நாம் குதிரை வேட்டைக்குப் போகிறோம்.’

வழக்கம்போல, ‘நாம்’ என்பது அவனும் நானும் மட்டும்தான் என்பது தெரியவரும். அவனுடன் நான் போகாவிட்டால் தான் மட்டும் போகப்போகிறான் என்பது மாதிரியும், அதில் உற்சாகமிருக்காது என்பது மாதிரியும் இருக்கும். தவிர, தனியாய் இருந்து குதிரை வேட்டையாடுவது கடினம். உண்மையில், சாத்தியமில்லாததும்கூட . . .

‘வெகுநேரமாகக் காத்திருக்கிறாயோ?’ என்றேன்.

‘இப்போதுதான் வந்தேன்.’

எப்போதுமே அப்படித்தான் சொல்வான். அது உண்மையா என்று எனக்குத் தெரிந்ததேயில்லை. வாசல்படியில் உள்ளாடைகளுடன் நின்று அவனுடைய தோளுக்குப் பின்னால் பார்த்தேன். வெளிச்சம் வந்துவிட்டிருந்தது. ஆற்றின் பரப்பில் மெல்லிய மஞ்சுமூட்டம் இருந்தது. லேசான குளிர். விரைவில் வெயில் ஏறிவிடும். ஆனால், இப்போது என் தொடைகளிலும் வயிற்றிலும் மயிர்க்கூச்செரிந்து மருக்கள் பரவுவதை உணர்ந்தேன். இருந்தாலும், ஆற்றைப் பார்த்தபடி அங்கேயே நின்றேன் – கொஞ்சம் மேலே உள்ள வளைவைச் சுற்றிக்கொண்டு அது வருவதையும், மூடுபனிக்கடியில் பளபளப்பாகவும் மிருதுவாகவும் இருப்பதையும், விரைந்து பாய்வதையும் பார்த்தபடி. எனக்கு அதை மனப்பாடமாகத் தெரியும். குளிர்காலம் முழுக்க அதைக் கனவில் கண்டிருக்கிறேன்.

‘எந்தக் குதிரைகளை?’

‘பர்க்கால்டின் குதிரைகள். பண்ணைக்குப் பின்புறம், காட்டுக்குள் பட்டியில் வைத்திருக்கிறார் அவற்றை.’

‘அதுவா. சரி, நான் உடைமாற்றிக்கொள்ளும் வரை நீ உள்ளே வந்து இரு . . .’

‘இங்கேயே காத்திருக்கிறேன்’ என்றான்.

அவன் உள்ளே வரவே மாட்டான். என் அப்பாதான் காரணமாக இருக்க வேண்டும். அவரிடம் அவன் பேசியதேயில்லை. வந்தனம்கூடச் சொல்லமாட்டான். கடைக்குப் போகும் பாதையில் ஒருவரையொருவர் தாண்டிப்போகும்போது பார்வையைத் தாழ்த்திக்கொள்வான். அப்பா திரும்பி அவனைப் பார்த்துவிட்டு,

‘அது ஜான் இல்லை?’

என்பார்.

‘ஆமாம்.’ என்பேன்.

‘என்ன ஆயிற்று அவனுக்கு?’ என்று ஒவ்வொருதடவையும் குழப்பத்துடன் கேட்பார், தவறாமல், ‘எனக்குத் தெரியாது’ என்று பதிலளிப்பேன்.

உண்மையாகவே எனக்குத் தெரியாது. அவனைக் கேட்க வேண்டும் என்று நினைத்ததும் இல்லை. இப்போது ஜான் கல் பாவிய வாசற்படியில் ஆற்றைப் பார்த்தபடி நின்றிருந்தான். மரத்தண்டு நாற்காலியின் முதுகில் கிடந்த என் ஆடைகளை எடுத்து, முடிந்த அளவு துரிதமாய் அணிந்துகொண்டேன். கதவு திறந்துதான் இருந்தது, அவன் அவ்வளவு நேரமும் என்னைப் பார்க்கமுடியும் என்றபோதும், அவனைக் காத்து நிற்க வைப்பது எனக்குப் பிடிக்கவில்லை.

அந்த ஜூலை மாதக் காலைப்பொழுதுக்கு ஏதோவொரு சிறப்பம்சம் இருந்தது என்பதை தெளிவாகவே நான் உணர்ந்திருக்க வேண்டும். ஆற்றின் பரப்பில் இருந்த மஞ்சுமூட்டம், மேட்டு நிலத்தின்மீது கவிந்திருந்த மூடுபனி அல்லது ஆகாயத்தில் இருந்த வெண்ணிற ஒளி அல்லது ஒருவேளை, தான் சொல்லவிருந்ததை ஜான் சொன்ன விதம், அல்லது அவன் நடந்துகொண்ட விதம், அல்லது கதவருகில் சிலைமாதிரிச் சமைந்து நின்ற விதம் இவற்றுடன் தொடர்புடைய சிறப்பம்சம். ஆனால், எனக்கு வயது பதினைந்துதான். நான் கவனித்த ஒரே விஷயம், வழியில் முயல் ஏதும் தட்டுப்படலாம் என்று எந்நேரமும் அவன் சுமந்து திரியும் துப்பாக்கியை அப்போது கொண்டுவரவில்லை என்பது மட்டுமே. அதில் விசித்திரமொன்றுமில்லை, குதிரைகளைத் திருடுவதற்கு துப்பாக்கி இடையூறாகவே இருந்திருக்கும். பார்க்கப்போனால், நாங்கள் குதிரைகளை சுடப் போவதில்லையே. நான் பார்த்தவரை, அவன் வழக்கமாய் இருப்பது மாதிரியே இருந்தான் – கண்களை இடுக்கியபடி; ஒரே சமயத்தில் சாந்தமாகவும், தீவிரமாகவும்; நாங்கள் செய்யவிருப்பதன் மீது கவனம் குவித்து; பொறுமையிழப்பதன் அறிகுறியே இன்றி. அது எனக்குப் பிடித்திருந்தது. காரணம், அவனுடன் ஒப்பிட்டால் எங்களுடைய பெரும்பாலான விஷமங்களில் நான் மந்தமானவனாய் இருந்தேன் என்பது ரகசியமொன்றுமில்லை. வருடக்கணக்கான பயிற்சியின்

பின்புலம் இருந்தது அவனுக்கு. நான் கெட்டிக்காரனாக இருந்தது ஒரே ஒரு விஷயத்தில்தான். ஆற்றில் மரத் தடிகளின்மீது சவாரி செய்வதில். சமாளித்து நிற்பதில் எனக்குப் பிறவித் திறமை இருந்தது என்று ஜான் நினைத்தான் – ஒருவேளை அதை இந்த விதமாகச் சொல்லி யிருக்க மாட்டான் என்றபோதிலும்.

அநாயாசமாக இருக்க எனக்கு அவன்தான் கற்றுக்கொடுத்தான். என் போக்கில் என்னை விடுவித்துக்கொண்டால், முன்கூட்டியே நிறைய யோசிப்பதன் மூலம் என் வேகத்தை மட்டுப்படுத்திக்கொள்ளா மல் இருந்தால், நான் கனவில்கூட நினைத்துப் பார்க்காத விஷயங்களை யெல்லாம் சாதிக்க முடியும் என்று அவன்தான் சொல்லிக்கொடுத்தான்.

'நல்லது, நான் தயார். போகலாம்' என்றேன். ஆற்றை நோக்கிச் செல்லும் பாதையில் இறங்கினோம். அதிகாலை. மேட்டு நிலத்துக்கு மேலாக, எல்லாவற்றுக்கும் புத்தம்புதிய வண்ணத்தை வழங்கியபடி, தனது வெளிச்ச விசிறியுடன் வழுக்கி உயர்ந்தான் சூரியன். நீர்ப்பரப்பின் மீது எஞ்சியிருந்த மூடுபனி உருகி மறைந்தது. என்னுடைய கம்பளிச் சட்டைக்குள் உடனடியாய் வெதுவெதுப்பு கூடியது. கண்களை மூடிக் கொண்டு நடந்தேன். ஓர் அடிகூடத் தப்பாமல் நடந்துபோனேன். ஆற்றுக் கரைக்கு வந்துவிட்டோம் என்று அறிந்தவுடன் கண்ணைத் திறந்தேன். நீரோட்டம் கழுவிய பாறைக்குவியல்மீது கோணல் மாணலாக அடிவைத்து இறங்கி, சிறு படகின் உறுதியான தரையில் சென்று சேர்ந்தேன். ஜான் தானும் இறங்கி உள்ளே குதித்தான். துடுப்பு களை எடுத்து, வலுவாகவும் மெல்லவும் வலித்து நீரோட்டத்துக்குள் நேரே செலுத்தினான். இழுவையின் போக்கில் கொஞ்சதூரம் போக விட்டு, மீண்டும் துடுப்புத் தள்ளினான். மேலும் கீழே, சுமார் ஐம்பது மீட்டர் தொலைவு சென்று எதிர்க்கரையை அடைந்தோம். குடிலி லிருந்து பார்த்தால் படகு தென்படாத தொலைவில்.

சரிவில் ஏறிப் போனோம். ஜான் முன்னால் சென்றான், நான் அவன் அடியொற்றிப் போனேன். முள்கம்பி வேலியையொட்டி நடந்தோம். புல்வெளியில் மூடுபனியின் சன்னத்திரைக்குக் கீழே நாணற்புற்கள் உயர்ந்து நின்றன. இன்னும் சற்று நேரத்தில் தரிக்கப்பட்டு பாறைமீது வெயில் காயப் போகவிருக்கிறவை. இடுப்பளவு தண்ணீரில், தடங்கலின்றி நடப்பதுபோல, கனவில் நடப்பதுபோல இருந்தது. அப்போதெல்லாம் என் கனவில் தண்ணீர் அடிக்கடி வரும். நானும் தண்ணீரும் நண்பர்களாயிருந்தோம்.

பர்க்கால்டின் நிலம் அது. கடைக்கு இட்டுச் செல்லும் பாதைக்கும் வயல்வெளிக்கும் இடையில் இருப்பது. கையிலுள்ள காசுக்குப் பத்திரிகை களோ இனிப்புப் பண்டங்களோ வாங்குவதற்காகச் செல்லும் வழியில் இங்கே பலதடவை வந்திருக்கிறோம்; ஒவ்வொரு அடி வைக்கும்போதும் ஒன்றோ, இரண்டோ, சிலசமயம் ஐந்தோ ஓர்கள் எங்கள் பையில் கிலுகிலுக்கும். அல்லது, எதிர்த் திசையில் ஜான் வீட்டை நோக்கி நடப்போம். அவனுடைய அம்மா மிகுந்த உற்சாகத்துடன் எங்களுக்கு வந்தனம் சொல்வார். நான் ஏதோ பட்டத்து இளவரசன் என்கிற

மாதிரி உங்களுக்குப் படும். அவனுடைய அப்பா உள்ளூர்த் தினசரிக்குள் மூழ்கியிருப்பார். அல்லது அவசரமான சிறு வேலை எதையாவது முன்னிட்டு பண்ணைக் களஞ்சியத்துக்குப் போயிருப்பார். அதில் எனக்குப் புரிந்துகொள்ளமுடியாத ஒன்று உண்டு. ஆனால், அது என்னைத் தொந்தரவு செய்யவில்லை. என்னைப் பொறுத்தமட்டில், அவர் களஞ்சியத்திலேயே தங்கிக்கூட இருக்கட்டும். எனக்கு அது ஒரு பொருட்டில்லை. என்ன நடந்தாலும், கோடை முடிந்ததும் நான் ஊர் திரும்பிவிடப் போகிறேன்.

நாங்கள் வருடம்தோறும் ஓட்ஸூம் பார்லியும் விளைவிக்கும் வயல்களுக்கு அப்பால், சாலையின் மறுமுனையில் இருந்தது பர்க்கால்டின் பண்ணை. காட்டுக்கு மிக அருகில். அதன் ஒரு மூலையில் களஞ்சியம் இருந்தது. காட்டுக்குள், முள்கம்பி வேலியால் தடுக்கப்பட்ட மிகப்பெரிய கொல்லையில் பர்க்கால்டு நான்கு குதிரைகளைப் பராமரித்தார். மரங்களுக்கிடையே இரண்டு வரிகளாக அமைக்கப்பட்ட வேலி அது. அது அவருடைய காடு. மிகமிகப் பெரியது. மாவட்டத்தின் ஆகப் பெரிய நிலக்கிழார் அவர். எங்கள் இருவராலும் அவரைப் பொறுத்துக்கொள்ளவே முடியவில்லை. அது ஏனென்று எனக்கு உறுதியாகத் தெரியவில்லை. எங்களை அவர் எதுவுமே செய்ததில்லை. நானறிய, பிரியமில்லாத ஒரு சொல்கூட உதிர்த்ததில்லை. ஆனால், மிகப் பெரிய பண்ணை வைத்திருந்தார். ஜானோ சிறு நில உடமை யாளரின் மகன். ஸ்வீடன் எல்லையிலிருந்து சில கிலோமீட்டர் தொலைவில் இருக்கும் இந்தப் பள்ளத்தாக்கின் ஆற்றோரவாசிகளில் அனேகமாக அனைவருமே சிறு நில உடமையாளர்கள்தாம். அவர்களில் பெரும்பாலானவர்கள் தங்களது பண்ணைப் பொருட்களை வைத்தும், பால்பண்ணைக்குப் பால் ஊற்றியும் வாழ்க்கை நடத்தியவர்கள். மரம் அறுக்கும் பருவங்களில், பர்க்கால்டின் காட்டிலோ வேறு இடங்களிலோ விறகுவெட்டியாகப் பணிபுரிவார்கள். அல்லது, பேரம்மிலிருந்து வந்த அந்தப் பணக்காரத் தேவடியாள் மகன் காட்டில் வேலைக்குப் போவார்கள். கிழக்கிலும் வடக்கிலும் ஆயிரமாயிரம் பாகம் நிலம் இருந்தது அவனுக்கு. நானறிந்தவரை, பணப்புழக்கம் அதிகம் இல்லை. பர்க்கால்டிடம் கொஞ்சம் பணம் இருந்திருக்கலாம். ஜானுடைய தகப்பனாரிடம் எதுவும் கிடையாது. என் அப்பாவிடமும் நிச்சயம் ஏதுமில்லை. அதாவது, நான் அறிந்த மட்டில். ஆக, கோடையில் நாங்கள் சென்று தங்கிய மரவீட்டை வாங்கப் போதுமான பணத்தை அவர் எப்படிச் சேகரித்தார் என்பது தீராத மர்மம். வெளிப்படையாகச் சொன்னால், தாம் வாழ்க்கை நடத்த, என்னை வளர்க்க, மற்றும் பிற சமாசாரங்களுக்கான வருவாயை எப்படி ஈட்டினார் அப்பா என்பது பற்றியே எனக்குத் தெளிவாகத் தெரியாது. காரணம், அவருடைய தொழில் ஒன்றிலிருந்து இன்னொன்றாக மாறிக்கொண்டேயிருந்தது. ஆனால், அதில் ஏராளமான கருவிகளும், சிறு யந்திரங்களும் சம்பந்தப் பட்டிருந்தன. சில வேளை, ஏகப்பட்ட திட்டமிடுதல்களும், கையில் பென்சிலுடன் சிந்தனைவயப்படுதலும் தேவைப்பட்டது. நாடு முழுவதும் எல்லா விதமான ஊர்களுக்கும் பயணம் செல்ல வேண்டியிருந்தது. நான் போயிராத இடங்கள், எப்படியிருக்கும் என்றே நான் அறிந்திராத

வற்றுக்கு. ஆனால், அவர் யாரிடமும் சம்பளத்துக்கு வேலை பார்த்தவரில்லை. பல சமயம் ஏகப்பட்ட வேலை இருந்தது அவருக்கு; மற்ற சமயங்களில் குறைவாக. என்றாலும், அவரால் போதுமான பணத்தைச் சேமிக்க முடிந்தது. முந்தின வருடம் முதன்முறையாக நாங்கள் அங்கே போயிருந்தபோது, ரகசியமான ஒரு புன்னகையுடன் எல்லாவற்றையும் பார்த்தபடி அவர் சுற்றிவந்தார். மரங்களைத் தட்டிக்கொடுத்தவாறு. பாறாங்கல்லில் அமர்ந்து, மோவாய்க்கட்டையைக் கையில் தாங்கி, நீர்ப்பரப்பைப் பார்த்துக்கொண்டிருந்தார் – பழைய நண்பர்களின் மத்தியில் இருக்கிறவர் மாதிரி. ஆனால், அது அவ்விதமாய் இருந்திருக்க முடியாது; இருந்திருக்குமா என்ன?

நானும் ஜானும் புல்வெளிப் பாதையைவிட்டு நீங்கி சாலையில் நடந்தோம். பலதடவை இதே வழியில் வந்திருக்கிறோம் என்றாலும், இப்போது அது வேறுமாதிரி இருந்தது. நாங்கள் குதிரை வேட்டைக்குப் புறப்பட்டிருக்கிறோம் – அது வெளிப்படையாகத் தெரிவது எங்களுக்கே தெரிந்தது. நாங்கள் குற்றவாளிகள். குற்றவாளியாய் இருப்பது யாரையும் மாற்றிவிடுகிறது. அவர்களுடைய முகத்தின் ஏதோவொரு அம்சத்தை மாற்றிவிடுகிறது. யாராலும் எதுவும் செய்துவிட முடியாத ஒரு குறிப்பிட்ட விதமான நடையை அளித்துவிடுகிறது. அதிலும், குதிரை திருடுவது இருக்கிறதே, உள்ளவற்றிலேயே மிகமிக மோசமானது அதுதான். பெகோஸாக்கு மேற்கே உள்ள சட்டம் என்னவென்று எங்களுக்குத் தெரியும். கௌபாய் பத்திரிகைகளில் படித்திருக்கிறோம். நாங்கள் பெகோஸாக்குக் ***கிழக்கே*** இருக்கிறோம் என்று சொல்லலாம்தான். ரொம்பவும் தூரக் கிழக்கில். ரொம்பதூரம் மேற்கில் என்றும்கூடச் சொல்லலாம். அது நீங்கள் உலகத்தை எந்த மார்க்கத்தில் பார்க்க விழைகிறீர்கள் என்பதைப் பொறுத்தது. ஆனால், மேற்படிச் சட்டம் கொஞ்சமும் கருணை இல்லாதது. பிடிபட்டீர்களென்றால், கழுத்தில் மாட்டிய கயிறுடன், நேரே மரத்துக்குப் போய்விட வேண்டியதுதான். முரட்டுச் சீமைச் சணல் உங்கள் மென்மையான சதையை அழுத்தும். குதிரையின் புட்டத்தில் யாரோ சவுக்கால் அடிக்கிறார்கள். உங்கள் கால்களுக்கு அடியிலிருந்து அது பறந்தோடிவிட்டது. ஆழம் தெரியாத அந்தரவெளியில் உயிருக்குப் போராடுகிறீர்கள். உங்கள் வாழ்க்கை மின்னல்போலப் பின்னோக்கி ஓடுகிறது – மேலும் மேலும் மங்கலாகி வரும் சித்திரங்களாக. நீங்களும், நீங்கள் பார்த்த அனைத்தும் காலியாகும் வரை. பிறகு பனிப்புகை நிரம்பி மூடுகிறது. இறுதியில் கறுப்பாக மாறி விடுகிறது. வெறும் பதினைந்து வயது என்பதுதான் உங்கள் கடைசி எண்ணம். அதுவும் அதிக நேரமில்லை. எல்லாம் ஒரு குதிரைக்காக. ஆனால், இனி அவகாசமில்லை. பர்க்கால்டின் வீடு, காட்டின் விளிம்பில் சாம்பல் நிறமாக, கனமாக நின்றிருக்கிறது. எப்போதையும் விட அச்சமூட்டுவதாக. அந்த அதிகாலை நேரத்தில், ஜன்னல்கள் இருண்டு இருக்கின்றன. ஒருவேளை, அவர் அங்கே நின்றிருக்கலாம், சாலையைப் பார்த்தபடி, நாங்கள் நடக்கும் விதத்தைப் பார்த்தபடி. அவருக்குத் தெரிந்திருக்கலாம்.

ஆனால், திரும்பிச் செல்வதற்கும் அவகாசமில்லை இனி. கால்கள் பின்ன செம்மண் சாலையில் சுமார் இருநூறு மீட்டர் தொலைவு

நடந்தோம். ஒரு வளைவில் அந்த வீடு மறைந்தது. பின்னர் இன்னொரு நிலத்தின் குறுக்கே – அதுவும் பர்க்கால்டுடையதுதான் – வேறொரு பாதையில் மேலேறி, காட்டுக்குள் நுழைந்தோம். சுற்றிலும் புதர்களற்ற, ஊசியிலை மரத்தண்டுகளூடே காடு அடர்த்தியாகவும் இருண்டும் இருந்தது. நடப்பதற்கு மிருதுவான மாபெரும் தரைவிரிப்புபோல கரும்பச்சை நிறப் பாசி மட்டுமே பரந்திருந்தது. காரணம், இந்த இடத்தில் வெளிச்சமே பட்டது கிடையாது. ஒருவர் பின் ஒருவராக நாங்கள் நடந்து சென்றோம் – ஒவ்வொரு முறை கால் ஊன்றியபோதும், பாசியில் பாதம் புதைவதை உணர்ந்தவாறு. தேய்ந்திருந்த உடற்பயிற்சிக் காலணிகளுடன் ஜான் முன்னால் நடந்தான். நான் அவன் அடியொற்றிப் பின் தொடர்ந்தேன். இன்னும் வலதுபுறமாக, இன்னொரு வளைவில் திரும்பினோம். மேலிருந்த வெளிச்சமும் வெளியும் படிப்படியாக விரிந்துகொண்டே போயின. சட்டென்று, இரண்டு பிரிகளாக இருந்த வேலியின் முள்கம்பி மின்னியது. வந்து சேர்ந்துவிட்டோம். ஒரு திறந்த வெளியைக் கண்டோம். ஊசியிலை மரங்கள் அனைத்துமே வெட்டப்பட்டிருந்தன. பைன்மரக் கன்றுகளும், பிர்ச் மரங்களும் விநோதமான உயரத்துடனும், தனியாகவும் நின்றிருந்தன, பின்புறம் தடுப்பு ஏதுமின்றி. வடக்கிலிருந்து வீசும் காற்றுக்குப் பலியாகி நெடுஞ்சாண்கிடையாக வீழ்ந்து கிடந்த சிலவற்றின் வேர்கள் காற்றில் உயர்ந்திருந்தன. ஸ்ப்ரூஸ் மரக் குச்சங்களுக்கு இடையில் பச்சைப்பசேலென்றும், அடர்ந்தும் புல் வளர்ந்திருந்தது. அப்பால் சில புதர்களுக்குப் பின்னால், குதிரைகள் நிற்கக் கண்டோம். அவற்றின் புட்டங்கள் மட்டும் தெரிந்தன. வால்கள் வீசி ஈக்களை விரட்டின. குதிரைச்சாண நெடி அடித்தது. பாசியின் ஈரச் சதுப்பு மணத்தோடு, இனிய, கூர்மையான, எங்கும் நிறைந்த இன்னொரு நறுமணமும் இருந்தது. எங்களைவிடவும் பெரியதான, எங்கள் அறிவுக்கு அப்பாற்பட்ட நறுமணம். காட்டின் மணம். வடக்கு நோக்கிச் சென்றுகொண்டேயிருந்த மணம் அது. ஸ்வீடனுக்குள், ஃபின்லாந்துக்குள், இன்னும் தள்ளி ஸைபீரியாவுக்குள். இந்தக் காட்டில் நீங்கள் தொலைந்துபோகலாம்; ஒரு நூறுபேர் வாரக்கணக்காகத் தேடியும் உங்களைக் கண்டுபிடிக்க வாய்ப்பில்லாமல் போகலாம். இந்தக் காட்டில் தொலைந்துபோவது என்பது அவ்வளவு மோசமானதாக ஏன் இருக்க வேண்டும் என்று வியந்துகொண்டேன். அப்போது எனக்குத் தெரியாது – அந்த எண்ணம் எவ்வளவு ஆபத்தானது என்று.

இரண்டு வரிகளாய் இருந்த முள்கம்பி வேலியருகில் குனிந்து, கீழ்க் கம்பியைக் கையால் அழுத்திக்கொண்டு, இரண்டுக்கும் இடையில் தவழ்ந்து நுழைந்தான் ஜான். நான் தரையில் படுத்து கீழ்க்கம்பிக்கு அடியில் உருண்டேன். எங்கள் கம்பளிச் சட்டைகளோ, கால் சராய்களோ கிழியாமல் உள்ளே சென்றுவிட்டோம். மிகுந்த எச்சரிக்கையுணர்வுடன் எழுந்து நின்றோம். புற்களினூடே குதிரைகளை நோக்கி நடந்தோம்.

‘அந்த பிர்ச் மரத்தில் ஏறு’ என்று ஜான் சுட்டிக்காட்டினான். ஒரு பெரிய பிர்ச் மரம் தனியாக நின்றிருந்தது, குதிரைகளுக்குச் சற்று அருகாமையில். உறுதியான கிளைகள். அவற்றில் ஆகத் தாழ்வானது தரையிலிருந்து மூன்று மீட்டர் உயரத்தில் இருந்தது. தயக்கமின்றி அந்த

மரத்தை நோக்கி நான் பம்மி நடந்தேன். நான் நெருங்கியபோது, குதிரைகள் தலையை உயர்த்தி என்னை நோக்கித் திருப்பின. ஆனால், நின்ற இடத்திலேயே நின்றன, சவைப்பதை நிறுத்தவில்லை. நகரவும் இல்லை. ஜான் மறுபக்கத்திலிருந்து அவற்றை அரைவட்டமாகச் சுற்றி நடந்து வந்தான். நான் இரண்டு கைகளாலும் மரத்தை அணைத்து உந்தினேன். உரிந்திருந்த பட்டையொன்றில் காலை உறுதியாகப் பதித்தேன். மறுகாலைத் தண்டில் ஊன்றி குரங்கு மாதிரித் தொற்றியேறினேன். இடதுகையால் கிளையைப் பிடித்தேன். பின்னர் வலதுகையாலும் பிடித்துக்கொண்டு, சொரசொரப்பான தண்டில் என் கால்களை ஊன்றிச் சறுக்கினேன். ஒரு கணம் என் கைகளில் தொங்கிவிட்டு, மீண்டும் உந்தி உயர்ந்து தாவினேன். கால்களைத் தொங்கவிட்டபடி கிளையில் அமர்ந்தேன். இந்த மாதிரி சமாசாரங்களையெல்லாம் அந்த நாட்களில் என்னால் செய்ய முடிந்தது.

'ஒக்கே. நான் தயார்' என்று சத்தமெழாமல் சொன்னேன்.

குதிரைகளின் முன்னால் குந்தி அமர்ந்தான் ஜான். தாழ்ந்த குரலில் அவற்றுடன் பேசினான். முகங்கள் அவனை நோக்கியிருக்க, அவை அசையாமல் நின்றன. கிட்டத்தட்ட அவன் ரகசியம் போலச் சொன்னதைக் கேட்பதற்காக அவற்றின் காதுகள் முன்னோக்கி விறைத்தன. எப்படியோ, நான் கிளையில் அமர்ந்திருந்த இடத்திலிருந்து, அவன் என்ன சொன்னான் என்பது எனக்குக் கேட்கவில்லை. ஆனால், நான் 'ஒக்கே' என்று சொன்ன மாத்திரத்தில் அவன் துள்ளியெழுந்து கூவினான்:

'ஹோய்'. கைகளை முன்னால் நீட்டினான். குதிரைகள் சுழன்று திரும்பி ஓட ஆரம்பித்தன. வேகமாக ஓடவில்லை, ஆனால் மிக மெதுவாகவும் இல்லை. இரண்டு குதிரைகள் மிரண்டு இடதுபுறம் ஓடின. இரண்டு நான் இருந்த மரத்தைப் பார்த்து நேரே வந்தன.

'தயாராய் இரு' என்று இளஞ்சாரணர் சல்யூட் அடிக்கிற மாதிரிக் காற்றில் மூன்று விரல்களை உயர்த்திக்காட்டினான் ஜான்.

'தயாராய்த்தான் இருக்கிறேன்' என்று பதிலளித்தேன். கிளையில் என் வயிற்றை அழுத்தி, சறுக்கிவிடாமல் இரண்டுகைகளாலும் பிடித்துக் கொண்டேன். கால்கள் கத்தரிக்கோல் மாதிரிக் காற்றில் ஆடின. தரையில் குளம்புகள் எழுப்பிய ஒலி மரத்தின் வழியே தொற்றி என் நெஞ்சுக்குள் லேசாகத் தடதடத்தது. முழுக்க வேறொரு இடத்தில் நடுக்கத்தை உணர்ந்தேன் – எனக்குள்ளிருந்து. நடுக்கம் என் வயிற்றில் தொடங்கி, இடுப்பில் வந்து நிலைத்தது. ஆனால், ஒன்றும் செய்வதற்கில்லை என்பதால், அதைப்பற்றி யோசிக்காமல் இருந்தேன். நான் தயார்.

குதிரைகள் வந்துவிட்டன. அவை உரத்து மூச்சுவிடுவது எனக்குக் கேட்டது. மரம் அதிர்வது அதிகரித்தது. குளம்பொலி என் தலைக்குள் நிரம்பியது. எனக்கு நேர்கீழே வந்த குதிரையின் நீள்முகத்தைப் பார்த்த மாத்திரத்தில், கால்களை விறைப்பாக வைத்துக்கொண்டு கிளையிலிருந்து சறுக்கினேன். பிடியை விட்டுவிட்டுக் குதிரையின் முதுகில் இறங்கினேன்.

அதன் கழுத்துக்குச் சற்று அருகில். தோள் எலும்புகளில் மோதி என் கவட்டில் அடிபட்டது. தொண்டைக்குழியில் குமட்டித் தலைசுற்றியது. திரைப்படத்தில் ஸோரோ செய்தபோது மிகவும் சுலபமானது மாதிரித் தெரிந்தது – ஆனால், இப்போது கண்ணீர் வழியத் தொடங்கியது. வலியையும் பொறுத்துக்கொண்டு, குதிரையின் பிடரிமுடியை இரு கைகளாலும் இறுக்கிப் பிடித்துக்கொள்ள வேண்டியிருந்தது. முன்னால் வளைந்து உதடுகளை அழுத்தி மூடிக்கொண்டேன். தலையை முரட்டுத் தனமாக உதறியது குதிரை. அதன் முதுகு என் கவட்டில் மோதியது. முழு வேகத்தில் நாலுகால் பாய்ச்சல் எடுத்தது. மற்ற குதிரையும் பின் தொடர்ந்தது. மரத்தண்டுகளூடே நாங்கள் வேகமெடுத்தோம். எனக்குப் பின்னால் 'யாஹூ' என்று ஜான் கூவுவது கேட்டது. எனக்கும் கூவ வேண்டும்போல் இருந்தது. ஆனால் முடியவில்லை. மூச்சுவிடவே முடியவில்லை. என் வாய்க்குள் வாந்தி நிரம்பியிருந்தது. குதிரையின் கழுத்தில் அதை வழியவிட்டேன். இப்போது வாந்தியின் மெல்லிய நாற்றமும், குதிரையின் வீச்சமும் பெருகியது. ஜானுடைய குரலை அதற்கு மேலும் கேட்க முடியவில்லை. விரையும் ஒலி மட்டுமே இருந்தது. குளம்பொலி தேய்ந்துவிட்டது. குதிரையின் முதுகு என் உடம்புக்குள் தடதடத்தது – என் இதயத்தின் துடிப்பு மாதிரி. சட்டென்று ஒருவித நிசப்தம் என்னைச் சூழ்ந்தது. எல்லாவற்றின் மீதும் அது பரவியது. அதனூடே பறவைகளின் ஒலி கேட்டது. ஊசியிலை மரமொன்றின் உச்சியிலிருந்த கருங்குருவியின் குரல் தனித்துக் கேட்டது. உயரே பறந்த வானம்பாடியின் ஒலி கண்ணாடிபோலத் துல்லியமாய்க் கேட்டது. இன்னும் நானறியாத பாடல்களைப் பாடிய வேறு பல பறவைகளின் குரல். ஊமைப்படம் போலவும், இன்னொரு திரைப்படம் ஒலி கூட்டப் பட்டது மாதிரியும். எல்லாமே விபரீதமாய் இருந்தது. நான் ஒரே சமயத்தில் இரண்டு இடங்களில் இருந்தேன். எதுவுமே துன்புறுத்துவதாக இல்லை.

'யாஹூ' என்று அலறினேன். என் குரல் எனக்கே கேட்டது. ஆனால், அது வேறொரு இடத்திலிருந்து, பறவைகள் பாடிக்கொண் டிருந்த மகத்தான வெளியிலிருந்து வருவது மாதிரி இருந்தது. அந்த நிசப்தத்தினுள்ளிருந்து ஒரு பறவை ஓலமிடுவது மாதிரி. ஒரு கணம் எனக்குள் ஆனந்தம் நிரம்பியது. அக்கார்டியனின் காற்றுப் பை மாதிரி என் நெஞ்சு புடைத்தது. ஒவ்வொரு முறை சுவாசித்தபோதும் ஸ்வரங்கள் வெளிவந்தன. அப்போது, எனக்கு முன்னாலிருந்த மரங்களினூடே ஏதோவொன்று மின்னியதைக் கண்டேன். முள் கம்பி வேலி. நாலு கால் பாய்ச்சலில், திறந்த வெளியைக் கடந்து, மறுபக்கத்தில் இருந்த வேலியை நாங்கள் கடுமையான வேகத்தில் நெருங்கிக்கொண்டிருந்தோம். குதிரையின் முதுகு என் கவட்டில் கடினமாக மோதியது மீண்டும். பிடரி முடியுடன் என்னை இறுக்கிக்கொண்டேன். நாங்கள் தாவப் போகிறோம் என்று நினைத்தேன். ஆனால், தாவவில்லை. வேலிக்குச் சற்று முன்பாக குதிரைகள் இரண்டும் சரேலென்று திரும்பின. இயற்பியலின் விதிகள் குதிரையின் முதுகிலிருந்து என்னைப் பிய்த்தெடுத்து வீசின. காற்றில் உதைத்துக்கொண்டும், கைகளை உதறிக்கொண்டும் நேர்கோட்டில் பறந்து வேலிமீது வீழ்ந்தேன். என் கம்பளிச்சட்டையின்

கைப்பகுதியைக் கம்பி கிழிப்பதையும் கூரிய வலியையும் உணர்ந்தபடி, குத்துப் புதருக்குள் கிடந்தேன். அதிர்ச்சியில் மூச்சு நின்றுவிட்ட மாதிரி இருந்தது.

சில கணங்களுக்கு உணர்விழந்து கிடந்தேன் என்று நினைக்கிறேன். காரணம், கண் திறந்தபோது ஒரு புதிய ஆரம்பத்தில் விழிக்கிற மாதிரி உணர்ந்தது நினைவிருக்கிறது. கண்ணுக்குப் பட்ட எதுவுமே பரிச்சய மானதாக இல்லை. என் தலை காலியாக இருந்தது. எண்ணங்களே இல்லை. எல்லாமே மிகவும் தூய்மையாக இருந்தது, ஆகாய நீலம் பளிங்குபோல இருந்தது. என்னை எப்படி அழைப்பார்கள் என்று தெரியவில்லை. என்னுடைய உடலையே எனக்கு அடையாளம் தெரிய வில்லை. பெயரற்று மிதந்தேன். உலகை முதன்முதல் தடவையாகப் பார்த்தபடி. அது விநோதமாக ஒளிர்வதையும், பளபளக்கும் அழகுடன் இருப்பதையும் பார்த்தபடி. திடீரென்று, உற்சாகமான கனைப்பொலியும், குளம்புகளின் வலுத்த ஓசையும் கேட்டன. விர்ரென்று பூமராங் போலத் திரும்பிவந்த அவை, என் நெற்றியை நொறுக்குவது மாதிரித் தாக்கின. அடச் சே, நான் செயலிழந்துவிட்டேனோ என்று நினைத்தேன். குத்துப் புதருக்கு வெளியில் நீட்டிக்கொண்டிருந்த என் வெற்றுக் கால்களைப் பார்த்தேன். அவற்றுக்கு என்னுடன் எவ்விதத் தொடர்பும் இல்லை.

நான் அதே இடத்தில் மல்லாந்து கிடக்க, குதிரையின் முகத்தில் கட்டியிருந்த கயிறைப் பிடித்துச் சவாரி செய்தபடி வேலிக்கருகில் ஜான் வந்தான். குதிரையைக் கயிற்றால் கட்டுப்படுத்தி வைத்திருந்தான். கயிற்றை இழுத்து, வேலிக்கு அந்தப்பக்கம் குதிரையை நிறுத்தினான். வேலிக்குப் பக்கவாட்டில் நின்றது அது. அவன் குனிந்து என்னைப் பார்த்தான்.

‘படுத்திருக்கிறாயா என்ன?’

‘செயலிழந்திருக்கிறேன்.’

‘எனக்கு அப்படித் தோன்றவில்லை’

‘இருக்கலாம்’ என்றேன். என்னுடைய பாதங்களை மீண்டும் பார்த்தேன். பிறகு எழுந்து நின்றேன். முதுகிலும், ஒரு பக்கத்திலும் வலித்தது. ஆனால், உள்ளுக்குள் சேதம் எதுவுமில்லை. கம்பளிச்சட்டை பெரிதாகக் கிழிந்திருந்த இடத்தில் ரத்தம் வழிந்தது. முன்னங்கையில் வெட்டுப்பட்டிருந்தது. ஆனால், அது மட்டும்தான். சட்டையின் கையில் மிச்சமிருந்த துணியைக் கிழித்து, காயம்பட்ட கையில் சுற்றிக் கட்டினேன். அதிகமாகவும் கடுமையாகவும் வலித்தது. ஜான் தன் குதிரைமீது அமைதியாக அமர்ந்திருந்தான். அவனுடைய ஒரு கையில் என் காலணி களை வைத்திருந்ததை அப்போதுதான் பார்த்தேன்.

‘மறுபடியும் மேலே ஏறப் போகிறாயா?’ என்று கேட்டான். ‘மாட்டேன் என்றுதான் நினைக்கிறேன். என் குண்டி வலிக்கிறது’ வலி அதிகமாய் இருந்தது அந்த இடத்தில் அல்ல என்றாலும், ஜான் லேசாகச் சிரித்தானோ என்று பட்டது. நிச்சயமாகத் தெரியவில்லை, காரணம் சூரிய ஒளி என் முகத்தில் அடித்தது. ஜான் குதிரைமீதிருந்து

சரிந்திறங்கினான். குதிரையின் முகக் கயிறைத் தளர்த்தினான். கையை அசைத்து அதை விரட்டினான். அது சந்தோஷமாக விலகி ஓடியது.

உள்ளே நுழைந்த அதே விதமாக வேலிக்குள் புகுந்து வெளியே வந்தான் ஜான். மிருதுவாக நடந்து வந்தான். எங்கேயும் ஒரு கீறல்கூட இல்லை. எனக்கு நேராக வந்து, காலணிகளைக் குத்துப் புதருக்குள் போட்டான்.

'உன்னால் நடக்க முடியுமா?' என்றான்.

'முடியும் என்றுதான் நினைக்கிறேன்' என்றேன். காலணிகளுக்குள் பாதங்களை நுழைத்தேன். கயிறைக் கட்டி முடிச்சுப்போடவில்லை – குனிவதைத் தவிர்க்கலாமே என்றுதான். பிறகு, காட்டுக்குள் நடந்து போனோம். ஜான் முன்னால் நடந்தான். கவட்டில் வலியுடன், முதுகுப் பிடிப்புடன், ஒரு காலைக் கொஞ்சம் விந்தியபடி, ஒரு கை உடம்போடு அழுந்தி ஒட்டியிருக்க நான் பின் தொடர்ந்தேன். மரங்களினூடாக இன்னும் இன்னுமென்று போய்க்கொண்டிருந்தோம். திரும்பும் நேரம் வரும்போது ஒருவேளை அவ்வளவு தொலைவு என்னால் நடக்க முடியாதோ, என்று எண்ணியவாறு நடந்தேன். பிறகு, மரவீட்டுக்குப் பின்புறம் உள்ள புல்லை வெட்டுமாறு ஒரு வாரத்துக்கு முன்பு அப்பா என்னிடம் சொன்னது நினைவு வந்தது. புல் மிகவும் உயரமாக வளர்ந்து விட்டிருந்தது. விரைவில் வளைந்து தடித்துவிடும். தனக்குக் கீழே எதையும் வளரவிடாத கந்தல் பாய் போல. சிறு கரிக்கரிவாளைக்கூட நான் பயன்படுத்தலாம், பழக்கமில்லாத கைகளுக்கு அது இலகுவாக இருக்கும் என்றார் அவர். கொட்டகையிலிருந்து கருக்கரிவாளை எடுத்துக்கொண்டு, என் பலம் முழுவதையும் கூட்டிக்கொண்டு வேலையில் இறங்கினேன். அப்பா செய்த மாதிரியே செய்ய முயன்றேன். நான் தற்சமயம் செய்வது போல முன்பு அவர் செய்வதைப் பார்த்திருக்கிறேன். போதுமான அளவு வியர்க்கும்வரை வேலை பார்த்தேன். கருக்கரிவாள் எனக்கு அறிமுகமேயில்லாத கருவி என்றாலும், வேலை நன்றாகவே நடந்தது. ஆனால், மரவீட்டின் சுவரையொட்டி, அடர்த்தியாகவும் உயரமாகவும் வளர்ந்த செந்தட்டி இலைப் புதர் ஒன்று இருந்தது. அகலமான வட்டத்தில் அதை விலகி வெட்டிக்கொண்டு போனேன். வீட்டைச் சுற்றிக்கொண்டு வந்த அப்பா என்னைப் பார்த்தபடி நின்றார். தலையை லேசாகச் சாய்த்து, மோவாய்க்கட்டையைச் சொறிந்தபடி நின்றவர் சொல்லப் போவதைக் கேட்பதற்காக நான் நிமிர்ந்து, காத்திருந்தேன்.

'செந்தட்டியை ஏன் வெட்டவில்லை?'

கருக்கரிவாளின் குட்டைப்பிடியையும், செந்தட்டியின் உயரத்தையும் பார்த்தேன்.

'அது பட்டால் புண்ணாகிவிடும்' என்றேன். அவர் அரைச்சிரிப்புடன் என்னைப் பார்த்தார். மெல்லத் தலையாட்டிக்கொண்டார்.

'அது எப்போது அரிக்கும் என்று நீயே பார்த்துக்கொள்' என்று சொன்னார், திடீரென்று அவர் குரல் தீவிரமாகிவிட்டது. புதரை நோக்கிப் போனவர், அரிப்பெடுக்க வைக்கும் அந்தத் தாவரத்தை

வெறுங்கைகளால் பிடித்துப் பிடுங்கிப்போடத் தொடங்கினார். நிதானமாக, ஒவ்வொன்றாகப் பிடுங்கிக் குவித்தார். அத்தனை செடிகளையும் பிடுங்கி விட்டுத்தான் ஓய்ந்தார். அரிப்பின் தடயமே இல்லை அவர் முகத்தில். ஜானுக்குப் பின்னால் நடந்துபோனபோது, சற்று அவமானமாக உணர்ந்தேன். நிமிர்ந்தேன். நடையை மாற்றினேன். வழக்கமாக நடக்கிற மாதிரி நடந்தேன். சில அடிகள் நடந்தபின், இதை ஏன் அப்போதே செய்யவில்லை என்று என்னால் யோசித்துப் பார்க்க முடியவில்லை.

'எங்கே போகிறோம்?' என்றேன்.

'உனக்கு ஒன்று காட்ட வேண்டும். அதிக தூரமொன்றுமில்லை' என்றான்.

இப்போது சூரியன் உயர்ந்து விட்டிருந்தது. மரங்களுக்கடியில் வெம்மையாக இருந்தது. எங்களைச் சுற்றிலுமிருந்த காட்டில் எங்கெங்கும் ஓசைகள் கேட்டன. சடசடக்கும் சிறகுகள், வளையும் கிளைகள், முறியும் சுள்ளிகள், வல்லூறின் கிறீச்சொலி, குழிமுயலின் இறுதிப் பெருமூச்சு, மலரில் தேனீ மோதும் போதெல்லாம் கேட்ட அடங்கிய முழக்கம் என. குத்துப் புதர்களில் எறும்புகள் தவழும் ஒலியைக் கேட்டேன். நாங்கள் சென்ற பாதை மலையை நோக்கி உயர்ந்தது. நாசியால் ஆழ இழுத்து மூச்சுவிட்டேன். இதற்குப் பிறகு வாழ்க்கையில் என்ன விதமான திருப்பங்கள் நேரிட்டாலும், அல்லது எவ்வளவு தொலைவு நான் பயணப்பட வேண்டியிருந்தாலும், இந்த இடத்தை நான் எப்போதும் நினைவில் வைத்திருப்பேன், இது இப்போது இருக்கும் விதமாகவே என்று தோன்றியது. இந்த இடத்துக்காக நான் ஏங்குவேன் என்று பட்டது. திரும்பிப் பார்த்தபோது, பள்ளத்தாக்கின் குறுக்கே, ஃபிர் மற்றும் பைன்மரங்களின் வலைப்பின்னலூடே, கீழே ஆறு வளைந்து செல்வதும் அதன் பளபளப்பும் தென்பட்டன. இன்னும் தெற்கே, ஆற்றின் கரையில், பர்க்கால்டுடைய மர அறுவை ஆலையின் சிவப்பு ஓட்டுக் கூரை தெரிந்தது. ஆற்றுநீரின் குறுகிய பட்டையையொட்டி இருந்த பசும் பரப்புகளில் சிறு பண்ணைவீடுகள் பல இருந்தன. அவற்றில் வசித்த குடும்பங்களை நான் அறிவேன். ஒவ்வொரு வீட்டிலும் எத்தனைபேர் இருந்தனர் என்பது தெரியும். மறுகரையில் எங்களுடைய குடில் இருந்த இடம் தெரியாவிட்டாலும், எந்த மரங்களுக்குப் பின்னால் அது இருந்தது என்பதை என்னால் துல்லியமாகச் சுட்ட முடியும். அப்பா இன்னமும் தூங்கிக்கொண்டுதான் இருக்கிறாரா அல்லது என்னைத் தேடி நடந்து திரிகிறாரா, அல்லது நான் எங்கே போயிருப்பேன் என்று கவலையற்ற வியப்புடன், சீக்கிரம் வீடு திரும்பிவிடுவேனா; காலை உணவைத் தயார் செய்ய ஆரம்பித்துவிடலாமா என்ற யோசனை யுடன் இருக்கிறாரா என்றெல்லாம் எனக்குத் தோன்றியது. திடீரென்று, எனக்கு எவ்வளவு பசிக்கிறது என்பது உறைத்தது.

'இங்கேதான்' என்றான் ஜான். 'அதோ' என்று பாதையிலிருந்து சற்றுத் தொலைவில் இருந்த பெரிய ஸ்ப்ரூஸ் மரத்தைச் சுட்டினான். அசையாமல் நின்றோம்.

'பெரிய மரம்' என்றேன். '***அது*** இல்லை விஷயம். வா.' மரத்தை நோக்கி நடந்தவன், அதன்மேல் ஏறத் தொடங்கினான். ஏறுவது கடினமாக இல்லை. மரத்தின் கீழ்க்கிளைகள் உறுதியாகவும், நீளமாகவும் இருந்தன. பற்றுவதற்கு வாகாக கனத்துத் தொங்கின, இமைப்பதற்குள் பல மீட்டர்கள் ஏறிவிட்டிருந்தான். நானும் பின் தொடர்ந்தேன். அவன் வேகமாக ஏறினான். சுமார் பத்து மீட்டர் உயரம் போனதும் ஏறுவதை நிறுத்தினான். அவனுடைய உயரத்துக்கு நான் ஏறி வரும்வரை அங்கேயே உட்கார்ந்திருந்தான். அங்கே நிறைய இடம் இருந்தது. கனத்த கிளையில் நாங்கள் இருவரும் அருகருகே உட்கார முடிந்தது. அவன் இருந்த இடத்திலிருந்து, இன்னும் சற்றுத் தள்ளி கிளை இரண்டாகப் பிரியும் இடத்தைச் சுட்டிக்காட்டினான், கவையிலிருந்து ஒரு பறவைக்கூடு தொங்கியது. ஆழமான கிண்ணம் மாதிரி, கிட்டத்தட்ட ஐஸ்க்ரீம் கூம்புக்குப்பி மாதிரி இருந்தது. எத்தனையோ கூடுகளைப் பார்த்ததுண்டு. ஆனால், இவ்வளவு சிறிய, லேசான, பாசியும் இறகுகளும் கொண்டு கச்சிதமாகக் கட்டப்பட்ட ஒரு கூட்டைப் பார்த்ததில்லை. அது தொங்க வில்லை, அந்தரத்தில் மிதந்தது.

'கோல்ட்க்ரெஸ்ட்' என்று தழைந்த குரலில் சொன்னான் ஜான். 'இரண்டாவது அடை' என்றும் சொன்னான். முன்னால் வளைந்து கூட்டை நோக்கிக் கையை நீட்டினான். இறகுகளால் மூடியிருந்த வாசலினுள் மூன்று விரல்களை நுழைத்தான். சின்னஞ்சிறிய முட்டை ஒன்றை வெளியில் எடுத்தான். என்னால் சும்மா உட்கார்ந்து பார்த்துக் கொண்டிருக்க மட்டுமே முடிந்தது. முட்டை கீழே விழுந்துவிடாதபடி விரல்நுனிகளில் ஜாக்கிரதையாக ஏந்தி என்னைப் பார்த்து நீட்டினான் – நான் அதைக் கிட்டத்தில் பார்ப்பதற்காக. அதைப் பார்த்தபோதும், இன்னும் சில வாரங்களில் இந்தச் சிறு நீள்வட்டம் உயிருள்ள பறவையாக மாறிவிடும் என்று நினைத்தபோதும், எனக்குக் கிறுகிறுத்தது. அதற்குச் சிறகுகள் இருக்கும். உயரமான கிளைகளிலிருந்து சாடவும் கீழ்நோக்கிப் பாயவும் ஆனால் தரையில் மோதிவிடாமல் இருக்கவும் நினைத்த மாத்திரத்தில் லாகவமாக உயரவும் புவியீர்ப்பின் விசையை ஒன்றுமில்லா மல் செய்யவும் வல்ல சிறகுகள். என் எண்ணத்தை வாய்விட்டுச் சொன்னேன்.

'கர்த்தரே' என்றேன். 'இத்தனை சின்னஞ்சிறிய ஒன்றுக்கு உயிர் உண்டாகும்; அது பறந்தும் போகும் என்பது விசித்திரமாக இருக்கிறது.' ஒருவேளை, நான் நேர்த்தியாகச் சொல்லியிருக்க மாட்டேன். எனக்குள் சரேலென நான் உணர்ந்த பரபரப்பையும், மிதக்கும் உணர்வையும் சொல்வதற்கு மிகமிகப் போதாத சொற்கள் அவை என்பது நிச்சயம். ஆனால், அந்தக் கணத்தில், என்னால் எந்தவிதத்திலும் புரிந்துகொள்ள முடியாத ஒன்று நிகழ்ந்தது. ஏனென்றால், நான் விழிகளை உயர்த்தி ஜானுடைய முகத்தைப் பார்த்தபோது, அது முழுக்க வெளுத்தும், விகாரமாகவும் ஆகி இருந்தது. நான் உதிர்த்த சொற்களா, அல்லது அவன் ஏந்தியிருந்த முட்டையா, என்று எனக்கு ஒருபோதும் தெரியாது – எதுவோ அவனிடம் ஓர் உடனடி மாற்றத்தை ஏற்படுத்திவிட்டது. என் கண்களை நேருக்குநேர் பார்த்தான். என்னை இதுவரை பார்த்தே

யிராதவன் போல, முதன்முறையாக, முழுக் கண்ணையும் திறந்து பார்த்தான். அவனுடைய கண்ணின் பாவைகள் பெரிதாகவும் கறுப்பாக வும் இருந்தன. பிறகு கையைத் திறந்து முட்டையை நழுவ விட்டான். மரத்தண்டையொட்டி வீழ்ந்தது அது. பார்வையால் தொடர்ந்தேன். கீழேயிருந்த கிளையொன்றில் மோதியது. உடைந்து, வெளிறிய சின்னஞ்சிறு துணுக்குகளாக சுழித்து எல்லாப் பக்கமும் சிதறியது. அவை பனித்திப்பி கள் போல உதிர்ந்தன. எடையேயற்றவை மாதிரி நாசூக்காக மிதந்து விலகின. அல்லது, அப்படித்தான் என் நினைவில் தங்கியிருக்கின்றன. அந்த அளவு என்னை மனம் தளரவைத்த இன்னொன்று எப்போதுமே நடந்ததில்லை.

மறுபடியும் ஜானை நிமிர்ந்து பார்த்தேன். அவன் அதற்குமுன்பே முன்னால் சாய்ந்திருந்தான். கிளைக் கவையிலிருந்த கூட்டை ஒரு கையால் பிய்த்தெடுத்தான். என் கண்களுக்கு சில செண்ட்டிமீட்டர்கள் தொலைவில் நீட்டிய கையின் நுனியில் வைத்து விரல்களால் பொடிப் பொடியாக நொறுக்கினான். நான் ஏதாவது சொல்ல நினைத்தேன். ஆனால், ஒரு சொல்லும் எழவில்லை. ஜானுடைய முகம் சுண்ணாம்பின் வெண்ணிறம் கொண்ட முகமூடியாக ஆகியிருந்தது. திறந்திருந்த வாயி லிருந்து கேட்ட ஒலிகள் என் ரத்தத்தை உறைய வைத்தன. அப்படியான ஒலிகளை நான் கேட்டதே கிடையாது. அடித்தொண்டையிலிருந்து, நான் பார்த்தறியாத, பார்க்க விரும்பாத மிருகத்தின் உறுமல் போன்ற ஒலிகள் எழும்பின. மீண்டும் தன் கையைத் திறந்தான் ஜான். உள்ளங்கையை ஓங்கி மரத்தண்டில் அறைந்தான். மரப்பட்டையில் தேய்த்தான். சிறு துகள்கள் உதிர்ந்தன. கடைசியில் மீந்தது, எனக்குப் பார்க்கச் சகிக்காத பிசுபிசுப்பு மட்டும்தான். கண்களை மூடிக்கொண்டேன். மூடியவாறே இருந்தேன். மீண்டும் திறந்தபோது, ஜான் வேகமாகக் கீழே போய்க் கொண்டிருந்தான். ஒரு கிளையிலிருந்து மற்றொன்றுக்குக் கிட்டத்தட்டச் சறுக்கினான். அவனது கலைந்த செம்பட்டை முடியைப் பார்த்தேன். அவன் மேலே பார்க்கவேயில்லை. கடைசி சில மீட்டர்கள் விழுகிற மாதிரி இறங்கினான். இறுகிய தரையில் தடாரென்று அவன் வீழ்ந்த ஓசை நான் அமர்ந்திருந்த இடம்வரை கேட்டது. காலியான கோணிப்பை மாதிரி முழந்தாளில் வீழ்ந்தான். நெற்றி தரையில் மோதியது. முடிவற்றது போல நீண்டது பொழுது. அவன் அதே நிலையில் தாறுமாறாகக் கிடந்தான். அந்த முடிவின்மை முழுவதும் நான் சலனமற்று மூச்சடக்கி இருந்தேன். என்ன நடந்தது என்பதை என்னால் புரிந்துகொள்ள முடியவில்லை. ஆனால், என்னுடைய தவறால்தான் நடந்தது என்று பட்டது. ஏன் அப்படி உணர்ந்தேன் என்று தெரியவில்லை. கடைசியில் அவன் எழுந்து விறைப்பாக நின்றான். பாதையில் நடக்கத் தொடங் கினான். நான் மூச்சை வெளிவிட்டு, நிதானமாக மீண்டும் உள்ளிழுத்தேன். நெஞ்சுக்குள் ஊதல் ஒலி கேட்டதை என்னால் தெளிவாகக் கேட்க முடிந்தது, ஆஸ்த்மா போன்ற ஒலி அது. ஆஸ்லோவில் எங்கள் தெருவில் வசித்த ஒருத்தரை எனக்குத் தெரியும். அவருக்கு ஆஸ்த்மா உண்டு. அவர் மூச்சு விடும்போது கேட்கும் ஒலி மாதிரியே இருந்தது. எனக்கு ஆஸ்த்மா வந்துவிட்டது என்று எண்ணினேன். ஆமாம். இப்படித்தான், ஏதோவொன்று நிகழ்ந்து விடும்போது, ஒருவருக்கு ஆஸ்த்மா வருகிறது.

நான் இறங்க ஆரம்பித்தேன். ஜான் போல வேகமாக அல்ல, ஒவ்வொரு கிளையும் நான் செல்லவேண்டிய வழிக்கான அடையாளம் என்பது மாதிரி வெகுநேரம் பிடித்து இறங்கினேன். முக்கியமான விஷயம் எதையும் நான் தவற விட்டுவிடக் கூடாது என்கிற மாதிரி. இறங்கும் போது, சுவாசத்தைப் பற்றி நான் ***யோசித்துக்கொண்டே*** இருந்தேன்.

தட்பவெப்பம் அப்போதுதான் மாறியதோ? அப்படித்தான் தோன்றுகிறது எனக்கு. பாதையில் நின்றிருந்தேன். ஜான் எங்குமே தட்டுப்படவில்லை. நாங்கள் வந்த வழியிலேயே காணாமல் போயிருந் தான். திடீரென்று, என் தலைக்குமேலே மரங்களில் துரிதமான ஓசை கேட்டது. மேலே பார்த்தேன். ஊசியிலை மரங்களின் உச்சிகள் விசையுடன் அசைந்து ஒன்றோடொன்று உரசிக்கொண்டன. உயரமான பைன் மரங்கள் காற்றில் வளைவதைக் கண்டேன். என் காலடியில் காட்டின் தரை ஆடுவதுபோல உணர்ந்தேன். நீர்மேல் நிற்பது மாதிரி இருந்தது. தலைசுற்றியது. பற்றிக்கொள்ள ஏதாவது கிடைக்குமா என்று சுற்றுமுற்றும் பார்த்தேன். ஆனால், எல்லாமே நகர்ந்துகொண்டிருந்தன. ஒளிரும் நீலமாய்ச் சற்றுமுன்வரை இருந்த ஆகாயம், உலோகம் போன்ற சாம்பல் நிறமாகியிருந்தது. பள்ளத்தாக்கின் மறுபுறம், சோகையான மஞ்சள் ஒளி படிந்திருந்த மேட்டு நிலத்தின் மீது கடூரமாக மின்னல் வெட்டியது. தொடர்ந்து கேட்ட முழக்கத்தில் என் உடம்பு முழுவதும் அதிர்ந்தது. சூழலின் வெப்பம் குறைவதை உணர முடிந்தது. கையில் முள்கம்பி கிழித்த இடம் வலிக்க ஆரம்பித்தது. வந்த பாதையிலேயே, குதிரை லாயத்தை நோக்கி முடிந்த அளவு விரைவாக நடக்கத் தொடங்கினேன். கிட்டத்தட்ட ஓடினேன். அந்த இடத்தை அடைந்த போது, வேலிக்கு அப்பால், மரங்களூடே பார்த்தேன். என் பார்வைக்கு, குதிரைகள் தென்படவில்லை. திறந்த வெளியினூடே குறுக்குப் பாதையில் போகலாமா என்று ஒரு கணம் யோசித்தேன். ஆனால், வெளிப்புறமாக, வேலியோடு நடந்துபோனேன். முழுச் சுற்றும் நடந்து, சாலைக்குப் போகும் பாதைக்கு வந்துசேர்ந்தேன். இடப்புறம் திரும்பி ஓட ஆரம்பித்தேன். காற்று நின்றுவிட்டது. மூச்சுவிடாமல் நிலைத்திருந்தது காடு. புதிதாக நான் கண்டுபிடித்த ஆஸ்த்மா என் நெஞ்சை இறுக்கிப் பிடித்திருந்தது.

பிறகு, சாலைக்கு வந்துசேர்ந்தேன். நெற்றியில் முதல் துளிகள் மோதின. இன்னும் கீழே ஜான் போய்க்கொண்டிருப்பதைப் பார்த்தேன். அவன் ஓடவில்லை. ஓடினால் கடந்திருக்கக் கூடிய தொலைவு சென்றிருக்கவில்லை. வேகமாக நடக்கவில்லை; மெதுவாகவும் நடக்க வில்லை. சாதாரணமாக நடந்து போய்க்கொண்டிருந்தான். அவனைக் கூப்பிடலாமா, எனக்காகக் காத்திருக்கச் சொல்லலாமா என்று தோன்றியது. ஆனால், என்னால் மூச்சிறுக்கிக் கத்தமுடியுமா என்று சந்தேகமாக இருந்தது. தவிர, அவனுடைய உருவத்தில் இருந்த ஏதோ ஒன்று என்னைத் தடுத்தது. எனவே, அவனைப் பின்தொடர்ந்து நடந்தேன். இருவருக்குமான இடைவெளி குறையாமல் பார்த்துக்கொண்டேன். பர்க்கால்டின் பண்ணையைத் தாண்டிப் போனோம். அதன் ஜன்னல் களில் இப்போது பிரகாசமான விளக்கொளி தெரிந்தது – இருண்ட

ஆகாயத்தின் பின்னணியில். அவர் உட்புறம் நின்று எங்களைப் பார்த்துக் கொண்டிருப்பாரோ; நாங்கள் எங்கே போயிருந்தோம் என்பதும் அவருக்குத் தெரிந்திருக்குமோ என்று தோன்றியது. என்மீது சில துளிகள் வீழ்ந்ததோடு சரி என்று நம்பியவாறு, மேலே பார்த்தேன். மலைக்கு மேலே இன்னொரு மின்னல் வெட்டியது. அதே சமயத்தில் முழக்கமும் கேட்டது. இடிக்கு நான் பயந்தது கிடையாது, இப்போதும் பயமில்லை; ஆனால் மின்னலும் இடியும் ஒருசேர வந்தால், எனக்குப் பக்கத்தில் எங்கே வேண்டுமானாலும் தாக்கக் கூடும் என்று அறிந்திருந்தேன். மேலே தடுப்பு எதுவுமின்றி, சாலையோடு நடப்பது சிறப்பான அனுபவம். அப்புறம் ஒரு சுவர்போல மழை என்னை நோக்கி இறங்கியது. சட்டென்று, அந்தச் சுவருக்குப் பின்னால் இருந்தேன். சில நொடிகளில் முழுக்க நனைந்துவிட்டேன். அம்மணமாயிருந்திருந்தாலும் வேறுபாடு எதுவும் இருந்திருக்காது. உலகம் முழுக்க நீரினால் அரையிருட்டாகிவிட்டது. எனக்கு முன்பாக நூறு மீட்டர் தொலைவில் சென்றுகொண்டிருந்த ஜானைப் பார்ப்பதே சிரமமாய் இருந்தது. ஆனால், எனக்கு அவன் வழிகாட்ட வேண்டியதில்லை. போகவேண்டிய இடம் எனக்கே தெரியும். பர்க்கால்டுடைய புல்வெளியின் குறுக்கே போகும் பாதையில் திரும்பினேன். ஏற்கனவே நனையாமல் இருந்திருந்தாலும், உயரமாக வளர்ந்திருந்த புல் என் கால்சராயை கசகசவென்றும் கனமாகவும் ஆக்கியிருக்கும். ஆனால், அது ஒரு பொருட்டில்லை. இனி இந்தப் புல்லை வெட்டுவதற்கு, பர்க்கால்டு பல நாட்கள் காத்திருக்க வேண்டி வரும் என்று தோன்றியது. புல் உலர வேண்டுமே. ஈரப்புல்லை நீங்கள் வெட்ட முடியாது. போனவருடம் மாதிரியே, வைக்கோலைக் காய வைக்க என் அப்பாவையும் என்னையும் உதவிக்குக் கூப்பிடுவாரா பர்க்கால்டு என்று என்று ஐயம் தோன்றியது. ஆற்றின் கரையில் ஜான் எனக்காகக் காத்திருப்பானா, அல்லது படகைத் தனியாகச் செலுத்தி ஆற்றைக் கடந்திருப்பானா என்றும் குழப்பமாக இருந்தது. வந்தவழியே சாலையில் நடந்து கடையை நோக்கிப் போய் மறுபக்கம் காட்டுக்குள் சென்று போகமுடியும். ஆனால் அது கடினமான, சுற்று வழி. அல்லது, மறுகரைக்கு நீந்திப் போகலாம். இப்போது தண்ணீர் மிகவும் குளிர்ந்திருக்கும். இழுவையும் அதிகமாக இருக்கும். ஈர உடைகளுக்குள், நான் உறையும் பதத்தில் இருந்தேன். அவை இல்லாமல் இருந்தாலே தேவலை. பாதையில் நின்று, கம்பளிச்சட்டையையும் சட்டையையும் கழற்றினேன். அது எளிதாயில்லை. அவை என் உடம்புடன் ஒட்டியிருந்தன. ஒருவழியாகச் சமாளித்து, கழற்றிவிட்டேன். கொத்தாகச் சுருட்டி அக்குளில் இடுக்கிக்கொண்டேன். எல்லாமே ஈரமாய் இருந்தது, கிட்டத்தட்ட அபத்தமாக. வெற்றுடம்பில் மழை சொரிந்தபோது விநோத மான வெதுவெதுப்பை உணர்ந்தேன். உடம்பைத் தடவிப் பார்த்தேன். உணர்ச்சியேயில்லை. தோலும் விரல்களும் மரத்திருந்தன. அசதியாக இருந்தது. தூக்கம் வந்தது. கொஞ்சநேரம் படுத்து, கண்களை மூடினால் எவ்வளவு நன்றாக இருக்கும் என்று தோன்றியது. மேலும் சில அடிகள் நடந்தேன். முகத்தில் வழிந்த நீரைக் கையால் துடைத்தேன். தலை கிறுகிறுத்தது. அப்போது ஆற்றின் அருகில்தான் இருந்தேன், ஆனால் சப்தம் கேட்கவில்லை. எனக்கு நேரே படகில் ஜான் உட்கார்ந்திருந்தான்.

எப்போதுமே விறைப்பான குச்சங்களாக நீண்டிருக்கும் அவனது தலை முடி முழுக்க நனைந்து மண்டையுடன் ஒட்டியிருந்தது. மழையினூடே என்னைப் பார்த்தான் – கரையையொட்டிப் படகை நிலையாக நிறுத்து வதற்காகத் துடுப்புகளைப் பின்னோக்கித் தள்ளியவாறு. ஆனால், எதுவும் பேசவில்லை.

'ஹாய்' என்றேன். கடைசி சில மீட்டர்களுக்கு மழுமழுப்பான உருண்டைக் கற்களில் தடுமாறி நடந்தேன். ஒரு தடவை இடறியது. விழவில்லை. படகில் ஏறி, பின்புறம் இருந்த இருக்கைப்பலகையில் உட்கார்ந்தேன். நான் ஏறிய மாத்திரத்தில் அவன் படகைச் செலுத்தத் தொடங்கினான். சிரமப்படுவது தெரிந்தது. நீரோட்டத்தை எதிர்த்துப் போக வேண்டியிருந்தது. மெதுவாகச் சென்றோம். அவனுமே களைத்திருக்க வேண்டும். இருந்தாலும், என் வீடுவரை அவன் படகோட்ட வேண்டும். அவன் வசித்தது, நதி போகும் பாதையில், கீழ்ப் பகுதியில். இது அவசியமில்லை, அவன் என்னை மறுகரையில் விட்டால் போதும், கடைசிக் கொஞ்சதூரம் நான் நடந்தே போய்க்கொள்வேன் என்று சொல்ல விரும்பினேன். ஆனால் ஒரு சொல்லும் பேசவில்லை. என்னால் முடியவில்லை.

கடைசியில், வந்துசேர்ந்தோம். ஜான் படகைத் தீரமாகத் திருப்பி, நான் கரையில் நேராக இறங்குமளவு நெருக்கமாகக் கொண்டு சேர்த்தான். இறங்கினேன், அவனைப் பார்த்தவாறு கரையில் நின்றேன்.

'பார்க்கலாம். நாளை சந்திப்போம்' என்றேன். அவன் பதில் சொல்லவில்லை. தண்ணீரிலிருந்து துடுப்புகளை உயர்த்தினான். நீரோட்டத்தில் படகை இழுபட விட்டான். கண்களை இடுக்கி என்னை வெறித்துப் பார்த்தான். அந்தப் பார்வையை நான் மறக்கவே போவதில்லை என்று எனக்கு அப்போதே தெரியும்.

3

அப்பாவும் நானும் அதற்கு இரண்டு வாரங்கள் முன்பு வந்திருந்தோம். ஆஸ்லோவிலிருந்து ரயிலிலும், பிறகு எல்வெரும் மிலிருந்து மணிக்கணக்காகப் பேருந்திலும் வந்தோம். அந்தப் பேருந்து நின்று கிளம்புவதற்கு என்ன வரையறை வைத்திருந்தது என்று எனக்குப் புரியவேயில்லை. ஆனால், அடிக்கடி நின்றது என்றுதான் சொல்ல வேண்டும். சிலவேளை, எரிக்கும் வெயிலில், வெப்பம் தகிக்கும் இருக்கையில் நான் உறங்கிவிடுவேன். விழித்து, ஜன்னல் வழியே பார்க்கும்போது நாங்கள் ஒரு மில்லிமீட்டர்கூட முன்னேறவில்லை என்கிற மாதிரித் தெரியும். காரணம், கண்ணயர்வதற்கு முன்னால் பார்த்த அதே காட்சிதான் இப்போதும் பார்க்கக் கிடைக்கும். இரண்டு புறங்களிலும் வயல்களும், அவற்றில் வெள்ளை வர்ணமடித்த வளாகங்களும் சிவப்பு நிறக் களஞ்சியங்களும் இருக்க, வளைந்து வளைந்து செல்லும் செம்மண் சாலை. களஞ்சியங்களில் சில பெரிதாகவும், சில சிறிதாகவும் இருந்தன. சாலையை அடுத்த முள்கம்பி வேலிக்குப் பின்னால் புல்தரையில் படுத்து, சூரிய வெளிச்சம் கருதி அரைக்கண் மூடியிருந்த, அசைபோடும் பசுக்களில் அநேகமும் பழுப்பு நிறமானவை. சிலவற்றுக்கு மட்டும் பழுப்பு அல்லது கறுப்பு நிறத்தின் மேல் அங்கங்கே வெள்ளைத் திட்டுகள் இருந்தன. பண்ணை களுக்குப் பின்னாலிருந்த காடு தனது நீலநிற நிழல்களுடன் மாற்றமேயற்ற மேட்டுநிலம் நோக்கி உயர்ந்தது.

அந்தப் பிரயாணம் கிட்டத்தட்ட ஒரு முழுநாள் நடந்தது. வித்தியாசமான சங்கதி என்னவென்றால், எனக்கு சலிப்பே தட்டவில்லை. இமைகள் கனத்து எரிச்சல் தட்டும்வரை ஜன்னல் வழியாக வேடிக்கை பார்ப்பது எனக்குப் பிடித்திருந்தது. தூங்கிவிடுவேன். கண்விழித்த பிறகு ஆயிரமாவது தடவை யாகவோ அதற்கும் மேலாகவோ, ஜன்னலுக்கு வெளியே பார்ப்பேன். அல்லது, அந்தப் பயணம் முழுவதும் அப்பா

அமர்ந்துவந்த இடத்தைத் திரும்பிப் பார்ப்பேன். வீடு கட்டுவது பற்றி, யந்திரங்கள் பற்றி அல்லது மோட்டார் வாகனங்கள் பற்றிய ஏதோ தொழில்நுட்பப் புத்தகத்துக்குள் முகம் புதைத்திருந்தார் அவர். இது போன்ற சமாசாரங்களில் அவருக்குப் பித்து உண்டு. தலையை உயர்த்தி என்னைப் பார்ப்பார். லேசாகத் தலையசைத்துப் புன்னகைப்பார். பதிலுக்கு நானும் புன்னகைப்பேன். மீண்டும் புத்தகத்துக்குள் தலை குப்புறப் பாய்ந்துவிடுவார். நானும் தூங்கி இதமான, மிருதுவான விஷயங் களைக் கனவு காண்பேன். கடைசியில், கண்விழித்தேன் – அப்பா என் தோள்களைப் பற்றி உலுக்கியதால்.

'தலைவரே' என்றார் அவர். நான் கண்விழித்து சுற்றுமுற்றும் பார்த்தேன். பேருந்து நின்றிருந்தது. என்ஜின் அணைந்துவிட்டது. கடையின் முன்னால் நின்ற பெரிய ஓக் மரத்தின் நிழலில் நாங்கள் இருந்தோம். ஆற்றுப் பாலத்தை நோக்கிப் போகும் பாதையைக் கண்டேன். அந்த இடத்தில் ஆறு குறுகலாக இருந்தது. செங்குத்தாக இறங்கும் நீர் நுரைத்தது. விசிறியடித்த நீரில், தாழ்வாய் இருந்த சூரியன் மினுமினுத்தது. கடைசி யாக இறங்கிய பயணிகள் நாங்கள்தான். பேருந்தின் கடைசி நிறுத்தம் அது. மேற்கொண்டு செல்ல முடியாது. இந்த இடத்திலிருந்து நாங்கள் நடந்துதான் போக வேண்டும். அதுவும் என் அப்பாவை மாதிரித்தான் என்று பட்டது எனக்கு – அதாவது, தன்னால் முடிந்த அளவு தொலைவு என்னை அழைத்துச் செல்வது; நார்வே என்பதாகக் குறிக்கப்படும் இடம்வரை. அது ஏன் துல்லியமாக ***இந்த இடத்திலிருந்து*** என்று நான் கேட்டதில்லை. ஏனென்றால், அவர் என்னைப் பரிசோதிப்பது மாதிரி இருந்தது. அதை நான் பொருட்படுத்தவில்லை. அப்பாவை நான் நம்பினேன்.

பேருந்தின் பின்புறம் சாமான் வைக்கும் பகுப்பிலிருந்து பைகளை யும் இதர தட்டுமுட்டுச் சாமான்களையும் எடுத்துக்கொண்டு பாலத்தை நோக்கி நடக்க ஆரம்பித்தோம். நடுவில் நின்று, அடியில் விசையுடன் விரைந்த, கிட்டத்தட்டப் பச்சை நிறமாக இருந்த தண்ணீரை உற்றுப் பார்த்தோம். பாலத்தின் புதிய மரக் கைப்பிடிகளின் மீது எங்கள் தூண்டில் கழிகளால் தட்டினோம். ஆற்றினுள் துப்பினோம். அப்பா சொன்னார்:

'கொஞ்சம் பொறு, ஜேக்கப்.'

அவர் அனைத்து மீன்களுக்கும் ஜேக்கப் என்று பெயர் வைத்திருந் தார். எங்கள் ஊரில் கடல் உப்புநீர் ஆஸ்லோ ஃப்யோர்டில் உள்ளவை யானாலும் – நெஞ்சை பாலச் சுவர்மீது அழுத்திக்கொண்டு, ஏளனமான புன்சிரிப்புடன், ஆழத்தை நோக்கி விளையாட்டாய் மடக்கிய முஷ்டியுடன், கொஞ்சம் பொறு ஜேக்கப், இதோ உன்னைப் பிடிக்க வருகிறோம் – அல்லது, ஸ்வீடன் எல்லையைக் கடந்து இங்கே வந்து, இந்தக் கிராமத்தின் வழியே மீண்டும் ஸ்வீடனுக்குள் தெற்கு நோக்கிச் சில கிலோமீட்டர்கள் அரைவட்டமாகப் பாயும் இந்த ஆற்றில் உள்ளவையானாலும். முந்தைய வருடம், சுழித்துப் பாயும் ஆற்றின் நீரை உற்றுப் பார்த்தபோது, இந்தத் தண்ணீரில் நிஜமாகவே ஸ்வீடியத் தன்மை இருக்கிறதா என எந்த

வகையிலாவது உணரவோ ருசிக்கவோ முடியுமா என்றும்; எல்லையின் இந்தப் பக்கம் வெறும் கடனாகப் பெறப்பட்டதுதானா இந்த நீர் என்றும் எனக்குத் தோன்றியதை நினைத்துப் பார்த்தேன். ஆனால், அப்போது நான் மிகமிக இளையவனாக இருந்தேன். உலக விவரம் அவ்வளவாகத் தெரியாமல் இருந்தது. அந்த எண்ணங்களெல்லாம் வெறும் கற்பனை மட்டுமே. ஆக, நானும் அப்பாவும் பாலத்தின்மீது நின்றோம். ஒருவரையொருவர் பார்த்துப் புன்னகைத்தோம். வயிற்றினுள் ஒருவித எதிர்பார்ப்புணர்வு பரவுவதை உணர்ந்தேன் நான்.

'எப்படி இருக்கிறது?' என்றார் அவர்.

'பிரமாதம்' என்றேன். சிரிப்பை அடக்க முடியவில்லை.

இப்போது ஆற்றிலிருந்து மேலேறும் பாதையில் மழையில் நனைந்தபடி நடந்தேன். எனக்குப் பின்புறம், நீரோட்டத்தில் மிதந்து செல்லும் படகில் ஜான் இருந்தான். அவன் தனக்குத்தானே உரத்துப் பேசிக் கொண்டிருப்பானோ என்று தோன்றியது. நான் தனியாக இருக்கும் போதெல்லாம் செய்வது மாதிரி – நான் செய்தது என்ன என்பதை விவரித்துக்கொண்டு, அதற்கு ஆதரவாகவும் எதிராகவும் சிந்தித்துக் கொண்டு, எனக்கு வேறு வழியிருக்கவில்லையே என்று முடித்தபடி – ஒருவேளை அவன் அப்படிச் செய்யாமலும் இருக்கலாம்.

என் உடம்பு முழுக்கக் குளிரால் உறைந்திருந்தது. பற்கள் கிடுகிடுத்தன. கம்பளிச்சட்டையையும், சட்டையையும் அக்குளில் இடுக்கியிருந்தேன். ஆனால், இனி அவற்றைப் போட்டுக் கொள்வதற்கில்லை. வழக்கமான இரவுகளைவிடவும் இருண்டிருந்தது ஆகாயம். மரவீட்டில் பாரஃபின் விளக்கை ஏற்றியிருந்தார்அப்பா. ஜன்னலில் இதமான, மஞ்சள் நிற வெளிச்சம் தெரிந்தது. புகைபோக்கியிலிருந்து சுழன்றெழும்பிய சாம்பல் நிறப் புகையை உடனடியாகக் கூரையுடன் அழுத்தியது காற்று. நீரும் புகையும் கலந்து சாம்பல் நிறக் கஞ்சி போலப் பலகைகளில் வழிந்தது. விசித்திரமான காட்சி.

கதவு ஒருக்களித்துத் திறந்திருந்தது. நேரே முன்வாசலுக்குப் போனேன். பளபளத்த திறப்பின் வழி, உப்பிட்ட பன்றிக்கறி வறுபடும் வாசனை கசிந்தது. தாழ்வாரச் சார்ப்பின் கீழ் நின்றேன். பல யுகங்களுக்குப் பிறகு, மழை என் தலையைத் தாக்குவது ஓய்ந்திருந்தது. ஓரிரு நிமிடங்கள் அங்கேயே நின்றேன். பிறகு கதவை நன்றாகத் திறந்து உள்ளே நுழைந்தேன். மர அடுப்பில் காலை உணவு தயாரித்துக்கொண்டிருந்தார் அப்பா. நுழைவாசலில் கம்பளி மிதியடிமீது ஈரம் சொட்ட நின்றேன். நான் வந்த சப்தம் அவருக்குக் கேட்கவில்லை. நேரம் என்ன என்று எனக்குத் தெரியவில்லை, ஆனால், தம்மால் முடிந்த அளவுக்கு சமையலை அவர் ஒத்திப் போட்டிருந்தார் என்பது உறுதியாகத் தெரிந்தது. ஏகப்பட்ட பொத்தல்கள் விழுந்த பழைய கம்பளிச்சட்டையைத் தமது சட்டையின் மீது அணிந்திருந்தார். வேலை செய்யும்போது அவர் விரும்பி அணிவது அது. நாங்கள் வந்தது முதலே அவர் முகச் சவரம் செய்துகொள்ள

வில்லை. தாடி வளர்ந்திருந்தது. ரோமமும் சுதந்திரமும் என்பார் அவர், மோவாயைக் கோதியபடி. இப்படியான மனிதரைத்தான் எனக்குப் பிடிக்கும். இருமினேன். திரும்பி, தலையை ஒருச்சாய்த்து என்னைப் பார்த்தார். ஏதாவது சொல்லட்டும் என்று காத்திருந்தேன்.

'அடப் பயலே, எப்படி நனைந்திருக்கிறாய்' என்றார். ஒப்புதலாய்த் தலையசைத்தேன். கிட்டித்த பற்களூடே 'ஆமாம்' என்று சொன்னேன். 'அங்கேயே நில்லு' என்றவாறு வாணலியை அடுப்பிலிருந்து இறக்கினார். படுக்கையறைக்குள் போய் பெரிய துவாலையுடன் திரும்பினார். 'காலணிகளையும் கால் சராயையும் கழற்றிப் போடு' என்றார். சொன்னபடி செய்தேன். அது சுலபமாய் இல்லை. கம்பளி மிதியடிமீது அம்மணமாய் நின்றேன். மறுபடியும் சின்னஞ்சிறுவனாகிவிட்ட மாதிரி உணர்ந்தேன்.

'கணப்பருகில் வா' போனேன். புதிதாக இரண்டு தடிகளை அடுப்பில் போட்டு, சிறிய திறப்பை மூடினார். அழிகளினூடே தீநாக்குகள் உயர்ந்தெழுவதைப் பார்த்தேன். கரிய வார்ப்பிரும்பைத் தாண்டி அனல் கிளர்ந்தது. என் சருமம் சுட்டது. துவாலையை என்மீது போர்த்தித் துவட்டத் தொடங்கினார். நிதானமாக ஆரம்பித்து அழுத்தம் கொஞ்சங் கொஞ்சமாகக் கூடியது. நானே சுவாலைகளாகி வெடிக்கிற மாதிரி உணர்ந்தேன். செவ்விந்தியர்கள் குச்சிகளை உரசி நெருப்பு உண்டாக்குவது போல இருந்தது. நான் விறைப்பான, உலர்ந்த குச்சி. கனத்துச் சிவந்த உஷ்ணத் திரளாக நின்றேன்.

'இந்தா, இதை நீயே பிடித்துக்கொள்' என்றார். என் தோள்களைச் சுற்றிய துவாலையை அழுத்திப் பிடித்துக்கொண்டேன். அவர் மீண்டும் படுக்கையறைக்குள் சென்று, சுத்தமான கால்சராய், கனத்த கம்பளிச் சட்டை, காலுறைகளுடன் திரும்பி வந்தார். நான் நிதானமாக உடுத்திக் கொண்டேன்.

'பசிக்கிறதா?' என்று கேட்டார்.

'ஆமாம்' என்றேன். பிறகு வெகுநேரம் வேறெதுவும் பேசாமல் இருந்தேன். மேஜைமுன் அமர்ந்தேன். அவர் பன்றிக் கறியும் முட்டையும் அந்தப் பழைய அடுப்பில் அவரே தயாரித்த ரொட்டியும் பரிமாறினார். கனத்த துண்டுகளாக ரொட்டியை வெட்டி, தாவர எண்ணெய் தடவினார். என் முன்னால் வைத்த சகலத்தையும் சாப்பிட்டேன். அவரும் சாப்பிட அமர்ந்தார். கூரையில் மழை தாக்குவது எங்களுக்குக் கேட்டது. நதியின் மேல், ஜானுடைய படகின் மேல், கடையைப் பார்த்துப் போகும் சாலையின் மேல், பர்க்கால்டின் புல்வெளியின் மேல், காட்டின் மேல், லாயத்திலிருக்கும் குதிரைகளின் மேல், அனைத்து மரங்களிலும் இருந்த அனைத்துப் பறவைக் கூடுகளின் மேல், மான்களின் மேல், குழிமுயல்களின் மேல், மற்றும் கிராமத்திலிருந்த ஒவ்வொரு கூரையின் மேலும் மழை கொட்டியது. ஆனால், குடிலின் உட்புறம் கதகதப்பாகவும் உலர்ந்தும் இருந்தது. கணப்பில் சடசடவென முறியும் ஒலி கேட்டது. என்னுடைய தட்டு முழுக்க முழுக்கக் காலியாகும் வரை நான் சாப்பிட்டேன். அப்பா அரைச்சிரிப்புடன் சாப்பிட்டார், அந்தக் காலைநேரம் முந்தைய காலைப்பொழுதுகள் ஏதொன்றையும்

போன்றதுதான் என்பது மாதிரி. ஆனால், அவ்விதமானது *அல்ல* அது. திடீரென்று, நான் சோர்வாக உணர்ந்தேன். கவிழ்ந்தேன். மேஜையில் படிந்த என் கைகளின் மீது தலையைக் கிடத்தி, அப்படியே தூங்கிப் போனேன்.

கண்விழித்தபோது, அடுக்குக் கட்டிலின் கீழ்ப்படுக்கையில், தூவிகள் நிரப்பிய மெத்தையினடியில் படுத்திருந்தேன். உண்மையில், அப்பாவின் இடம் அது. இன்னமும் என் உடைகள் உடுத்திய விதத்திலேயே இருந்தன. மரவீட்டின் பின்புற ஆகாயத்தில் ஒளிர்ந்த சூரியனின் ஒளி ஜன்னலின் வழி பாய்ந்தது. உச்சிவேளை கடந்து வெகுநேரம் ஆகியிருக்க வேண்டும் என்பதை உணர்ந்தேன். மெத்தையைப் புறமொதுக்கி, படுக்கையிலிருந்து புரண்டு பாதங்களைத் தரையில் ஊன்றினேன். அபாரமாய் இருந்தது மனநிலை. உடம்பின் ஒருபுறம் சற்று நொய்வாக இருந்தது. ஆனால், கவலைப்பட வேண்டியதில்லை. மைய அறைக்குள் போனேன். கதவு அகலமாகத் திறந்திருந்தது. முற்றத்தில் சூரிய ஒளி. ஈரப் புல் பளபளத்தது. தரையிலிருந்து ஒரு மீட்டர் உயரத்தில் கம்பளி விரிப்பு போல ஆவி மிதந்தது. ஜன்னல் கண்ணாடியில் ஒரு ஈ சுற்றிச் சுழன்றது. மூலையில் இருந்த அலமாரியருகில் அப்பா நின்றார். முதுகுப் பையிலிருந்து மளிகைச்சாமான்களை எடுத்து அலமாரித் தட்டு களில் வைத்துக்கொண்டிருந்தார். நான் தூங்கும்போது கடைவரைக்கும் நடந்துபோய்த் திரும்பியிருக்கிறார்.

என்னை உடனே பார்த்துவிட்டார். செய்வதை நிறுத்திவிட்டு, ஒரு கையில் பிடித்த பையுடன், அசையாமல் நின்றார். மிகத் தீவிரமாக.

'எப்படி இருக்கிறாய்?' என்றார்.

'பிரமாதம். பிரமாதமாய் இருக்கிறேன்' என்றேன்.

'நல்லதுதான்' என்றவர், மௌனமானார். பிறகு, 'காலையில் வெளியே போயிருந்தாயே, அப்போது ஜானுடனா இருந்தாய்?' என்று கேட்டார்.

'ஆமாம்' என்றேன்.

'என்ன செய்துகொண்டிருந்தீர்கள்?'

'குதிரை வேட்டையாடினோம்.'

'என்ன சொல்கிறாய்?' அப்பா அதிர்ச்சியடைந்தார். 'எந்தக் குதிரைகளை?'

'பர்க்கால்டின் குதிரைகள். நிஜமான வேட்டையில்லை. அவற்றில் ஏறிச் சவாரி செய்யப் போனோம். கொஞ்சம் விறுவிறுப்பாய்த் தெரிய வேண்டும் என்பதற்காக, வேட்டை என்று சொல்கிறோம்' எச்சரிக்கை யுணர்வுடன் புன்னகைத்தேன். ஆனால், அவர் பதிலுக்குப் புன்னகைக்க வில்லை. 'நான் வெற்றியொன்றும் பெறவில்லை. என்னைத் தூக்கியெறிந்து விட்டது. நேரே முள்கம்பி வேலிமேல் போய் விழுந்தேன்' என்றேன். வெட்டுக் காயத்தைக் காட்டுவதற்காகக் கையை நீட்டினேன். ஆனால் அவர் என் முகத்தை நேருக்குநேர் பார்த்தார்.

‘ஜான்?’

‘ஜானா, அவன் வழக்கம் போலத்தான் இருந்தான். கடைசியாக நடந்ததைத் தவிர. ஸ்ப்ரூஸ் மர உச்சியில் ஒரு கோல்ட்க்ரஸ்ட் கூட்டிலிருந்த முட்டைகளை எனக்குக் காட்ட விரும்பினான். திடீரென்று அந்தக் கூட்டை, இப்படி நொறுக்கிவிட்டான்’ என்னுடைய கையை மீண்டும் நீட்டி என் முஷ்டியால் கசக்குவது போல பாவனை செய்தேன். அப்பா கடைசிப் பையை அலமாரியில் வைத்தார் – அப்போதும் என்னைப் பார்த்தபடி தலையை ஆட்டிக்கொண்டிருந்தார். பின்னர் அலமாரிக் கதவை மூடிவிட்டு, தாடி அடர்ந்த மோவாயை வருடிக் கொண்டார். நான் சொன்னேன்:

‘அப்புறம் அவன் போய்விட்டான். புயலும் மழையும் ஆரம்பித்தது.’

அப்பா தனது முதுகுப்பையை எடுத்து கதவருகில் கொண்டு போட்டார். முற்றத்தைப் பார்த்தபடி நின்றார் – எனக்கு முதுகைக் காட்டியவாறு. கழுத்தைச் சொறிந்துகொண்டார். திரும்பி மேசையருகில் வந்து அமர்ந்தார். என்னிடம் சொன்னார்:

‘கடையில் என்ன பேசிக்கொள்கிறார்கள் என்று உனக்குத் தெரிய வேண்டுமா?’

கடையில் ஆட்கள் என்ன பேசிக்கொள்கிறார்கள் என்பதை அறிந்து கொள்ள எனக்குக் குறிப்பான ஆர்வம் எதுவும் இல்லை. ஆனால், அவர் எப்படியும் சொல்லத்தான் செய்வார்.

‘ஆமாம்’ என்றேன்.

முந்தின நாள் ஜான் தனது துப்பாக்கியுடன் வெளியே சென்றிருந்தான் – வழக்கம்போலக் குழிமுயல் வேட்டையாட. குழிமுயல்களைச் சுடுவதில் அவனுக்கு ஏன் இவ்வளவு வெறி என்று எனக்குப் புரியவில்லை. ஆனால், அவனுடைய சிறப்பம்சமாக ஆகிவிட்டிருந்தது அது. திறமையானவன், இரண்டுக்கு ஒன்று என்ற வீதத்தில் சுட்டே விடுவான். குழிமுயல் என்பது எவ்வளவு குட்டியான, துறுதுறுப்பான பிராணி என்று பார்க்கும்போது இது நிச்சயம் மோசமில்லை. அவன் சுட்ட முயல்கள் அத்தனையையும் அவனுடைய குடும்பமே சாப்பிட்டதா என்று எனக்குத் தெரியாது. அவர்களுக்குக் கொஞ்சம் சலிப்புக்கூடத் தட்டியிருக்கலாம். எப்படியோ, ஒவ்வொரு காதைக் கயிற்றில் பிணைத்துத் தொங்கும் இரண்டு முயல்களுடன் வீடு திரும்புவான். சூரியன் போலப் புன்னகைப்பான் – காரணம் அன்று காலை இரண்டு தடவை சுட்டிருக்கிறான், இரண்டுமே இலக்கைத் தாக்கின. அது அபூர்வமான வெற்றி, அவனுக்கேகூட. இப்போது வீட்டுக்கு வந்திருக்கிறான் – தாய் தகப்பனிடம் தனது புதையலைக் காட்ட. தாயார் தனது நண்பர்களைப் பார்க்க இன்பைக்டாவுக்குப் போயிருந்தாள். தகப்பனார் காட்டுக்குள் சென்றிருந்தார். வெளியே செல்லும் அவசரத்தில் இதை மறந்துவிட்டிருந்தான் ஜான். வீட்டில் யார் இருக்கிறார்கள் என்றே கவனிக்கவில்லை. ஆனால்,

இரட்டையர்களை கவனித்துக்கொள்வது இவனுடைய வேலைதான். மைய அறையில் துப்பாக்கியைக் கிடத்திவிட்டு, முயல்களைப் பிணைத்த கயிறைக் கொண்டியில் தொங்கவிட்டுவிட்டு, தனது சகோதரர்களைத் தேடி வீட்டுக்குள் ஓடினான். அவர்களை எங்குமே காணவில்லை. வெளிமுற்றத்துக்கு ஓடினான். கொட்டகையைச் சுற்றி, பண்ணைக் களஞ்சியத்தைச் சுற்றி என்று ஓடியும், அவர்களை எங்குமே காணவில்லை. ஜான் பதட்டமடைந்தான். ஆற்றை நோக்கி ஓடினான். இவர்களுடைய படகுத்துறையையொட்டி நீரில் இறங்கித் தேடினான். பின் திரும்பி, ஆற்றுக்கரையோடு போய் மேற்புறமும், கீழ்ப்புறமும் தேடினான். பார்க்கக் கிடைத்ததெல்லாம் ஸ்ப்ரூஸ் மரத்திலிருந்த அணில் மட்டுமே.

'நாசமாய்ப் போன மரக் கரடி' என்றான். குனிந்து, கைகளை நுழைத்து, நீரை இரண்டாக விலக்கினால் நன்றாகப் பார்க்க முடியுமா என்று நினைக்கிறவன் மாதிரித் துழாவினான். அதற்கு அவசியமேயில்லை. தண்ணீர் அவனுடைய முழங்கால் உயரம்தான் இருந்தது. நன்கு தெளிந்தும் இருந்தது. நிமிர்ந்து, ஆழமாக மூச்சிழுத்தான். யோசிக்க முயன்றான். அப்போது வீட்டினுள் துப்பாக்கி வெடிக்கும் சப்தம் கேட்டது.

துப்பாக்கி. அதைத் தாழிட மறந்திருந்தான். கடைசிக் குண்டை அகற்றவும் இல்லை. வீடு திரும்பியவுடன் அவன் வழக்கமாய்ச் செய்கிற வேலைகள் இவை. அவனுக்குச் சொந்தமாய் இருந்த மதிப்புவாய்ந்த பொருள் அந்த ஆயுதம் மட்டுமே. அதற்கு மெருகுபோட்டு, சீராக வைத்துப் பராமரித்தான் – தன்னுடைய குழந்தையைப் பேணுவது மாதிரி. அவனுடைய பன்னிரண்டாவது பிறந்த நாளுக்கு தகப்பனார் அதைப் பரிசளித்த தினத்திலிருந்து இப்படிப் பேணிவருகிறான். கறாரான அறிவுரைகளுடன் பரிசளித்திருந்தார் அவர் – துப்பாக்கியை எதற்கெல்லாம் பயன்படுத்த வேண்டும், எதற்கெல்லாம் பயன்படுத்தக் **கூடாது** என்று. எப்போதுமே, துப்பாக்கிக் குதிரையைப் பாதித் தாழிட்டு, குண்டை அகற்றி, சுவரில் உயரத்திலிருந்த மாடத்தினுள் உரிய இடத்தில் கொக்கியில் தொங்கவிடுவான். ஆனால், தான் மறந்திருந்தது – வீட்டில் தனியாக இருக்கும் இரட்டையருக்கு இவன்தான் பொறுப்பு என்பது – திடீரென்று நினைவு வந்ததால், துப்பாக்கியை சும்மா தரையில் வைத்துவிட்டிருந்தான். அவர்களுக்குப் பத்து வயதுதான் ஆகிறது.

ஆற்றிலிருந்து பாய்ந்து வெளியேறினான். கரையோரமாகக் கொஞ்ச தூரம் ஓடினான். பிறகு வீட்டை நோக்கிய நேர்ப்பாதையில் ஓடினான். அது வெகுவாக நீண்டுவிட்ட மாதிரி இருந்தது. கால்சராயின் கால் பகுதி முழங்கால்வரை நனைந்து கனத்திருந்தது. காலையூன்றும் போதெல்லாம் சளக் சளக்கென்று காலணிகள் ஒலியெழுப்பியது ஆயாச மூட்டியது. பாதி வழி சென்ற மாத்திரத்தில், பண்ணைவீட்டுக்கு மறுபுறம், காட்டிலிருந்து வெளிப்பட்டு வீட்டை நோக்கித் தன் தகப்பனார் ஓடி வருவதைக் கண்டான். தகப்பனார் ஓடி அவன் பார்த்ததேயில்லை. உருண்டு திரண்டு கனத்த மனிதர் மரங்களினிடையிலிருந்து தாவி, கால்களை அகட்டி அழுத்தமாகப் பதித்து ஓடிவந்தார். நீருக்குள் ஓடுகிறவர் மாதிரிக் கைகள் தோள் உயரம் தாறுமாறாக ஏறித் தாழ்ந்தன. அந்தக் காட்சி ஜானை வெருட்டியது. நின்றுவிட்டான். நாணல்களுக்குள்

அமிழ்ந்தான். என்ன நடந்திருந்தாலும், இனி செய்வதற்கு ஒன்றுமில்லை. வீட்டுக்குள் தகப்பன்தான் முதலில் நுழைவார். என்ன நடந்திருக்கிறது என்று பார்க்கத் தான் விரும்பவில்லை என்பதை ஜான் அறிவான்.

நடந்தது என்னவென்றால், அன்று காலைமுழுவதும் நிலவறைத் தளத்தில் விளையாடிக்கொண்டிருந்தனர் இரட்டையர் – கந்தல் உடைகளுடனும், பிய்ந்த காலணிகளுடனும். பின்னர் மேல்தளத்துக்கு ஓடிவந்தனர். குதூகலத்தோடு, ஒருவர்மீது ஒருவர் இடறிக்கொண்டு, நிலவறைக்கதவின் வழி தாழ்வாரத்துக்கு வந்தனர். அங்கே, கொண்டியில் குழிமுயல்கள் தொங்குவதையும், சுவரில் சார்த்திய துப்பாக்கியையும் கண்டனர். அது ஜானுடைய துப்பாக்கி என்று அவர்களுக்குத் தெரியும். அண்ணன் ஜான் அவர்களுடைய நாயகன். அவர்களுடைய வயதில் எனக்கிருந்த நாயகர்களை வைத்துச் சொன்னால், அவன் அவர்களுக்கு டேவி க்ராக்கெட், ஹார்ட்ஸ்ஃபுட், ஹக்கிள்பெரி ஃபின் மூவருமாய் ஆன ஒரே ஆள். ஜான் செய்த எதையும் அவர்கள் நகல் செய்வார்கள், தங்களுடைய விளையாட்டாக மாற்றிக்கொள்வார்கள்.

லார்ஸ் முதலில் வந்து சேர்ந்தான். துப்பாக்கியை எடுத்துச் சுழற்றியவாறு கூவினான்:

'இப்போது பார் என்னை!' அப்புறம் குதிரையை இழுத்தான். வெடியொலியும், துப்பாக்கியின் அடிக்கட்டை தந்த அதிர்ச்சியும் அவனை வீறிட்டு விழச் செய்தன. அவன் எதையும் குறி பார்த்திருக்க வில்லை. அந்த அற்புதமான துப்பாக்கியைக் கையில் ஏந்துவதும், ***ஜானாக*** ஆவதும் மட்டுமே அவனது விருப்பம். மரப்பெட்டியையோ, படிகளுக்கு மேலே இருந்த சிறு ஜன்னலையோ, கொண்டிக்கு மேலே தங்கநிறச் சட்டகத்தில் நீண்ட தாடியுடன் தொங்கிய பாட்டனாரின் புகைப் படத்தையோ, நிழலற்றுத் தொங்கிக்கொண்டிருந்த விளக்கையோ அவன் தாக்கியிருக்கலாம். அந்த விளக்கை அணைப்பதேயில்லை – இருட்டில் வரும் யாரும் ஜன்னலில் அதன் வெளிச்சத்தைப் பார்க்கட்டும், வழிதவறாதிருக்கட்டும் என்பதற்காக. ஆனால், மேற்சொன்ன எதையுமே அவன் தாக்கவில்லை. மிகக் கிட்டத்தில் இருந்து ஆடை அவனுடைய இருதயத்துக்குள் நேராகச் சுட்டான். பழங்கால கிளாஸிக்கில் இது நடந்திருக்கும் பட்சத்தில், அதன் பொத்தல் விழுந்த பக்கங்களில் குறிக்கப் பட்டிருக்கும் – மேற்படி குண்டில் சாட்சாத் ஆடுடைய பெயர் எழுதப் பட்டிருந்தது அல்லது, நட்சத்திரங்களில் அது எழுதப்பட்டிருந்தது அல்லது ஊழ் எனும் தடித்த புத்தகத்தின் பக்கங்கள் ஒன்றில் எழுதப் பட்டிருந்தது என்று; யாரும்சொல்வதற்கோ, செய்வதற்கோ எதுவுமே யில்லை என்பது, அந்தத் தருணத்தை எதிர்கொண்ட வாக்கியங்கள் வேறெதையும் குறிக்க இயலாதபடி ஆக்கியது என்று; மனிதக் கட்டுப் பாட்டுக்குள் இல்லாத சக்திகள் துப்பாக்கிக் குழல்வாயை மிகக் கச்சிதமாக ***அந்தத்*** திக்கில் திருப்பியிருந்தன என்று. ஆனால், இவை யெதுவுமே இல்லை. புல்தரையில் சுருண்டு கிடந்த இடத்திலேயே ஜானுக்குத் தெரிந்துவிட்டது. தனது சகோதரனைக் கைகளில் ஏந்திக்

கொண்டு தகப்பனார் வீட்டுக்கு வெளியில் வருவதைக் கண்டான் அவன். ஆட் பெயர் எழுதப்பட்டிருந்த, அந்தப் பெயரை அகற்றவே முடியாத ஒரே புத்தகம் தேவாலயப் பதிவேடு மட்டுமே.

என்னுடைய அப்பா இவையனைத்தையும் என்னிடம் சொல்லியிருக்க முடியாது – இவ்வளவு நுணுக்கமாக. ஆனால், அது இந்த விதமாகத்தான் என் ஞாபகத்தில் அச்சேறியிருக்கிறது. ஒரே தடவையில் இந்தச் சித்திரத்தை வரைந்துகொண்டேனா, அல்லது கடந்து சென்ற ஆண்டுகளில் சிறுகச் சிறுக வனைந்துகொண்டதா என்று எனக்குத் தெரியாது. ஆனால், நடந்த சம்பவத்தின் துர்த் தகவல்கள் மறுக்க முடியாதவை. நடந்தது நடந்ததுதான். இவற்றையெல்லாம் பற்றி உருப்படியாக ***நான்*** ஏதாவது சொல்கிறேனா என்று அறிய முயல்பவர் மாதிரி மேசைக்கு மறுபுற மிருந்து அப்பா என்னைப் பார்த்தார். காரணம், இந்த நாடகத்தில் தொடர்புடைய பாத்திரங்களை அவரைவிட எனக்கு நன்றாகத் தெரியும். ஆனால், நான் பார்த்ததெல்லாம், ஜானுடைய வெளிறிய முகமும், விரையும் ஆற்றின் பரப்பில் கொட்டிய மழைநீரும்தான். தன்னுடைய படகை ஆற்றின் இழுவைக்கு விட்டுவிட்டு, விலகிப் போனான் அவன் – தனது வீட்டையும் அதில் இவனுக்காகக் காத்திருந்தவர்களையும் நோக்கி.

‘இருந்தாலும், இதைவிட மோசமானது ஒன்று இருக்கிறது’ என்றார் என் அப்பா. லார்ஸ் தனது இரட்டைச் சகோதரன் ஆடைச் சுடுவதற்கு முந்தைய நாள் அதிகாலையில், கடைக்கு சாமான்கள் கொண்டுவந்து போடும் சரக்குவண்டியில் அவர்களது தாயார் இன்பைக்டாவுக்குப் போக இடம் கிடைத்தது. மறுநாள், அதுதான், இந்த சமாசாரங்களெல்லாம் நிகழ்ந்த தினத்தில், குதிரை வண்டியை எடுத்துக்கொண்டு அவளை அழைத்துவரக் கிளம்பினார் தகப்பன். அவர்களுடைய குதிரைக்கு ப்ராமினா என்று பெயர். பதினைந்து வயது நிரம்பிய, மேலுடம்பும், கால்களின் கீழ்ப்பகுதியும் வெண்ணிறமாயுள்ள குதிரை. அழகி என்று எனக்குத் தோன்றும் ஆனால் சற்று சிரமப்பட்டுத்தான் நடப்பாள். மகரந்தத்தால் தொற்றும் ஒருவித ஒவ்வாமை நோய் பீடித்திருக்கிறது அவளை என்பது ஜானின் எண்ணம். அதனால்தான் மூச்சு கனத்திருக் கிறது என்பான். குதிரைகளைப் பொறுத்தமட்டில் இது மிகவும் விசித்திர மான விஷயம். இன்பைக்டாவுக்குப் போய்த் திரும்ப அவளுக்கு ஒரு முழுநாள் பிடிக்கும்.

இறந்த பையனைக் கரங்களில் ஏந்தி, வெளியே முற்றத்தில் நின்றார் தகப்பனார். மூத்த பையன் புல்தரையில் சலனமேயில்லாமல் கிடந்தான் – தானும் இறந்தவன் மாதிரி. அவனுக்குத் தெரியும், தான் போயே ஆக வேண்டுமென்று. போவேன் என்றுதான் சொல்லிக்கொண்டான். வேறு வழியில்லை. உரிய நேரத்தில் போய்ச் சேர வேண்டுமென்றால், அவன் உடனடியாகக் கிளம்ப வேண்டும். திரும்பினான். வீட்டுக்குள் மீண்டும் போனான். லார்ஸ் மைய அறையில் நின்றிருந்தான் – விறைப்பாக, மௌனமாக. தகப்பனார் அவனைப் பார்த்தார். ஆனால், ஒரு சமயத்தில்

ஒரு பெரிய சமாசாரத்தைத்தான் அவரால் யோசிக்க முடியும். படுக்கை யறைக்குள் போனார். ஆடை தமது திருமணக் கட்டிலில் கிடத்தினார். போர்வை ஒன்றை எடுத்து அந்தச் சிறுவன்மீது போர்த்தி மூடினார். ரத்தத்தில் நனைந்த தமது சட்டையைக் கழற்றினார். கால் சராயையும் மாற்றிக்கொண்டு ப்ராமினாவை வண்டியில் பூட்டப் போனார். ஜான் எழுந்து நிற்பதும், லாயத்தை நோக்கி மெல்ல நடப்பதும் கடைக்கண்ணில் தென்பட்டது. நுகத்தின் மத்தியில் குதிரை சென்று நின்றபோது ஜான் அங்கே வந்திருந்தான். தகப்பனார் அவனுடைய தோளை அழுத்திப் பற்றினார் – மிகமிக முரட்டுத்தனமாக என்று பிற்பாடு இவன் நினைத்துக் கொண்டான் – ஆனால் இந்தப் பயல் ஒரு வார்த்தையும் பேசவில்லை.

'நான் வெளியே போகிறேன். லார்ஸை நீதான் பார்த்துக்கொள்ள வேண்டும். இதையாவது செய்வாய் என்று நினைக்கிறேன்.' அவர் படிக்கட்டைப் பார்த்தார். லார்ஸ் வெளியில் வந்திருந்தான். சூரிய ஒளி அழுத்தமாய் இருந்ததால், கண்ணைக் கொட்டியபடி நின்றான். தகப்பனார் முகத்தை அழுத்தித் துடைத்துக்கொண்டார். ஒரு கணம் கண்களை மூடித்திறந்தார். தொண்டையைச் செருமிக்கொண்டு வண்டித் தட்டில் ஏறி அமர்ந்தார். குதிரையைச் சவுக்கால் அடித்தார். வண்டி நகரத் தொடங்கியது. வாயிற்கதவுகளைத் தாண்டி சாலையில் இறங்கியது. கடையைத் தாண்டி, இன்பைக்டா செல்லும் நீண்ட பாதையில் மெதுவாகப் போனது.

லார்ஸைத் தன்னுடன் படகில் ஏற்றிக்கொண்டு ஆற்றில் மீன் பிடிக்கப் போனான் ஜான். அவனால் வேறு எதையும் நினைத்துக்கூடப் பார்க்க முடியவில்லை. அவர்கள் மணிக்கணக்காக வெளியில் திரிந்தார் கள். அவர்கள் என்ன பேசிக்கொண்டிருந்திருப்பார்கள் என்பதை என்னால் கற்பனை செய்துபார்க்க முடிந்ததேயில்லை. ஒருவேளை, அவர்கள் பேசிக்கொள்ளாமலேகூட இருந்திருக்கலாம். ஒருவேளை, அவர்கள் கரையிலேயே நின்றிருந்திருக்கலாம், அவரவர் மீன்பிடி கழியை வைத்து மீன் பிடித்தபடி. தூண்டிலை வீச, சுருட்ட, மீண்டும் வீச, சுருட்ட என்று மறுபடி மறுபடி செய்துகொண்டு. இருவருக்கும் இடையில் தாராளமாக இடைவெளி விட்டு. அவர்களைச் சுற்றிலும் காடும் மகத்தான நிசப்தமும் தவிர, வேறேதுமில்லாது. இதை என்னால் கற்பனை செய்து பார்க்க முடிகிறது.

திரும்பி வந்து, களஞ்சியத்துக்குள் போனார்கள். தாங்கள் பிடித்த சொற்ப மீன்களுடன் அங்கே அமர்ந்து காத்திருந்தார்கள். ஒருமுறை கூட வீட்டுக்குள் போகவில்லை. பின்னந்தி வேளையில் ப்ராமினாவின் குளம்புகள் செம்மண் தரையில் ஒலிப்பதும், சாலையில் வண்டி உருள்வதும் கேட்டது. ஒருவரையொருவர் பார்த்துக்கொண்டார்கள். வாஸ்தவத்தில், இன்னும் கொஞ்சநேரம் அதே இடத்தில் உட்கார்ந் திருக்கத்தான் விரும்பியிருப்பார்கள். ஜான் எழுந்தான். லார்ஸும் எழுந்தான். இரட்டையர்கள் குட்டிப்பையன்களாய் இருந்த நாட்களுக்குப் பிறகு, வெகுநாள் கழித்து முதல்தடவையாகக் கைகோத்துக் கொண்டார்கள் இருவரும். முற்றத்துக்குப் போனார்கள். வண்டி இவர்களை நோக்கி மேலேறி வந்து நிற்பதைப் பார்த்துக்கொண்டு

நின்றார்கள். ப்ராமினாவின் ஆஸ்த்மா சுவாசம் கேட்டது. தகப்பனார் குதிரையிடம் இதமாகப் பேசுவதும் கேட்டது. பரிவான மிருதுவான சொற்கள். ஒரு மனிதப் பிறவியிடம் அவர் பேசி இவர்கள் கேட்டிராத சொற்கள்.

மஞ்சள் பூக்கள் போட்ட நீலநிற உடையுடன் வண்டித் தட்டில் அம்மா உட்கார்ந்திருந்தாள். கைப்பை மடியில் கிடந்தது. இவர்களைப் பார்த்துப் புன்னகைத்தாள்.

'இதோ, வீட்டுக்குத் திரும்பிவிட்டேன். சந்தோஷமாக இருக்கிறது இல்லையா?' என்றவாறு எழும்பினாள். சக்கரத்தில் பாதத்தையூன்றிக் கீழே குதித்தாள்.

'ஆட் எங்கே?' என்று கேட்டாள்.

ஜான் தகப்பனைப் பார்த்தான். ஆனால் அவர் திரும்பிப் பார்க்க வில்லை. களஞ்சியச் சுவரை சும்மா வெறித்துக்கொண்டு நின்றார். வாயில் புகையிலை நிரம்பியிருக்கிற மாதிரிச் சவைத்தார். அவளிடம் அவர் கூறியிருக்கவில்லை. காட்டினூடே வந்த பாதை நெடுகிலும், அவர்கள் இருவர் மட்டும் இருந்தபோதும், அவளிடம் அவர் எதையும் கூறியிருக்கவில்லை.

இறுதிச் சடங்கு மூன்று நாள் கழித்து நடந்தது. நாம் போக வேண்டும் அல்லவா என்று அப்பா கேட்டார். நான் ஆமாம் என்றேன். அதுதான் நான் கலந்துகொண்ட முதல் இறுதிச் சடங்கு. 1943இல், என் தாயாரின் சகோதரர்களில் ஒருவர் ஜெர்மானியர்களால் சுட்டுக் கொல்லப் பட்டார் – தெற்குக் கடற்கரையின் ஸார்லாண்டெட்டில் ஏதோ ஒரு இடத்திலுள்ள காவல் நிலையத்திலிருந்து தப்பியோடும்போது. ஆனால், அது நடந்தபோது நான் அங்கிருக்கவில்லை. அப்போது இறுதிச் சடங்கு என்று ஒன்று நடந்ததா என்றே எனக்குத் தெரியாது.

ஆடின் இறுதிச் சடங்கு தொடர்பாக இரண்டு விஷயங்கள் எனக்கு நினைவிருக்கின்றன. ஒன்று, ஜானுடைய தகப்பனாரும் என் அப்பாவும் ஒருதடவைகூட நேருக்குநேர் பார்த்துக்கொள்ளவில்லை என்பது. அப்பா அவருடன் கைகுலுக்கியவாறு சொல்லத்தான் செய்தார்:

'அனுதாபங்கள்' முழுக்கமுழுக்க அந்நியமாக ஒலித்த சொல். அன்று அந்தச் சொல்லைப் பயன்படுத்திய ஒரே நபர் அவர்தான். ஆனால், அவர்கள் ஒருவரையொருவர் ***பார்த்துக்கொள்ளவே*** இல்லை.

அடுத்த விஷயம், லார்ஸ். நாங்கள் தேவாலயத்திலிருந்து வெளியேறி, திறந்தவெளிக் கல்லறையருகே நின்றிருந்தபோது, அவன் அமைதியிழந்து கொண்டே போனான். பாதிரியார் சடங்கை நடத்தியபோது, அந்தச் சிறிய சவப்பெட்டி பக்கக் கைப்பிடிகளில் பிணைத்த கயிற்றால் கீழே இறக்கப்படவிருந்த சமயத்தில், அவனால் அதற்குமேலும் தாங்கிக் கொள்ள முடியவில்லை. அம்மாவிடமிருந்து பிய்த்துக்கொண்டு நடுகற்களினூடாக ஓடினான். கிட்டத்தட்ட கல்லறைத்தோட்டத்தின்

வாசல்வரை போய்விட்டான். கற்சுவரையொட்டி வட்டமாக ஓட ஆரம்பித்தான். தலையைத் தாழ்த்தி, தரையைப் பார்த்தபடி வட்டமாகச் சுற்றிச்சுற்றி ஓடிக்கொண்டிருந்தான். அவன் ஓட ஓட, பாதிரியார் மேலும் மேலும் நிதானமாகப் பேசினார். கறுப்பு உடை அணிந்த மந்தையி லிருந்து மிகச் சிலர் திரும்பிப் பார்த்தனர். சிறுகச் சிறுக மற்றவர்களும் திரும்பினர் – ஒட்டுமொத்தமாக அத்தனைபேரும் அவனுடைய சகோதரனை வைத்திருந்த சவப்பெட்டியை விட்டுவிட்டு லார்ஸைப் பார்க்கத் திரும்பியிருந்தனர். இறுதியில், அருகில் வசிக்கும் ஒருவர் புல்தரையின் குறுக்காக மெல்ல நடந்துபோனார். வட்டத்தின் விளிம்பில் நின்றார். ஓடிய லார்ஸைப் பிடித்துத் தூக்கிக்கொண்டார். அவனுடைய கால்கள் இன்னமும் ஓடிக்கொண்டிருந்தன. ஆனால் அவன் துளிக்கூட சப்தம் எழுப்பவில்லை. நான் ஜானைப் பார்த்தேன், அவன் பதிலுக்கு என்னைப் பார்த்தான். தலையை லேசாக ஆட்டினேன். பதிலுக்கு அவன் ஏதும் செய்யவில்லை. கண்ணிமைக்காமல் என்னை உறுத்துப் பார்த்தான். இனி ஒருபோதும் நாங்கள் சேர்ந்து குதிரைவேட்டைக்குப் போகப் போவதில்லை என்று எனக்குத் தோன்றியது நினைவு வருகிறது. கல்லறைத் தோட்டத்தில் நடந்த வேறெதையும்விட இது என்னை அதிக சோகத்தில் ஆழ்த்தியது. அதுதான் எனக்கு நினைவிருக்கிறது. ஆக மொத்தம், மூன்று விஷயங்கள் என்று கணக்கு.

○

4

அப்பா வாங்கிய நிலத்தில் மேய்ச்சல்வெளியும் மரங்களும் இருந்தன. பெரும்பாலும் ஸ்ப்ரூஸ் மரங்கள். அங்கொன்றும் இங்கொன்றுமாக இருந்த மெல்லிய பிர்ச் மரங்கள் கறுத்த மரத் தண்டுகளுக்கிடையில் கிட்டத்தட்ட நசுங்கின. இவையெல்லாமே, ஆற்றின் கரையிலிருந்தே தொடங்குகிறவை. அந்த இடத்தில், சற்று மர்மமான விதத்தில், பைன் மரம் ஒன்றில் மரச்சிலுவை ஆணியடிக்கப் பட்டிருந்தது. சரளைக்கற்களின் விளிம்பில் இருந்த மரம் அது. விரையும் நீருக்கு மேலாகக் கவிழ்ந்த மரம். அப்பால், தொடரும் காடு. முற்றத்தை, கொட்டகையோடு இருந்த மரவீட்டை, அதன் பின்னால் இருந்த புல்வெளியை, அதற்கும் அப்பால் எங்கள் நிலம் முடிவடையும் இடத்தில் இருந்த குறுகிய சாலையை என்று அனைத்தையும் ஒரு முழுவட்டமாகச் சூழ்ந்திருந்தது காடு. உண்மையில் அந்தச் சாலை, மேலோட்டமாகச் செம்மண் மேவிய பாதை. ஸ்ப்ரூஸ் மரங்களுக்கூடே, அவற்றின் வேர்கள் குறுக்கும் நெடுக்கும் பரவியிருக்க, ஆற்றுக்கு இணையாகக் கிழக்கே கொஞ்சம் விலகி நீண்ட பாதை. மரப்பாலம் வரை சென்று விட்டு, கடையும் தேவாலயமும் இருந்த 'மையத்'தை நோக்கித் திரும்புவது. ஜூன் கடைசியில் பேருந்தில் வந்து இறங்கி நாங்கள் நடந்து வந்தது இந்த வழியாகத்தான். அல்லது யாராவது முட்டாள் எங்கள் படகைத் தவறான சிறகில் நிறுத்தும்போதும் இப்படித்தான் வருவோம் – கிழக்கிலோ, மேற்கிலோ நாங்கள் இருக்க நேர்ந்த இடத்தைப் பொறுத்து. ஒரு பொதுவிதியாக, அந்த முட்டாள் நானாகத்தான் இருப்பேன். மற்றபடி, நாங்கள் பர்க்கால்டின் நிலத்தில் வேலியையொட்டி நடந்து, படகிலேறி ஆற்றைக் கடப்போம்.

மத்தியானத்தில், எங்கள் மரவீட்டில் நிழல் கவியும் – ஓர் இரண்டு மணிநேரம் போல – தெற்கில் காடு அடர்ந் திருந்ததால். அந்தப் பாதையில் இருந்து தொலைத்த மரங்கள்

அனைத்தையும் தரித்து, மரத் தடிகளாக்கி அப்பா விற்றதற்கு அதுதான் காரணமோ என்று நான் யோசித்துப் பார்த்திருக்கிறேன். அவருக்குப் பணத்தேவை இருந்தது என்பது எனக்கு உறுதியாகத் தெரியும். ஆனால், அவ்வளவு அவசரமாகத் தேவைப்பட்டது என நான் உணர்ந்திருக்க வில்லை. அதை மட்டுமல்ல, நாங்கள் இந்த நதி வரை பயணம் செய்திருக்கிறோம்; அதுவும் தொடர்ந்து இரண்டாம் முறையாக என்பதைக் கூடத்தான். அதுவரை கழித்த வாழ்க்கையிலிருந்து, நாங்கள் ஆஸ்லோவில் வாழ்ந்த வாழ்க்கையிலிருந்து, வேறுபட்ட ஒன்றைத் திட்டமிடுவதற்கு அவருக்குக் கொஞ்சம் கால அவகாசமும், சாந்தியும் தேவைப்பட்டது என்பது என் எண்ணம். வேறு இடத்தில், வேறொரு கோணத்திலிருந்து தொடங்கியாக வேண்டும். நாம் ஒரு முச்சந்தியில் நிற்கிறோம் என்று அவர் சொல்லியிருந்தார். அவருடன் செல்வதற்கு எனக்கு மட்டுமே அனுமதி. என் அக்காவுக்குக் கிடைக்காத ஓர் அந்தஸ்து இதன்மூலம் எனக்குக் கிடைத்தது. என்னைவிட மூன்று வயது பெரியவள்; என்றாலும், அம்மாவுடன் அவள் நகரத்தில் தங்க வேண்டியிருந்தது.

‘எப்படியானாலும், எனக்கு உங்களுடன் வர விருப்பமில்லை. நீங்கள் இருவரும் மீன்பிடிக்கப் போயிருப்பீர்கள்; நான் உட்கார்ந்து சட்டிபானை கழுவிக்கொண்டிருக்க வேண்டும். நான் ஒன்றும் முட்டாள் அல்ல’ என்றாள். அவள் சொன்னது ஒருவிதத்தில் சரிதான். அப்பா கூறியதற்கு அர்த்தம் என்ன என்று எனக்குப் புரிந்த மாதிரித்தான் இருந்தது. அவர் பலதடவை சொல்லியிருக்கிறார் – பெண்கள் இருக்கும் இடத்தில் தம்மால் சிந்திக்க முடியாது என்று. எனக்கு அப்படி ஒரு சிக்கல் இருந்ததேயில்லை. உண்மையில், அதற்கு நேர்மாறு.

பின்னாட்களில், நான் யோசித்துப் பார்த்திருக்கிறேன், ஒருவேளை அவர் ***எல்லாப்*** பெண்களையும் குறிப்பிடவில்லையோ என்று.

ஆனால், அவர் பேசியது நிழலைப் பற்றி. அந்தப் பாழாய்ப் போன நிழலைப் பற்றி. நாசமாய்ப் போன நிழல், இப்போது விடுமுறைக் காலம் வேறு, என்று அப்பா திட்டுவார். சிலவேளை, அம்மா இல்லாத சமயங்களில் திட்டுகிற மாதிரி. அம்மா வளர்ந்தது ஒரு சிறுநகரத்தில். அங்கு உள்ளவர்கள் நாள்முழுக்க ஏதாவது திட்டிக்கொண்டே இருப்பார்களாம். மேற்கொண்டும் அதைக் கேட்க எனக்கு விருப்ப மில்லை என்று சொல்வாள். என்னைப் பொறுத்தவரை, சூரிய வெம்மையி லிருந்து கொஞ்ச நேரம் விடுபட்டிருப்பது நல்லதுதானே என்று தோன்றியது. மத்தியான வேளையில், காடு தன் மூச்சை அடக்கிக் கொள்கிற பிரகாச வேளையில், என்னை மந்தமாகவும் மயக்கமாகவும் உணர வைக்கும் நறுமணங்களை வெளிப்படுத்துகிற வெப்ப வேளையில், என்னை உறக்கத்தில் ஆழ்த்தும் பொழுதுகளில், நிழலில் இருப்பது நல்லதுதானே.

காரணம் என்னவாய் இருந்தாலும், அவர் முடிவெடுத்துவிட்டார். அநேக மரங்களை வெட்டி, தண்டுகளை ஆற்றில் மிதக்கவிட வேண்டியது தான். நீரோட்டம் ஸ்வீடனிலுள்ள ஒரு மர அறுவை ஆலைக்கு இழுத்துச் செல்லும். எனக்கு இதில் ஒரு ஆச்சரியம், நீரோட்டத்தின்

திசையில் ஒரே கிலோமீட்டர் தொலைவில் பர்க்கால்டின் ஆலை இருந்தது. ஆனால், அது சிறிய, பண்ணை ஆலை. நாங்கள் அனுப்ப விருக்கிற அளவு மரங்களுக்குப் போதுமானதாக இருந்திருக்காது. ஸ்வீடன்காரர்களும், மரங்கள் தரிக்கப்படும் இடத்தில் கொள்முதல் செய்ய ஒப்பவில்லை. அதுதான் அப்போதைய வழக்கம். அவர்களுடைய கிட்டங்கிக்கு வந்து சேர்கிறவற்றுக்கு மட்டும்தான் விலை தருவார்கள். நீரில் மிதந்து வருபவற்றுக்கு அவர்கள் பொறுப்பேற்க மாட்டார்கள். அதிலும், 'ஜூலை மாதத்தில் நிச்சயம் மாட்டோம்' என்று சொல்லி விட்டார்கள்.

'கொஞ்சம் கொஞ்சமாக நாம் வெட்டலாமோ? இந்த வருடம் கொஞ்சம், அடுத்த வருடம் என்கிற மாதிரி.' என்று நான் ஆலோசனை சொன்னேன்.

'என்னுடைய மரத்தை எப்போது வெட்ட வேண்டும் என்று நான்தான் முடிவு செய்வேன்'. என்றார் அவர். நான் சொன்ன ஆலோசனை, அது அவருடைய முடிவா அல்லவா என்பதைப் பற்றியது அல்ல. ஆனாலும், நான் அத்தோடு விட்டுவிட்டேன். எனக்கு அது முக்கியமானது இல்லை. மேற்படி வேலையில் என்னையும் சேர்த்துக் கொள்வாரா என்பதுதான் எனக்கு முக்கியம். வேறு யார் இருக்கிறார்கள் என்றும் கவலை. ஏனென்றால், அது மிகக் கடினமான வேலை. செய்வது இன்னதென்று உங்களுக்குத் தெரியாத பட்சத்தில், நிச்சயம் அபாயகரமானதும் கூட. நானறிந்த மட்டில், மரம் தரிக்கும் வேலையை இதற்கு முன்னால் அப்பா செய்ததேயில்லை. உண்மையிலேயே அவர் செய்ததில்லைதான் – இன்று அது எனக்குத் தெரிகிறது. ஆனால், அவருடைய தன்னம்பிக்கை அபாரமானது. எதை வேண்டுமானாலும் எடுத்துச் செய்யவும், வெற்றி பெறுவோம் என்று நம்பவும் அவரால் முடியும்.

ஆனால், முதலில் வைக்கோலை உலர்த்த வேண்டிய பருவம் அது. புயலுக்குப் பிறகு, அதிகம் மழை பெய்யவில்லை. இரண்டே நாட்களில் தாள்கள் காய்ந்துவிட்டன. ஒருநாள் காலை, அப்போதுதான் படிய வாரிய தலையும் பைக்குள் நுழைத்த கைகளுமாக பர்க்கால்டு எங்களிடம் வந்தார். கவைக்கோலுடன் கிளம்பி வந்து அவருக்கு உதவ முடியுமா என்று கேட்டார். சென்ற வருடம் நானும் அப்பாவும் உழைக்கா திருந்தால் அவருடைய வைக்கோல் அடித்துச்செல்லப் பட்டிருக்கும் என்று அவர் உறுதியாக நம்புகிறாராம். அதிலும் குறிப்பாக என்னுடைய உழைப்பு என்று அவர் முகத்துதியாகச் சொன்னதை நான் புரிந்து கொள்ள வேண்டுமாம். இனாமாக வேலை வாங்க எண்ணுகிறார் என்று புரிந்துகொள்ளுமளவு நான் பெரியவனாகியிருந்தேன். ஆனாலும், அவர் சொன்னது சரிதான். நாங்கள் கடுமையாக உழைத்திருந்தோம்.

தாடியை வருடினார் அப்பா. அரைக்கண்ணால் சூரியனை ஒரு கணம் பார்த்தார். பிறகு பக்கவாட்டில் குனிந்து என்னைப் பார்த்தார். நாங்கள் படிக்கட்டில் நின்றிருந்தோம்.

'என்ன சொல்கிறாய், ட்ரோண். டீ' என்று கேட்டார். டோபையாஸ் என்பது என்னுடைய இடைப் பெயர். ஆனால் அதை ஒருபோதும் நான் பயன்படுத்தியதில்லை. அப்பா வெகுதீவிரமாகப் பேசுவதாகத் தென்பட வேண்டும் என்று விரும்பியபோது மட்டுமே அந்த டீ வெளிப்படும். மற்றவனைக் கொஞ்சம் கேலி செய்யலாம் என்பதற்கு எனக்கு அவர் அளிக்கும் சங்கேதம் அது. 'ஆஆஆமாம்' என்றேன். 'அப்படியும் செய்யலாம்தான்.'

'நம்முடைய வேலையையும் நாம் பார்க்க வேண்டியிருக்கிறது' என்றார் அவர்.

'வாஸ்தவமான பேச்சு. நாம் செய்து முடிக்கவேண்டிய சிலது இருக்கத்தான் செய்கிறது. ஆனாலும், ஓரிரு நாட்களில் முடிக்கப் பார்க்க லாம்' என்றேன்.

'முடிக்கப் பார்க்கலாம்; ஆனால், அது அவ்வளவு எளிதில்லை' என்றார் அப்பா.

'ஆமாம், கடினம்தான். ஆனால் ஏதாவது பொருட்களைப் பண்ட மாற்று செய்துகொண்டால் வசதியாக இருக்கலாம், ஒருவேளை' என்றேன்.

'சரியாகச் சொன்னாய். பண்டமாற்று செய்துகொள்வது நிச்சயம் மோசமான சமாசாரமில்லை' என்றார் அப்பா, என்னைக் குறுகுறுவென்று பார்த்தபடி.

'சேணத்தோடு கூடிய குதிரை' என்றேன். 'அடுத்த வாரத்தில் அல்லது அதற்கடுத்த வாரத்தில் சில நாட்களுக்கு'

'ரொம்பச் சரி' என்று அகலமாகப் புன்சிரித்தார் அப்பா. ஒரு டீ க்கு மிகவும் பொருத்தமானது. இதற்கு நீங்கள் என்ன சொல்கிறீர்கள், பர்க்கால்டு?'

நாங்கள் சுற்றிவளைத்துப் பேசிக்கொள்வதைக் கேட்டு, முற்றத்தில் நின்றிருந்த பர்க்கால்டின் முகம் திகைத்துப்போய் இருந்தது. பிறகு, பொறிக்குள் நேரே வந்து சிக்கினார். தலைமுடியைக் கோதியவாறு சொன்னார்:

'ஆஹா. ஏன் கூடாது? நீங்கள் தாராளமாக ப்ரோனாவை எடுத்துக் கொள்ளலாம்.' எங்களுக்குக் குதிரை எதற்காகத் தேவைப்படுகிறது என்று கேட்க விரும்புகிறார் என்பதை என்னால் காண முடிந்தது. ஆனால், ஏதோவொரு வகையில் தமது பிடியை விட்டுவிட்டதாக உணர்ந்தார். தம்மை அசடாகக் காட்டிக்கொள்ள விருப்பமில்லை அவருக்கு.

மறுநாள் காலையில், மிச்சமிருக்கும் பனியும் உலர்ந்த பிறகு, புல்லை அறுத்துப்போட ஆரம்பித்துவிடுவதாகவும், வடக்கிலுள்ள புல்தரைக்கு நாங்கள் வந்துசேர்ந்தால் போதுமென்றும் எங்களிடம் சொல்லிவிட்டு, விடைபெறும் விதமாகக் கையுயர்த்திவிட்டு பர்க்கால்டு நகர்ந்தார். அங்கிருந்து அகலுவது அவருக்கு மகிழ்ச்சியளித்தது வெளிப் படையாய்த் தெரிந்தது. தமது படகில் ஏறுவதற்கு ஆற்றை நோக்கிச்

குதிரை வேட்டை   51

சென்றார். அப்பா இடுப்பில் கைகளையூன்றியபடி என்னைப் பார்த்துக் கேட்டார்:

'பிரமாதம். உனக்கு எப்படி அந்த யோசனை உதித்தது?' அவருக்குத் தெரியாது, மரத்தண்டுகளை நகர்த்துவது தொடர்பாக நான் எவ்வளவு எச்சரிக்கையாக யோசித்துவைத்திருந்தேன் என்பது. ஒரு குதிரை தேவை என்கிற மாதிரி எதுவுமே அவர் குறிப்பிடவில்லை. நான் என் துடுப்பை நுழைத்ததற்குக் காரணம், வெறுங்கைகளால் ஆற்றங்கரைக்கு மரத்தண்டு களை நாங்கள் இழுத்துச் செல்ல முடியாது என்பது எனக்குத் தெரிந் திருந்தது. ஆனால், நான் பதில் சொல்லவில்லை. புன்சிரித்தபடி தோளை மட்டும் குலுக்கினேன். என் தலைமுடியைக் கொத்தாகப் பிடித்து தலையைச் செல்லமாக உலுக்கினார் அவர்.

'நீ அசட்டுப்பயல் இல்லை' என்றார். அவர் சொன்னது சரிதான். எனக்குமே அப்படித்தான் நினைப்பு – நான் முட்டாள் இல்லை என்று.

ஆடுடைய இறுதிச் சடங்கு நடந்து நான்கு நாள் ஆகியிருந்தது. அன்றிலிருந்து ஜானை நான் பார்க்கவேயில்லை. அது கொஞ்சம் விசித்திரம்தான். காலையில் விழிக்கும்போது, முற்றத்திலும் படிக்கட்டிலும் அவன் காலடியோசை கேட்கிறதா, கொண்டிகளில் துடுப்புகள் கிறீச்சிடும் ஒலி கேட்கிறதா, கரையிலுள்ள பாறைகளில் அவனது படகு லேசாக மோதும் சப்தம் கேட்கிறதா என்று கவனிப்பேன். ஆனால், ஒவ்வொரு நாள் காலையிலும் சகலமும் நிசப்தமாய் இருந்தது. பறவைகள் பாடும் ஒலியும்; மர உச்சிகளில் காற்றும்; எங்களுக்கு வடக்கிலும் தெற்கிலு மிருந்த கோடைத் தலங்களிலிருந்து, எங்கள் மரவீட்டின் பின்புறமிருந்த குன்றுகளின் பசுமையில் நாள் முழுவதும் மேய ஓட்டிச் செல்லப்படும் கால்நடைகளின் கழுத்துமணிச் சப்தமும் தவிர வேறு ஒலிகள் இல்லை. ஐந்து மணிக்கு பால்காரிகள் புல்வெளிகளில் வெளிப்பட்டு, சாலையில் வீட்டுக்கு இட்டுச் செல்லும்வரை அவை மேய்ந்துகொண்டிருக்கும். திறந்த ஜன்னலுக்கு அருகில் என் படுக்கையில் கிடந்தபடி மணிகளின் கூர்மையான உலோகக் கிலுங்கலைக் கேட்டுக்கொண்டிருப்பேன். நடக்கும் தரை மாறும்போது மணிகளின் ஒலியும் மாறும். அந்த நேரத்தில் இந்த மரவீட்டில், என் அப்பாவுடன் இருப்பதைத் தவிர வேறு எந்த இடமும் எனக்கு உவப்பானதில்லை, என்ன நடந்தாலும் சரி, என்று எண்ணியபடி படுத்திருப்பேன். ஒவ்வொரு முறை நான் உடை மாற்றும்போதும், கதவருகே ஜான் நிற்கவில்லை என்பதில் ஒரு ஆசுவாசம் ஏற்படும். உடனடியாக, அவமானமாய் உணர்வேன். தொண்டை கரகரக்கும். அது மணிக்கணக்காய் நீடிக்கும்.

அவனை ஆற்றின் அருகில் காணவில்லை. கரையோரம் தூண்டில் கழியுடன் அவன் இருப்பதை; அல்லது படகில் மேல்நோக்கியோ, கீழ்நோக்கியோசெல்வதை நான் பார்க்கவில்லை. நாங்கள் சேர்ந்து வெளியில் திரிந்தோமா என்று அப்பா என்னைக் கேட்கவில்லை. அவர் அவனைப் பார்த்தாரா என்று நானும் விசாரிக்கவில்லை. அப்படித்தான் இருந்தது நடைமுறை. நாங்கள் காலை உணவு

சாப்பிட்டோம், வேலைக்குரிய உடைகளை அணிந்துகொண்டோம், மரவீட்டுடன் சேர்த்து வாங்கியிருந்த பழைய தோணியை நோக்கி இறங்கிச் சென்று, ஆற்றின் குறுக்காகத் துடுப்புப் போட்டோம்.

சூரியன் பிரகாசமாக இருந்தது. படகின் பின்புறக் குறுக்குப் பலகையில் நான் அமர்ந்திருந்தேன். கூசும் வெளிச்சத்துக்கும், பார்த்துப் பழகிய அப்பாவின் முகத்துக்கும் சேர்த்து என் கண்களை மூடியிருந்தேன். அவர் இயல்பாகத் துடுப்புத் தள்ளிக்கொண்டிருக்க, இவ்வளவு சீக்கிரம் உயிரிழப்பது என்ன மாதிரியான உடலுணர்வு தரும் என்பது பற்றி யோசித்துக்கொண்டிருந்தேன். உயிரிழப்பது என்பது, கையில் ஒரு முட்டை வைத்திருக்கிறீர்கள்; அதைக் கீழே தவற விட்டீர்கள்; அது தரையில் விழுந்து உடைந்துவிட்டது என்கிற மாதிரி. அது எந்த மாதிரியான தொடுஉணர்வையும் தருவதற்கில்லை என்பது எனக்குத் தெரியும். நீங்கள் இறக்கிறீர்கள் என்றால், நீங்கள் இறக்கிறீர்கள். அதற்கு முந்தைய நுண்கணத்தில், அதுதான் இறுதிக் கணம் என்பது உங்களுக்குத் தெரியுமா, அப்போதைய உணர்வு எப்படியிருக்கும். ஒரு குறுகலான திறப்பு அங்கே இருந்தது, வெறுமனே பாதி திறந்திருக்கும் கதவு மாதிரி, அதை முன்னால் தள்ளினேன், ஏனென்றால் நான் உள்ளே நுழைய **விரும்பினேன்**, பின்னர் அந்த விரிசலில் பொன்னொளியின் ரேகை தெரிந்தது, என் மூடிய இமைகளின் மீது சூரிய ஒளி படிந்ததால் விளைந்தது அது. அப்புறம் திடீரென்று நான் உள்ளே சரிந்தேன், நிச்சயம் ஒரு மின்னற் பொழுது நான் அங்கே இருந்தேன். அது எனக்கு அச்சம் தரவேயில்லை. ஒருவிதத் துயரம் அளித்தது, அனைத்தும் எவ்வளவு சாந்தமாக இருக்கிறது என்ற வியப்பை அளித்தது. நான் கண்ணைத் திறந்தபிறகும் அந்த உணர்வு என்னுடன் தங்கிவிட்டது. ஆற்றைத்தாண்டி மறுகரையைப் பார்த்தேன், அது இன்னும் அங்கே இருந்தது. அப்பாவின் முகத்தை வெகுதொலைவிலிருந்து பார்ப்பது போல நோக்கினேன். பலமுறை கண்ணிமைத்துவிட்டு, ஆழ மூச்சிழுத்தேன். சற்று நடுங்கவும் செய் திருப்பேன் போல. ஏனெனில், அவர் விசாரிப்பதுபோலப் புன்சிரித்த வாறு கேட்டார்:

'என்ன செய்கிறது, தலைவரே?'

நன்றாய்த்தான் இருக்கிறேன்' என்றேன், சற்றுத் தயங்கி. ஆனால், நாங்கள் கரையேறி, படகைக் கட்டிப்போட்டுவிட்டு, புல்வெளியில் வேலியோரமாக நடந்துபோனபோதும், அது எனக்குள் எங்கோ இருக்கிற மாதிரித்தான் உணர்ந்தேன். ஒரு சிறிய மீதம், பளீரென்ற மஞ்சள் கறை, அநேகமாய் என்னைவிட்டு எப்போதுமே நீங்காமல் இருக்கப் போகிற ஒன்று.

வடக்குப் புல்தரைக்கு நாங்கள் வந்து சேர்ந்தபோது, ஏற்கனவே ஆட்கள் வந்திருந்தனர். புல்வெட்டும் எந்திரத்தின் அருகில் பர்க்கால்டே நின்றிருந்தார். கடிவாளத்தைத் தம் கையில் பற்றியபடி, ஏறத் தயாராக இருந்தார். எனக்கு அந்தக் குதிரையை அடையாளம் தெரிந்தது, நாங்கள் சேர்ந்து செய்த சவாரியின் காரணமாக என் கவட்டில் ஏற்பட்ட

குதிரை வேட்டை

நோவு இன்னமும் இருந்தது. கிராமத்து ஆட்கள் இருவரும், நான் இதுவரை பார்த்திராத ஒரு பெண்மணியும் இருந்தனர். அந்தப் பெண் ஒரு குடியானவனின் மனைவி போல இல்லை. ஒருவேளை, இங்கு வசிக்கும் யாரோ ஒருவரின் உறவுப்பெண்ணாக இருக்கலாம். பர்க்கால்டின் மனைவி ஜானுடைய தாயாருடன் பேசிக்கொண்டிருந்தார். அவர்கள் இருவரும் கூந்தலைத் தளர்வான உச்சிக்கொண்டையாக முடிந்திருந்தார்கள். சாயம் போன, பூப்போட்ட பருத்தியாடைகள் அணிந்திருந்தார்கள். உடம்போடு ஒட்டிய ஆடை. ஆடுசதை வரை உயர்ந்த காலணிகள் போக, கால்களின் மீதிப்பகுதி வெளித்தெரிந்தது. தங்களுடைய உயரத்தைப் போல இருமடங்கு நீளமான பிடிகள் கொண்ட களைவாரிகளைக் கையில் வைத்திருந்தார்கள். காலைக் காற்றினூடே அவர்களுடைய குரல் பாதையில் வரும்போதே எங்களுக்குக் கேட்டது. ஜானுடைய தாயார் இடவசதியற்ற அவர்களுடைய வீட்டில் இருப்பதை விட, இங்கே புல்வெளியில் வித்தியாசமாகத் தென்பட்டார். பார்த்த மாத்திரத்தில் தெரிவதாக இருந்த அதை அப்பாவுமே கவனித்து விட்டார் என்பது வெளிப்படையாகத் தெரிந்தது. தன்னியல்பாக நாங்கள் தலைதிருப்பி பார்வைகளைப் பரிமாறிக்கொண்டோம் — மற்றவர் பார்த்தது என்ன என்பதை அறிந்த மாதிரி. என் முகம் வெம்மையடைந்தது. பதற்றமாகவும் அசௌகரியமாகவும் உணர்ந்தேன். என்னுடைய சொந்த ஆச்சரியங்கள் காரணமா, அல்லது அப்பாவுக்கும் என்னை மாதிரியே சிந்தனை ஓடுவதைக் கண்டதாலா என்று தெரியவில்லை. நான் முகம் சிவந்ததைப் பார்த்து அவர் மிருதுவாகச் சிரித்தார், ஆனால் பரிவாக அல்ல — அப்படித்தான் நான் சொல்வேன். சும்மா சிரித்தார். கிட்டத் தட்ட உற்சாகமாக.

புல்வெட்டும் எந்திரத்தை நோக்கிப் புல்வெளியின் குறுக்காக நடந்தோம். பர்க்கால்டுக்கும் அவரது மனைவிக்கும் வணக்கம் சொன்னோம். ஜானுடைய தாயார் எங்களுடன் கைகுலுக்கினார். ஆடின் இறுதிச் சடங்கில் நாங்கள் பங்கேற்றதற்கு நன்றி தெரிவித்தார். கம்பீரமாகத்தான் இருந்தார். விழியோரங்கள் சற்றே அதைத்திருந்தன. ஆனால், மனமுடைந்தவராகத் தென்படவில்லை. அழகாகச் சிவந்த சருமம். நீலநிற ஆடை. அவருடைய நீல விழிகள் மினுங்கின. என்னுடைய அம்மாவைவிட சில ஆண்டுகளே இளையவர். பிரகாசமாக இருந்தார் என்றே சொல்லலாம். தெளிவான வெளிச்சத்தில் அவரை நான் முதன்முறையாகப் பார்க்கிற மாதிரி இருந்தது. நடந்து முடிந்த சம்பவத்தின் காரணமாகத்தான் அப்படி எனக்குத் தெரிகிறதோ என்று எண்ணினேன். அதுமாதிரியானதொரு சம்பவம் ஒருத்தரை தனித்துத் தெரிகிற விதமாகவும், ஒளிரும்படியும் ஆக்குமோ என்றும் கேட்டுக்கொண்டேன். அந்த அம்மாளின் பார்வையைத் தவிர்ப்பதற்காக நான் தரையையும், புல்வெளியையும் உறுத்துப் பார்க்க வேண்டியிருந்தது. குவிந்து கிடந்த கழிகளை நோக்கிப் போனேன். அங்கிருந்த கருவிகளில் ஒரு கவைக்கோலை எடுத்து அதில் முட்டுக்கொடுத்து நின்றேன். குறிப்பாக எதையும் நோக்காமல், பர்க்கால்டு வேலையை ஆரம்பிப்பதற்காகக் காத்திருந்தேன். அப்பா கொஞ்சநேரம் பேசிக்கொண்டிருந்தார். பிறகு அவரும் வந்து

சேர்ந்துகொண்டார். இரண்டு கம்பிச்சுருள்களுக்கு இடையே புல்தரையில் கிடந்த கவைக்கோலை எடுத்துத் தரையில் ஊன்றிச் செலுத்தி என்னை மாதிரியே தாமும் காத்திருந்தார். நாங்கள் ஒருவரையொருவர் பார்ப்பதைத் தவிர்த்தோம். ஓட்டுநர் இருக்கையில் அமர்ந்திருந்த பர்க்கால்டு, குதிரையை உந்தினார். வெட்டுக்கத்திகளைத் தழைத்து இறக்கினார் – எந்திரம் நகரத் தொடங்கியது.

களம் நான்கு பகுதிகளாகப் பிரிக்கப்பட்டிருந்தது. ஒவ்வொரு பகுதியினுள்ளும் ஒவ்வொரு வைக்கோல் போர் அமையும். முதலாவது பகுதியின் மத்தியில் நேர்கோட்டில் புல்லை வெட்டிக்கொண்டே போனார் பர்க்கால்டு. புல்வெளியின் விளிம்பிலிருந்து சில மீட்டர்கள் தள்ளி உறுதியான முளை ஒன்றை, சற்றுச் சாய்வான கோணத்தில், பெரிய சுத்தியலால் அடித்து இறக்கினோம். கம்பிச்சுருளின் ஒரு முனையை முளையில் இறுக்கிக் கட்டினோம். என்னுடைய வேலை, தேய்ந்து பளபளக்கும் இரண்டு பிடிகளைப் பற்றித் தூக்கி, அந்தச் சுருளைத் அவிழ்ப்பது. கெட்டியாகப் பிடித்தபடி, பர்க்கால்டு புல்வெட்டிய பகுதியில் பின்னோக்கி நடக்க வேண்டும். சுருள் கனமாக இருந்தது. சில மீட்டர்களுக்குப் பிறகு, என் மணிக்கட்டுகள் வலிக்கத் தொடங்கின. தோள்கள் கடுமையாக நொந்தன – ஏனென்றால் அந்தக் கனத்த சுருள் தொடர்பான மூன்று வேலைகளை ஒரே சமயத்தில் செய்தாக வேண்டும். என் தசைகள் இன்னும் பதப்பட்டிருக்கவில்லை. கம்பி மெல்ல அவிழ்ந்து வந்தபோது, கொஞ்சம் சுலபமாகியது – ஆனால் அதற்குள் நான் மிகமிகத் தளர்ந்திருந்தேன். சடாரென்று, உடல் சார்ந்த சகலத்துக்கும் எதிராக ஓர் எதிர்ப்புணர்வு கிளர்ந்தது. அங்கிருந்த யாரும் என்னை இப்பேர்ப்பட்ட நகரச் சிறுவனாகக் காண்பதை நான் விரும்பவில்லை. குறிப்பாக, ஜானுடைய தாயார் தனது கூசவைக்கும் நீலப்பார்வையை என்மீது பதித்திருந்தார். எப்போது வலிக்கலாம் என்பதை நான்தான் முடிவு செய்யவேண்டும்; அது வெளியில் தெரியலாமா கூடாதா என்பதை நான்தான் தீர்மானிக்க வேண்டும். வலியை என் உடம்புக்குள்ளே அழுத்திக்கொண்டேன்; முகம் என்னைக் காட்டிக்கொடுத்து விடாதபடி. தோள்களை உயர்த்தி சுருளைப் பிரித்துக்கொண்டே போனேன் – கம்பி தீரும்வரை; புல்வெளியின் விளிம்புக்கு நான் வந்துசேரும்வரை. புதிதாக வெட்டப்பட்ட புல்லின் சிறுகுவியல்மீது வட்டைக் கிடத்தினேன். கம்பி விறைப்பாக இருந்தது. அனைத்தையும், என்னால் முடிந்த அளவு நிதானமாகச் செய்தேன். நிதானமாகச் சோம்பல் முறித்தேன். காற்சட்டைப் பைகளுக்குள் கைகளை நுழைத்து, தோள்களைத் தளர விட்டேன். என் கழுத்தைக் கத்தியால் வெட்டுவதுபோல இருந்தது. மற்றவர்களை நோக்கி மெல்ல நடந்தேன். அப்பாவைத் தாண்டிப் போகும்போது, சாதாரணமாகக் கையுயர்த்தி என் முதுகில் தட்டினார். மெல்லச் சொன்னார்:

‘நன்றாக வேலை செய்தாய்’. அது போதுமானதாய் இருந்தது. வலி மாயமாய் மறைந்தது. அடுத்த வேலையைச் செய்ய ஆவலாகி விட்டேன்.

களத்தின் முதல் பகுதியில் புல்வெட்டி முடித்திருந்தார் பர்க்கால்டு. அடுத்த பகுதியின் முதல் கட்டையும் வெட்டிவிட்டார். இப்போது குதிரையின் அருகில் நின்றிருந்தார், பாக்கியிருக்கும் வேலையை நாங்கள் முடிப்பதற்காக. அவர் முதலாளி. அப்பா சொல்கிற மாதிரி, உட்கார்ந்து கொண்டே சிறப்பாக வேலை பார்க்கிற, நின்றுகொண்டே ஓய்வெடுக்கிற ஆட்களில் ஒருவர். அதாவது, இரண்டாவது காரியம் தொடர்ந்து நடக்காத பட்சத்தில், அவர் எப்படியும் மீண்டும் உட்கார்ந்துதானே ஆகவேண்டும். அதாவது, அவருக்கு எதிலிருந்தாவது ஓய்வு தேவைப்படும் பட்சத்தில். எனக்கு அதுபற்றி உறுதியாகத் தெரியவில்லை. அந்தக் குதிரையை ஓட்டிச் செல்வது அப்படியொன்றும் சக்தியை உறிஞ்சி விடக் கூடியதல்ல. இந்த வேலையை அது முன்பே பலதடவை செய்திருக்கிறது. கண்ணை மூடிக்கொண்டு செய்யக்கூடியது. இப்போது வெறுத்துப்போய் நிற்கிறது. நகர விரும்புகிறது, ஆனால் அதற்கு அனுமதி யில்லை. பர்க்கால்டு எதையும் முறைப்படி செய்கிறவர். மொத்தக் களத்தையும் ஒரே மூச்சில் வேலைசெய்து முடிக்கும் திட்டம் இல்லை அவருக்கு. முதலில் ஒரு பகுதி, அடுத்ததாக இன்னொன்று. அதிலும், மேகமற்ற ஆகாயத்தில் சூரியன் பிரகாசிக்கிறது; நிச்சயமாக, தொடர்ந்தும் இப்படியேதான் இருக்கப் போகிறது. பகல் மிகமிக முற்றிவிட்டது. எங்கள் சட்டைகள் வியர்வையால் முதுகில் ஒட்டுகின்றன. ஒவ்வொரு தடவை கனத்த சுமையைத் தூக்கும்போதும், நெற்றியிலிருந்து வியர்வை வழிகிறது. சூரியன் நேர் தெற்கே இருந்தது. பள்ளத்தாக்கில் ஒரு நிழல்கூட இல்லை. வளைந்து செல்லும் ஆறு பளபளக்கிறது. கடைக்கு அருகிலுள்ள பாலத்தின் அடியில், சரிவில் அது படுவேகமாகப் பாயும் ஒலி எங்களுக்குக் கேட்கிறது. கை கொள்ளுமளவு கம்பங்களைச் சுமந்துகொண்டு, இரும்புக் கம்பி நீளும் தடத்தில் உரிய இடைவெளிகளில் கொண்டு சேர்த்துவிட்டு வெறுங்கையுடன் திரும்பிவருகிறேன் – மறுபடியும் சுமந்து செல்வதற்காக. அப்பாவும், கிராமத்து ஆட்களில் ஒருவரும் நீளத்தை அளந்து, இரண்டு மீட்டருக்கு ஒன்று என கடப்பாரையால் குழி தோண்டுகிறார்கள் – கம்பித் தடத்துக்கு இரண்டு புறமும் ஒன்று மாற்றி ஒன்று என. மொத்தம் முப்பத்திரண்டு குழிகள். அப்பா இப்போது உள்சட்டை மட்டுமே அணிந்திருக்கிறார். அவருடைய கறுப்பு முடிக்கும், பழுப்புநிற சருமத்துக்கும், மிருதுவான பளபளக்கும் தோள்களுக்கும் மாறாக வெண்ணிற உள்சட்டை. வேலி அமைப்பதற்கான பெரிய கடப்பாரை உயரே போகிறது. ஈர மண்ணில், உறிஞ்சும் ஒலியுடன் கனத்து இறங்கு கிறது. ஒரு யந்திரம் போல, உற்சாகமாக, என் அப்பா. அவர் காலடியை யொட்டி, ஜானுடைய தாயார் – இரும்புக் கம்பிச் சுருள் கிடக்கும் இடம்வரை, அடுக்கைத் தாங்கிப் பிடிப்பதற்கானப் புதிய முளை அடிக்கப்படவிருக்கும் இடம்வரை, பள்ளங்களில் கோல்களை நாட்டிய படி. என்னால் அவர்களை ஊன்றிக் கவனிக்காமல் இருக்க முடியவில்லை.

ஜானுடைய தாயார் ஒருமுறை நின்றார். கழியைக் கீழே போட்டார். சில எட்டுகள் வைத்து, முதுகைத் திருப்பிக்கொண்டு நின்றார். கீழே ஆற்றைப் பார்த்துத் தோள்குலுங்கினார். அப்பா நிமிர்ந்தார். கையுறை அணிந்த கரங்களால் கடப்பாரையைப் பிடித்தபடி காத்திருந்தார்.

பின்னர் அந்த அம்மாள் திரும்பினார். பளிச்சென்றிருந்த முகத்தில் நீர்க்கறை இருந்தது. அப்பா புன்னகைத்தபடி அவரை நோக்கித் தலையசைத்தார். அப்பாவின் தலைமுடி புருவத்தின்மீது விழுந்திருந்தது. கடப்பாரையை மீண்டும் உயர்த்தினார். அந்தப் பெண்மணி சாந்தமாகப் புன்னகைத்தார், பதிலுக்கு. வந்து ஒரு கழியைத் தூக்கினார். சற்றே சுழற்சியாக அசைந்து அதைப் பள்ளத்தில் செருகினார். அது நிலையாக நிற்கும் விதமாக. தொடர்ந்து அவர்கள் சென்றார்கள் – முன்பிருந்த அதே லயத்தில்.

ஜானோ, அவனது தகப்பனாரோ வந்திருக்கவில்லை. இத்தனைக்கும், அவர்கள் வருவார்கள் என்று நான் உறுதியாக நம்பினேன். ஏனென்றால், முந்தின வருடம் வந்திருந்தார்கள். இப்போது அவர்களுக்கு வேறு வேலைகள் இருந்திருக்கலாம், ஒருவேளை. அவர்களுடைய சொந்த வேலைகள். அல்லது, அவர்கள் வருமளவு தேறியிராமல் இருக்கலாம். உண்மையில், அந்தப் பெண்மணியால் வர ***முடிந்தது*** என்பதே விசித்திரமாக இருந்தது. ஆனால், அவர் வேலைசெய்வதைக் கொஞ்சநேரம் பார்த்தபிறகு, அதைப்பற்றி நான் மேற்கொண்டு சிந்திக்கவில்லை. ஒருவேளை, மரம் வெட்டுவதற்கு அவர்கள் மூவரையுமே அழைக்கலாம் அப்பா. அது ஒன்றும் முடியாத காரியம் இல்லை. ஏனென்றால் ஜானுடைய தகப்பனார் அந்த வேலையில் நிச்சயம் அதிக அனுபவம் கொண்டவர். ஆனால், மறுபுறம், சமாசாரம் எந்தமாதிரிப் போகுமோ. இருவரும் இதுவரை இருக்கிற மாதிரியே தொடர்ந்தும் இருந்தால் – ஒருவரையொருவர் பார்த்துக்கொள்ளக்கூட இயலாதபடி?

களத்தினூடே கோணல்மாணலான வரிசையில் எல்லாக் கழிகளும் நின்றான பிறகு, அவற்றுக்கிடையே இரும்புக்கம்பியைத் தொடை உயரத்தில் இழுத்துக் கட்ட வேண்டியிருந்தது. இடமும் வலமுமாய் மாற்றிப் பொருத்திய வளையங்களுக்குள் கம்பியைச் செலுத்த வேண்டும், அப்போதுதான் அது நடுவில் நேராக இருக்கும். கிராமத்து ஆட்கள் இருவரும் அந்தப் பணியை எடுத்துக்கொண்டார்கள். அவர்களில் ஒருவர் உயரமானவர்; மற்றவர் குள்ளம். நிஜமாகவே அது பொருத்தமான ஜோடி. அவர்கள் ஏற்கனவே பார்த்திருந்த வேலை அது. சுறுசுறுப்பாகவும், திறமையாகவும் செய்தார்கள். கம்பியைக் கடைசிக் கழிவரை கித்தார் தந்தியைப் போல விறைப்பாக இழுத்து, பர்க்கால்டு மறுமுனையில் அடித்திருந்த முளையில் இறுக்கிக் கட்டினார்கள். மற்றவர்கள் அவரவர் கூடைகளை எடுத்துக்கொண்டு காற்றாடியின் சிறகுகள் மாதிரி சமமான இடைவெளியில் நடந்துபோனோம். எல்லாப் புறங்களிலும் கிடந்த புல்லை எங்கள் கூடைகளில் வாரிப் போடத் தொடங்கினோம். உடனடியாகத் தெரிந்தது – தூர்வாரிகளின் கைப்பிடிகள் ஏன் அவ்வளவு நீளமாக இருந்தன என்று. அந்த மொத்த இடத்தையும் கையாள எங்களுக்குப் போதுமான ஆரத்தை வழங்கின அவை – ஒரு தாள்கூட மிச்சமில்லாமல் வாரும் அளவுக்கு. ஆனால் எங்கள் உள்ளங்கைகளுக்குக் கடினமாய் இருந்தது – அடுக்கு முன்னும் பின்னுமாய் ஓராயிரம் தடவை உராய்ந்த போது. ஒரே மணி நேரத்தில் நாங்கள் கையுறைகள் அணிய வேண்டி வந்தது – தோலில் கீறல்கள், கொப்புளங்கள் மற்றும் சூட்டுக் காயங்கள்

ஏற்படாமல் காத்துக்கொள்ள. முதல் வேலியை நிரப்பினோம். சிலர் கவைக்கோல்களால் சீராகவும், கச்சிதமாகவும் வாரினார்கள். அந்த அளவு அனுபவமில்லாத மற்றவர்கள், அதாவது என்னையும் அப்பாவை யும் போன்றவர்கள், வெறுங்கைகளால் அள்ளிப் போட்டோம். ஆனால், இதுவும் நன்றாகத்தான் நடந்தது. எங்கள் வெற்றுக்கைகளின் உட்புறம் மெல்லப் பச்சை நிறமானது. கம்பியின் உட்பகுதி நிரம்பியது. அடுத்ததைப் பொருத்தி அதையும் நிரப்பினோம். அப்புறம் அதற்கடுத்தது. இறுதியாக ஐந்து கம்பிகள் நெருக்கியடித்து ஒன்றின்மேலொன்றாக நிரம்பும் வரை. உச்சியில் இருந்த கம்பிமீது புல் சற்றுத் தொய்ந்திருந்தது. இரண்டு பக்கத்திலும் கூரைவேய்ந்த மாதிரித் தொங்கியது. மழை விழுந்தால் தண்ணீர் நிற்காது ஓடிவிடும். இந்தப் போர் மாதக்கணக்கில் நிற்கும். உச்சிப் படுகைக்குக் கீழ் வைக்கோல் தாள்கள் அலுங்காமல் இருக்கும். பண்ணைக் களஞ்சியத்தில் உலர்த்தி வைப்பதற்கு நிகரானது இது என்றார் பர்க்கால்டு – அதாவது, எல்லாமே முறையாகச் செய்யப் பட்டிருக்கும் பட்சத்தில். நானறிந்தவரை, குறையென்று எதுவும் தட்டுப் படவில்லை. அந்தத் தரையில் காலங்காலமாக நிற்பது மாதிரி நின்றது போர். சூரியனால் ஒளியேற்றப்பட்டு, நீளமான நிழல் பின்னால் விழ, நிலத்தின் ஒவ்வொரு மடிப்புடனும் இசைந்திருப்பதாக நின்றது. கடைசியில் வெறும் வடிவமாக மீந்துவிட்டது. ஆதிகாலத்து வடிவமாக. இந்தச் சொல் அப்போது என் பயன்பாட்டில் இருக்கவில்லை என்றாலும், அதைப் பார்ப்பதே எனக்கு மகத்தான இன்பம் அளித்தது. இன்றும் புத்தகங்களில் வைக்கோல்போரின் படத்தைப் பார்க்கும்போது, அதே உணர்வை எட்டுகிறேன். ஆனால், அதெல்லாம் இறந்த காலத்தின் சமாசாரங்களாகி விட்டன. தேசத்தின் இந்தப் பகுதியில் அந்தமாதிரி யாருமே வைக்கோல் போர் கட்டுவதில்லை இப்போதெல்லாம். ட்ராக்டர் மீது அமர்ந்த ஒரே ஒரு மனிதன்; தரையில் உலர்த்துவது; புரட்டிப் போட்டுக் காயவைக்கும் யந்திரமும், வைக்கோலைக் கட்டாக ஆக்கும் யந்திரங்களும், தீவனத்தைப் பேணுவதற்கு, நாற்றமடிக்கிற பிரம்மாண்ட மான ப்ளாஸ்டிக் கனசதுரப் பேழைகளும் என்று ஆகிவிட்டது இன்று. இன்பமான உணர்வு என்பது, காலம் போய்விட்டதே என்னும் உணர்வாகத் திரிந்துவிட்டது – அதுவெல்லாம் வெகுகாலத்துக்கு முன்னால் என்கிற மாதிரி – முதுமையை எட்டிவிட்டதை திடீரென்று உணர வைப்பதாக.

○

58 பெர் பெதர்சன்

5

அவனைப் பார்த்த முதல் சில தடவைகளில் எனக்கு அடையாளம் தெரியவில்லை. லிராவுடன் தாண்டிச் செல்லும்போதெல்லாம் சும்மா தலையாட்டிவிட்டுப் போவேன். ஏனெனில், என் மனம் அந்த விதமாக யோசித் திருக்கவில்லை, அப்படி ஏன் யோசிக்க வேண்டும்? அவன் தனது மரவீட்டின் இறவாரத்துக்குக் கீழே விறகுக் கட்டுகளை அடுக்கிக்கொண்டிருக்க, நான் முழுக்க முழுக்க வேறேதோ சிந்தனையோடு சாலையில் என் வழி போய்க்கொண் டிருப்பேன். அவன் தன்னுடைய பெயரைச் சொன்ன போதுகூட எனக்குள் பதியவில்லை. ஆனால், நேற்றிரவு படுக்கைக்குப் போன பிறகு, ஆச்சரியப்படத் தொடங்கி னேன். எங்கள் டார்ச் விளக்குகளின் தடுமாறும் வெளிச்சத் தில் நான் பார்த்த அந்த மனிதன், அந்த முகம் சம்பந்தமாக ஏதோ ஒன்று இருந்திருக்கிறது. இப்போது, சட்டென்று, எனக்கு உறுதியாகத் தெரிகிறது. லார்ஸ் லார்ஸ்தான். கடைசியாக அவனை நான் பார்த்தபோது அவனுக்குப் பத்துவயது என்றாலும், இப்போது அறுபதைத் தாண்டி விட்டான் என்றாலும். இது மட்டும் ஒரு நாவலில் நடந்திருந்தது என்றால், நிச்சயம் எரிச்சலூட்டியிருக்கும். உண்மையில் நான் நிறைய வாசித்திருக்கிறேன், அதிலும் கடந்த சில வருடங்களில் நிறையவே. அதற்கு முன்னாலும் தான். நான் வாசித்தவற்றைப் பற்றி சிந்தித்திருக்கிறேன். இதுமாதிரியான தற்செயல் நிகழ்வு புனைகதையில், அதுவும் நவீன நாவல்களில், கொஞ்சம் அதிகப்படியானதாகத் தெரியும். என்னால் சுலபமாக ஏற்றுக்கொள்ள முடியாது. டிக்கன்ஸின் படைப்புக்கு வேண்டுமானால் சரிப்பட்டு வரலாம். டிக்கன்ஸை வாசிக்கும்போது, மறைந்துபோன ஓர் உலகத்தின் நீண்ட கதைப்பாடலை வாசிக்கிறீர்கள். ஒரு சமன்பாடுபோல அனைத்தும் கடைசியில் ஒன்று கூடியாக வேண்டும் அங்கே. முன்னர் கலைக்கப்பட்டவற்றில் மிச்சமிருப்பவை மீட்கப்பட்டாக வேண்டும். அப்போதுதான் கடவுளர்கள் புன்னகை பூக்க ஏதுவாய் இருக்கும் – தடம்

புரண்ட உலகத்துக்கு ஓர் ஆறுதலாக, அல்லது ஒரு கண்டனமாக. ஆனால், இப்போதெல்லாம் அப்படி இல்லை. என் உலகம் அந்தமாதிரி இல்லை. வாழ்க்கையை நடத்துவது விதிதான் என்று நம்புகிறவர்களுடன் எனக்கு உடன்பாடு இருந்ததே இல்லை. அவர்கள் அழுது புலம்புவார்கள்; கையைக் கழுவுவார்கள்; பச்சாதாபத்துக்கு ஏங்குவார்கள். நம்முடைய வாழ்க்கையை நாம்தான் உருவமைக்கிறோம் என்று நம்புகிறவன் நான். எப்படிப் பார்த்தாலும், என் வாழ்க்கையை நானேதான் வடிவமைத் திருக்கிறேன். அதன் பெறுமானத்துக்கு நானே முழுப்பொறுப்பு. ஆனால், நான் போவதற்கு இருந்த எத்தனையோ இடங்களில் மிகக் கச்சிதமாக இங்கேதான் நான் வந்து சேர வேண்டியிருந்தது.

அது எதையும் மாற்றியமைக்கப் போகிறது என்றில்லை. இந்த இடத்துக்கான எனது திட்டத்தை மாற்றவில்லை; இங்கு வசிப்பதன் அனுபவத்தை மாற்றவில்லை. எல்லாமே முன்புபோலத்தான். அவனுக்கு ***என்னை*** அடையாளம் தெரியவில்லை என்பது நிச்சயம். அப்படியே நீடிக்கட்டும் என்பதுதான் எனது விருப்பமும். ஆனாலும், ***ஏதோ*** வித்தியாசத்தை ஏற்படுத்தத்தான் செய்கிறது.

இந்த இடத்தைப் பொறுத்தவரை, என்னுடைய திட்டம் எளிமை யானது. இதுதான் எனது இறுதி வசிப்பிடம். எவ்வளவு காலம் நீடிக்கும் என்பதைப் பற்றி நான் அதிகம் சிந்திக்கவில்லை. இங்கே ஒரு நாள் என்பது ஒரு நாள் மட்டுமே. நான் முதலில் கவனம் கொள்ள வேண்டியது, உறைபனி அதிகமாய் இருக்கும் பட்சத்தில், குளிர்காலத்தை எப்படிக் கழிப்பது என்பதைப் பற்றித்தான். லார்ஸின் மரவீட்டை நோக்கி இறங்கும் சாலை இருநூறு மீட்டர் நீளம் கொண்டது. அங்கிருந்து பிரதான சாலைக்கு இன்னும் ஐம்பது மீட்டர். என்னுடைய இந்த முதுகை வைத்துக்கொண்டு, அவ்வளவு நீண்ட பகுதியை மண்வாரியால் சுத்தம் செய்வது சாத்தியமில்லை. முன்னெப்போதும்போல உறுதியான முதுகு இருந்தாலுமே கடினம். அப்புறம் வேறெதற்குமே நேரம் இருக்காது.

உறைபனியை அகற்றுவது முக்கியம். குளிர் அதிகரித்துவிடும் பட்சத்தில், காரில் நல்ல பாட்டரி இருப்பதும்தான். மாவட்ட கூட்டுறவு அங்காடி ஆறு கிலோமீட்டர் தொலைவில் இருக்கிறது. கணப்புக்குப் போதுமான அளவு விறகு இருப்பதும் முக்கியம். இந்த வீட்டில் கணப்புச் சட்டகங்கள் இரண்டு இருக்கின்றன. பழையவை. அநேகமாய், வெப்பம் வழங்குவதைவிட, மின்சாரத்தை அதிகமாக இழுப்பவை. எண்ணெய் நிரப்பிய நவீன ரக ரேடியேட்டர்களை நான் வாங்கியிருக்க முடியும். அவற்றிற்கு சக்கரம் இருக்கும். ப்ளக் பாய்ண்ட்டில் செருகிவிட்டு, வேண்டும் இடத்துக்கு இழுத்துப் போகலாம். ஆனால், என்னால் வெப்பத்தை உற்பத்தி செய்துகொள்ள முடியவில்லை என்றால், அது இல்லாமல் சமாளிப்பதுதான் சரி என்பது என் எண்ணம். அதிர்ஷ்ட வசமாக, நான் இங்கு வந்தபோது, புறவீட்டில் மிகப் பெரிய பிர்ச்மர கட்டைக் குவியல் இருந்தது. அது போதுமானது இல்லை. ஏனெனில், நன்கு உலர்ந்த விறகு. வேகமாக எரிந்துவிடக்கூடியது. ஆகவே, சில நாட்களுக்கு முன், நான் வாங்கி வந்த சங்கிலி வாளைக் கொண்டு, பட்டுப்போன ஸ்ப்ரூஸ் மரமொன்றை வெட்டிவீழ்த்தினேன். என்

தற்போதைய பணித்திட்டம், அந்த மரத்தை பயன்பாட்டுக்குரிய சிறு துண்டுகளாக வெட்டி, பழைய விறகின்மேல் அடுக்க வேண்டும், தாமதம் கூடாது. பிர்ச்மர விறகை ஏற்கனவே நிறைய எடுத்தாகிவிட்டது.

அந்த சங்கிலி வாள் ஜான்சியர்டு தயாரிப்பு. அதற்காக, அதுதான் மிகச் சிறந்த தயாரிப்பு என்று நான் நினைக்கிறேன் என்று பொருளல்ல; இந்த வட்டாரத்தில் ஜான் சியர்டை மட்டும்தான் பயன்படுத்துகிறார்கள். கிராமத்து யந்திரப் பட்டறையில் இதை எனக்கு விற்ற ஆசாமி, சங்கிலி அறுந்துவிட்டது என்று வேறெந்தத் தயாரிப்பையாவது நான் பழுது பார்க்கக் கொண்டு வந்தால் அதைத் தொடக்கூட மாட்டோம் என்று சொன்னான். இந்த ரம்பம் புதியது அல்ல. ஆனால் அண்மையில்தான் புதுப்பிக்கப்பட்டது. புத்தம்புதிய சங்கிலி இருந்தது இதில். அந்த ஆளும் கறாரானவனாகத் தென்பட்டான். ஆக ஜான்சியர்டின் ஆட்சிதான் நடக்கிறது இங்கே. அப்புறம் வால்வோ. இத்தனை வால்வோக்களை ஒரே இடத்தில் நான் பார்த்தது கிடையாது – நவீனரக ஆடம்பர மாடல்கள் முதல், பழைய அமேஸான்கள்வரை. அதிலும், முன்னதை விட, பின்னது அதிகம். 1999இல், தபால் அலுவலகத்தின் முன்பு பழைய பிவி மாடல் ஒன்றையும் பார்த்தேன். இந்த இடம் பற்றி அது எனக்கு ஏதோ ஒன்றைத் தெரிவித்தது – ஸ்வீடனுக்கு அருகில் இருக்கிறோம் என்பதையும், உதிரிப் பாகங்களின் விலை மலிவு என்பதையும் தவிர வேறு என்ன என்று எனக்கு உறுதியாகத் தெரியவில்லை. ஒருவேளை, இதை மட்டும்தான் தெரிவித்ததோ என்னவோ.

காரில் ஏறி ஓட்டிச் செல்கிறேன். கீழே சாலையோடு, ஆற்றின் குறுக்கே, லார்ஸின் மரவீட்டைக் கடந்து, காட்டினூடாகச் செல்லும் பிரதான சாலையிலேறிப் போகிறேன். வலதுபுறம் மரங்களின் இடைவெளியில் பளபளக்கும் ஏரி தெரிகிறது. சட்டென்று அது எனக்குப் பின்னால் செல்கிறது. பின்னர், இரு புறங்களிலும், வெகுகாலமாய் அறுவடை நடக்காத, திறந்த, மஞ்சள்வெளி. பெரிய பெரிய காக்கைக் கூட்டங்கள் வயல்வெளிமீது பறக்கின்றன. சூரிய ஒளியில், ஓசையெழுப்பாமல் பறக்கின்றன. சமவெளியின் மறுபுறம், ஓர் ஆற்றின் கரையோரமாக மர அறுவை ஆலை நிற்கிறது. என் வீட்டிலிருந்து பார்க்கிற ஆற்றை விட அகலமாகத் தெரிகிறது இந்த ஆறு. ஆனால், அதே ஏரிக்குள்தான் பாய்கிறது. முன்னர் இது தோணிப் போக்குவரத்துக்குப் பயன்பட்டது. மர அறுவை ஆலை தற்போது உள்ள இடத்தில் இருப்பதற்கு அதுதான் காரணம். ஆனால், அதெல்லாம் வெகுகாலத்துக்கு முன்பு. இப்போதெல்லாம் வெட்டிய மரங்கள் சாலைவழியே கொண்டு போகப்படுகின்றன. ஆலை எந்த இடத்தில் வேண்டுமானாலும் அமையலாம். மரத் தண்டுகள் நிரப்பிய கனத்த வண்டிகளை இழுத்துவரும் சரக்கு லாரியை குறுகலான கிராமச்சாலையின் திருப்பத்தில் எதிர்கொள்வது வேடிக்கையான சமாசாரம் அல்ல. கிரேக்கர்கள் ஓட்டுவதுபோல வண்டியோட்டுவார்கள் அவர்கள் – ப்ரேக்கை அழுத்துவதற்குப் பதிலாக ஹாரனை அழுத்துவார்கள். சில வாரங்களுக்கு முன்னால்தான் நான் ஒரு பள்ளத்துக்குள் வண்டியை விட்டேன். அந்த பிரம்மாண்டமான முரடன், நான்

போகவேண்டிய சிறகுக்குள் என்னை இடிமாதிரிக் கடந்தானா, என்னால் சக்கரத்தை வெறுமனே அழுத்தித் திருகத்தான் முடிந்தது. ஒருவேளை, என்னுடைய நேரம் நெருங்கிவிட்டதோ என்ற எண்ணத்தில் ஒரு கணம் நான் கண்ணை மூடியிருக்கலாம். என் வலது இண்டிகேட்டரின் கண்ணாடி மாத்திரம் ஒரு மரக்கொம்பில் மோதி நொறுங்கியது. நெற்றியை ஸ்டீயரிங் சக்கரத்தில் பதித்தபடி, வெகுநேரம் உட்கார்ந் திருந்தேன். கிட்டத்தட்ட இருட்டிவிட்டிருந்தது. என்ஜின் அணைந்து விட்டது. ஆனால், என் வண்டியின் விளக்குகள் அணையவில்லை. சக்கரத்திலிருந்து தலையை உயர்த்தியபோது, என் காருக்கு எதிரே, வெறும் பதினைந்து மீட்டர் தொலைவில் பிரகாசமான கோட்டு வடிவமாக ஒரு சிவிங்கிப் புலி நின்றிருந்ததைக் கண்டேன். சிவிங்கிப் புலியை அதற்கு முன்பு நான் பார்த்ததேயில்லை. ஆனால், நான் பார்த்துக் கொண்டிருப்பது இன்னது என்பது எனக்குத் தெரிந்தது. எங்களைச் சூழ்ந்திருந்த மாலைப்பொழுதில் துளிக்கூடச் சலனமில்லை. புலி வலப்புறமோ இடப்புறமோ திரும்பவில்லை. சாவகாசமாக நடந்தது. மிருதுவாக, சக்தியை விரயம் செய்யாமல், தனக்குள் தான் நிரம்பி நடந்து போனது. காரை மீண்டும் சாலையில் ஏற்றி ஓட்டிச் சென்றபோது நான் உணர்ந்த அளவு உயிரோட்டமாக முன் எப்போது உணர்ந்தேன் என்பதை நினைவுகூர முடியவில்லை. நானாக இருக்கும் சகலமும் என் தோலுக்கு அடியில் விறைத்தும், நடுங்கிக்கொண்டும் இருந்தன.

மறுநாள், அந்தப் புலியைப் பற்றி கடையில் இருந்தவர்களிடம் சொன்னேன். அநேகமாக அது ஒரு நாயாய்த்தான் இருந்திருக்கும் என்றார்கள். யாரும் என்னை நம்பவில்லை. அன்று நான் சந்தித்தவர் களில் யாருமே சிவிங்கிப் புலியைப் பார்த்தது கிடையாது; அப்புறம் எனக்கு, வந்து ஒரு மாதமே ஆன ஆளுக்கு, அப்படியொரு பாக்கியம் எப்படி வாய்க்கலாம்? அவர்களில் ஒருவனாக இருந்திருந்தால், நானுமே அப்படித்தான் எண்ணியிருப்பேன். ஆனால், நான் பார்த்ததை நான் பார்க்கத்தான் செய்தேன். அந்தப் பெரிய பூனையின் பிம்பம் எனக்குள் எங்கோ ஓர் இடத்தில் இருக்கிறது. விரும்பும்போது வரவழைத்துப் பார்த்துக்கொள்ள முடியும். எனவே, என்றாவது ஒரு நாள், அல்லது இரவென்றாலும் சரிதான், அதை நான் மீண்டும் பார்ப்பேன். பிரமாதமாக இருக்கும் அப்போது.

ஸ்டாட் எரிபொருள் நிலையத்தின் முன்னால் வண்டியை நிறுத்து கிறேன். உடைந்த இண்டிகேட்டர். அதன் கண்ணாடியை நான் இன்னும் மாற்றவில்லை. விளக்கைக்கூட மாற்றவில்லை. அது இல்லாமலே சமாளித்து வருகிறேன். ஆனால், சாயங்காலங்களில் சமாளிக்க முடியாத அளவுக்கு இருட்டு சற்று அதிகரித்து வருகிறது. இண்டிகேட்டர் இல்லாமல் வண்டியோட்டுவது சட்டவிரோதமும்கூட. உள்ளே சென்று, பணிமனையில் இருக்கும் ஆளிடம் பேசுகிறேன். நகரும் கதவின் ஜன்னல் வழி எட்டிப் பார்க்கிறான். விளக்கை உடனடியாக மாற்றிவிடுவதாகவும், கண்ணாடியை பழைய உதிரிப்பாகங்கள் விற்கும் இடத்திலிருந்து வரவழைப்பதாகவும் சொல்கிறான்.

‘பழைய காருக்கு புதிய பாகம் பொருத்தச் செலவழிப்பதில் அர்த்தமில்லை’ என்கிறான். நியாயம்தான், சந்தேகமில்லை. பத்து வருடப் பழைய நிஸான், மடக்கு இருக்கை வாகனம். நான் சுலபமாக ஒரு புதிய கார் வாங்கியிருக்க முடியும், எனக்கு வசதியும் இருந்தது. ஆனால், வீடு வாங்குவதோடு சேர்த்து, என் கையிருப்பின் கணிசமான தொகையை அது சாப்பிட்டிருக்கும். ஆகவே, அந்த முடிவை எடுக்க வில்லை. நாலு சக்கரக் கட்டுப்பாடு உள்ள, ஏதுவான வாகனம் ஒன்றை வாங்கத்தான் திட்டமிட்டிருந்தேன். இந்த இடத்துக்கு அது பயனுள்ள தாகவும் இருந்திருக்கும். ஆனால், மேற்படி வாகனம் சற்று ஆடம்பர மாகவும், புதுப் பணக்காரத்தனமாகவும் இருந்திருக்கும். இறுதியில், இதை வாங்கினேன். நான் இதுவரை ஓட்டிய வண்டிகளைப் போல பின்சக்கரக் கட்டுப்பாடு உள்ளது. ஏற்கனவே அந்த மெக்கானிக்கிடம் பல்வேறு பிரச்சினைகளை எடுத்துச் சென்றிருக்கிறேன். புழுங்கிப் பழசான டைனமோ உள்பட. ஒவ்வொரு முறையும் அவன் இதையேதான் சொல்கிறான். ஒரே காயலாங்கடைக்காரனிடம் ஏற்பாடும் செய்கிறான். புதிய பாகங்களின் விலையைவிட மிகக் குறைவாக இருக்கும். அவன் வாங்கும் சேவைக்கட்டணமும் மிகக் குறைவு. ஆனால், வேலைசெய்யும் போது விசிலடிப்பான். பணியகத்தில் உள்ள வானொலியில் செய்திகள் ஒலிக்கும். குறைவான கட்டணம் வாங்குவதும் வேண்டுமென்றேதான் என்று வெளிப்படையாகத் தெரியும். அவன் மிகவும் நட்பாகவும், பணிவாகவும் நடந்துகொள்வது என்னைக் குழம்பவைக்கும். உண்மையில் நான் கொஞ்சம் எதிர்ப்புணர்வை எதிர்பார்த்திருந்தேன் – குறிப்பாக, என்னிடம் இருப்பது வால்வோ அல்ல என்பதால். ஒருவேளை அவனும் வந்தேறிதானோ என்னவோ.

எரிபொருள் நிலையத்தில் காரை நிறுத்திவிட்டு, தேவாலயத்தைக் கடந்து, சந்திகளைத் தாண்டி, அந்தக் கடைக்குச் செல்கிறேன். இது வழக்கத்துக்கு விரோதமான செயல். நான் பார்த்திருக்கிறேன் – இங்குள்ளவர்கள் எங்கே போனாலும், எவ்வளவு தொலைவானாலும் காரில் ஏறியே போகிறார்கள். கூட்டுறவு அங்காடி நூறு மீட்டர் தொலைவில்தான் இருக்கிறது. ஆனால், வண்டி நிறுத்துமிடத்திலிருந்து ***நடந்து*** வெளியேறிப் போகிற ஒரே ஆள் நான்தான். சகலரும் பார்க்க, கடைக்குள் நுழையும்போது மகிழ்ச்சியாக இருக்கிறேன்.

இடமும் வலமும் திரும்பி வந்தனம் சொல்கிறேன். இப்போது அவர்களுக்கு என்னைப் பழகிவிட்டது. நான் இங்கேதான் வசிக்கப் போகிறேன் என்பதை உணர்ந்துவிட்டார்கள். ஒவ்வொரு ஈஸ்டரின் போதும், கோடைக்காலத்திலும் தங்களுடைய பிரமாண்டமான கார்களில் சும்மா விடுமுறைக்கு மரவீட்டில் வந்து குவிந்து, பகல்பொழுதுகளில் மீன் பிடித்தும் போக்கர் விளையாடியும், சாயங்காலங்களில் இரவுவேளை மதுவை முட்டக் குடித்தும் பொழுதைக் கழிக்கும் ஆசாமிகளைப் போன்றவன் இல்லை நான் என்பதையும்தான். வெளியேறும் இடத்தி லுள்ள வரிசையில், தயங்கித் தயங்கி என்னை அவர்கள் கேள்வி கேட்கத் தொடங்குவதற்குக் கொஞ்சகாலம் பிடித்தது. இப்போது

எல்லாருக்குமே தெரியும், நான் யார், எங்கே வசிக்கிறேன், என்னுடைய பணி வாழ்க்கை, என்ன வயதாகிறது, மூன்று வருடங்களுக்கு முன்னால் நடந்த விபத்தில் என் மனைவி இறந்துபோனது, நான் மட்டுமே தப்பிப்பிழைத்தேன் என்பது, அவள் என்னுடைய முதல் மனைவி அல்ல; முதல் திருமணத்தின் மூலம் எனக்கு இரண்டு முதிர் குழந்தைகள் இருக்கிறார்கள், என் குழந்தைகளுக்கே குழந்தைகள் உண்டு என அனைத்துமே தெரியும். மனைவி இறந்தபிறகு வேலைக்குப் போக எனக்கு விருப்பமில்லாமல் போனது, நானாகவே ஓய்வு பெற்றுவிட்டது, வசிப்பதற்கு முழுக்கமுழுக்கப் புதிய இடமொன்றைத் தேட ஆரம்பித்தது, தற்சமயம் வசிக்கும் வீட்டைக் கண்டதும் நிஜமாகவே மகிழ்ச்சி கொண்டது உட்பட எல்லாவற்றையும் அவர்களிடம் சொல்லி யிருக்கிறேன். எல்லாருக்குமே இவற்றைக் கேட்கப் பிடித்திருந்தது. என்றாலும், இங்கே உள்ள யாரிடமாவது கேட்டிருந்தால் அந்த வீடு என்ன நிலைமையில் இருக்கிறது என்று சொல்லியிருப்போமே என்று ஒருத்தர் விடாமல் சொல்கிறார்கள். பல பேருக்கு அது அமைந் திருக்கும் ரம்மியமான இடம் பிடித்திருந்தது, ஆனால் யாருக்குமே வாங்கும் உத்தேசமில்லை. வசிப்பதற்குரியதாக அதை ஆக்குவதற்குத் தேவைப்படும் உழைப்புதான் காரணம் என்கிறார்கள். சரிதான், தெரிந்திருந்தால் நானும் வாங்கியிருக்க மாட்டேன்; அப்போது, ஒரு சமயத்தில் ஓர் அடி மட்டுமே எடுத்து வைக்க வேண்டும்; மற்றபடி, வசதிக்கான விழைவு ஒரேயடியாக அதிகமாய் இல்லாத பட்சத்தில் அந்த இடத்தில் வசிப்பது சாத்தியம்தான் என்று தெரிந்துகொண் டிருக்கவும் மாட்டேன் என்று பதிலளிக்கிறேன். எனக்கு சிரமமொன்று மில்லை, தாராளமாய் அவகாசம் இருக்கிறது, நான் வேறெங்கும் போவதாயில்லை என்கிறேன்.

உரிய அளவுகளில், அடக்கமும் நெருக்கமுமான தொனியில் சமாசாரங்களை நீங்கள் விவரிக்கும்போது ஜனங்களுக்குப் பிடித்துப் போகிறது. உங்களை அறிந்துகொண்டதாய் எண்ணுகிறார்கள். ஆனால் அவர்கள் அறிந்துகொள்வதில்லை. அவர்கள் உங்களைப் *பற்றி*த் தெரிந்து கொள்கிறார்கள்; அவ்வளவுதான். அவர்களுக்குத் தெரிந்தவை தகவல்கள் மட்டுமே, உணர்வுகள் அல்ல. எந்தவொன்றையும் பற்றிய உங்களது அபிப்பிராயம் என்ன என்பது அல்ல. உங்களுக்கு என்ன நேர்ந்தது, நீங்கள் மேற்கொண்ட தீர்மானங்கள் அனைத்தும் எப்படி உங்களைத் தற்போது உள்ளவிதமாய் ஆக்கியது என்பதையெல்லாம் அவர்கள் அறியமாட்டார்கள். அவர்கள் செய்வது இதுதான் – தங்களுடைய சொந்த உணர்வுகளை, அபிப்பிராயங்களை, ஊகங்களைக் கொண்டு ஒரு புதிய வாழ்க்கையைக் கற்பிதம் செய்கிறார்கள் – உங்களது வாழ்க்கைக்குக் கொஞ்சம்கூடச் சம்பந்தமில்லாததை. அது உங்களைத் தப்பிக்க வைக்கிறது. உங்களை யாரும் தொட முடியாது – நீங்களே அனுமதிக்காதவரை. நீங்கள் செய்யவேண்டியது இதுதான்; பணிவாகவும், புன்னகையுடனும் இருப்பது. அச்சமூட்டும் சிந்தனைகளைச் சற்று ஓரங்கட்டுவது. ஏனென்றால், நீங்கள் என்னதான் முகஞ்சுளித்தாலும் அவர்கள் உங்களைப் பற்றிப் பேசத்தான் செய்வார்கள். அதைத் தவிர்க்க இயலாது. நீங்களுமே அப்படித்தான் செய்வீர்கள்.

எனது தேவைகள் அதிகமில்லை – ஒரு அடுக்கு ரொட்டி, அதன் மீது தடவ ஏதாவது; அதை விரைவாகத் தயாரித்துவிடலாம். வர வர என்னுடைய கூடை எவ்வளவு காலியாக இருக்கிறது என்பது எனக்கே ஆச்சரியம் தருகிறது. தனியாக இருக்கும்போது சாமான்கள் எவ்வளவு குறைவாகத் தேவைப்படுகின்றன என்பதும்தான். சட்டென்று, அர்த்த மில்லாத துக்கம் என்மீது கவிகிறது. கொடுக்கத் தேவையான பணத்தை நான் தேடி எடுக்கும்போது, பணம் வாங்கும் பெண்ணின் பார்வை என் நெற்றியில் படிவதை உணர்கிறேன். 'மனைவியை இழந்தவன்' என்று அங்கே எழுதியிருப்பதையாக்கும் அவள் பார்க்கிறாள். அவர்களுக்கு எதுவுமே புரிவதில்லை – அப்படித்தான் அது.

'இந்தாருங்கள்' என்று பட்டுப்போன்ற மிருதுவான குரலில் தழைவாகச் சொல்கிறாள், மீதிச் சில்லறையைக் கொடுத்தபடி.

'மிக்க நன்றி' என்கிறேன். கிட்டத்தட்ட அழும் நிலையில் இருக்கிறேன். நல்லவேளை, நான் வாங்கிய பொருட்கள் கொண்ட பையுடன் வேகமாக வெளியேறுகிறேன். எரிபொருள் நிலையத்துக்குப் போகிறேன். நான் அதிர்ஷ்டக்காரன். அவர்களுக்கானால் எதுவுமே புரிவதில்லை.

இண்டிக்கேட்டரின் விளக்கை அவன் மாற்றிவிட்டான். பயணிகள் அமருமிடத்தில் என் பையைப் போடுகிறேன். எரிபொருள் வழங்கும் குழாய்களுக்கிடையே நடந்து கடைக்குள் செல்கிறேன். அவனுடைய மனைவி கவுண்ட்டருக்குப் பின்னாலிருந்து புன்னகைக்கிறாள்.

'ஹாய்' என்கிறாள்.

'ஹாய்' என்கிறேன். 'அந்த விளக்கு . . . எவ்வளவு ஆயிற்று?'

'அதிகமில்லை. அது இருக்கட்டும், ஒரு கோப்பை காஃபி அருந்த லாமா? ஒலாவ் இன்னும் ஐந்து நிமிடம் எடுத்துக்கொள்வான்' என்றபடி, கடைக்குப் பின்புறம் திறந்திருக்கும் கதவைக் கட்டைவிரலால் சுட்டு கிறாள். மறுப்பது கடினம். சற்றுக் குழம்பிய மனத்துடன், திறந்திருக்கும் கதவைப் பார்த்துப் போகிறேன். எட்டிப் பார்க்கிறேன். மெக்கானிக் ஒலாவ் கம்ப்யூட்டர் திரைக்கு முன்னால் நாற்காலியில் அமர்ந்திருக்கிறான். மேலிருந்து கீழாக நீளும் வரிசையில் எண்கள் ஒளிர்கின்றன. அவற்றில் எதுவுமே சிவப்பு நிறமில்லை, நான் பார்த்தவரை. ஒரு கையில் காஃபிக் கோப்பையும், மற்றதில் சாக்லேட் துண்டும் வைத்திருக்கிறான். என்னை விட இருபது வயது சிறியவனாக இருக்க வேண்டும். ஆனால், முதிர்ந்தவர்கள் என்னைவிட மிகவும் இளையவர்களாக இருப்பதைக் கண்டு இப்போதெல்லாம் நான் ஆச்சரியப்படுவதேயில்லை.

'கொஞ்சநேரம் அமர்ந்து ஓய்வெடுங்கள்' ப்ளாஸ்டிக் குவளையில் காஃபியை ஊற்றி காலியாய் இருக்கும் இருக்கைக்கு எதிரில் மேஜைமீது வைத்துவிட்டு என்னை முன்னால் வரும்படி கையசைக்கிறான். தன்னுடைய நாற்காலியில் அழுந்திச் சாய்ந்துகொள்கிறான். என்னைப் போலவே சீக்கிரம் எழுந்திருப்பவன் என்றால் – எனக்கு அப்படித்தான் படுகிறது, வெகுநேரமாக வேலை பார்த்துக்கொண்டிருக்கிறான் – சோர்வாகத்தான் இருப்பான். நாற்காலியில் அமர்கிறேன்.

‘நல்லது, உச்சியில் எப்படி இருக்கிறது? சௌகரியம்தானே?’ என்று கேட்கிறான். ஏரியைப் பார்க்க இருப்பதால் என்னுடைய இடத்துக்கு ‘உச்சி’ என்று பெயர்.

‘நானே அங்கே இரண்டுதடவை போயிருக்கிறேன். சுற்றிப் பார்த்து விட்டு, அந்த இடத்தை வாங்கலாமா என்றுகூட யோசித்திருக்கிறேன். கார் பழுதுபார்க்க விசாலமான இடம். ஆனால், வீட்டைச் செப்பனிடவே மிகவும் மெனக்கெட்டாக வேண்டும். வேண்டாம் என்று முடிவெடுத்தேன். எனக்குக் கார்களைப் பழுதுபார்க்கத்தான் பிடிக்கும்; வீடுகளை அல்ல. ஒருவேளை, உங்களது விருப்பம் நேர்மாறோ என்னவோ?’ இருவருமே என் கைகளைப் பார்க்கிறோம். கைவினைஞனின் கரங்கள் அல்ல அவை.

‘அப்படிச் சொல்ல முடியாது. எனக்கு இரண்டிலுமே திறமை இல்லை. ஆனால், போதுமான அவகாசம் கிடைத்தால், வீட்டை ஒழுங்குபடுத்தி விடுவேன். அவ்வப்போது ஏதாவது உதவி தேவைப்படலாம்’

நான் என்ன செய்வேனென்றால் – இது யாருக்குமே தெரியாது – அன்றாடக் காரியங்களைத் தவிர்த்து, நடைமுறையான எதையேனும் செய்ய வேண்டி வரும்போது கண்களை மூடிக்கொள்வேன். அப்பா இதை எப்படிச் செய்திருப்பார், அல்லது நான் பார்க்கும்போது எப்படிச் செய்தார் என்பதைக் காட்சிப்படுத்திக்கொள்வேன். பின்னர் ***அதே*** மாதிரிச் செய்வேன் – சரியான லயம் கிடைக்கும்வரை. இப்போது அந்தக் காரியம் தன்னைத் திறந்துகொள்ளும், வெளிப்படையானதாக மாறும். இப்படித்தான் எனக்கு நினைவுதெரிந்த நாளாகச் செய்து வருகிறேன். எடுத்துக்கொண்ட வேலைக்கு உடம்பு எப்படி வணங்குகிறது என்பதில்தான் சூட்சுமம் இருக்கிறது – நீளம் தாண்ட உந்து பலகையை மிதித்து விசைகொள்கிற மாதிரி, ஆரம்பிக்கும் இடத்தில் கிடைக்கும் சமநிலை; எவ்வளவு விசை தேவை அல்லது எவ்வளவு குறைவான விசை தேவை என்பதை சீக்கிரமே கணித்துவிடுவது, தவிர எந்தவிதமான வேலையிலும் பொதிந்துள்ள சூத்திரம் என்பது போன்ற அம்சங்களில். முதலில் ஓர் எட்டு, பிறகு அடுத்தது என ஒவ்வொரு வேலையிலும் பொதிந்திருக்கும் கிரமத்தில். உண்மையில், நீங்கள் செய்யவிருப்பது அதன் முடிவுற்ற வடிவத்தில் ஏற்கனவே இருக்கிறது என்கிற மாதிரி. செயல்படத் தொடங்கும்போது உடம்பு செய்ய வேண்டியது என்ன வென்றால், திரையை ஒருபுறமாக ஒதுக்கிவிடுவதுதான் – பார்க்கிற நபருக்கு மேற்சொன்ன சகலமும் காணக்கிடைக்கிற விதமாக. பார்க்கிற நபர் ***நானேதான்***. நான் பார்க்கும் ஆளுக்கு, அவனுடைய அசைவு களுக்கும் திறமைக்கும், வெறும் நாற்பது வயது. எனக்குப் பதினைந்து வயதாயிருக்கையில், நான் கடைசியாகப் பார்த்த அப்பாவின் வயது. அப்புறம் அவர் என் வாழ்விலிருந்து மாயமாய் மறைந்துவிட்டார், எப்போதைக்குமாக. என்னைப் பொறுத்தவரை அவருக்கு இனி வயது அதிகரிக்கவே செய்யாது.

நட்புணர்வுடன் இருக்கும் இந்த மெக்கானிக்குக்கு இதையெல்லாம் விளக்க முடியாது. எனவே நான் சொல்கிறேன்:

‘சமயோசிதமான அப்பா இருந்தார் எனக்கு. அவரிடமிருந்து ஏகப்பட்டது கற்றுக்கொண்டிருக்கிறேன்’

‘அப்பாக்கள் மகத்தானவர்கள். என்னுடைய அப்பா ஆசிரியராக இருந்தார். ஆஸ்லோவில். புத்தகங்களை எப்படி வாசிக்க வேண்டும் என்று மட்டுமே எனக்குச் சொல்லிக் கொடுத்தார், வேறு அதிகமில்லை. அவர் சமயோசிதமானவர் கிடையாது. அப்படித்தான் சொல்ல வேண்டும். ஆனால், நயமான மனிதர். எப்போதுமே எங்களால் உரையாடிக்கொள்ள முடியும். இரண்டு வாரங்களுக்கு முன் இறந்துவிட்டார்’ என்கிறான் அவன்.

‘எனக்குத் தெரியாதே. கேட்க வருத்தமாக இருக்கிறது’ என்கிறேன்.

‘உங்களுக்கு எப்படித் தெரிய முடியும்? வெகுநாட்களாகவே உடல் நலமற்று இருந்தார். ஒருவகையில் அவருக்கு விமோசனம்தான். ஆனால், நான்தான் அவரை இழந்துவிட்டேன். நிஜமாகவே இழந்துவிட்டேன்.’

அவன் வெறுமனே உட்கார்ந்திருக்கிறான் – அப்பாவை எண்ணி ஏங்குகிறான் என்பதை என்னால் காண முடிகிறது. எளிமையாக, நேரடியாக. எனக்கும் அந்த அளவு எளிதாக இருந்தால் தேவலையே என்று எண்ணுகிறேன். அப்பாவை இழந்து துயருறுகிறோம்; அவ்வளவு தான், என்பதாக.

எழுந்து நிற்கிறேன். ‘புறப்பட வேண்டியதுதான். என்னுடைய வீடு காத்திருக்கிறது. அதைக் கவனித்தாக வேண்டும். குளிர்காலம் நெருங்குகிறதே’ என்கிறேன்.

‘நியாயம்தான்.’ என்று புன்னகைக்கிறான்.’ மலைப்புத் தட்டினால் சொல்லுங்கள். நாங்கள் இருக்கவே இருக்கிறோம்’

‘ஒரு சிக்கல் இருக்கத்தான் செய்கிறது. என் வீட்டுக்குப் போகும் சாலை. உனக்கே தெரியுமே, அது மிகவும் நீளமானது அல்லவா. உறைபனி மூடிவிடும்போது கையால் அதை அகற்றுவது எனக்கு எளிதாக இல்லை. என்னிடம் ட்ராக்டரும் இல்லை.’

‘பிரச்சினையேயில்லை. இந்த ஆளைத் தொலைபேசியில் அழைக்கலாம்’ என்கிறான் மெக்கானிக் ஒலாவ் – மஞ்சள் நிற ஒட்டுத்தாளில் ஒரு பெயரையும், தொலைபேசி எண்ணையும் எழுதியபடி. ‘உங்கள் அண்டை வீடுகளிலேயே, மிக அருகாமையில் உள்ளவன். ட்ராக்டர் வைத்திருப்பவன். தன்னுடைய சாலையைத் தானே சுத்தம் செய்து கொள்வான். உங்களுடையதையும் அவனால் எளிதாகச் செய்து தர முடியும். அவன் விவசாயி. சாலையில் மேலும் கீழும் போய் வருவதைத் தவிர, காலைவேளைகளில் அவனுக்குச் செய்வதற்கு ஏதுமில்லை. கூடக் கொஞ்ச தூரம் சுத்தம் செய்வது அவனுக்கு ஒரு பொருட்டாக இருக்காது என்றே நினைக்கிறேன். ஆனால், தான் மேற்கொள்ளும் சிரமத்துக்கு ஏதேனும் பலன் எதிர்பார்க்கலாம். ஒரு தடவைக்கு ஐம்பது க்ரோனர் என்கிற மாதிரி.’

‘நியாயமான தொகை. நான் சந்தோஷமாகக் கொடுப்பேன். உன் உதவிக்கும், காஃபிக்கும் மிக்க நன்றி’ என்கிறேன்.

வெளியேறி கடைக்குள் நுழைகிறேன். இண்டிக்கேட்டர் விளக்குக்குப் பணம் கொடுக்கிறேன். மெக்கானிக்கின் மனைவி மெல்லிய சிரிப்புடன், 'இந்நாள் நன்னாளாகட்டும்' என்று சொல்கிறாள். வெளியே சென்று காரிலேறி வீட்டை நோக்கி ஓட்டிச் செல்கிறேன். என் கைப்பைக்குள் நான் ஒட்டி வைத்திருக்கும் சிறு மஞ்சள் குறிப்பு என் உடனடி எதிர் காலத்தின் சிடுக்கை நன்றாகவே நெகிழ்த்தியிருக்கிறது. நான் லகுவாக, இதமாக உணர்கிறேன். இவ்வளவு எளிதான விஷயம்தானா அது? எப்படியோ, இனி குளிர்காலம் தாராளமாய் வந்துசேரலாம்.

'உச்சி'யை அடைந்து, என் முற்றத்து மரத்தை நோக்கிக் காரை நிறுத்துகிறேன். புராதனமான, கிட்டத்தட்ட உளுத்துப்போன பிர்ச் மரம் அது. சீக்கிரமே அது தொடர்பாக ஏதாவது செய்யாவிட்டால், வீழ்ந்தே விடும். சாமான்கள் வாங்கிய பையுடன் சமையலறைக்குள் செல்கிறேன். காஃபிக்காகக் கெட்டிலை நிரப்பி பெர்க்கொலேட்டரை முடுக்குகிறேன். பிறகு கொட்டகையில் போய் யந்திர ரம்பத்தையும், வட்டவடிவ அரம் ஒன்றையும் எடுத்து வருகிறேன். ஒரு ஜோடி காதுமறைப்பான்களையும் – ரம்பத்தின் விலை அவற்றுக்கும் சேர்த்துத் தான். வாகனக் கூடத்திலிருந்து பெட்ரோலும் டூ–ஸ்ட்ரோக் ஆயிலும் எடுத்து வருகிறேன். கதவருகில் இருக்கும் பட்டியல் கல்மீது சூரிய வெளிச்சத்தில் அனைத்தையும் வைக்கிறேன். உச்சிவேளை. வெப்பமாய் இருக்கிறது. மீண்டும் உள்ளே போகிறேன். வெப்பக்குடுவையைத் தேடி எடுத்துக்கொண்டு, சமையல் மேடையருகில் நிற்கிறேன் – பெர்க்கொலேட்டரின் சுழற்சி ஓய்வதற்காக. பிறகு, ஆவி பறக்கும் காஃபியை வெப்பக் குடுவையில் நிரப்புகிறேன். வெக்கையில் வேலை செய்வதற்கான உடைகளை அணிகிறேன். மறுபடியும் வெளியில் சென்று, பட்டியல்கல்லில் அமர்ந்து, அரத்தை வைத்து ரம்பத்தைச் சாணை பிடிக்கத் தொடங்குகிறேன். என்னால் முடிந்தவரை மெதுவாக, சீராக, சங்கிலியின் ஒவ்வொரு பல் முனையும் கூர்மையும் பளபளப்பும் எய்தும்வரை சாணை பிடிக்கிறேன். இதைச் செய்வதற்கு எங்கே கற்றேன் என்று தெரியவில்லை. திரைப்படங்களில் பார்த்திருக்கலாம் என்பது என் யூகம். மாபெரும் காடுகளைப் பற்றிய ஆவணப்படத்தில் அல்லது காட்டில் நடக்கும் கதையைக் கொண்ட திரைப்படத்தில். நல்ல நினைவாற்றல் இருக்கும் பட்சத்தில், திரைப்படங்களிலிருந்து நீங்கள் நிறையக் கற்றுக்கொள்ளலாம். அவற்றில் ஆட்கள் எப்படி வேலைசெய்கிறார்கள், எப்போதுமே எப்படி வேலைசெய்து வந்திருக் கிறார்கள் என்று. ஆனால், நவீன காலத் திரைப்படங்களில் நிஜமான தொழில்கள் அவ்வளவாக இடம்பெறுவதில்லை – அவற்றைப் பற்றிய சிந்தனைகள் மட்டுமே. மெல்லிய கருத்துகளும், நகைச்சுவை என்று அவர்கள் சொல்லிக்கொள்கிறவையும். எல்லாமே சிரிப்பாகத்தான் இருக்கவேண்டும், இப்போதெல்லாம். ஆனால், எனக்குக் கேளிக்கை பிடிப்பதில்லை – அதற்கு அவகாசமில்லை என் வசம்.

எப்படியோ, சங்கிலிவாள் சாணை பிடிப்பதை, அப்பாவிடம் கற்க வில்லை. அவர் இந்த வேலை செய்து நான் பார்த்ததில்லை. எவ்வளவு ஆழமாக என் ஞாபகத்தில் துழாவிப் பார்த்தாலும் அவருடைய அந்தக்

காட்சியைப் பிரதி செய்ய முடியவில்லை. 1948 வாக்கில் ஓராள் ரம்பங்கள் நார்வீஜியக் காடுகளுக்கு வந்து சேர்ந்திருக்கவில்லை. கனத்த யந்திரங்கள் சில மட்டுமே இருந்தன. ஐந்து ஆட்கள் சேர்ந்து சுமக்கத் தக்கவை. அல்லது குதிரைகளை வைத்து இழுத்துச்செல்ல வேண்டும் – அந்தச் செலவு யாருக்கும் கட்டிவராது. ஆக, பல வருடங்களுக்கு முன்னால், ஒரு கோடையில், எங்கள் நிலத்திலிருந்த மரங்களை அப்பா வெட்டியது அந்தப் பிராந்தியங்களில் காலங்காலமாகச் செய்யப்பட்ட அதே முறையில்தான். சிலுவை ரம்பமும், கோடாலியும் கொண்டு பல ஆட்கள் வேலை செய்வார்கள். சுவாசிப்பதற்கு தூய காற்று இருக்கும். மரத்தண்டுகளை சங்கிலி கட்டி இழுத்துச் செல்வற்கு, பழக்கப்பட்ட குதிரை இருக்கும். ஏற்கனவே கொண்டு வரப்பட்ட தடிகள் ஆற்றின் கரையில் தயாராக இருக்கும். ஒவ்வொரு தடியிலும் உரிமை யாளரின் சின்னம் பொறிக்கப்பட்டு, உலர்ந்து காத்திருக்கும். வெட்ட வேண்டிய அனைத்தும் வெட்டப்பட்ட பின்னர், முடிந்த அளவுக்குப் பட்டை களை உரித்த பிறகு, தடிக்குவியலின் இரு ஓரங்களிலும் ஒவ்வொரு ஆள் நின்று கூர்முனை கொண்ட கழிகளால் ஆற்றுக்குள் உருட்டி விடுவார்கள். யாருக்குமே பொருள் விளங்காத, புராதனமான சொற்களை உரத்துக் கூவி விடைகொடுப்பார்கள். கிடைமட்டமாகத் தண்ணீர் தெறிக்கும். பிறகு மெல்ல, பிரவாகத்தினுள் நுழையும், வேகம் எடுக்கும். இறுதியில்: *'தங்கள் பயணம் இனிதாகுக!'*

புதிதாகக் கூர்தீட்டப்பட்ட ரம்பத்தைக் கையில் ஏந்தி, பட்டியல் கல்லை விட்டு எழுகிறேன். ரம்பத்தை அதன் இடத்தில் பொருத்து கிறேன். மூடிகள் இரண்டையும் கழற்றி, பெட்ரோல் வார்த்து, மசகெண்ணெய் நிரப்புகிறேன். திருகாணிகளை மீண்டும் இறுக்கி முடுக்குகிறேன். விசிலடித்து லிராவை அழைக்கிறேன். வீட்டுக்குப் பின்னால் ஏதோ குழிபறிக்கும் பணியில் தீவிரமாக ஈடுபட்டிருந்த அவள் ஓடி வருகிறாள். வெப்பக்குடுவையை அக்குளில் இடுக்கிக் கொண்டு, காட்டின் விளிம்பை நோக்கி நடக்கிறேன். பட்டுப்போன ஸ்ப்ரூஸ் மரம் நீளமாக, கனத்து, கிடக்கிற இடத்துக்கு. காட்டுப்புதருக்குள், அடித்தண்டு முழுவதையும் ஒருகாலத்தில் மூடியிருந்த பட்டையின் தடயமேயில்லாமல், கிட்டத்தட்ட வெண்ணிறம் மேவிக் கிடக்கிறது அது. வேகமாக இரண்டுமுறை இழுத்தபிறகு, ரம்பம் சரளமாகப் போய்வருகிறது. ச்சோக்கைச் சரிசெய்து, சங்கிலியை சுதந்திரமாகச் சுழலவிடுகிறேன். காட்டினுள் ஊளையொலி எழும்புகிறது. காதுமறைப்பு களை அணிந்துகொள்கிறேன். ரம்பத்தின் வெட்டுப்பகுதியை மரத்தினுள் அழுந்த விடுகிறேன். ரம்பத்தூள் என் காற்சட்டைமீது வாரியடிக்கிறது. என் முழு உடம்பும் அதிர்கிறது.

○

6

புதிதாய் வெட்டப்பட்ட மரங்களின் வாசனை நிரம்பியிருந்தது. பாதையின் திக்கிலிருந்து ஆறுவரை அது பரவியது. காற்றில் நிறைந்து ஆற்றுப் பரப்பின் மீது நழுவிப் போனது. எங்கெங்கும், சகலத்திலும், ஊடுருவியது. என்னைக் கிறுகிறுத்து மரக்க வைத்தது. அதன் அடர்த்திக்குள் நான் இருந்தேன். என்மீது மரப்பிசின் நாற்றம். என் உடைகளில், என் தலைமுடியில் பிசின் மணம். இரவில் படுக்கையில் படுத்தபோது என் தோலில் பிசின் மணம் இருந்தது. அந்த மணத்துடன் நான் உறங்கினேன், விழித்தேன். அது என்னுடன் நாள்முழுவதும் தங்கியிருந்தது. நான் *காடாகவே* இருந்தேன். கோடாலியை எடுத்துக்கொண்டு முழங்கால் உயர ஸ்ப்ரூஸ் மரக் கன்றுகளூடே துழாவி நடந்தேன். என் அப்பா சொல்லிக்கொடுத்த பிரகாரம், எதிர்ப்பட்ட கிளைகளை வெட்டித்தள்ளினேன். அடித்தண்டையொட்டி யிருந்த கிளைகளை. வெட்டிச் செல்லும் கருவியின் பாதை யில் நீட்டியிருக்கும் கிளைகளை. கருவியில் அவை மாட்டிக் கொள்ளும், அல்லது ஆற்றில்மிதக்கும்போது ஒன்றோ டொன்று சிக்கி, நீர்ப்போக்கை மறிப்பவற்றை விலக்கி விடுவதற்காக உருள்தடிகளின் மீது ஓடிச் செல்லும் ஆட்களின் பாதங்களைக் காயப்படுத்தும். வசியத்துக்காளானவன் போன்ற லயத்தில் இடமும் வலமுமாய்க் கோடாலியைச் சுழற்றினேன். கடினமான வேலை அது. எல்லாப் பக்கங்களிலும் எல்லாமே நீட்டிக்கொண்டிருக்கிற மாதிரி இருந்தது – தானாக எதுவும் விட்டுக்கொடுக்காது என்கிற மாதிரி. ஆனால், நான் பொருட் படுத்தவில்லை. என்னையறியாமலே நான் சோர்வடைந் தேன் என்றாலும், போய்க்கொண்டேயிருந்தேன். மற்றவர்கள் என்னைக் கட்டுப்படுத்த வேண்டியிருந்தது. தோளைப்பிடித்து இழுத்துச் சென்று, வெட்டிய மரத்தண்டின்மீது அமர்த்தி னார்கள். கொஞ்சநேரம் நான் அங்கே உட்கார்ந்து ஓய்வெடுக்க வேண்டும் என்றார்கள். ஆனால், என் காற்சட்டையில்,

பெர் பெதர்சன்

அமருமிடத்தில் பிசின் ஒட்டியிருந்தது. கால்களில் சிறு முட்கள் குத்துவது போன்ற உணர்வு. கிழிபடும் ஒலியுடன் மரத்தண்டிலிருந்து எழுந்து கோடாலியை எடுத்தேன். சூரியன் கொதித்தது. அப்பா சிரித்தார். நான் போதையேறினவன்போல இருந்தேன்.

ஜானுடைய தகப்பனார் அங்கே இருந்தார். பகல் பொழுதின் சில வேளைகளில் ஜானுடைய தாயாரும் இருந்தார். படகிலிருந்து, சாப்பாட்டுக் கூடையை எடுத்துக்கொண்டு, மரங்களின் அடர்பச்சைப் பின்னணியில், வெண்ணிறமோடிய செம்பட்டைக் கேசத்துடன் மேலேறி வருவார். ஃப்ரான்ஸ் – z ஒலி கொண்ட ஸ் – என்று அழைக்கப்பட்ட இன்னொரு நபரும் இருந்தார். வலுவான முன்னங்கைகள் அவருக்கு. இடது முன்னங்கையில் நட்சத்திரம் பச்சைகுத்தியிருந்தது. பாலத்துக்குப் பக்கவாட்டிலிருந்த சிறு வீட்டில் வசித்தவர். வருடத்தின் ஒவ்வொரு நாளிலும், ஆற்றின் போக்கைக் கவனித்துக்கொண்டிருப்பவர். நீரில் செல்கிற ஒவ்வொன்றையும் பற்றி, தெரியவேண்டிய சகலத்தையும், தெரிந்துவைத்திருந்தவர். அப்புறம் அப்பாவும் நானும் இருந்தோம். ப்ரோனா இருந்தது. ஜான் இல்லை. இறுதிச்சடங்கு நடந்த சில நாட்களுக்குப் பிறகு, அவன் இன்பைக்டா போய்விட்டதாகச் சொன்னார்கள். அங்கே என்ன செய்கிறான் என்று அவர்கள் சொல்லவில்லை; நானும் கேட்கவில்லை. எனக்கிருந்த கவலையெல்லாம், இனி எப்போதாவது அவனை நான் மீண்டும் பார்ப்பேனா என்பதுதான்.

காலை ஏழுமணிக்குப் பிறகு நாங்கள் ஆரம்பிப்போம். சாயங்காலம் வரை வேலை பார்த்தோம். பின்னர் படுக்கையில் வீழ்ந்து சவங்கள் போலத் தூங்கினோம். வெளிச்சம் புலரும்போது எழுந்து மீண்டும் வேலை தொடங்கினோம். ஒருசமயம், அந்த மரங்களின் இறுதிப் பகுதியை நாங்கள் சென்றடையவே போவதில்லை என்று தோன்றியது. ஏனென்றால், பாதையோடு நடந்துபோகும்போது, உங்களைச் சூழ இருப்பது ரம்மியமான சிறு வனம் என்று தோன்றலாம். ஆனால், ஒவ்வொரு ஸ்ப்ரூஸ் மரமாக சிலுவை ரம்பத்தால் அறுத்து வீழ்த்த வேண்டிவரும்போது நீங்கள் மரங்களை எண்ண ஆரம்பிக்கிறீர்கள். மனம் சுலபமாக நொறுங்கிவிடும் – இது முடிவடையவே போவதில்லை என்று உறுதியாகப்படும். ஆனால், செயலில் இறங்கிய பிறகு, உங்களுடைய சகலமும் ஒரு லயத்தில் ஆழ்ந்த பிறகு, ஆரம்பம் முடிவு என்பதற்கெல்லாம் ஒரு அர்த்தமும் இல்லை – எங்கே, எப்போது என்பதெல்லாம் இல்லை. ஆதாரமான ஒரே விஷயம், நீங்கள் வேலைசெய்துகொண்டே போகிறீர்கள் என்பது மட்டும்தான். அனைத்தும் ஒரே நாடித்துடிப்பாக இசைவுறும் வரை. தன்னுடைய திராணியில்தான் வேலை நடத்திக்கொள்கிறது என்று ஆகும்வரை. சரியான நேரத்தில் சிறு ஓய்வு எடுத்துக்கொண்டு, மீண்டும் வேலையைத் தொடர்கிறீர்கள். போதுமான அளவு உண்கிறீர்கள்; அதிகமாக அல்ல. போதுமான அளவு குடிக்கிறீர்கள்; அதிகமாக அல்ல. வேளை வரும்போது உறங்குகிறீர்கள் – இரவில் எட்டுமணி நேரம்; பகலில், குறைந்தது ஒரு மணிநேரம்.

குதிரை வேட்டை

நான் பகலில் தூங்கத்தான் செய்தேன். அப்பாவும் தூங்கினார். ஜானுடைய தகப்பனாரும், ஃப்ரான்ஸூம் தூங்கினார்கள். ஜானுடைய தாயார் மட்டும் உறங்கவில்லை. இடைவேளைகளில், அவரவர் மரங்களின் அடியில் குட்டிச்செடிகளுக்கு மத்தியில் நாங்கள் படுத்துக் கண்களை மூடும்போது, அவர் படகுக்கு இறங்கிப்போவார். படகிலேறி வீடு நோக்கிச் செலுத்துவார் – அங்கே இருக்கும் லார்ஸை கவனித்துக் கொள்ள. நாங்கள் கண்விழிக்கும்போது, வழக்கம்போலத் திரும்பி வருவார். அல்லது, ஆற்றில் துடுப்பசையும் ஒலி கேட்கும். அவர் வந்துகொண்டிருக்கிறார் என்று தெரிந்துகொள்வோம். எங்களுக்குத் தேவையானவற்றை எடுத்துவருவார் – எடுத்துவரச் சொல்லியிருந்த கருவிகளையோ, கூடையில் புதிய உணவையோ. அவர் சமைத்த எதையாவது கொண்டுவருவார். நாங்கள் விரும்பிச் சாப்பிடுவோம். ஆனால், அவரால் எப்படிச் சமைத்து எடுத்துவர முடிகிறது என்பதை என்னால் புரிந்துகொள்ளவே முடியவில்லை. ஏனென்றால், அவர் ஆண்களுக்கு நிகராகக் கடினமாய் வேலை செய்கிறவர். ஒவ்வொரு தடவையும் அவர் நடந்துவரும்போது, படுத்திருக்கும் அப்பா அரைக் கண் திறந்து அவரை நோட்டமிடுவதை நான் கண்டதுண்டு. நானுமே பார்ப்பேன். என்னால் தவிர்க்க முடியாது. ஜானுடைய தகப்பனாரும் பார்ப்பார். ஆனால், ***நாங்கள்*** பார்ப்பது சற்று வித்தியாசமான விதத்தில் இருக்கும். நானறிய, அப்பா முன்பு பார்க்கும் விதம்போல இருக்காது. பார்க்கப்போனால், அதில் விசித்திரமாக ஏதும் இல்லை. ஆனால், நாங்கள் பார்த்தது ஒரே விஷயத்தை என்று நான் எண்ணவில்லை. காரணம், ***அவர்*** பார்த்தது அவரை தர்மசங்கடப்படுத்தியது; வெளிப் படையாகத் திகைக்க வைத்தது. ***நான்*** பார்த்தது, உள்ளதிலேயே உயரமான ஸ்ப்ரூஸ் மரத்தை வெட்டி வீழ்த்த உந்தியது என்னை. அது மடிந்து விழுவதை, தரையில் பேரோசையுடன் மோதுவதை, அந்த ஒலி பள்ளத்தாக்கினூடே எதிரொலிப்பதைக் காண வேண்டும். ஆகக் குறைந்த கால அளவில் அந்த மரத்தை நானே தரித்து, நானே சுத்தப்படுத்த வேண்டும். மிகமிகக் கடினமான வேலை என்றாலும், நிறுத்தாமல் செய்ய வேண்டும். அப்புறம் வெறுங்கைகளால், என் முதுகில் சார்த்தி, நானே ஆற்றுக்கரைக்கு இழுத்துச் செல்ல வேண்டும் – குதிரை அல்லது மனிதர்கள் உதவியின்றி. திடீரென்று எனக்குள் ஊறிவிட்டதாக நான் உணரும் சக்தியைத் திரட்டி, தண்ணீருக்குள் அதை இழுத்து வீச வேண்டும். விசிறியடிக்கும் தண்ணீர், ஆஸ்லோவில் இருக்கும் ஒரு வீட்டினளவு உயர்ந்து தெறிக்கும்.

அப்பா என்ன யோசித்துக்கொண்டிருந்தார் என்று எனக்குக் கொஞ்சமும் தெரியாது. ஆனால், ஜானுடைய தாயார் இருக்கும் வேளைகளில் அவருமே அதிகப்படியாக உழைத்தார். அந்த அம்மாள் அடிக்கடி இருக்கவும் செய்தார். ஆக, நாட்கள் செல்லச்செல்ல, நாங்கள் இருவருமே அதிகமாகச் சோர்ந்துபோனோம். ஆனால், அவர் வேடிக்கை யாகப் பேசினார். சிரித்தார். நானும் அதையே செய்தேன். ஏனென்றே தெரியாமல் நாங்கள் உயரப் பறந்தோம் – குறைந்தபட்சம், எனக்குத் தெரியவில்லை. ஃப்ரான்ஸூம் நல்ல மனநிலையில் இருந்தார். புடைத்த

தசைகளுடன், முழங்கும் சிரிப்பொலியுடன், கோடாலியைப் பாய்ச்சும் போதெல்லாம் துடுக்கான வாக்கியங்களை ஒன்றன்பின் ஒன்றாக உதிர்த்துக்கொண்டிருந்தார். ஒருமுறை கவனம் தப்பி, வீழ்ந்துகொண் டிருந்த மரத்துக்கு நேரே போகவும் செய்தார். அதன் ஒரு கிளை இவரது தொப்பியைத் தட்டிவிட்டது. கோடரியைக் கீழே போட்டு விட்டு, அகலமான புன்னகையுடன் சுழன்றார். நாட்டியக் கலைஞர் போலக் கைகளை நேரே நீட்டியவாறு முழங்கினார்:

'எனது குருதியை விதியுடன் கலந்துவிட்டேன். எது வந்தாலும் வரட்டும், கை திறந்து வரவேற்கிறேன்.' வீழும் மரத்தினடியில், அழுத்தமாக நின்று, கிட்டத்தட்டத் தலை பிளந்து திரவங்கள் வழிய அந்த மரத்தைத் தன் வெறுங்கைகளால் அவர் தடுத்து நிறுத்துவதையும், அவருடைய முன்னங்கையில் இருக்கும் சிவப்பு நட்சத்திரத்திலிருந்து பளபளவென்று ரத்தம் வழிவதையும் என்னால் சித்தரித்துக்கொள்ள முடிந்தது. அப்பா மோவாயைச் சொறிந்தபடி, தலையை ஆட்டிக் கொண்டார். ஆனாலும் அவரால் புன்னகைக்காமல் இருக்க முடிய வில்லை.

'**உ**ன் அப்பாவுக்கு அசட்டுத் துணிச்சல்' என்று ஓர் இடைவேளையின் போது ஃப்ரான்ஸ் சொன்னார். ஆற்றோரம் கல்லில் அமர்ந்து, வலிக்கும் தோள்களை நீவிக்கொண்டிருந்தேன் – தண்ணீரைப் பார்த்த படி. அவர் என் அருகில் இருந்தார். மேலும் சொன்னார்: 'இந்த நடுக் கோடையில் மரங்களை வெட்டி நேரடியாக ஆற்றில் போட்டு அனுப்பு வது என்பது உன் அப்பாவின் அசட்டுத் துணிச்சலேதான். மரங்களில் நீர்ப்பதம் அதிகமாக இருப்பதைப் பார்த்திருப்பாயே.' நான் கவனித் திருந்தேன்; சந்தேகமேயில்லை. அது வேலையை இன்னும் கடினமாக்கு கிற விஷயம். ஏனென்றால், ஒவ்வொரு மரமும் ஆண்டின் வேறெந்தப் பருவத்திலும் கொண்டிருக்கக்கூடிய எடையைவிட சுமார் இருமடங்கு அதிக எடையுடன் இருந்தது. கிழ ப்ரோனாவால் சாதாரணமாக இழுக்கிற அளவு எண்ணிக்கையில் இழுத்துச் செல்ல முடியவில்லை.

'ஒட்டுமொத்தமும் சுளுவாக முழுகவும் செய்யலாம். நீர்மட்டம் சொல்லிக்கொள்கிற மாதிரி இல்லை. மேலும் மேலும் இறங்கி வருகிறது. மேற்கொண்டு நான் எதுவும் சொல்லமாட்டேன். இப்போதே செய்தாக வேண்டும் என்று அவர் விரும்பினால், இப்போதே செய்வோம். எனக்குப் பிரச்சினையில்லை. இந்த இடத்தில் அவர்தான் முதலாளி – உன் அப்பா.'

அப்பா முதலாளியாகத்தான் இருந்தார். அந்த மாதிரி, வேலை நடக்கிற இடத்தில், முதிர்ந்த மனிதர்களுடன் அவர் இருந்து முன்னர் நான் பார்த்ததில்லை. அவரிடம் அதிகாரம் இருந்தது, தாம் என்ன விதமாக வேலையை நடத்த விரும்புகிறார் என்று அவர் தெரிவிக்கும்வரை மற்றவர்களைக் காத்திருக்க வைத்தது, உலகத்திலேயே இயல்பான விஷயம் அதுதான் என்கிற மாதிரி, சொன்ன பிரகாரம் அவர்கள் வேலை செய்தார்கள். அவர்களுக்கு அவரைவிட அதிகம் தெரியும்;

நிச்சயம் அதிக அனுபவம் கொண்டவர்கள் என்றபோதிலும். நான் மட்டுமல்ல, மற்றவர்களும் அவரை அதுபோலப் பார்த்தார்கள், ஏற்றுக் கொண்டார்கள் என்று அதுவரை என் மனத்துக்குப் பட்டதேயில்லை. தகப்பன் – மகன் உறவுக்கும் மேலான, வேறுமாதிரியான சமாசாரம் அது.

ஆற்றோரம் இருந்த மரத் தடிகளின் குவியல் மேலும் மேலும் பெரிதாகிக்கொண்டே போனது. அதன் உச்சியில் தடிகளை எங்களால் அடுக்க இயலாமல் ஆகும்வரை. புதிய குவியல் ஒன்றைத் தொடங்கினோம். ப்ரோனா வனத்தின் மேற்பகுதியிலிருந்து இறங்கி வந்து, ஆற்றோரம் நாங்கள் வேலைசெய்த இடத்துக்கருகில் வாகாக நின்றது. சங்கிலியின் கிணுகிணு ஒலி. தண்ணீரில் சூரியனின் மினுமினுப்பு. குதிரை கறுப்பாக வும், சூடாகவும் இருந்தது. உடம்பில் பெரிய பெரிய வியர்வைத் திட்டுகளுடன். குதிரைகளுக்கே உரிய அழுத்தமான கவிச்சை நாற்றத் துடன். நகரத்தில் நான் அனுபவம் கொண்ட எதைப் போலவும் இல்லை அது. அது ஒரு நல்ல மணம்தான் என்றே எண்ணினேன். ஓட்டத்துக்குப் பின் ப்ரோனா வந்து அசையாமல் நிற்கும்போது, அதன் விலா மடிப்பில் என் நெற்றியைப் பதித்துக்கொள்ள என்னால் முடிந்தது. அதனுடைய விறைத்த மேல்தோல் என் தோல்மீது உரச, அதற்கு நெருக்கமாக நின்று சுவாசிக்கவும் முடிந்தது. அதன்மீது ஏறிச் சவாரிசெய்யவோ, அதனுடன் செல்லவோ வேண்டியிருக்கவில்லை. ஓரிரு தடவைகள் போய்வந்தபிறகு, கயிறுகளை ப்ரோனா கச்சிதமாக உணர்ந்தது. என்றாலும், ஜானுடைய தகப்பனார் உடன் சென்றார் – கடிவாளத்தைத் தளர்வாகப் பிடித்தபடி. ஆற்றின் கரையில் அப்பா தயாராக நிற்பார் – இங்கிலாந்தின் வீர யுகத்தில் நடந்த போட்டியைச் சித்தரிக்கும் ஓவியத்தில் தெரியும் ஈட்டியினளவு நீளம் கொண்ட துரட்டியைப் பிடித்தபடி. இருவரும் சேர்ந்து அவர்களால் முடிந்த அளவு உயரம்வரை தடிகளை ஏற்றி அடுக்கினர். ஆரம்பத்தில் சுலபமாகத் தான் இருந்தது. போகப்போகக் கடினமாகி வந்தது. இருந்தாலும் அவர்கள் விடுவதாயில்லை. இறுதியில், அவர்களுக்குள் ஒரு போட்டி ஆரம்பித்திருக்கிறது என்பது தெளிவாய்த் தெரிந்தது. இதற்குமேல் உயர்த்தி ஏற்ற முடியாது, விட்டுவிடலாம் என்று ஒருவர் முடிவெடுக்கும் போது, மற்றவர் மேலும் தொடர விரும்பினார்.

'வா, பார்த்துவிடலாம்' என்று கூவினார் ஜானுடைய தகப்பனார். ஆளுக்கொரு துரட்டியை ஒரு தடியின் ஒரே முனையில் பாய்ச்சினார்கள். அப்பா கூவினார்:

'தூக்கு.'

ஜானுடைய தகப்பனார் பதிலுக்குக் கூவினார்:

'தூக்கி இழு, சனியனை.' அவர் தமது கட்டுப்பாட்டிலேயே இல்லை. அப்போது எனக்குப் புரிந்தது, அப்பாவின் அதிகாரத்தை சவாலுக்கு அழைக்கிறார் அவர் என்று. மரத் தடிகளை அவர்கள் பற்றினர்,

பெர் பெதர்சன்

இழுத்தனர், ஊசலாட்டினர். வியர்வை கொட்டியது. சட்டைகளின் முதுகுகள் மெல்லமெல்ல அடர்நிறமடைந்தன. கழுத்திலும், நெற்றியிலும், முன்னங்கைகளிலும் நாளங்கள் புடைத்தன. நீல நிறமாக, அகலமாக, உலகப்படத்தில் ரியோ கிராண், பிரம்மபுத்ரா அல்லது நைல் நதிகள் தெரிவது மாதிரி. இறுதியில், அவர்களால் மேற்கொண்டு தொடர முடியாத நிலை வந்தது. தொடர்வதில் அர்த்தமுமில்லை. புதிய குவியலைத் தொடங்கவேண்டியதுதான். அதுவே கடைசியானதாக இருக்கும். ஏனென்றால், நாங்கள் ஒரு வாரமாக வேலை செய்துகொண்டிருந்தோம். வெட்டுவது மற்றும் குவிப்பதன் இறுதிக்கட்டத்தைப் பார்க்க முடிந்தது. இவ்வளவு நாள் வெட்டிக்குவித்த மரத் தடிகள் பிரகாசமான மஞ்சள் நிறத்துடன், பட்டையுரிக்கப்பட்டுக் கிடந்தது அற்புதமான காட்சியாய் இருந்தது. நானும் அதில் பங்கேற்றிருந்தேன் என்பதை என்னால் நம்பவே முடியவில்லை. ஆனால், அவர்கள் ***நிறுத்துவதாயில்லை.*** இன்னுமொரு தடியைத் தூக்குவது என்று தீர்மானமாயிருந்தனர். அப்புறம் இன்னுமொன்று. குறைந்தது அவர்களில் ஒருவராவது பிடிவாதமாய் இருந்தனர். இருவரில், அது யார் என்பது மாறிக்கொண்டே யிருந்தது. குவியலுக்குக் குறுக்காய்க் கிடந்த இரண்டு தடிகள்மீது சிக்கலான கோணத்தில் அவற்றை உருட்டி ஏற்றினர். கயிறுகளைப் பயன்படுத்தியிருக்க வேண்டும். உச்சியில் நின்று, தடியைச் சுற்றிய இரண்டு வளையங்களாகக் கயிறுகளைக் கீழே போட்டிருக்கலாம். உரிய இடத்தில் தடியைக் கிடத்துவதற்குக் கப்பிபோல அவற்றைப் பயன்படுத்தி மேலே இழுத்திருக்க வேண்டும். தடியின் எடை பாதியாகக் குறைந்திருக்கும். அதை எப்படிச் செய்ய முடியும் என்று ஃப்ரான்ஸ் எனக்குக் காட்டியிருந்தார். ஆனால், பக்கத்துக்கொன்றாக மரத்துரட்டியை மட்டுமே அவர்கள் பயன்படுத்தினர். தடி மிகவும் கனமாக இருந்தது. வேலை மேலும் அபாயகரமாக ஆகிக்கொண்டிருந்தது – கால் ஊன்றவாகான இடமில்லை. அவர்கள் ஒன்றிசைந்து செயல்படுவதும் அசாத்தியமாகிக்கொண்டிருந்தது.

ஒய்வெடுத்தே தீரவேண்டிய வேளை. பாசாங்கான விரக்தி மேவிய குரலில் ஃப்ரான்ஸ் அழைப்பது கேட்டது:

‘காஃபி. காஃபி வேண்டும் எனக்கு. நான் செத்துக்கொண்டிருக்கிறேன்!’ பாதைக்கருகில் உச்சியிலிருந்து கேட்டது. நோவெடுத்த கைகளுடன் நான் நின்றிருந்தேன் – ஒருவரையொருவர் தள்ளிக்கொண்டிருக்கும் முதிர்ந்த மனிதர்கள் இருவரையும் வெறித்தபடி. அவர்கள் வெப்பத்தினால் உரத்து முனகிக்கொண்டிருந்தனர். செய்வதைக் கைவிடுவதாயில்லை. வீட்டிலுள்ள லார்ஸிடம் செல்வதற்காகப் படகை நோக்கி இறங்கி வந்துகொண்டிருந்த ஜானுடைய தாயாரும் என்னருகில் நின்று கவனிக்கத் தொடங்கினார்.

சாயம்போன நீல உடையில், கதகதப்பான சருமத்துடன் அவர் அங்கே நின்றிருப்பது எனக்குத் தெரியும். ஏனெனில், வழக்கமாகச் செய்வதுபோல நேரே படகினிடம் சென்று அதனுள் இறங்கி துடுப்புத் தள்ளவில்லை அவர். ஏதோ நடக்கப்போகிறது என்று எனக்கு உறுதியாகத்

தெரிந்தது – அதற்கான அறிகுறிதான் இது. அப்பாவைக் கூப்பிட்டு, அவர் தாமாக முனைந்து சிக்கிக்கொண்டிருக்கும் அசட்டுத்தனத்தை நிறுத்தச் சொல்லலாமா என்று யோசித்தேன். ஆனால், அதைப் பெரிதாக விரும்பியிருக்க மாட்டார் அவர்; என் அபிப்பிராயத்தைப் பொருட் படுத்துகிறவர்தான் என்ற போதிலும் – அதாவது, நான் உருப்படியாக எதையாவது சொன்னால். நான் அடிக்கடி சொல்லவும் செய்வேன். ஜானுடைய தாயாரைத் திரும்பிப் பார்த்தேன். அந்தத் தருணத்தில் ஜானுடன் எந்த சம்பந்தமும் இல்லாதவராக நின்றிருந்தார்; அல்லது அந்தத் தருணம் மட்டும்தான் அவரிடம் இருந்ததோ என்னவோ. ஆனால், உண்மையில் அவர் இரண்டு வெவ்வேறு நபர்கள். நாங்கள் இருவரும் சம உயரம் இருந்தோம். எரிக்கும் சூரிய வெளிச்சத்தில் வாரக்கணக்காக இருந்ததால் சமமாகச் சிவந்த தலைமுடியுடன். ஆனால், சற்று முன் வெளிப்படையாகத் திறந்திருந்த அந்த முகம் இப்போது மெல்ல மூடிவந்தது. கண்களில் மட்டும் ஒரு கனவுப் பார்வை மீந்திருந்தது – தாம் அந்த இடத்திலேயே இல்லை, நான் பார்க்கும் அதே விஷயத்தைத் தாம் பார்க்கவில்லை, அதற்கும் அப்பால், இதைவிடவும் பெரியதான, நான் ஆழங்காண முடியாத ஒன்றைப் பார்த்துக்கொண்டிருக்கிறார் என்கிற மாதிரி. இந்த இரண்டு ஆடவர்களையும் நிறுத்தச் சொல்லி அவருமே ஏதும் கூறப்போவதில்லை என்பதை உணர்ந்தேன். அவரைப் பொறுத்தவரை அவர்கள் தொடர்ந்து போட்டி போடலாம்; கசப்பான முடிவை எட்டலாம்; எனக்குத் தெரியாத ஒரு பிரச்சினைக்கு அறுதியான தீர்வை எட்டலாம். ஒருவேளை அவர் விரும்பியதும் அதையேதானோ என்னவோ. இது எனக்குள் எச்சரிக்கை மணி அடித்தது. ஆனால், அது என்னைச் செலுத்துவதற்குப் பதிலாக, தனக்குள் என்னை இழுத்துக் கொள்ள அனுமதித்தேன். போவதற்கு வேறெந்த இடமிருந்தது எனக்கு? போக்கிடமே கிடையாது – எனக்கு மட்டுமல்ல. ஓர் எட்டு நெருங்கி னேன். அவருக்குப் பக்கத்தில் நின்றேன், என்னுடைய இடுப்பு கிட்டத் தட்ட அவருடைய இடுப்பில் படும் விதமாக. அவர் கவனித்தாரா என்றுகூடத் தெரியவில்லை. ஆனால், எனக்குள் மின் அதிர்ச்சிபோல உணர்ந்தேன். குவியலின் மீதிருந்த இருவரும் அதைக் கவனித்தார்கள். கீழேயிருந்த எங்களைப் பார்த்தார்கள். தங்களுடைய வேடங்களிலிருந்து ஒரு வினாடி நழுவினார்கள். அப்போது, எனக்கே வியப்பளித்த காரிய மொன்றைச் செய்தேன். என்னுடைய கையை ஜானுடைய தாயாரின் தோளில் போட்டு என்னுடன் இழுத்துக்கொண்டேன். அந்தக் காரியத்தை அதற்கு முன் ஒருவரிடம் மட்டுமே செய்திருந்தேன் – என் அம்மாவிடம். ஆனால், இது என் அம்மா அல்ல. ஜானுடைய அம்மா. சூரியனும், மரப் பிசினும் அவரிடம் மணந்தன; என்னிடமும்தான், சந்தேகமேயில்லை. ஆனாலும், என்னைக் கிறுகிறுக்க வைத்த வேறேதோ மணமும் அவரிடம் இருந்தது – காடு என்னைக் கிறுகிறுக்கவும், கண்ணீரின் விளிம்பில் நிற்கவும் செய்கிற மாதிரி. அவர் வேறு யாருடைய அம்மாவாகவும் இருப்பதில் எனக்கு விருப்பமில்லை – இறந்தவர்களுக்கும் சரி, உயிருடன் இருப்பவர்களுக்கும் சரி. இதில் விசித்திரமான சங்கதி, அவர் விலக வில்லை. என் கையை அதே இடத்தில் இருக்கவிட்டார். என் தோளில் லேசாகச் சாய்ந்தார். அவர் விரும்பியது என்ன என்று எனக்குத்

தெரியாது, எனக்கு என்ன வேண்டும் என்றும் தெரியாது, ஆனால், அவரை இன்னும் நெருக்கமாக இணைத்துக்கொண்டேன். மிரட்சியாகவும், மகிழ்ச்சியாகவும் உணர்ந்தேன். ஒருவேளை, அவர் சாய்வதற்கு மிக அருகில் இருந்த தோள் என்னுடையதுதான் என்பதால் இருக்கலாம்; அல்லது நான் இன்னாருடைய மகன் என்பதாலும் இருக்கலாம். வாழ்வில் முதன்முதல் முறையாக, ஒருவருடைய மகனாக இருப்பது எனக்குப் பிடிக்கவில்லை – ஆஸ்லோவில் எங்கள் இல்லத்திலிருக்கும் அம்மாவுக்கும் சரி, தூக்குவதும் கிடத்துவதுமாக மரக்குவியலின் உச்சியிலிருக்கும் மனிதருக்கும் சரி. தான் பார்த்ததைப் பற்றிப் பேராச்சரியம் கொண்ட அவர், நிமிர்ந்தார். கவனம் சிதறுவதற்கு அது போதுமானதாயிருந்தது. அவர் பற்றியிருந்த மரத் தடி கைநழுவியது. தாமுமே ஆச்சரிய மடைந்திருந்த ஜானின் தகப்பனார், பிடித்து நிறுத்தப் போராடினார். அவரால் முடியவில்லை. விமானத்தின் முன்விசிறி போலச் சுழன்று கீழ்நோக்கிக் கறங்கிக் கறங்கி வீழ்ந்தது தடி. குவியலின் மீது சாய்கோணத்தில் சரிவதற்கு முன்பாக, அவருடைய கணுக்கால் களைத் தாக்கியது. கால் முறியும் ஒலி எனக்குக் **கேட்டது**. உலர்ந்த சுள்ளி ஒடிவதுபோல. அவர் தலைகீழாக முன்னோக்கிப் பாய்ந்து தரையில் மோதி வீழ்ந்தார். எல்லாமே துரிதமாக நிகழ்ந்து முடிந்துட்டது. அவர் வீழ்ந்துகிடப்பதைக் காணும்வரை எனக்கு உறைக்கவில்லை – வெறுமனே பார்த்துக்கொண்டிருந்தேன். குவியலின்மீது அப்பா தனியாக நின்றிருந்தார், சமனம் குலைந்து. ஊசலாடும் மரக் கழி ஒரு கையிலும், ஆறு பின்புறமும் இருக்க. நீல வானம் வெப்பத்தால் கிட்டத்தட்ட வெளுத்திருந்தது. ஜானுடைய தகப்பனார், பயங்கரமாக அரற்றியபடி தரையில் கிடந்தார். சற்று முன்னால் நான் தோள்களைப் பற்றி இறுக்கமாகவும், இதமாகவும் அணைத்திருந்த அவரது மனைவி, தன்னைப் பீடித்திருந்த மயக்கம் நீங்கித் தெளிவுற்றார். விடுவித்துக் கொண்டு கணவரிடம் ஓடினார். முழந்தாளிட்டு, அவரை நோக்கிக் குனிந்தார். அவருடைய தலையைத் தன் மடியில் கிடத்திக்கொண்டார். எதுவுமே சொல்லவில்லை; தலையை மட்டுமே உலுக்கிக்கொண்டார் – தனது கணவர் எழுநூற்றைம்பதாவது தடவையாக விஷமம் செய்த குறும்புக்காரப் பையன் என்கிற மாதிரி. கணவரிடம் சரணடைய இருக்கிறவர் மாதிரி – குறைந்தபட்சம், நான் நின்றிருந்த இடத்திலிருந்து அப்படித்தான் தென்பட்டது. முதல்முறையாக, என் அப்பாமீது மின்னல் போல ஒரு கசப்புணர்வு எனக்குள் தொற்றியது. காரணம், அதுவரையிலான என் வாழ்வில், மிக முழுமையான ஒரு தருணத்தைக் குலைத்துவிட்டார் அவர். சட்டென்று அது என்னை ஆட்கொண்டது. ஆத்திரத்தின் விளிம்பில் இருந்தேன். என் கைகள் நடுங்கின. கோடைநாளின் வெப்பத்திலும் எனக்குள் குளிரை உணர்ந்தேன். ஒடிந்த கால் மற்றும் தரையில் மோதிய தோளில் வலி மிகுந்ததால் துடிக்கும் ஜானுடைய தகப்பனாருக்காக வருந்தினேனா என்பது கூட எனக்கு நினைவில்லை. அவர் அலறத் தொடங்கினார். பிராயம் முற்றிய மனிதனின் அநாதரவான ஓலம். அவருக்கு அடிபட்டிருக்கிறது; தவிர, அவருடைய மகன்களில் ஒருவன் அண்மையில்தான் இறந்திருந்தான், மற்றொருவன் வீட்டைவிட்டுப் போய்விட்டான் – அது ஒருவேளை நிரந்தரமானதாகவேகூட இருக்கலாம்; அவருக்கு என்ன தெரியும்.

குதிரை வேட்டை

அந்தத் தருணத்தில் எல்லாமே கைமீறிப் போய்விட்டதாய்த் தோன்றியிருக்கலாம். அதைப் புரிந்துகொள்வது கடினமல்ல. இருந்தாலும்கூட, அவருக்காக நான் வருந்தவில்லை. காரணம், ததும்பத்ததும்ப எனக்குள் நான் நிரம்பியிருந்தேன். அவருடைய மனைவி குனிந்த தலையை ஆட்ட மட்டுமே செய்தார். எனக்குப் பின்னாலிருந்த பாதையில், தடதடவென ஓடிவந்தார் ஃப்ரான்ஸ். ப்ரோனாகூட பிடரிமயிரைச் சிலுப்பிக்கொண்டது. கடிவாளத்தைச் சுண்டியது. அந்தக் கணத்திலிருந்து, எதுவுமே பழைய மாதிரி இருக்கப் போவதில்லை என்று எனக்குத் தோன்றியது.

கடந்த சில நாட்களாகவே, திணறவைக்கும் வெப்பம் இருந்து வந்தது. அன்றைக்கு மிகவும் கூடுதலாய் இருந்தது. காற்றில் ஏதோ நிரம்பியிருந்தது. தாளமுடியாத புழுக்கம் என்று சொல்வார்களே, அது மாதிரி. எங்களது வியர்வை வழக்கத்தைவிட ஊற்றெடுத்துப் பெருகியது. மதியப் பொழுது முற்றியபோது மேகங்கள் கூடத் தொடங்கின. வெப்பம் கொஞ்சங்கூடத் தணியவில்லை. சாயங்காலத்துக்குள் ஆகாயம் முழுக்க இருண்டுவிட்டது. ஆனால், அதற்குள் நாங்கள் ஜானுடைய தகப்பனாரைப் படகிலேற்றி அக்கரைக்குக் கொண்டு சென்றிருந்தோம். கிராமத்திலிருந்த இரண்டு கார்களில் ஒன்றில் ஏற்றி –அது பர்க்கால்டின் கார் – இன்பைக்டாவில் இருந்த மருத்துவரிடம் கொண்டு சென்றோம். அந்த நீண்ட பயணத்தில், பர்க்கால்டே கார் ஓட்டினார். ஜானுடைய தாயார் வீட்டில் லார்ஸுடன் தங்கவேண்டிய தாயிற்று. அவனை அவ்வளவு நீண்ட நேரத்துக்குத் தனியாக விட முடியாது. பேச்சுத்துணைக்குப் பெரியவர்கள் யாருமின்றி அந்தப் பையனுடன் மட்டும் காத்திருக்கும்போது, அவர் தனியாகவும் சோர்ந்தும் இருப்பார் என்று எனக்குத் தோன்றியது. காரிலிருந்த மனிதர்கள் இருவரும் என்ன பேசிக்கொள்வார்கள் என்பதை என்னால் கற்பனை செய்து பார்க்க முடியவில்லை.

முதல் மின்னல் வெட்டியபோது, நானும் அப்பாவும் மரவீட்டில் உள்ள மேஜையருகில் தனித்திருந்தோம் – ஜன்னல் வழியே பார்த்தபடி. ஒரு சொல்லும் பேசிக்கொள்ளாமல், அப்போதுதான் சாப்பிட்டு முடித்திருந்தோம். நியாயத்துக்கு அப்போது பகல்போல வெளிச்சம் இருந்திருக்க வேண்டும். ஜூலை இன்னமும் முடியவில்லை. ஆனால், அக்டோபர் மாத இரவுபோல இருண்டிருந்தது. மின்னல் கீறியது. வெட்டியதுபோக மீந்திருந்த மரங்களை எங்களால் காண முடிந்தது. கரையில் இருந்த குவியல்களை, ஆற்றையும்கூட மறுகரைவரை தெளிவாகப் பார்க்க முடிந்தது. உடனடியாக ஒரு பேரோசை. எங்கள் மரவீடு அதிர்கிற மாதிரி.

'நான் நாசமாய்த்தான் போவேன்' என்றேன்.

அப்பா ஜன்னலிலிருந்து திரும்பி என்னை வினவுகிற மாதிரிப் பார்த்தார்.

'என்ன சொன்னாய்?'

'நான் நாசமாய்ப் போவேன்.'

தலையை அசைத்துக்கொண்டார். பெருமூச்சு விட்டார். 'சரி. உறுதியாகச் சொல்கிறாய். ஆனால், நீ சிந்தித்துப் பார்க்க வேண்டும்... கட்டாயம் சிந்திக்க வேண்டும்' என்றார். மழை பெய்ய ஆரம்பித்தது. முதலில் சன்னமாக. சில நிமிடங்களுக்குப் பிறகு கூரையில் அறையத் தொடங்கியது. மேஜையருகில் அமர்ந்து நாங்கள் என்ன யோசிக்கிறோம் என்பதே கேட்காத அளவுக்கு. அப்பா சாய்ந்து அண்ணாந்தார். முகம் விதானத்தைப் பார்த்து இருந்தது. மரச்சட்டகங்களூடாக, உத்தரங்கள் பலகைகளூடாக நீரை அவரால் பார்க்க முடிகிற மாதிரி; அதில் ஒரு துளி அவருடைய நெற்றியில் விழக்கூடும் என்று நம்புகிற மாதிரி, கண்களை மூடிக்கொண்டார். முகத்தில் குளிர்நீரைச் சொரிந்துகொள்வது எங்களுக்கு இதமளித்திருக்கும் – அப்படியொரு நாளின் முடிவில். அவருக்கும் அதே யோசனை தோன்றியது போல. மேஜையி லிருந்து எழுந்தார்.

'குளிக்கலாமா?' என்றார்.

'வேண்டாமென்று சொல்லமாட்டேன்' என்றேன். உடனடியாகச் சுறுசுறுப்பானோம். குதித்தெழுந்து முழு வேகத்தில் எங்கள் உடைகளைக் கழற்றி அங்குமிங்குமாக உதைத்தெறிந்தோம். அப்பா குளிக்குமிடத்துக்கு அம்மணமாக ஓடி வாளிக்குள் சோப்பை அமிழ்த்தினார். என்னைப் போலவே விசித்திரமாகத் தெரிந்தார் அவர். தலையிலிருந்து தொப்புள் வரை சூரிய ஒளியில் வதங்கிய பழுப்பு நிறம் கொண்டிருந்தது. தொப்புளுக்குக் கீழே சுண்ணாம்பு வெள்ளை நிறம். நுரைக்குமிழிகள் முழு உடம்பையும் மூடும்வரை தேய்த்துக்கொண்டார். அப்புறம் சோப்பை என்னிடம் தூக்கிப் போட்டார். என்னளவு முடிந்த வேகத்தில் நானும் அவரைப் போலவே செய்தேன்.

'கடைசி ஆள் வெளியே' என்று கூவிக்கொண்டே கதவைப் பார்த்து ஓடினார். அமெரிக்கக் கால்பந்து வீரனைப்போல அவரைத் துரத்திப் பாய்ந்தேன் – அவருடைய பாதையின் குறுக்கே போய் அவரை விழத் தாட்டுவதற்காக. அவர் என் தோளைப் பிடித்துப் பின்னால் இழுத்தார். ஆனால், என் உடம்பு வழுக்கியது அவரால் பற்ற முடியவில்லை. சிரிக்க ஆரம்பித்தார். கூவினார்:

'பிசுபிசுத்த சின்னப் பயலே!' அவர் சொல்லலாம்; பலவருடங் களுக்கு முன்பே அப்படிப் பெயர் வாங்கியவர். இருவரும் நெருக்கி இடித்துக்கொண்டு நின்றோம். குறுகலான வாசல்நிலையில், உடம்புகள் உரச, இருவருமே முதல் ஆளாக வெளியேற முயன்றபடி நின்றோம். கூரைச் சார்ப்புக்குக் கீழே நின்று, சுற்றியுள்ள தரையில் தண்ணீர் அறைவதைப் பார்த்தோம். வசீகரமானதாக, தூண்டுவதாக இருந்த காட்சி அது. ஒருகணம் உற்றுப் பார்த்தபடி நின்றோம். அப்பா ஆழமாக மூச்சிழுத்தார். நடிகரைப் போலக் கூவினார்:

குதிரை வேட்டை 79

'இப்போதில்லையென்றால் எப்போதும் இல்லை!' மழைக்குள் தாவிப் பாய்ந்து நிறை அம்மணமாக ஆடத் தொடங்கினார். கைகளைக் காற்றில் உயர்த்தி, தோள்களில் தண்ணீர் பட்டுத் தெறிக்க ஆடினார். கொட்டும் மழையில் நானும் அவர் பின்னால் ஓடினேன் – அவர் நின்ற இடத்தில் நிற்க, குதிக்க, ஆட, 'வெண்மையிலும் நீலத்திலும் செந்நிறமாகவும் – நார்வே' என்று பாட. பிறகு அவரும் பாடத் தொடங்கினார். கண நேரத்தில் எங்கள் மீதிருந்த சோப் நுரை அலசிப் போனது. அதனுடன் வெதுவெதுப்பும் போனது. உடல்கள் வழுவழுவென்று மினுங்கின – பனிக்கடல் நாய்கள் போல. ஒருவேளை தொடுவதற்கும் அவ்வளவு தண்ணென்றிருந்திருக்கலாம்.

'நான் உறைந்துகொண்டிருக்கிறேன்' என்று சத்தமாய்ச் சொன்னேன்.

'நானும்தான்' என்று அவர் திருப்பிக் கத்தினார். 'ஆனால், நாம் இன்னும் கொஞ்சநேரம் நிற்கலாம்'.

'சரி' என்று கத்தினேன். வயிற்றில் அறைந்தேன், தொடைகளில் ஓங்கித் தட்டிக்கொண்டேன் – மரத்துப்போன தோலின் உட்புறம் சற்று வெம்மையேறும் பொருட்டு. பிறகு, கைகளால் நடக்கும் யோசனை தோன்றியது. அப்படிச் செய்யும்போது என்னால் துள்ளிக் குதிக்க முடியும்.

'நீங்களும் செய்யுங்கள்' என்று அப்பாவைப் பார்த்துக் கத்திவிட்டு, குனிந்து, கைகளை ஊன்றித் தலைகீழாக நின்றேன். அவரும் அதே போலச் செய்ய வேண்டி வந்தது. ஈரப் புல்லின்மீது கைகளால் நடந்தோம். எங்கள் புட்டங்களில் மிகமிகக் குளுமையான விபரீதமாகத் தாக்கியது மழை. சீக்கிரமே நான் கால்களால் நிற்கவேண்டி வந்தது. ஆனால், நாங்கள் வீட்டுக்குள் திரும்ப ஓடியபோது, எங்களைவிடச் சுத்தமான புட்டங்கள் கொண்ட யாருமே இருந்திருக்க முடியாது. இரண்டு பெரிய துவாலைகளால் துவட்டிக்கொண்டோம். ரத்தவோட்டம் சீர்ப்படவும், வெதுவெதுப்பு மீண்டும் ஏறவும் சொரசொரப்பான துணியால் சருமத்தை அழுத்தித் துடைத்தோம். அப்பா பெருமிதமாய்த் தலைதிருப்பி என்னைப் பார்த்தார்:

'ஆக, நீ இப்போது பெரியவன் ஆகிவிட்டாய்.'

'முழுக்க ஆகிவிடவில்லை'. என்றேன். எனக்குத் தெரியும், எனக்குப் புரியாத சமாசாரங்கள் என்னைச் சுற்றிலும் நடந்துகொண்டிருந்தன. பெரியவர்களுக்கு நிச்சயம் புரிந்தவை. ஆனால், நான் அந்த இடத்துக்கு மிக அருகே இருந்தேன்.

'சரிதான். முழுக்க ஆகாமல் இருக்கலாம்'. கையால் தலைமுடியைக் கோதிக்கொண்டார். துவாலையை இடுப்பில் கட்டிக்கொண்டு கணப்பினருகில் சென்றார். பழைய செய்தித்தாளை நாடாக்கள் மாதிரிக் கிழித்துச் சுருட்டி உள்ளே தள்ளினார். மூன்று சுள்ளிவிறகுகளை காகிதத்தைச் சுற்றிலும் வைத்தார். நெருப்பு மூட்டினார். கணப்பின் மூடியை மூடி, சாம்பல் தட்டை மாத்திரம் இழுக்கும் விதமாகத்

பெர் பெதர்சன்

திறந்து வைத்தார். பழைய, காய்ந்த குச்சிகள் சடசடக்கத் தொடங்கின கைகளை உயர்த்தியபடி, கறுப்பு இரும்புத் தகடுகளின்மேல் சாய்வாகக் குனிந்து, கணப்புக்கு நெருக்கமாக நின்றார் – வெம்மை அவரது வயிற்றை யும் மார்பையும் நோக்கி உயர்கிற மாதிரி. அவருடைய முதுகைப் பார்த்தபடி நான் இருந்த இடத்திலேயே இருந்தேன். ஏதோ சொல்லப் போகிறார் என்று எனக்குத் தெரிந்தது. என்னுடைய அப்பா. எனக்கு அவரை நன்றாகவே தெரியும்.

முதுகைத் திருப்பாமலே சொன்னார்: ‘இன்று நடந்தது . . . கொஞ்சங்கூட அவசியமேயில்லை. நாங்கள் மேலேமேலே அதைக் கொண்டுசென்ற விதம்; அதெல்லாம் மோசமாக மட்டும்தான் முடியும். நான் ரொம்ப முன்னாலேயே நிறுத்தியிருக்க வேண்டும். அது என் கையில்தான் இருந்தது, அவரிடம் அல்ல. உனக்குப் புரிகிறதா. நன்கு வளர்ந்த மனிதர்கள் நாம். நடந்ததுக்கு நானேதான் பொறுப்பாளி.’

நான் ஒன்றும் சொல்லவில்லை. அவர் என்ன சொல்லவருகிறார் என்று எனக்குப் புரியவில்லை. அவரும் நானும் வளர்ந்தவர்கள் என்கிறாரா, அவரும் ஜானுடைய தகப்பனாருமா. இரண்டாவதாகத் தான் இருக்கும் என்று யூகித்தேன்.

‘மன்னிக்கவே முடியாதது’

இருக்கலாம். என்னால் அதைப் பார்க்க முடிந்தது. ஆனாலும், பழியை அவர் அவ்வளவு சாதாரணமாகத் தன்மீது போட்டுக்கொள் வதில் எனக்கு விருப்பமில்லை. அது விவாதத்துக்குரியது என்று பட்டது. தவறு அவருடையது என்றால், என்னுடையதும்தான் – இந்த மாதிரி சமாசாரங்கள் நிகழ்வதற்குக் காரணவானாயிருப்பது மோசமானது என்றாலும். என்னைக் கணக்கிலெடுக்காமல் விடுவதன் மூலம் என்னைச் சின்னப்பயல் ஆக்குகிறார். பழைய கசப்பு திரும்பி வருவதை உணர்ந்தேன் – ஆனால் இந்த முறை தீவிரம் சற்றுக் குறைவாக இருந்தது. கணப்பை விட்டுத் திரும்பினார். நான் என்ன யோசிக்கிறேன் என்பதை அவர் அறிந்திருக்கிறார் என்பதை அவர் முகத்தில் பார்க்க முடிந்தது. ஆனால், எங்களை சகஜமாக்கும் விதத்தில் அதை விவாதிக்க வழியில்லை. அது மிகமிகச் சிக்கலானது. குறைந்தபட்சம், அன்றைய இரவில். மேற்கொண்டு சிந்திக்கக்கூட என்னால் முடியவில்லை. என் தோள்கள் துவள்வதை, கண்ணிமைகள் கனப்பதை உணர்ந்தேன். விரல் கணுக்களால் கண்ணைக் கசக்கக் கையை உயர்த்தினேன்.

‘சோர்வாக இருக்கிறாயா?’ என்றார்.

‘ஆமாம்’ என்றேன். நான் ***சோர்வாகத்தான்*** இருந்தேன். உடல் சோர்ந்திருந்தது. மனம் சோர்ந்திருந்தது. தோல் நொந்திருந்தது. என் துயிலிடத்தில், தூவிமெத்தையின் கீழ்படுத்து, தூங்க வேண்டும் தூங்க வேண்டும் தூங்கிக்கொண்டேயிருக்க வேண்டும் என்று விரும்பினேன். இனிமேலும் தூங்க இயலாது என்று ஆகும்வரை.

அவர் கையை நீட்டி என் தலைமுடியைக் கலைத்தார். கணப்புக்கு மேலேயுள்ள மாடத்திலிருந்து தீப்பெட்டியை எடுத்தார். மேஜை மீதிருந்த பாரஃபின் விளக்கை ஏற்றினார். தீக்குச்சியை ஊதி அணைத்து, கணப்பின் மூடியைத் திறந்து ஜுவாலையில் எறிந்தார். விளக்கின் மஞ்சள் ஒளியில் எங்கள் பழுப்பு – வெளுப்பு உடல்கள் இன்னும் வேடிக்கையாய்த் தென்பட்டன. புன்சிரித்தபடி சொன்னார்:

'முதலில் நீ போய் உறங்கு. நான் பின்னாலேயே வருகிறேன்.'

ஆனால், அவர் வரவில்லை. இரவில் சிறுநீர் கழிக்க நான் எழுந்த போது, அவரை எங்குமே காணவில்லை. உறக்கத்தின் போதையுடன் மைய அறைவழியே போனேன். அவர் அங்கே இல்லை. கதவைத் திறந்து வெளியே பார்த்தேன். மழை ஓய்ந்திருந்தது. அவர் வெளியிலும் இல்லை. அவருடைய துயிலிடத்தில் போய்ப் பார்த்தபோது, அது ராணுவ பாணியில் ஒழுங்காக நீவப்பட்டு, முந்தைய நாள் காலையில் இருந்த அதேவிதமாக இருந்தது.

7

பட்டுப்போன ஸ்ப்ரூஸ் மரத்தைத் தரித்து, சங்கிலி வாள் கொண்டு தோதான அளவுகளில் – கிட்டத்தட்ட, வெட்டுப்பலகையின் அளவில் பாதி அளவுக்கு – வெட்டியாகி விட்டது. மரத் துண்டங்களை மும்மூன்றாகத் தள்ளு வண்டியில் போட்டு, விறகுக் கொட்டகைக்கு வெளியில் உள்ள திடலில் குவித்திருந்தேன். இப்போது அவை இரட்டைப் பரிமாணமுள்ள பிரமிடுகள் போல, கூரைச் சார்ப்புக்குக் கீழே, சுமார் இரண்டு மீட்டர் உயரத்துக்கு, சுவரோடு அடுக்கப்பட்டுவிட்டன. அவற்றைப் பிளக்கும் வேலையை நாளை தொடங்க வேண்டும். இதுவரை, எல்லாம் நல்லபடியாகப் போய்க்கொண்டிருக்கிறது. என்னைப்பற்றி எனக்கே மகிழ்ச்சியாக இருக்கிறது. ஆனால், இந்த முதுகுதான் ரொம்பப் பாடுபட்டுவிட்டது இன்று. மேலும், ஐந்து மணி ஆகிவிட்டது. சூரியன் இறங்கிவிட்ட திசையிலிருந்து – அது மேற்காகவோ, தென்மேற்காகவோ இருக்க வேண்டும் – காட்டில் நான் வேலை செய்த விளிம்போரத்திலிருந்து, அந்தி கசிந்து வருகிறது. வேலையை நிறுத்துவதற்குப் பொருத்தமான நேரம். ரம்பத்தில் ஒட்டியிருக்கும் மரத்தூளையும், பெட்ரோல் மற்றும் எண்ணெய்ப் பசையையும் துடைக்கிறேன். கிட்டத்தட்டச் சுத்தமாகும் அளவுக்கு. பின்னர் அது காயும்விதமாக, விறகுக் கொட்டகையிலுள்ள பலகைமேடையில் கிடத்துகிறேன். கதவைச் சாத்திவிட்டு, காலியான வெப்பக்குடுவையை அக்குளில் இடுக்கியபடி முற்றத்தைக் கடந்து போகிறேன். படிக்கட்டில் அமர்ந்து என்னுடைய ஈரக் காலணிகளைக் கழற்றுகிறேன். அவற்றில் ஒட்டியிருக்கும் மரச் சிராய்களைத் தட்டியெடுக்கிறேன். காற்சராயின் கீழ்ப்புறத்தை உதறுகிறேன். காலுறைகளை உதறி, பணிக் கையுறைகளால் ஓங்கித் தட்டுகிறேன். கடைசியாக ஒட்டியிருக்கும் மரத் துண்டுகளை விரல்களால் அகற்றுகிறேன். அவை அழகான சிறு குப்பலாக ஆகின்றன. லிரா என்னைக் கவனித்தபடி உட்கார்ந்திருக்கிறாள். வாயில் பைன் மரச் செதிற்கூடு ஒன்றைக் கவ்வி

யிருக்கிறாள். கொழுத்த, கொளுத்தப்படாத சுருட்டு மாதிரி நீட்டிக் கொண்டிருக்கிறது அது. நான் அந்தக் கூட்டை வீசியெறிய வேண்டும், தான் அதைத் துரத்தியோடி, கவ்விக்கொண்டு திரும்ப வேண்டும் என்று விரும்புகிறாள். ஆனால், ஆரம்பித்துவிட்டால் போதும், விளையாடிக் கொண்டேயிருக்க வேண்டும் லிராவுக்கு. என்னிடம் சக்தியில்லை.

'ஸாரி. இன்னொரு முறை விளையாடலாம்.' என்று சொல்கிறேன். அவளுடைய மஞ்சள்நிறத் தலையைத் தட்டிக்கொடுக்கிறேன். கழுத்தை வருடுகிறேன். காதுகளை மென்மையாய் இழுக்கிறேன். லிராவுக்கு அது பிடிக்கும். கூட்டைக் கீழே போட்டுவிட்டு, வாசல் மிதியடியில் போய் அமர்ந்துகொள்கிறாள்.

குதிகால்கள் சுவரில் பதியும்படி காலணிகளை வாயிற்படியில் நிறுத்திவிட்டு, காலுறைகளுடன் மைய அறையினூடே நடந்து சமைய லறைக்குள் போகிறேன். குழாயிலிருந்து கொட்டும் வெந்நீரில் வெப்பக் குடுவையை அலசிக் கழுவி, சமையல் மேடையில் உலர வைக்கிறேன். வெந்நீர் அடுப்பை நிறுவி இரண்டு வாரங்கள்தான் ஆகிறது. அதற்கு முன்பு அது இங்கே கிடையாது. பாத்திரம் கழுவவென்று சுவரில் குளிர்நீர்க் குழாய்க்குக் கீழே பொருத்தப்பட்ட சிறு தொட்டி மட்டுமே இருந்தது. இந்த வீட்டை நன்கு அறிந்த குழாய்ப் பணியாளர் ஒருவரை வரவழைத்தேன். வெளிச்சுவரில் தொடங்கி தண்ணீர்க்குழாய் வரை இரண்டு மீட்டர் ஆழத்துக்குக் குழி வெட்டுமாறு சொன்னார் அவர். அப்போதுதான், அஸ்திவாரச் சுவருக்குக் கீழே, சமையலறைக்குள் வரும் குழாயின் கோணத்தை அவரால் சரியாக மாற்றியமைக்க முடியும். உறைபனி ஆக்கிரமிப்பதற்கு முன்பாக, நரகத்திலுள்ள வவ்வால் போல, நான் அதைச் செய்துதான் ஆகவேண்டும். குழாய்ப் பணியாளர் தாமே குழி தோண்டமாட்டார்; தாம் கூலியாள் அல்ல என்று சொன்னார். எனக்கு அதைச் செய்வதில் ஆட்சேபமில்லை, ஆனால் கடினமான வேலை. தரைக்குக் கீழே, செம்மண்ணும் பாறைகளும் மண்டியிருக்கிறது. சில பாறைகள் மிகமிகப் பெரியவை. பனிப்படலத்தின் முகட்டில் நான் வசிக்கிற மாதிரி அர்த்தம்.

இப்போது, மற்ற யாரிடமும் போல, பாத்திரங்கள் கழுவும் தொட்டி இருக்கிறது. அதற்குமேலே உள்ள கண்ணாடியில் என்னைப் பார்த்துக் கொள்கிறேன். அதில் தெரியும் முகம், அறுபத்தேழு வயதில் எனக்கு இருக்கக் கூடும் என நான் எதிர்பார்த்ததைவிட மாறுபட்டது அல்ல. அந்த விதத்தில், நான் காலத்தோடு ஒத்திருக்கிறேன். நான் பார்ப்பதை எனக்குப் பிடித்திருக்கிறதா என்பது வேறு விஷயம். அது முக்கியமானதும் அல்ல. என்னைப் பார்க்கக்கூடியவர்கள் அதிகம் பேர் இல்லை – என்னிடமுள்ள ஒரேயொரு கண்ணாடியைத் தவிர. உண்மையைச் சொல்ல வேண்டுமானால், கண்ணாடியில் தெரியும் முகத்திடம் எனக்கு எந்த விரோதமும் கிடையாது. நான் அதை ஏற்றுக்கொள்கிறேன், அதில் என்னை அடையாளம் காண்கிறேன். இதைவிட அதிகம் வேண்டுமென்று கோர முடியாது.

வானொலி ஒலிக்கிறது. வரவிருக்கும் புத்தாயிரமாண்டு விழா பற்றிப் பேசுகிறார்கள். கணிப்பொறிகள் அனைத்திலும், *97,98,99*இலிருந்து

00வுக்கு மாறுவதில் ஏற்படவிருக்கும் பிரச்சினைகள் குறித்துப் பேசுகிறார்கள். என்ன நடக்கும் என்று நமக்குத் தெரியாது. நிகழச் சாத்தியமான உற்பாதங்களிலிருந்து நம்மைக் காத்துக்கொள்ள வேண்டும். முன்னெச்சரிக்கை நடவடிக்கைகள் மேற்கொள்வதில் நார்வீஜிய தொழில்துறை மந்தமாக நொண்டியடிக்கிறது. எனக்கு இதன் தலையும் புரியவில்லை, வாலும் புரியவில்லை. உண்மையில், இதில் எனக்கு ஆர்வமேயில்லை. ஒன்று மட்டும் நிச்சயம், ஒரு துப்பும் இல்லாத ஆலோசகர்கள் கூட்டம் செழுமையாகச் சம்பாதிக்கப் புறப்பட்டுவிட்டது. கட்டாயம் அவர்கள் ஏதாவது செய்வார்கள், ஏற்கனவே செய்தும் விட்டார்கள்.

என்னுடைய ஆகச் சிறிய சமையல் பாத்திரத்தை எடுத்து, கொஞ்சம் உருளைக்கிழங்குகளை வெட்டி அதில் போடுகிறேன். தண்ணீர் நிரப்பி, பாத்திரத்தை அடுப்பு மேல் வைக்கிறேன். எனக்குப் பசிக்கிறது, மரத்தை வெட்டியது பசியை தீவிரப்படுத்தியிருக்கிறது. இப்படிப் பசித்து வெகு நாளாயிற்று. உருளைக்கிழங்கைக் கடையில் வாங்கினேன். அடுத்த வருடம், கொட்டகைக்குப் பின்புறமுள்ள பழைய சமையலறைத் தோட்டத்தில் நானே விளைவித்த உருளைக்கிழங்கு இருக்கும். அங்கே புதர் கடுமையாக மண்டியிருக்கிறது. மறுபடியும் தோண்டத்தான் வேண்டும். ஆனால், நான் செய்து முடித்துவிடுவேன் என்பது உறுதி. அவகாசம் கிடைக்க வேண்டும், அவ்வளவுதான்.

தனியாக வசிக்கும்போது, இரவு உணவைப் பற்றிக் கவனமாய் இருப்பது முக்கியம். செய்வதற்கு சுலபம்தான், ஆனால் ஒரேயொரு ஆளுக்காகச் சமைப்பது அலுப்பூட்டக் கூடியது. உருளைக்கிழங்கு, சாஸ், பச்சைக் காய்கறிகள் இவை இருக்க வேண்டும். கைத் துவாலை, சுத்தமான தம்ளர், மேசையில் ஏற்றிவைத்த மெழுகுவத்திகள் ஆகியவை வேண்டும். வேலைசெய்யும்போது அணிந்திருந்த உடைகளோடு சாப்பிட உட்காரக் கூடாது. எனவே, உருளைக்கிழங்கு வேகும்போது, நான் படுக்கையறைக்குள் போய் என் காற்சட்டையை மாற்றிக்கொள்கிறேன். தூய வெள்ளைச் சட்டை அணிந்து சமையலறைக்குத் திரும்புகிறேன். ஏரியில் நானே பிடித்த மீன்களைப் பொரிப்பதற்காக வாணலியில் வெண்ணெயை இடுவதற்கு முன், மேஜைமீது ஒரு துணியை விரிக்கிறேன்.

வெளியில் முன்னந்தி வந்திறங்கி விட்டது. கொட்டகை, காட்டின் ஓரம், மரங்களுக்கு அப்பாலுள்ள ஏரி என எல்லாமே நெருங்கி வருகின்றன. நிறம் பூசிய காற்று எல்லாவற்றையும் பிணைக்கிறது என்கிற மாதிரி. ஒன்றுக்கொன்று இணைக்கப்படாத ஒன்றுமே வெளியில் இல்லை என்கிற மாதிரி. இப்படி யோசிப்பது நன்றாகத்தான் இருக்கிறது. அது நிஜமா இல்லையா என்பது வேறு விஷயம். என்னைப் பொறுத்தவரை, தனியாக இருப்பதே உத்தமம். ஆனால், இந்தக் கணத்தில், இந்த நீல நிற உலகம் எனக்கு ஓர் ஆறுதலைத் தருகிறது. நிச்சயமாய்த் தெரிய வில்லை – எனக்குத் தேவைப்படாத அந்த ஆறுதலை நான் விரும்பு கிறேனா என்று. என்றாலும் எடுத்துக்கொள்கிறேன். இதமான உணர் வுடன் மேஜையருகே அமர்ந்து சாப்பிடத் தொடங்குகிறேன்.

குதிரை வேட்டை

கதவு தட்டப்படுகிற ஒலி. அந்த ஒலி அசந்தர்ப்பமாய் இல்லை, காரணம் என்னிடம் அழைப்பு மணி கிடையாது. ஆனால், நான் இங்கே குடிவந்ததிலிருந்து யாருமே கதவில் கைவைத்ததில்லை. யாராவது வரும்போது, கார் ஓசை கேட்கும். அவர்களை வரவேற்க நான் வாயிற்படிக்குச் செல்வேன். ஆனால், இப்போது கார் வரும் ஓசை கேட்கவில்லை. விளக்குகளும் தென்படவில்லை. அப்போதுதான் ஆரம்பித்த சாப்பாட்டை விட்டுவிட்டு எழுகிறேன் – சிறு எரிச்சலுடன். மைய அறைக்குச் சென்று, முன் கதவைத் திறக்கிறேன். லார்ஸ். அவனுக்குப் பின்னால் முற்றத்தில் அசையாமல் அமர்ந்திருக்கிறது போக்கர். இந்தத் தடவை படிமானமாக. வெளியில் பரவியிருக்கும் ஒளி செயற்கையாய்த் தெரிகிறது – நான் பார்த்த திரைப்படங்களில் போல. எங்கிருந்து வருகிறது என்று தெரியாத விதமாக ஒளியமைப்பு செய்யப்பட்டது போன்ற நீல நிறம். ஆனால், ஒவ்வொரு பொருளும் துலக்கமாக, அதே சமயம் ஒரே திரைக்குப் பின்னால் இருப்பதுபோல மங்கலாகத் தெரிகிறது. அல்லது அனைத்துமே ஒரே தாதுவால் உருவானவை போலத் தெரிகின்றன. நாய்கூட நீல நிறமாக, சலனமேயற்று இருக்கிறது. நாயின் களிமண் சிற்பம்.

‘மாலை வணக்கம்’ என்கிறேன் – இன்னமும் பிற்பகல் என்றுதான் சொல்லவேண்டும் என்றாலும். ஆனால், இந்த ஒளியில் வேறெதுவும் சொல்வது சாத்தியமில்லை. லார்ஸ் தர்மசங்கடமாக நிற்கிற மாதிரித் தென்படுகிறான் – அல்லது வேறேதோ அவஸ்தை அவன் முகத்தில் தெரிகிறது. நாயும் அதேமாதிரித்தான் இருக்கிறது. இருவரின் உடல் களிலும் ஒருவித விறைப்பு தெரிகிறது. இருவருமே என்னை நேருக்கு நேர் பார்க்கவில்லை. ஒன்றுமே பேசாமல் காத்திருக்கிறார்கள். இறுதியில் அவன் சொல்கிறான்:

‘மாலை வணக்கம்.’ மீண்டும் மௌனமாகிவிடுகிறான் – தனக்கு என்ன வேண்டும் என்று சொல்லாமல். அவனுக்கு நான் என்ன உதவி செய்யவேண்டும் என்று தெரியவில்லை. நான் சொல்கிறேன்:

‘சாப்பிட ஆரம்பித்தேன் . . . அதனால் பரவாயில்லை. சும்மா உள்ளே வா.’ கதவை அகலத் திறந்து அவனை உள்ளே வரச் சொல்கிறேன். அவன் மறுப்பான் என்று நிச்சயமாகத் தெரியும். அவன் சொல்ல விரும்புவதை, படிக்கட்டில் வைத்துத்தான் சொல்வான் – அதாவது, அவன் சொல்லத் தவிக்கும் வார்த்தைகளைச் சொல்ல முடிந்தால். பிறகு, ஒரு முடிவுக்கு வந்தவனாக, கதவை நோக்கிக் கடைசித் தப்படி வைக்கிறான். போக்கரை நோக்கித் திரும்பி,

‘நீ இங்கேயே இரு.’ என்று வாயிற்படியைச் சுட்டுகிறான். போக்கர் அந்தப் படியை நோக்கிச் சென்று அமர்கிறது. லார்ஸ் மைய அறைக்குள் நுழைவதற்காக நான் சற்று ஒதுங்கி நிற்கிறேன். சமையலறைக்குப் போகிறேன். மேஜையில் மெழுகுவத்திகள் வறண்டு சிமிட்டுகின்றன. அவன் என்னைப் பின்தொடர்ந்து வந்து கதவைச் சாத்துகிறான்.

‘நீ சாப்பிட்டு விட்டாயா?’ என்று கேட்கிறேன். ‘இரண்டுபேர் சாப்பிடப் போதுமானது இருக்கிறது’ என்கிறேன். கிட்டத்தட்ட அது

உண்மையேதான். எப்போதுமே, என்னுடைய பசியைச் சரியாகக் கணிக்காமல், எனக்குத் தேவையான அளவைவிட அதிகமாகத்தான் தயார் செய்வேன். உபரிப்பகுதி வழக்கமாக லிராவுக்குப் போய்ச்சேரும். அவளுக்கும் இது தெரியும். நான் சாப்பிட உட்கார்ந்தால் பெரும் உற்சாகம் கொள்வாள். கணப்பினருகில் போய்ப் படுத்து, என்னை உன்னிப்பாகக் கவனித்தபடி காத்திருப்பாள். இப்போது தன் இடத்தி லிருந்து எழுந்து நிற்கிறாள். வாலாட்டியபடி லார்ஸின் காற்சட்டையை மோந்து பார்க்கிறாள். அதைத் துவைக்க வேண்டும் – சந்தேகமில்லை.

‘உட்கார்’ என்கிறேன். பதிலுக்காகக் காத்திராமல், மூலையிலிருக்கும் அலமாரியிலிருந்து ஒரு தட்டை எடுத்துவந்து மேஜையில் வைக்கிறேன் – முள்கரண்டி, கைத் துவாலை, தம்ளர் இவற்றுடன். அவனுக்கு பீர் வார்க்கிறேன். எனக்கும் ஊற்றிக்கொள்கிறேன். ஜன்னலில் மட்டும் கொஞ்சம் பனித் திப்பிகள் இருந்தால் போதும், கிறிஸ்துமஸ் மாதிரியே இருக்கும். அவன் அமர்கிறான். என்னுடைய வெள்ளைச் சட்டையை ஓரக்கண்ணால் பார்க்கிறான் என்பதை உணர முடிகிறது. அவன் என்ன அணிந்திருக்கிறான் என்பதை நான் பொருட்படுத்தவில்லை. நான் பின்பற்றும் விதிகள் எனக்கானவை மட்டுமே. ஆனால் எனக்கு உறைக்கிறது – அவன் என்ன சொல்வதற்காக வந்தானோ, அதை நிம்மதியாகச் சொல்லவிடாமல் செய்துவிட்டேன் நான். நானும் உட்கார்கிறேன். வேண்டுமென்பதை எடுத்துக்கொள்ளலாம் என்று வலியுறுத்திச் சொல்கிறேன். அவன் ஒரு மீன் துண்டமும், இரண்டு உருளைக்கிழங்குகளும், கொஞ்சம் சாஸூம் எடுத்துக்கொள்கிறான். எனக்கு லிராவைப் பார்க்கும் தைரியம் இல்லை. ஏனென்றால், அவளுக்குக் கிடைத்திருக்கக் கூடியது இதுவேதான். நாங்கள் சாப்பிடத் தொடங்குகிறோம்.

‘நன்றாக இருக்கிறது. நீயே பிடித்ததா இது?’ என்கிறான் லார்ஸ்.

‘ஆமாம். கீழே, ஆற்றின் முகத்துவாரத்தில்’ என்கிறேன்.

‘அந்த இடத்தில் ஏகப்பட்ட மீன் இருக்கிறது. குறிப்பாக பெர்ச் மீன்’ என்கிறான். ‘நாணல் ஓரங்களில் பைக் மீன் கிடைக்கும். அதிர்ஷ்ட மிருந்தால் சிலசமயம் ட்ரௌட்டும் கிடைக்கும்’. தலையை ஆட்டிவிட்டு, தொடர்ந்து உண்கிறேன். விஷயத்துக்கு அவனாகவே வரட்டும் என்று பொறுமையாகக் காத்திருக்கிறேன். இங்கே வருவதற்கும், இரவுணவு சாப்பிடவும் அவனுக்கு சிறப்பான காரணங்கள் வேண்டும் என்பதில்லை. கடைசியாக ஒரு பெரிய மிடறு பீர் அருந்திவிட்டு, கைத் துவாலையால் வாயைத் துடைத்துக்கொள்கிறான். தொடையில் கைகளைக் கிடத்திய படி, செருமிக்கொள்கிறான். பிறகு சொல்கிறான்:

‘நீ யார் என்று எனக்குத் தெரியும்.’

நான் மெல்வதை நிறுத்துகிறேன். சற்று முன்னால் கண்ணாடியில் தெரிந்த எனது முகத்தை எண்ணிப் பார்க்கிறேன். ***அது*** யாரென்று அவனுக்குத் தெரியுமா? எனக்கு மட்டும்தான் தெரியும் அது யார் என்பது. அல்லது, மூன்று வருடத்துக்கு முன்னால் என்னுடைய

பெரிய புகைப்படத்துடன் வெளியான செய்தித்தாள்களை நினைவில் வைத்திருக்கிறானோ? சாலையின் மத்தியில், பனி கொட்டும் மழையில், ரத்தமும் தண்ணீரும் என் தலைமுடியில், நெற்றியில், சட்டையில், பட்டியில் என்று வழிந்தோட, மினுக்கமும் மிரட்சியும் கொண்ட கண்களுடன் புகைப்படக் கருவிகளைப் பார்த்தபடி நான் நிற்கும் புகைப்படம். எனக்கு நேர் பின்னால், மங்கலாகத் தெரியும் நீல நிற ஆடி கார். அதன் பின்பகுதி அந்தரத்தில் இருந்தது, முன்பகுதி பாறைச் சரிவில் நீண்டிருந்தது. ஈரமான, கறுத்த மலைச் சுவர். பின் கதவுகள் திறந்த நோயூர்தி, என் மனைவியைச் சுமந்த தூக்குபடுக்கை, நீல விளக்கு பளிச்சிடும் காவல்துறை வாகனம், என் தோளில் சுற்றிய நீலப் போர்வை, மஞ்சள் நடுக்கோட்டுக்குக் குறுக்கே நின்ற பீரங்கி வண்டி அளவு பெரிய லாரி. அப்புறம், மழை. குளிர்ந்த, பளபளக்கிற தார்மீது கொட்டிய மழை. தொடர்ந்து வந்த வாரங்களில் எல்லா வற்றையும் நான் இரட்டையாகக் கண்டது போல, சகலத்தையும் இரட்டிப்பாகக் காட்டிய தார்மீது. அந்தப் புகைப்படம் எல்லா செய்தித்தாள்களிலும் வந்தது. விபத்து நடந்த அரைமணிநேரத்தில் வரிசை கட்டி வந்த கார்கள் ஒன்றினுள் இருந்த சுயேச்சைப் புகைப் படக்காரன் கச்சிதமாக எடுத்த புகைப்படம். ஏதோவோர் அலுப்பூட்டும் வேலையை முன்னிட்டுப் போய்க்கொண்டிருந்தவன், மழையில் எடுக்கப்பட்ட இந்தப் புகைப்படத்துக்காகப் பரிசு வென்றான். தாழ்வான, சாம்பல் நிற ஆகாயம், உடைந்த தடுப்புச் சுவர், பின்னால் தெரிந்த மலையில் வெள்ளை நிற ஆடுகள் என அத்தனையும் ஒரே படத்தில். 'இந்தப் பக்கம் பார்' என்று கத்தினான் அவன்.

ஆனால், லார்ஸ் குறிப்பிடுவது அதை அல்ல. அந்தப் படங்களில் எதையாவது அவன் பார்த்திருக்கக் கூடும். அது முழுக்க முழுக்க சாத்தியம்தான். ஆனால் அவன் குறிப்பிடுவது அதை அல்ல. அவனை நான் அடையாளம் கண்ட மாதிரி அவனும் என்னை அடையாளம் கண்டிருக்கிறான். ஐம்பது வருடங்களுக்கு மேல் ஆகிவிட்டது. அப்போது நாங்கள் வெறும் குழந்தைகள். அவனுக்குப் பத்து வயது. எனக்குப் பதினைந்து – என்னைச் சுற்றி நடந்த சகலத்தையும் பார்த்து இன்னும் பயந்துகொண்டிருந்தவன். என்னால் முடிந்த அளவு கைநீட்டினால் எட்டிவிடும் தூரத்தில்தான் அவை நடந்தன என்றாலும் எனக்குப் புரியாதவை. ஒருவேளை கைநீட்டியிருந்தால் அவற்றின் பொருள் புரிந்திருக்கவும் கூடும். குறைந்தபட்சம் நான் அப்படித்தான் உணர்ந்தேன். 1948 கோடைகால இரவில் கையில் என்னுடைய ஆடைகளுடன் நான் ஓடிவந்தது நினைவிருக்கிறது. அப்பா சொன்னதையும், நடந்த விஷயங்களையும் பற்றி சடாரென்று ஒரு பதட்டம். அவையிரண்டும் ஒன்றாக இருக்க வேண்டிய அவசியமில்லை. ஆனால் அது உலகத்தைத் திரவப்பதமாக, பற்றிக்கொள்ளக் கடினமானதாக ஆக்கிவிட்டது. ஒரு பாழ்வெளி திறந்தது – அதன் மறுபக்கத்தை என்னால் பார்க்க முடிய வில்லை. வெளியே, ஆற்றின் போக்கில் வெறும் ஒரு கிலோமீட்டர் தொலைவில், லார்ஸும் தன் படுக்கையில் தூக்கமின்றித் தனியாகப் படுத்திருக்கலாம் – தன்னுடைய உலகத்தைப் பற்றிக்கொள்ள முயன்ற படி. அவனால் புரிந்துகொள்ள முடியாத வளைகோட்டுப் பாதையில்

வெடித்துப் பாய்ந்த துப்பாக்கிச் சத்தம் அந்தச் சிறிய வீட்டின் ஒவ்வொரு கனமீட்டரிலும் நிரம்பியிருக்கலாம் – அவனால் வேறெதையும் கேட்க இயலாமல் ஆகும்வரை. மற்றவர்கள் அவனிடம் பேசும்போது, அவர்கள் எதைத்தான் சொன்னாலும் வெடியோசை தவிர வேறெதுவும் கேட்காமல் ஆனது. பின் வெகுகாலத்துக்கு அந்த ஓசையை மட்டுமே அவன் கேட்டுக்கொண்டிருந்தான்.

இப்போது, ஐம்பது வருடங்களுக்கு மேல் ஆன பிறகு, மேஜையில் எனக்கு நேரெதிரே அவன் அமர்ந்திருக்கிறான். அவனுக்கு நான் யாரென்று தெரிகிறது. அதைப்பற்றிச் சொல்வதற்கு என்னிடம் ஏதுமில்லை. அவன் குற்றம் சாட்டவில்லை – அப்படித்தான் ஒலிக்கிறது என்றாலும். அது கேள்வியுமில்லை; ஆகவே நான் பதில் சொல்ல வேண்டிய அவசியமில்லை. ஆனால், நான் எதுவும் பேசாமலிருந்தால் எல்லாமே பயங்கரமான மௌனத்தில் அமிழ்ந்துவிடும். கடினமாக ஆகிவிடும்.

'ஆமாம்.' என்கிறேன், அவனை நேருக்குநேர் பார்த்தபடி. 'எனக்கும் நீ யாரென்று தெரியும்.'

அவன் தலையாட்டுகிறான். 'நினைத்தேன்' என்கிறான். மறுபடியும் தலையாட்டுகிறான். தனது மேசைக்கத்தியையும், முள்கரண்டியையும் எடுத்து சாப்பாட்டைத் தொடர்கிறான். அவன் மகிழ்ச்சியாய் இருக்கிறான் என்பதை என்னால் காண முடிகிறது. அவன் சொல்ல விரும்பியது அதைத்தான். மேற்கொண்டு ஒன்றுமில்லை. கூடுதலாக எதுவுமில்லை – அவன் சொன்னதையும், அந்தத் தகவல் உறுதிப்பட்டதையும் தவிர.

பின்னர் சாப்பாடு முடியும்வரை நான் சற்று அசௌகரியமாகவே இருக்கிறேன் – நானாக வரவழைக்காத ஒரு சூழ்நிலைக்குள் சிக்கியவனாக. முன்னால் குனிந்து ஜன்னல் வழியாக முற்றத்தை எட்டிப் பார்த்தபடி, அதிகம் பேசிக்கொள்ளாமல், சாப்பிடுகிறோம். முற்றத்தில் இருள் வேகமாகவும், மௌனமாகவும் வீழ்ந்துகொண்டிருக்கிறது. ஒருவருக்கொருவர் ஆமோதிப்பாய்த் தலையாட்டுகிறோம். இப்போதிருக்கும் பருவம் இப்போதிருக்கும் பருவமேதான் என்று ஒத்துக் கொள்கிறோம். இப்போதெல்லாம் சீக்கிரமே இருட்டிவிடுகிறது, இல்லையா என்கிற மாதிரி உரையாடுகிறோம் – ஏதோ இது புதிதாக நடப்பதுபோல. ஆனால், லார்ஸ் திருப்தியாக இருக்கிற மாதிரித் தெரிகிறான். தட்டிலிருப்பது மொத்தத்தையும் காலி செய்கிறான். கிட்டத்தட்ட உற்சாகமாகச் சொல்கிறான்:

'மிக்க நன்றி. முறையான இரவுணவு சாப்பிட்டது நன்றாக இருந்தது.' அவன் கிளம்பத் தயாரானவன் போலத் தெரிகிறான். கிளம்பும்போது, மெல்லக் காலடி வைத்து, டார்ச் விளக்கு இல்லாமல் நடக்கிறான். நானோ கனமாக உணர்கிறேன். பாலத்தை நோக்கி, அவர்களுடைய சிறு மரவீட்டை நோக்கிப் போகும் அவன் பின்னோடு தத்திச் செல்லும் போக்கரை சிறுகச் சிறுக இருள் விழுங்குகிறது.

கதவருகில் கொஞ்சநேரம் நிற்கிறேன். மண்பாதையில் அவர்களுடைய தப்படிகள் ஒலிப்பதைக் கேட்டவாறு. அவையும் தேய்ந்து

மறைகின்றன. அதன்பிறகும் கொஞ்சநேரம் நிற்கிறேன். பின்னர், இருளினூடாக, லார்ஸ் கதவை அடைக்கும் மெல்லொலி கேட்கிறது. கீழே ஆற்றோரம் இருக்கும் அந்த மரவீட்டின் ஜன்னலில் விளக்கொளி தெரிவதைக் காண்கிறேன். திரும்பி சுற்றுமுற்றும் எல்லாப் பக்கங் களிலும் பார்க்கிறேன். நான் காணும் ஒரே விளக்கு லார்ஸுடையது தான். காற்று வீசத் தொடங்குகிறது. ஆனால், இருட்டுக்குள் வெறித்துப் பார்த்தபடி, நிற்கும் இடத்திலேயே நிற்கிறேன். காற்று உயர்கிறது. காட்டுக்குள்ளிருந்து வேகமெடுத்து வருகிறது. வெறும் சட்டை மட்டும் அணிந்திருக்கிறேனா, குளிர்கிறது. நடுங்குகிறேன். பற்கள் கடகடக் கின்றன. இறுதியில் நான் பின்வாங்க வேண்டியிருக்கிறது. உள்ளே சென்று கதவைச் சாத்துகிறேன்.

சமையலறை மேஜையைச் சுத்தம் செய்கிறேன். இந்த வீட்டில் முதன்முறையாக, மேஜை விரிப்பின் மீது இரண்டு தட்டுகள். ஊடுருவலுக்கு ஆளான மாதிரி உணர்கிறேன். அப்படித்தான் இருக்கிறது. அதைச் செய்தது சும்மா யாரோ ஒருவரில்லை.

அப்படித்தான் இருக்கிறது. இறைச்சி வைக்குமிடத்திலிருந்து லிராவின் சாப்பாட்டுக் கோப்பையை எடுத்துவருகிறேன். கடையில் வாங்கிய உலர் உணவை அதில் நிரப்பி எடுத்துச் செல்கிறேன். தரையில், மர அடுப்பின் முன்பு வைக்கிறேன். லிரா என்னைப் பார்க்கிறாள். இது அல்ல அவள் எதிர்பார்த்தது. உணவை மோந்து பார்க்கிறாள் – மிக நிதானமாகத் தின்னத் தொடங்குகிறாள். வெளிப்படையாகத் தெரியும் வாட்டத்துடன் ஒவ்வொரு கவளத்தையும் விழுங்குகிறாள். பிறகு மீண்டும் திரும்பி என்னைப் பார்க்கிறாள். நீண்ட பார்வை – அந்தக் கண்களால். பெருமூச்சு. மறுபடி சாப்பாடு தொடர்கிறது – ஏதோ விஷக்கோப்பையைக் காலி செய்வது மாதிரி. செல்லம் கொடுத்ததால் கெட்டுப்போன நாய்.

லிரா உண்ணும்போது நான் படுக்கையறைக்குள் சென்று வெள்ளைச் சட்டையைக் கழற்றுகிறேன். ஹாங்கரில் மாட்டித் தொங்கவிடுகிறேன். பணிக்காலச் சட்டையைத் தலைவழியாய்ப் போட்டுக்கொண்டு, கம்பளிச் சட்டையையும் அணிந்து தாழ்வாரத்துக்குப் போகிறேன். கொண்டியில் தொங்கும் வெதுவெதுப்பான, கனத்த கம்பளி மேல்கோட்டை அணிந்து கொள்கிறேன். டார்ச்சை எடுத்துக்கொண்டு, லிராவை விசிலடித்து அழைத்தபடி ரப்பர்செருப்புகளுடன் வாசலுக்குச் செல்கிறேன். பூட்ஸ் களை அணிந்துகொள்கிறேன். இப்போது காற்று கடுமையாக இருக்கிறது. இருவரும் சாலையில் இறங்கி நடக்கிறோம். லிரா முன்னால் செல்கிறாள். சில மீட்டர்கள் தள்ளி, பின்தொடர்கிறேன். அவளது வெளிறிய மேலுடம்பை என்னால் ஓரளவே காண முடிகிறது. ஆனால், நான் பார்க்கும் அளவு, திசைகாட்டும் விளக்குபோல இருக்கிறது அது. நான் டார்ச்சை ஏற்றவில்லை. கண்களை இருளுக்குப் பரிச்சயமாக விட்டுவிடுகிறேன். வெகுநேரம் முன்பே அணைந்துவிட்ட ஒரு விளக்கைத் தேடும் சிரமத்தால் அவை சோரும்வரை.

பாலத்தருகே சென்றதும், அதன் உத்தரங்கள் தொடங்குமிடத்தில் ஒரு கணம் நின்று, லார்ஸின் மரவீட்டைப் பார்க்கிறேன். ஜன்னல்களில்

வெளிச்சம் தெரிகிறது. மஞ்சள் சட்டகத்தில் அவனுடைய தோள்களை என்னால் பார்க்க முடிகிறது – இன்னும் ஒரு முடிகூட நரைக்காத பின்னந்தலையையும். அறையின் மறுகோடியில் தொலைக்காட்சிப் பெட்டி ஒளிர்கிறது. செய்திகள் பார்க்கிறான். நான் கடைசியாகச் செய்திகள் பார்த்தது எப்போது என்பது எனக்குத் தெரியாது. இந்த இடத்துக்கு நான் தொலைக்காட்சிப் பெட்டியைக் கொண்டுவரவில்லை சிலசமயம் அதற்காக வருத்தப்படுகிறேன்; சாயங்காலங்கள் நீண்டுவிடும் போது. ஆனால், என்னுடைய கருத்து என்னவென்றால், தனியாக வசிக்கும்போது அந்த மினுக்கும் பிம்பங்களுடனும், இரவில் வெகுநேரம் நீங்கள் அமர்ந்திருக்கும் நாற்காலியுடனும் சீக்கிரமே ஒட்டிக்கொள்வீர்கள். அப்புறம் காலம் சும்மா கழியும் – மற்றவர்கள் நகர்ந்து போய்க்கொண் டிருப்பார்கள். நான் அதை விரும்பவில்லை. எனக்கு நானே உறுதுணை யாய் இருந்துகொள்வேன்.

சாலையைவிட்டு நீங்கி, நான் வழக்கமாகச் செல்லும் பாதையில் இறங்கி நடக்கிறோம். குறுகிய ஆற்றையொட்டிச் செல்லும் பாதை. ஆனால், தண்ணீர் ஓடும் ஒலி எனக்குக் கேட்கவில்லை. சுற்றிலுமுள்ள மரங்களிலும் புதர்களிலும் காற்று அரற்றுகிறது, சலசலக்கிறது. பாதையை விட்டு விலகி ஆற்றில் விழுந்துவிடக்கூடாதேயென்று டார்ச் விளக்கை முடுக்குகிறேன். ஏனெனில், ஆறு இருக்குமிடம் எனக்குக் கேட்கவில்லை.

ஏரியை அடைந்ததும் நாணல்கள் இருக்கும் விளிம்பையொட்டி நடக்கிறேன். நானே பொருத்திய மர இருக்கையை அடையும்வரை. ஏரியின் முகத்துவாரத்தில் உட்கார்ந்து வாழ்க்கையைக் கவனிக்க ஓர் இடம் இருக்கட்டுமே என்பதற்காகவும், மீன்கள் ஆட்டம் போடுவதை, இந்த இடத்தில் கூடடையும் தாராக்களை, அன்னங்களைப் பார்ப்பதற் காகவும் அதை இழுத்துவந்து போட்டிருக்கிறேன். ஆண்டின் இந்தப் பருவத்தில் அவை கூடடைவதில்லைதான். ஆனால், இன்னமும் காலைப் பொழுதில் அவை இருக்கின்றன – வசந்தகாலத்தில் ஈன்ற குஞ்சுகளுடன். இளம் அன்னங்கள் இப்போது தம் பெற்றோரளவு பெரிதாகிவிட்டன, ஆனாலும் இன்னமும் அவை சாம்பல் நிறமாகவே இருப்பது விசித்திர மாய் இருக்கிறது. ஒரே வரிசையில் நீந்தும் இரு வேறு பறவையினங்கள் போல. அவற்றின் அசைவுகள் ஒரே மாதிரி இருக்கின்றன, தாங்கள் ஒரேமாதிரி இருப்பதாகத்தான் அவை எண்ணுகின்றன என்பதில் சந்தேகமில்லை, ஆனால், அவை ஒரே மாதிரி இல்லை என்பதை யாரும் காண முடியும். அல்லது, இங்கே சும்மா உட்கார்ந்து என் சிந்தனைகளை இலக்கற்று அலையவிடலாம் – லிரா தனது அன்றாட நடவடிக்கைகளில் ஈடுபட்டிருக்கும்போது.

இருக்கையைக் கண்டு அமர்கிறேன். ஆனால், இயல்பாகவே, தற்போது கவனிக்கவோ பார்க்கவோ ஏதும் இல்லை. எனவே நான் விளக்கை அணைத்துவிட்டு இருட்டில் அமர்ந்திருக்கிறேன். நாணல்களில் கூர்மையான நொறுங்கலோசையுடன் காற்று சலசலப்பதைக் கேட்டவாறு. இந்த நாளின் முடிவில் நான் எவ்வளவு ஓய்ந்து போயிருக்கிறேன் என்பதை என்னால் உணர முடிகிறது. வழக்கத்தைவிடவும் மிகமிக அதிகமாக வேலைபார்த்திருக்கிறேன். கண்களை மூடுகிறேன். எனக்கு

நானே சொல்லிக்கொள்கிறேன் – நான் இப்போது தூங்கிவிடக் கூடாது; சும்மா கொஞ்சநேரம் இங்கே அமர்ந்திருக்க வேண்டும். அப்புறம் தூங்கிப்போகிறேன், காதைச் செவிடாக்கும் ஓசை சூழ்ந்திருக்க, முழுக்க உறைந்தவனாகக் கண்விழிக்கும்வரை. எனக்குள் தோன்றும் முதல் எண்ணம், லார்ஸ் அவன் சொன்னதைச் சொல்லியிருக்க வேண்டாமே என்பது. எனக்குப் பின்னால் எங்கோ இருப்பதாக நான் எண்ணிய இறந்தகாலத்துடன் என்னைக் கட்டிப்போடுகிறது அது. சற்று அநாகரிக மாகத் தென்படும் லகுத்தன்மையுடன் ஐம்பது வருடங்களை ஓர் ஓரமாய் இழுத்துப்போடுகிறது.

இருக்கையிலிருந்து எழுகிறேன். உடம்பு விறைப்பாய் இருக்கிறது. லிராவை அழைக்க சீட்டியடிக்கிறேன். உதடுகள் மரத்திருப்பதால் அது அவ்வளவு சுலபமாயில்லை. அப்புறம் பார்த்தால், லிரா ஏற்கனவே இருக்கைக்கு அருகில் உட்கார்ந்திருக்கிறது – மெலிதாக முனகியவாறு, தன் மூக்குநுனியை என் முழங்காலில் அழுத்தியபடி. டார்ச் விளக்கை முடுக்குகிறேன். அழுத்தமான காற்று. விளக்கை நான் சுழற்றும்போது ஒளி அலைக்கழிகிறது. நாணல்கள் ஏரியின்மீது தரைமட்டமாகக் கிடக் கின்றன. நீரில் வெண்ணிற நுரை. வெற்று மர உச்சிகளிலிருந்து ஊளையொலி கேட்கிறது. மரங்கள் வளைந்து தெற்குமுகமாகச் சொடுக்கு கின்றன. நான் லிராவின் அருகில் குந்தி அமர்ந்து அதன் தலையை வருடுகிறேன்.

'நல்ல நாய்' என்று ஆங்கிலத்தில் சொல்கிறேன். அது மிக அபத்தமாக ஒலிக்கிறது – நான் திரைப்படங்கள் பார்த்த நாட்களில் பார்த்த ஒரு திரைப்படத்தில் போல. அந்தப் படம் ***லாஸ்ஸீ***யாக இருக்கலாம். எனக்கு ஆச்சரியமாய் இல்லை. அல்லது நான் மறந்துவிட்ட ஒன்றைக் கனவுகாண்கிறேன் – அதில் இந்தச் சொற்கள் இன்னும் நீடித்திருக் கின்றன. அது டிக்கன்ஸிலிருந்து இல்லை – அவருடைய நூல்களில் 'நல்ல நாய்' எதையும் படித்ததாக நினைவில்லை. எப்படியானாலும், அது அபத்தமாகத்தான் இருக்கிறது. மீண்டும் நிமிர்கிறேன். என் மேல்கோட்டின் ஸிப்பை மோவாய் வரை இழுத்துவிடுகிறேன்.

'வா. வீட்டுக்குப் போகலாம்' என்கிறேன் லிராவிடம். பெரும் ஆசுவாசத்துடன் கிளம்புகிறாள் அவள். வாலைக் காற்றில் உயர்த்தி, பாதையில் பாய்ந்தேறுகிறாள். கழுத்துப் பட்டிக்குள் தலையை அமிழ்த்திக் கொண்டு, டார்ச் விளக்கை இறுக்கிப் பிடித்தபடி, நான் தொடர்கிறேன் – அவ்வளவு சுறுசுறுப்பாக அல்ல.

○

8

மரவீட்டில் கழிந்த அந்த இரவை என்னால் தெளிவாக நினைவுகூர முடிகிறது. தாம் சொன்னதுபோல படுக்கையில் இல்லை அப்பா. படுக்கையறையிலிருந்து வெளியேறி, மைய அறைக்குள் போனேன். கணப்பின் முன்னால் நின்று அவசரமாக உடையணிந்துகொண்டேன். அதன்மீது குனிந்தபோது, முந்தின நாள் சாயங்காலத்தின் வெதுவெதுப்பு இன்னமும் இருந்தது அதில். சூழ்ந்திருந்த இரவைக் காது கொடுத்துக் கேட்டேன். என்னுடைய சுவாசம் தவிர கேட்பதற்கு வேறு ஒலிகள் இல்லை. அது துரிதமாகவும், விநோதமான கரகரப்புடனும், அளவு காண முடியாத அளவு பெரிதாயிருந்த, ஒரு சுவரிலிருந்து மற்றதுக்கு எத்தனை தப்படிகள் என்று எனக்குத் துல்லியமாகத் தெரிந்தாலும் பெரிதாய்த் தென்பட்ட அறையில் கனத்தும் ஒலித்தது. மெனக்கெட்டு, மூச்சின் வேகத்தைக் குறைத்துக்கொள்ள முனைந்தேன். காற்றை முழுக்க உள்ளிழுத்து நிதானமாக வெளிவிட்டேன். அப்போது நினைத்துக்கொண்டேன்: இந்த இரவுவரை நான் வாழ்ந்திருக்கும் வாழ்க்கை நன்றாகவே இருந்து வந்திருக்கிறது. நான் எப்போதுமே தனியாக இருந்ததில்லை. உண்மையில், நீண்ட பொழுதுகளுக்கு அப்பா வெளியே போயிருந்தபோதிலும், அதைத் தன்னம்பிக்கையுடன் ஏற்றுக்கொண்டிருக்கிறேன். ஜூலை மாதத்திய நாள் ஒன்றின் போக்கில் அந்தத் தன்னம்பிக்கை அடித்துச் செல்லப்பட்டுவிட்டது.

நீண்ட நாள் அது. வெப்பம் கொதித்த நாள். என்னுடைய நீண்ட பூட்ஸ்களை அணிந்து கதவைத் திறந்து முற்றத்துக்குச் சென்றேன். அங்கே யாரும் இல்லை, கிட்டத் தட்டக் குளுமையாகவே இருந்தது. ஆனால், இப்போது இருட்டு இல்லை. கோடைகால இரவு. ஆகாயத்தில் மேகங்கள் படுவேகமாகக் கடந்தபோது பிளவுபட்டு, வெளிறிய வெளிச்சம் மினுக்கிமினுக்கி இறங்கியது. ஆற்றுக்குப் போகும் பாதையை என்னால் காண முடிந்தது. கடும் மழைக்குப்

பின்னர், தண்ணீர் இன்னும் துரிதமாகப் பாய்ந்தது. கரையோரப் பாறைகளுக்கும் மேலே ஓடியது. புடைத்தும், அலையாடியும் இருந்த நீர்மட்டம் வெள்ளியின் மங்கலான பிரகாசம் கொண்டிருந்தது. சற்றுத் தொலைவிலிருந்தே இதை என்னால் பார்க்க முடிந்தது. ஆறோடும் ஓசை மட்டுமே எனக்குக் கேட்ட ஒரே ஒலி.

படகு அதனுடைய இடத்தில் இல்லை. நீரில் இறங்கி சில எட்டுகள் நடந்து துழாவினேன். பிறகு நின்றேன் – துடுப்பொலி கேட்கிறதா என்று பார்க்க. ஆனால், என் கால்களைச் சுற்றியோடிய நீர் மட்டுமே ஒலித்தது. ஆற்றின் மேற்புறமோ, கீழ்ப்புறமோ எதுவுமே தட்டுப்பட வில்லை. மரக் குவியல்கள் இருக்கத்தான் செய்தன. ஈரப்பதமான காற்றில் அவற்றின் மணம் அழுத்தமாக இருந்தது. தண்டில் சிலுவை அறையப்பட்ட, கபடமான பைன் மரத்தண்டும் அங்கே இருந்தது. ஆற்றின் மறுபுறத்தில், சாலைவரையிலும் வயல்கள் இருந்தன. ஆனால், மேகங்களும் விட்டுவிட்டுத் தெரிந்த வெளிச்சமும் மட்டுமே நகர்ந்து கொண்டிருந்தன. இரவில் தனியாக நின்றிருப்பது விபரீதமானதோர் உணர்வை ஏற்படுத்தியது. மிருதுவான நிலவின் ஒளியையோ, மணி யோசையின் கணீர் முழக்கத்தையோ என் உடம்பினுள் உணர்வது போல. தண்ணீர் என் பூட்ஸுகளுக்குள் பொங்கிப் பாய்ந்தது. சுற்றிலும் இருந்த சகலமும் மிகப் பெரியதாக, மிக அமைதியாக இருந்தன. ஆனால், நான் கைவிடப்பட்டவனாக உணரவில்லை; தனித்து விடப் பட்டவனாக உணர்ந்தேன். முழுக்க முழுக்க சாந்தமாய் இருந்தேன். நானே உலகின் நங்கூரம். இதை எனக்கு நிகழ்த்தியது ஆறுதான். என் மோவாய்வரை நீரில் அமிழ்ந்து அசையாமல் அமர்ந்திருந்தேன். நீர்ப் பிரவாகம் தாக்குகிறது, என் உடம்பை இழுக்கிறது. என்றாலும், நான் நானாக இருந்தேன்; இருந்தும், நங்கூரமாக இருந்தேன். மேலே மர வீட்டைப் பார்க்கத் திரும்பினேன். ஜன்னல்கள் இருட்டாக இருந்தன. மறுபடியும் அங்கே சென்று நுழைய எனக்கு விருப்பமில்லை. அங்கே ஒளி இல்லை. இரண்டு அறைகளும் ஆளற்றுக் காலியாக இருக்கும். அன்னத்தூவி மெத்தைகள் ஈரமாக இருக்கும். கணப்பு அணைந்திருக்கும். இங்கே வெளியில் இருப்பதைவிட நிச்சயம் அங்கே குளிராக இருக்கும். எனக்கு அந்த மரவீட்டில் செய்வதற்கு எதுவுமே இல்லை. ஆகவே, நீரில் துழாவி நடந்து கரைசேர்ந்தேன். நடக்கத் தொடங்கினேன்.

முதலில், புதிய மரத் தண்டுகளூடே கடந்து எங்கள் நிலத்துக்குப் பின்னாலிருந்த குறுகிய மண்பாதைக்கு நடந்தேன். பின்னர் கீழிறங்கி மரங்களினிடையே நடந்தேன். வழக்கமாக நாங்கள் செய்வதுபோல பாலமும் கடையும் இருக்கும் வடக்குநோக்கி நடக்காமல், தெற்குநோக்கிப் போனேன். இப்போது மேகங்கள் இல்லாததாலும், எங்கெங்கும் வெண்ணிற மாவு இறைந்தது போல இரவின் ஒளி மீண்டுவிட்டதாலும், வழியைக் கண்டறிவது கடினமாய் இல்லை. சல்லடைபோலவும் நான் விரும்பினால் தொட்டுணரக் கூடியது மாதிரியும் இறைந்து கிடந்தது வெளிச்சம். தொடத்தான் என்னால் முடியாதே. ஆனாலும், முயன்றேன். தூண்கள் நிரம்பிய தாழ்வாரத்தில்போல இருண்ட மரங்களின் அடிப் பாகங்களிடையே நடந்தபோது, என் விரல்களை விரித்து நீட்டினேன்.

கைகளைக் காற்றில் தவழவிட்டேன். மாவுபோன்ற வெளிச்சத்தில் கைகளை மெல்ல உயர்த்தினேன்; பின்னர் தாழ்த்தினேன். ஆனால், எதையும் தொட்டுணர இயலவில்லை. அனைத்தும் முன்னெப்போதும் இருந்தது மாதிரியே இருந்தன. எந்தவொரு இரவையும் போல. ஆனால் வாழ்க்கை தன் பளுவை ஒரு புள்ளியிலிருந்து வேறொன்றுக்கு இடம் பெயர்த்துக்கொண்டு விட்டது; ஒரு காலிலிருந்து மற்றதுக்கு – மலையுச்சி யின் நிழலில் மௌனமாய் நின்றிருக்கும் அசுரனைப் போல. இந்த நாள் தொடங்கியபோது இருந்தவன் இல்லை இப்போதிருக்கும் நான். அது வருத்தப்பட வேண்டிய விஷயமா என்றுகூட எனக்குத் தெரிய வில்லை.

எனக்குத் தெரியவும் இல்லை, திரும்பிப் பார்க்கும் அளவுக்கு வயது முதிர்ச்சியும் இல்லை. ஆக, மண்பாதையில் திரும்பிச் சென்றேன். மரங்களுக்கு அப்பாலிருந்து ஆற்றின் ஒலி கேட்டது. சீக்கிரமே, எங்கள் மரவீட்டுக்குத் தெற்கே மிக அருகிலிருந்த பால்பண்ணையின் ஒலிகள் கேட்கத் தொடங்கின. மரச் சுவர்களுக்குப் பின்னாலுள்ள பட்டிகளின் இருட்டில் அசைபோட்டுக்கொண்டோ, வைக்கோல்மீது படுத்தோ ஒருபக்கத்திலிருந்து மறுபக்கம் புரளும் பசுக்களின் ஒலி. சடாரென்று அவை அமைதி பூண்டன. பிறகு திரும்பவும் ஓசைகள் மீண்டன. வெளியே சாலையில் பசுக்கழுத்து மணிகளின் அடங்கிய ஒலி கேட்டது. இரவின் எந்த ஜாமம் அது என்று எனக்குள் ஆச்சரியம் தட்டியது. சீக்கிரம் விடிந்துவிடுமா? அல்லது, மேற்கொண்டு போவதற்கு முன், பசுத் தொழுவம் வரை நடந்து சென்று அதனுள் நுழைந்து கொஞ்சநேரம் அமர்ந்து அங்கே நிஜமாகவே வெதுவெதுப்பாக இருக்கிறதா என்று பார்க்கலாமா. அப்படித்தான் செய்தேன். பசுக்கள் மேலேறிவரும் பாதையில் இறங்கிச் சென்றேன் – மரவீட்டைத் தாண்டி. அங்கே சகலமும் நிசப்தமாக இருந்தது. நான் பார்த்த ஜன்னல்கள் வழியே யாரும் எட்டிப்பார்க்க வில்லை. மங்கலான வெளிச்சம் இருந்த பசுக்கொட்டிலின் கதவைத் திறந்து உள்ளே போனேன். உள்ளே அழுத்தமான மணம் நிரம்பியிருந்தது. அது நன்றாகவும் இருந்தது. நான் யூகித்திருந்த அளவுக்கு வெம்மையும் இருந்தது. கழிவு ஓடைகளுக்கு நடுவில் சென்ற இடைகழியில் பால் கறக்க அமரும் முக்காலி கிடந்ததைப் பார்த்தேன். நான் மூடிய கதவுக்கு அருகில் இழுத்துப்போட்டு அமர்ந்தேன். கண்களை மூடி, ஒவ்வொரு பட்டிக்குள்ளும் இருந்த பசுக்களின் சாந்தமான சுவாசத்துக்குச் செவி கொடுத்தேன். அவற்றின் தாடைகளும் சாந்தமாகவே வேலை செய்தன. கழுத்துமணிகளின் சப்தம். மரப்பலகைகள் க்ரீச்சிடும் ஒலி. கூரையில் இரவின் அரற்றல் ஒலி. காற்றின் ஒலி அல்ல, இரவின் உள்ளடக்கமான அனைத்தும் கூடி ரீங்கரிக்கும் ஒலி. பிறகு, தூங்கிப்போனேன்.

யாரோ என் கன்னத்தைத் தடவுவதை உணர்ந்து கண்விழித்தேன். என்னுடைய அம்மா என்றே எண்ணினேன். நான் ஒரு சின்னஞ்சிறு பையன் என்றும் எண்ணினேன். எனக்கு ஓர் அம்மா இருக்கிறாள் என்று எனக்கே சொல்லிக்கொண்டேன். அவளை நான் மறந்துவிட்டேன்.

பின்னர் அவள் எப்படி இருப்பாள் என்பது ஒவ்வொரு அங்கமாக எனக்குள் ஓடியது. அவை அனைத்தும் ஒன்று திரண்டு, நான் எப்போதும் எப்படிப் பார்த்திருக்கிறேனோ அப்படி அவள் ஆகும்வரை ஓடியது. ஆனால் நான் நிமிர்ந்து பார்த்த முகம் அம்மாவுடையது அல்ல. ஒரு கணம் இரண்டு உலகங்களுக்கு இடையில், ஒவ்வொன்றிலும் பாதிப்பாதி திறந்த கண்களுடன், அல்லாடினேன். பால்பண்ணைப் பணியாள் ஒருத்தி நின்றிருந்தாள். காலை ஐந்து மணி ஆகிவிட்டது என்று அதற்குப் பொருள். அவளை ஏகப்பட்ட தடவை பார்த்திருக்கிறேன் – பேசியு மிருக்கிறேன். எனக்கு அவளைப் பிடிக்கும். பாதையில் நடந்து மேலேறி பசுக்களை வீடுதிரும்பப் பாடும்போது, வெள்ளிப் புல்லாங்குழலின் ஒலி போன்று ஒலிக்கும் அவளுடைய குரல். இதை அப்பா சொல்வார். கைகளைப் பக்கவாட்டில் லேசாக உயர்த்தி, அசையும் விரல்களும், குவிந்த உதடுகளுமாய் பாவனை செய்தபடி சொல்வார். வெள்ளிப் புல்லாங்குழல் ஒலி எப்படியிருக்கும் என்று எனக்குத் தெரியாது. எனக்குத் தெரிந்தவரை, அதை யாரும் வாசித்து நான் கேட்டதில்லை. ஆனால், அவள் புன்னகைத்துவிட்டு என்னைக் குனிந்து பார்த்துச் சொன்னாள்:

'காலை வணக்கம், ஆட்டுக்குட்டீ'. அது எனக்கு இதமாக இருந்தது.

'தூங்கிப்போய்விட்டேன். இங்கே சுகமாகவும், கதகதவென்றும் இருந்தது.' என்றேன். விறைப்பாக நிமிர்ந்து உட்கார்ந்து, புறங்கையால் முகத்தைத் தேய்த்துக்கொண்டேன்.' உங்களுக்கு முக்காலி தேவைப்படுமே'.

அவள் மறுப்பாகத் தலையசைத்தாள். 'இல்லை இல்லை. நீ இருக்கிற படியே இரு. என்னிடம் இன்னொன்று இருக்கிறது. அது போதும்'. என்றாள். பிறகு பளபளக்கும் வாளிகளைக் கைக்கொன்றாக எடுத்துக் கொண்டு இடைகழியில் நடந்துபோனாள். இன்னொரு முக்காலியைத் தேடி எடுத்து முதல் பசுவின் பக்கவாட்டில் போட்டு அமர்ந்தாள். அவளது திறமையான விரல்கள் வெளிர் சிவப்பு நிற மடுவை மென்மை யாகக் கழுவத் தொடங்கின. ஏற்கனவே சாணத்தை வாரிப்போட்டு, தரைமுழுவதும் ரம்பத்தூள் தூவியிருந்தாள். தரை சுத்தமாகவும், ரம்மிய மாகவும் காட்சியளித்தது. இப்போது அவர்கள் எல்லாருமே இரண்டு வரிசையாக நின்றிருந்தார்கள் – புள்ளிபோட்ட தோலுடன், வரிசைக்கு நான்கு பசுக்கள் என – முழுக்க எதிர்பார்ப்புடனும், பாலுடனும். வாளியைத் தன்னருகே இழுத்தவள், காம்புகளை அதேபோல மெல்லப் பற்றி இழுத்தாள். வெண்ணிறமாகப் பீய்ச்சிய பால் உலோகத்தில் பட்டுக் கிணுகிணுத்தது. பார்ப்பதற்கு மிகவும் சுலபம்போலத்தான் தெரிந்தது – ஆனால் நான் பலதடவை முயன்றிருக்கிறேன். ஒரு சொட்டுகூட வெளிவந்ததில்லை.

முதுகைச்சுவரில் சாய்த்து, பட்டியின் பக்கவாட்டிலிருந்த கொண்டியில் அவள் தொங்கவிட்டிருந்த விளக்கு வெளிச்சத்தில் அவளை வேடிக்கை பார்த்துக்கொண்டிருந்தேன். கூந்தலை மூடிக் கட்டி முடிச்சிட்டிருந்த தலைத்துணி. முகத்தில் படிந்த பொன்னொளி.

உள்முகமாகத் திரும்பியிருந்த அவளது பார்வை. அரைப் புன்னகை. வெற்றுக் கைகள். வாளியின் பக்கங்களில் குட்டைப்பாவாடைக்குக் கீழே மங்கலாக ஒளிர்ந்த முழங்கால்கள். தவிர்க்கவியலாத வகையில், திடீரென, வலுவாக, என் காற்சட்டைக்குள் விறைப்பு ஏற்பட்டது. மூச்சுவிடத் திணறினேன். இதற்குமுன்னால் அவளைப்பற்றி இந்த விதமாக நான் யோசித்த ஞாபகமேயில்லை. இரண்டு கைகளாலும் முக்காலியை இறுகப் பிடித்துக்கொண்டேன். என் மனத்தில் நிஜமாகவே இருந்துவந்த பெண்ணுக்கு நியாயம் செய்யவில்லை என்று தோன்றியது. ஒரு சென்ட்டிமீட்டர் நகர்ந்தாலும் போதும்; குறைந்தபட்ச உராய்வும் சகலத்தையும் நாசமாக்கிவிடும் என்பது தெரிந்தது. அவள் பார்த்து விடுவாள். என் நெஞ்சுக்குள் கிடந்து வெளியேறத் துடிக்கும் கையாலாகாத விம்மலைக் கேட்டுவிடவும் கூடும். அப்புறம் அவளுக்குத் தெரியவரும், நான் எவ்வளவு பரிதாபமானவன் என்று. அதை என்னால் தாங்கிக் கொள்ள முடியாது. ஆகவே, அழுத்தத்திலிருந்து விடுபடுவதற்காக, என் சிந்தனையை வேறுவிஷயங்களில் செலுத்தவேண்டும். முதலில், குதிரைகளைப் பற்றி யோசித்தேன். கிராமத்தின் சாலைவழியே அவை ஓடியதை நினைத்துப் பார்த்தேன். உலர்ந்த புழுதியைத் தீப்பற்றுகிற மாதிரி கிளப்பித் தடதடக்கும் குளம்புகள் கொண்ட பல்வேறு நிறக் குதிரைகள். புழுதி சுழித்தெழுந்து வீடுகளுக்கும் தேவாலயத்துக்கும் இடையே மஞ்சள் திரைபோல எழும். ஆனால் எனக்கு அது பெரிய அளவில் உதவவில்லை. ஏனென்றால், அந்தக் குதிரைகள் நாலுகால் பாய்ச்சலில் ஓடும்போது அவற்றின் லயசுத்தமான சுவாசம், வளைந்த பிடரிகள், உடலில் வெளியேறும் வெப்பம் இவற்றிலும்; குதிரைகள் தொடர்பான, விளக்கிச் சொல்லக் கடினமான, எல்லா அம்சங்களிலும் ஏதோ இருக்கத்தான் செய்தது. ஆனால், அவை ***இருக்கின்றன*** என்பது உங்களுக்குத் தெரியும். ஆகவே, அதற்குப் பதிலாக பன்னஃப்யோர்ட்[1] பற்றி சிந்தித்தேன். ஊரிலிருந்த பன்னஃப்யோர்ட் பற்றி. சாம்பலும் பச்சையும் கலந்த நிறம் கொண்ட நீரில், மிகச் சரியாக மே முதல் நாளில், அன்று நிலவிய பருவநிலையையும், காற்றையும் பொருட் படுத்தாமல், முதன்முதலாக நீந்தியது பற்றி. அப்போது தண்ணீர்தான் எவ்வளவு குளிர்ந்து இருந்தது. கேட்டன் கடற்கரையிலுள்ள சாய்வான பாறைகளின் மீதிருந்து கண்ணாடிபோன்ற பரப்பில் குதித்தபோது உடலிலிருந்து சற்றுத் திணறலுடன் காற்று தெறித்து வெளியேறியது பற்றி. ஒரு சமயத்தில் ஒருவர்தான் குதிக்க முடியும். காரணம், மற்றவர் தண்ணீரின் விளிம்பில் நின்று உயிர்காக்கும் கயிற்றைப் பிடித்துக் கொண்டிருக்க வேண்டும் – நீரில் இருப்பவனுக்கு ஒருவேளை விறைப்புத் தட்டிவிடக் கூடும் என்பதால். ஆண்டுதோறும் இதைச் செய்வது என்று நானும் என் சகோதரியும் முடிவெடுத்தபோது என் வயது ஏழுதான். அது மகிழ்ச்சியளித்தது என்பதற்காக மட்டுமல்ல, சற்று அதிக முயற்சி தேவைப்படுகிற, போதுமான அளவு வேதனை தருகிற ஒரு காரியத்தைச் செய்யவேண்டும் என்று நாங்கள் நினைத்ததும்

1. பனிப்பாளம் படர்ந்த, கடலோரப் பகுதி – (மொ–ர்)

தான் காரணம். அந்தச் சமயத்தில், உரிய வலியைத் தருவதாயிருந்தது அது. மூன்று வாரங்களுக்கு முன், ஜெர்மானிய வீரர்கள் ஆஸ்லோவுக்கு வந்து சேர்ந்திருந்தார்கள். கார்ல் யோஹன் வழியே முடிவற்று நீளும் வரிசையாக அணிவகுத்து வந்தார்கள். குளிர் மண்டிய நாள் அது. தெருவில் அமைதி நிலவியது. சவுக்கொலி போல ஒலித்த, பூட்ஸ்களின் ஒருமித்த ஒலி மட்டுமே கேட்டது. பல்கலைக்கழகக் கட்டடத்துக்கு முன்னால் நடைபோட்ட வரிசை எழுப்பிய ஒலி, அங்கிருந்த சுவர்களில் மோதி, யூனிவர்ஸிடெட்ப்ளாஸ்ஸனின் நடைபாதையில் பாவிய கற்களில் பட்டு எதிரொலித்தது. அப்புறம், ஃப்யோர்டிலிருந்து கிளம்பி, நகரத்தின் கூரைகளை உரசித் தாழப் பறந்த மெஸ்ஸர்ஸ்ஷ்மிட்ஸின் திடீர் உறுமல். திறந்த கடலிலிருந்து, ஜெர்மனியிலிருந்து, அவை வந்தன. எல்லாரும் மௌனமாக நின்று பார்த்துக்கொண்டிருந்தார்கள். அப்பா எதுவும் பேசவில்லை. நான் எதுவும் பேசவில்லை. மொத்தக் கூட்டத்திலும் யாரும் ஒரு சொல்லும் உதிர்க்கவில்லை. அப்பாவை நிமிர்ந்து பார்த்தேன், அவர் என்னைக் குனிந்து பார்த்தார். மெல்லத் தலையை ஆட்டிக் கொண்டார். நானும் தலையாட்டினேன். அவர் என் கையைப் பற்றி, நடைபாதையில் குழுமியிருந்த கூட்டத்துக்கு வெளியே இட்டுச் சென்றார். பாராளுமன்றக் கட்டடத்தைத் தாண்டி ஆஸ்ட்பேன் நிலையம் நோக்கிக் கூட்டிப் போனார் – மோஸேவியென் போகும் பேருந்து ஓடுகிறதா என்றோ, தெற்கு நோக்கிச் செல்லும் ரயில் சரியான நேரத்தில் ஓடுகிறதா என்றோ அல்லது, திடுதிப்பென்று எங்கெங்கும் நிரம்பிவிட்ட ஜெர்மானியத் துருப்புகளைத் தவிர மற்ற அனைத்தும் அந்த நாளில் ஓய்ந்துவிட்டனவா என்றோ பார்ப்பதற்காக. நாங்கள் எப்படி நகருக்குள் வந்திருந்தோம், பேருந்திலா ரயிலிலா அல்லது யாரோ ஒருவரின் காரிலா என்பதை என்னால் நினைவுகூர முடியவில்லை. ஆனால், எப்படியோ வீடு திரும்பிவிட்டோம் – பெரும்பாலும் நடந்தே.

இது நடந்து வெகுநாள் ஆகவில்லை, அப்பா முதன்முறையாக வெளியேறிப் போனார்; இதயங்கள் படபடக்க, கயிறு தயாராய் இருக்க, நானும் என் சகோதரியும் குளிர்ந்த ஃப்யோர்டில் நீந்தத் தொடங்கினோம்.

*1940*இன் வசந்தகாலத்தையும் அந்தக் குளிர் நாட்களில் அப்பா என்ன செய்துகொண்டிருந்தார் என்பதையும் பன்னஃப்யோர்டின் உறைபனித் தண்ணீரையும் கேட்டன் முதல் இஞ்ஜியர்ஸ்ட்ராண் வரை நாங்கள் சென்ற கடற்கரைகளையும் நினைவுகூர்ந்தது, நான் சற்றுத் தணிய உதவியது. பசுத் தொழுவத்தில் முக்காலியைப் பிடித்திருந்த பிடியை சீக்கிரமாய்த் தளர்த்திக்கொள்ள என்னால் முடிந்தது. இசை கேடாக எதுவும் நேர்ந்துவிடாமல் எழுந்து நிற்கவும் முடிந்தது. பால் பண்ணைப் பணியாள் அடுத்த பட்டிக்கு நகர்ந்துவிட்டாள். தனக்குத் தானே பாட்டு முனகிக்கொண்டு, பசுவின் பக்கவாட்டில் நெற்றியைப் பதித்துக்கொண்டு, நானறிய அந்தப் பசுவைத் தவிர வேறு சிந்தனை யின்றி அமர்ந்திருந்தாள். எனது முக்காலியைச் சுவரையொட்டி ஒழுங்காகப் போட்டுவிட்டு, கதவு வழியே நழுவி வெளியேறி சாலைக்குப்

போகும் பாதையிலேற முனைந்தேன். அப்போது அவளுடைய குரல் பின்னால் கேட்டது:

'ஒரு துளி குடிக்கிறாயா?' என்னை நாணம் தொற்றியது. ஏனென்றே தெரியாமல் திரும்பி, சொன்னேன்:

'ஆகா. அது நன்றாக இருக்குமே.' இத்தனைக்கும், கறந்த பாலைக் குடிப்பதை வெகுநாட்களாகத் தவிர்த்து வந்திருந்தேன். அதை ஒரு தம்ளரிலோ, கோப்பையிலோ பார்த்தாலே, எவ்வளவு வெதுவெதுப்பாய், திண்மையாய் இருக்கும் என்பதை நினைத்தாலே, எனக்குத் தொண்டையை அடைக்கும். ஆனால், நான் அவளுடைய பசுத்தொழுவத்தில் உறங்கி யிருக்கிறேன். அவள் அறியாத, அறிந்தால் விரும்பவியலாத விதத்தில் அவளைப்பற்றி யோசித்துப் பார்த்திருக்கிறேன். இப்போது எப்படி மறுப்பது என்று தெரியவில்லை. ததும்பத் ததும்ப அவள் என்னிடம் நீட்டிய முகவையை வாங்கி, அதிலிருந்த மொத்தத்தையும் ஒரே மிடறில் விழுங்கினேன். எல்லாம் போய்விட்டது என்று உறுதிப்படும்வரை வாயை அழுந்தத் துடைத்துக்கொண்டேன். பிறகு சொன்னேன்:

'நன்றி. ஆனால், நான் இப்போது போயாக வேண்டும். என் அப்பா காலை உணவைத் தயாராக வைத்திருப்பார்.'

'அப்படியா? நல்லதுதான். மிகவும் சீக்கிரம்கூட' என்னை நிதான மாகப் பார்த்தாள் – நான் யார் என்பதும், என்ன செய்யப் போகிறேன் என்பதும் தனக்குத் தெரியும் என்கிற மாதிரி. நான் என்ன செய்யப் போகிறேன் என்பது எனக்கே உறுதியாகத் தெரியாது. சற்று தீவிரமாகத் தலையை ஆட்டிவிட்டு, வேகமாக நடந்து போனேன். பட்டிகளூடே நடந்து, கதவைத் திறந்து வெளியேறி கிட்டத்தட்ட சாலையை எட்டி விட்டேன். மொத்தத்தையும் என் முன்னால் தரையில் கொட்டினேன். குட்டைப்புதரை சில கைப்பிடிகள் பிடுங்கி வெண்ணிற வாந்தியைப் பசுந்தழைகளால் மூடினேன் – பால் கறந்து முடித்து பசுக்களோடு பாதை யேறி வருபவளின் பார்வையில் பட்டுவிடாதபடி. அவள் வருத்தப் படவும் கூடுமே.

சாலையில் தொடர்ந்து போனேன். அது ஒரு சிறு வழியாகக் குறுகும் இடம்வரை. அந்த இடத்தில் ஆற்றை நோக்கி வளைந்தது பாதை. தரையில் உயரமான, பனி அமர்ந்த புற்கள். பாதை படகுத் துறையில் போய் முடிந்தது. இங்கே கிழக்குப் பகுதியில் உள்ள கழிமுகத்தில், நாணல்களுக்குள் மறைந்த துறை அது. நடந்து சென்று, துறையின் விளிம்பில் என் கால்களைத் தொங்கவிட்டு ஆட்டியபடி அமர்ந்தேன். காலணிகள் கிட்டத்தட்ட நீரைத் தொட்டன. இப்போது வெளிச்சம் நன்கு படர்ந்துவிட்டது. முகட்டுக்குப் பின்புறம் சூரியன் மேலே உயர்ந்து கொண்டிருந்தது. நாணல் புதர்களூடே என்னால் ஆற்றின் மறுகரையில், ஜான் வசிக்கும் பண்ணைவரை பார்க்க முடிந்தது. அல்லது அவன் *வசித்த* பண்ணைவரை. எனக்கு வேறொன்றும் தெரியாது.

அவர்களிடமும் ஒரு தோணித்துறை இருந்தது. துடுப்பு வலிக்கும் படகுகள் மூன்று அதில் கட்டிக் கிடக்கும். ஜான் வழக்கமாகப் பயன் படுத்தும் படகு; மரங்களை வெட்டியபோது அவனுடைய தாயார் ஏறி வந்த படகு. முதலாவதில் நீல வர்ணமும், இரண்டாவதில் சிவப்பும் பூசியிருந்தது. மூன்றாவது பச்சை நிறம். அது வழக்கமாக எங்கள் மரவீட்டின் அருகே கட்டிக்கிடக்கும். யாராவது முட்டாள் அதைத் தவறான கரையில் விட்டுவிடாதிருந்தால் – அந்த யாரோ ஒரு முட்டாள் நானேதான். அது இப்போது இங்கே இருந்தது. அந்தத் துறையில் யாரோ ஓர் இருக்கையை அமைத்திருந்தார்கள். அதன்மீது ஜானுடைய தாயார் அமர்ந்திருந்தார். அருகில் என் அப்பா. இருவரும் நெருக்கமாய் உட்கார்ந்திருந்தார்கள். அப்பா முகச் சவரம் செய்திருந்தார். இன்னைக்டா வுக்குப் போனபோது அணிந்திருந்த, மஞ்சள் மலர்கள் உள்ள நீலநிற உடையை அணிந்திருந்தார் அந்தப் பெண்மணி. அப்பாவுடைய மேல் கோட்டைத் தன் தோளில் போட்டிருந்தார். அப்பாவின் கையும் அவருடைய தோளைச் சுற்றிக் கிடந்தது – இருபத்து நாலு மணிநேரம் கூட ஆகவில்லை, என் கைகள் கிடந்த அதே விதத்தில். ஆனால் நான் செய்யாத ஒன்றை அவர் செய்தார். அந்தப் பெண்மணியை முத்தமிட்டார். அவள் அழுவதை என்னால் பார்க்க முடிந்தது. ஆனால், முத்தமிட்டதால் வந்த அழுகை அல்ல. எப்படியோ, அவர் முத்தமிட்டார். எப்படியோ, அந்தப் பெண்மணியும் அழுதார்.

ஒருவேளை, அந்த நாட்களில் ஒருவிதக் கற்பனாசக்தி என்னிடம் குறைவாய் இருந்திருக்கலாம். இப்போதும்கூட நான் அப்படியே இருக்க வாய்ப்பிருக்கிறது. ஆனால், நான் பார்க்க மறுகரையில் நடந்துகொண் டிருந்த சங்கதி எதிர்பாராதவிதமாய் என்மீது இறங்கியது. திறந்த வாயுடன், நான் வெறித்துப் பார்த்துக்கொண்டிருந்தேன். குளிர்ந்தும் இல்லை, உஷ்ணமாகவும் இல்லை; கதகதப்பாகக்கூட இல்லை – ஆனால் வெறுமையால் என் தலை கிட்டத்தட்ட வெடித்துவிடுகிற மாதிரி இருந்தது. அந்த இடத்தில் என்னை யாராவது பார்த்திருந்தால், பின்தங்கிய குழந்தைகளுக்கான புகலிடத்திலிருந்து தப்பி ஓடி வந்தவன் என்று நினைத்திருக்கவும் கூடும்.

நான்தான் தவறாகப் புரிந்துகொண்டுவிட்டேன் என்று என்னையே தேற்றிக்கொண்டிருக்க முடியும் – உண்மையில், ஆறு மிகவும் அகலமாக இருந்தபடியால், மறுகரையில் என்னதான் நடக்கிறது என்பதை என்னால் பார்க்க முடியவில்லை என்று. நான் மசங்கலாகப் பார்த்ததாய் நினைத்தது என்னவென்றால், சமீபத்தில் தன் குழந்தையைப் பறிகொடுத்த; தனியாகவும் கைவிடப்பட்டவளாகவும் உணர்ந்த ஒரு பெண்ணுக்கு ஆறுதலளிக்கும் ஆண்மகன். அவளுடைய கணவனை மிகப் பல கிலோமீட்டர்கள் தொலைவிலிருந்த மருத்துவமனைக்குக் கொண்டு சென்றிருந்தார்கள். ஒருவேளை அந்தச் செயல் ஆறுதலளிப்பது அல்ல என்றால், மேற்படிக் காரியத்தைச் செய்வதற்கு உகந்த வேளையில்லை அது. நான் வெறித்துப் பார்த்திருந்த ஆறும் நிச்சயம் மிஸ்ஸிஸிப்பியோ, டான்யூபோ அல்ல. ரைன் கூட அல்ல. எங்களுடைய பிரத்தியேக கொம்மாவும் அல்ல.

அரைவளையமாகச் சுற்றிவருகிற, அவ்வளவொன்றும் பெரிதாயிராத, ஸ்வீடனின் எல்லையைக் கடந்து இந்தப் பள்ளத்தாக்கில் இந்த கிராமத்தின் வழியாக இன்னும் சில கிலோமீட்டர்கள் தெற்காக ஓடி மீண்டும் ஸ்வீடனுக்குள் நுழைகிற ஆறு. ஆகவே, இந்த ஆற்றின் தண்ணீரை நார்வீஜிய நீர் என்பதைவிட ஸ்வீடிய நீர் என்று சொல்ல வேண்டுமோ என்பது விவாதத்துக்குரிய விஷயம். அதை ஒரு மிடறு நீங்கள் அருந்தும் பட்சத்தில், ஒருவேளை, அது ஸ்வீடியச் சுவை கொண்டிருக்குமா – அப்படி ஒரு சாத்தியம் இருக்கும் பட்சத்தில் – என்பதையும் விவாதிக்கத் தான் வேண்டும். நான் என்னுடைய துறையிலும், அவர்கள் மறுகரையிலும் அமர்ந்திருந்த இடம் ஆற்றின் ஆக அகலமான இடமும் அல்ல.

எனவே, நான் தவறாகப் புரிந்துகொள்ளவில்லை. இந்த வாழ்க்கையில் தாங்கள் செய்வதற்கு இருந்த கடைசி சமாசாரம் இதுதான் என்பது போல அவர்கள் முத்தமிட்டுக்கொண்டனர். என்னால் அவர்களைப் பார்க்க இயலவில்லை, ஆனால் பார்த்தேன். திடீரென்று இப்படியொரு காட்சியைக் காண நேரும்போது, ஒரு மகன் செய்தாக வேண்டிய விதத்தில், என் அம்மாவை நினைத்துப் பார்க்க முயன்றேன். ஆனால், என்னால் அம்மாவை நினைக்க முடியவில்லை. இது எதற்கும் தனக்கும் சம்பந்தமில்லாதவளாக அவள் நழுவி விலகிக் கரைந்தே போனாள். நான் மீண்டும் வெறுமையாக உணர்ந்தேன். வெறித்துப் பார்த்துக் கொண்டு அங்கேயே அமர்ந்திருந்தேன் – இனிமேலும் அந்த இடத்தில் உட்கார்ந்திருக்க முடியாது என்று ஆகும்வரை. மெல்ல எழுந்து நின்றேன். நாணல்களில் மறைந்து, படகுத் துறையின் பலகைத் தளத்தின்மீது முடிந்தவரை ஓசையெழுப்பாமல் நடந்து, பாதைக்கு மேலேறினேன். அதனோடு கொஞ்சதூரம் நடந்துவிட்டு, திரும்பிப் பார்த்தேன். அவர்களும் எழுந்து கிளம்பியிருந்தார்கள். கைகோத்துக்கொண்டு, பண்ணைவீட்டை நோக்கி நடந்துகொண்டிருந்தார்கள்.

நான் மறுபடியும் திரும்பிப் பார்க்கவில்லை. சோளத்தட்டை களினூடே, கட்டாந்தரையில் சும்மா நடந்து போனேன் – பாதை சாலையாக மாறும் திருப்பம்வரை. நான் உறங்கிய பால்பண்ணைத் தொழுவத்தைக் கடந்து போனேன். அதெல்லாம் வெகுகாலத்துக்கு முன் நடந்ததுபோல இருந்தது. வெளிச்சம் இப்போது வேறு மாதிரி இருந்தது. காற்றும் மாறிவிட்டது. மலைமுகட்டிலிருந்து சூரிய ஒளி இறங்கிவந்தது. கதகதவென்று, இனிமையாக இருந்தது. என் தொண்டையில் ஏதோவொன்று நமைச்சல் கொடுத்தது – விநோதமான வலியுடன். வெளிவரத் துடிப்பது மாதிரி இருந்தது. ஆனால், நான் அழுத்தி விழுங்கினால் அதை அடக்கி வைக்க முடியும். ஃபுரு மலைத்தொடரின் குன்றுப் பகுதியை நோக்கிப் போகும் பசுக்களின் ஓசை கேட்டது. அது ஒரு மலை அல்ல. உச்சியில் காடு கொண்ட முகடு. சிறந்த மேய்ச்சல் நிலங்களை நோக்கிப் பிற மந்தைகளும் போய்க்கொண்டிருந்தன – கழுத்து மணிகள் இடமும் வலமுமாய் ஒலிக்க.

மரம் வெட்டுதல் நடந்த, எங்கள் மரவீட்டை நோக்கிப் பாதை இறங்கும் இடத்துக்கு நான் வந்து சேர்ந்தபோது நின்று கவனித்தேன்.

மரங்கள் அத்தனையும் வீழ்த்தப்பட்டு விட்டதால் ஆற்றைத் தெளிவாகக் காண முடிந்தது. மேலேறி வரும் ஒரு படகின் ஒலி கேட்கும் என்பது எனக்குத் தெரியும். ஆனால், அந்தத் திக்கிலிருந்து சிறு ஒலியும் இல்லை. மரவீடு இந்த வெளிச்சத்தில் மேலும் அணுக்கமாகத் தெரிந்தது. நான் சுலபமாக அதனுள் சென்று, மைய அறையிலுள்ள ரொட்டி டப்பாவிலிருந்து ஒரு துண்டை எடுத்து வெண்ணெய் தடவ முடியும். எனக்குப் பசித்தது இப்போது. ஆனால், அதற்குப் பதிலாக, பாலத்தையும் கடையையும் நோக்கிப் போகும் சாலையோடு சென்றேன். இருபது நிமிடம் பிடித்தது. பாலத்தின் இந்தப் புறமே, ஆற்றுக்கருகில், ஓர் உயரமான இடத்தில் ஃப்ரான்ஸின் வீடு இருந்தது. அதன் கதவு திறந்திருப்பதையும், வீட்டினுள் சூரிய ஒளி படர்ந்திருப்பதையும் என்னால் சாலையிலிருந்தே காண முடிந்தது. வீட்டின் நுழைவாசல்வரை செம்மண் பாதையில் நடந்துபோனேன். மூன்று படிகள் ஏறி, கதவினூடே கூப்பிட்டேன்:

'ஹலோ, காலைச் சாப்பாடு ஏதும் இங்கே நடக்கிறதா?'

உள்ளேயிருந்து பதில் வந்தது: 'ஹலோ, ஆமாம். உள்ளே வந்து தொலை.'

○

9

இரவு முழுவதும் உரத்து முழங்குகிறது புயல். பலமுறை எழுந்து சுவரோடு காற்று ரீங்கரிப்பதைக் கேட்கிறேன். அத்துடன் இல்லை; காற்று வீட்டை முரட்டுத் தனமாய்ப் பற்றியிருக்கிறது. பழங்கால மரப்பலகைகள் கரகரக்கின்றன. எல்லாப் புறமிருந்தும் ஓசைகள். கூர்மையாக, ஊளையாக, மிரட்டும் ஒலிகள் வெளியே காட்டின் பக்கமிருந்து வருகின்றன. எங்கோ உலோகம் கிணுகிணுக்கும் ஒலி, வலுத்த நொறுங்கலோசை. கொட்டகைக்கு அருகி லிருந்துதான் வந்தது என்று எண்ணுகிறேன். அது எனக்குக் கொஞ்சம் கவலை தருகிறது. கண்களைத் திறந்தபடி, விதானத்தைப் பார்த்துக்கொண்டு, இருளில் படுத்திருக்கி றேன். ஆனால், தூவிகள் அடைத்த போர்வைக்கடியில் கதகதவென்று இருக்கிறது. இப்போதைக்கு எழும் உத்தேசம் இல்லை எனக்கு. பலகைகள் பிடிப்புடன் தாம் இருக்க வேண்டிய விதத்தில் இருக்குமா அல்லது விரைவிலேயே கூரையிலிருந்து கழன்று பறக்குமா என்று ஐயப்படுகிறேன். அவை முற்றத்தில் சுழன்று சென்று என்னுடைய காரைத் தாக்கி சேதப்படுத்தலாம்; அப்படிச் செய்யாமலும் இருக்க லாம் என்று நானே முடிவெடுத்து, மறுபடியும் உறக்கத்தில் ஆழ்கிறேன்.

அடுத்தமுறை நான் விழிக்கும்போது, காற்று இன்னும் வலுத்துவிட்டது போல இருக்கிறது. ஆனால் இப்போது உறிஞ்சுகிற மாதிரி – கூரை முகடு காற்றைக் கிழித்து உழுகிறது என்கிற மாதிரி. கிணுகிணுப்பில்லை, நொறுங்குதல் இல்லை. கப்பலின் ஆழத்தில் எஞ்ஜினுக்கு அருகில் கேட்கும் பெரு முழக்கம் போல இருக்கிறது. காரணம், இருளில் எல்லாமே ஆடுகிறது, முன்னோக்கி நகர்கிறது. வீட்டுக்குக் கொடி மரங்களும், லாந்தர் விளக்குகளும் உள்ளன. நுரை பொங்கி எல்லா இடத்திலும் படர்ந்திருக்கிறது. எனக்கு அது பிடித்திருக் கிறது – கப்பலில் இருக்கப் பிடிக்கும் எனக்கு. ஒருவேளை, நான் முழுக்க விழித்திருக்கவில்லையோ என்னவோ.

கடைசிமுறையாக நான் கண் திறக்கும்போது ஏழரை மணி. என்னுடைய அன்றாட வழக்கத்துக்கு அது தாமதம்தான். மிகமிகத் தாமதம். ஜன்னலில் சாம்பல் நிற ஒளியின் மெல்லிய தடம் தெரிகிறது. கண்ணாடியின் மறுபக்கம் சகலமும் விசித்திரமான அமைதியில் ஆழ்ந்திருக்கிறது. இடத்தைவிட்டு நகராமலும், காதுகொடுத்துக் கேட்காமலும் படுத்தே கிடக்கிறேன். வெளியிலுள்ள உலகில் சிற்றொலியும் இல்லை – தன்னுடைய தண்ணீர்க் கோப்பையை நோக்கிப் போகும் லிரா பாதங்களையும் நகங்களையும் சமையலறைத் தரையில் ஒத்தியெடுக்கும் ஓசையைத் தவிர. ஓசைகளால் கிட்டத்தட்ட வெடித்துச் சிதறிக்கொண்டிருந்த பிரபஞ்சம், தற்சமயம் மயங்கிவிட்டது. எஞ்சியிருப்பது, பொறுமையான ஒரு நாய் மட்டுமே. லிரா உரத்து நீர் அருந்துவதும், விழுங்குவதும் எனக்குக் கேட்கிறது. பிறகு, தணிந்த, விவேகமான முனகல் ஒலி எழுப்புகிறாள் – வீட்டுக்குள் தான் செய்ய முடியாத காரியத்தைச் செய்வதற்கு வெளியில் போக வேண்டும் – அது எனக்குத் தொந்தரவு இல்லை எனும் பட்சத்தில் – என்று தெரிவிக்கும் ஒலி.

என்னுடைய முதுகு நலமாக இல்லை என்பதை உணர்கிறேன். குப்புறப் புரண்டு கட்டிலின் விளிம்பை எட்டுகிறேன். முழங்கால்களைத் தரையில் ஊன்றி இறங்கி, மெல்ல நிமிர்ந்து எழுகிறேன். நிற்க முடிகிறது. ஆனால், நேற்றைய பிரயாசைகளின் காரணமாக, நான் இன்னமும் விறைப்பாகவும், நொந்தும் இருக்கிறேன். வெறுங்காலுடன் சமையலறைக்குள் செல்கிறேன். நாயைக் கடந்து மைய அறைக்குப் போகிறேன்.

'வா, லிரா.' என்கிறேன். அவள் என்னோடு ஓடிவருகிறாள். வெளிக் கதவைத் திறந்து அரையிருட்டுக்குள் ஓட விடுகிறேன். பிறகு நான் உள்ளே திரும்பிவந்து உடையணிகிறேன். மரப்பெட்டியைத் திறக்கிறேன். நல்லவேளை, கணப்புக்குத் தேவையான தடிகள் நிரம்பியிருக்கின்றன. முடிந்தவரை முறையாகக் கணப்பைப் பற்றவைக்கிறேன். எப்போதுமே முதல் முயற்சியில் நான் வென்றதில்லை – அப்பா எப்போதுமே வெற்றிகரமாகச் செய்வது அது – நேரம் பிடித்தாலும், இறுதியில் அது பற்றிக் கொண்டுவிடும். என் சகோதரிக்கு ஒருபோதும் பற்ற வைக்க முடிந்ததில்லை. உலர்ந்த விறகு அவளிடம் தாராளமாய் இருக்கும். செய்தித் தாள் துண்டுகளும்தான். நன்கு எரியும் கணப்பும் இருக்கும். ஆனால், தாள்களைத் தவிர எதுவுமே எரியாது. 'வீட்டுக் கணப்பு எப்படித்தான் எரிய ஆரம்பிக்கும்? கொஞ்சம் சொல்லேன்' என்று அவள் என்னைக் கேட்டாள். என் சகோதரியை நினைத்து ஏங்குகிறேன் நான். அவளும் மூன்று வருடங்களுக்கு முன் இறந்துவிட்டாள்; புற்று நோயினால். எதுவும் செய்ய முடியாமல் போனது. மிக மிகத் தாமதமாகத்தான் நோய் கண்டறியப்பட்டது. காலம் செல்லச் செல்ல அவளும் என் மனைவியும் நல்ல தோழிகளானார்கள். சாயங்காலங்களில், தொலைபேசியில், உலக நடப்புகள் பற்றி அடிக்கடி அரட்டையடிப்பார்கள். சிலவேளை, நான் அவர்களுடைய விவாதப் பொருளாக இருப்பேன். 'பொற் காற்சட்டை அணிந்த பையனை'ப் பற்றி கையாலாகாமல் தமக்குள் சிரித்துக்கொள்வார்கள். என்னை அப்படித்தான் குறிப்பிடுவார்கள்.' எப்போதுமே அதிர்ஷ்டக்காரனாய்த்தான் இருந்திருக்கிறாய். இதை நீ மறுக்க முடியாது' என்று சிரித்துக்கொண்டே சொல்வார்கள்.

இந்தப் பட்டப்பெயரை முதலில் சூட்டியது என் சகோதரிதான் என்று நினைக்கிறேன். நான் பொருட்படுத்தியதில்லை. காரணம் அவர்களுடைய சிரிப்பில் துர்நோக்கம் எதுவும் இருந்ததில்லை. அவர்களுக்கு நகைச்சுவையுணர்வு உண்டு, என்னைக் கேலி செய்ய விரும்பினார்கள் – அவ்வளவுதான். நான் எப்போதுமே தீவிரமான ஆசாமி – அது கொஞ்சம் அளவுக்கதிகமாக இருந்திருக்கவும் வாய்ப்பு உண்டு. அவர்கள் சொன்னது சரி. நான் அதிர்ஷ்டக்காரனாகத்தான் இருந்திருக்கிறேன். நானே முன்பு சொல்லியிருக்கிறேன் இதை.

இருவரும் ஒரே மாதத்தில் இறந்துபோனார்கள். அவர்கள் போன பிறகு, மற்றவர்களுடன் பேசுவதில் ஆர்வம் இழந்துவிட்டேன். உண்மை யிலேயே, அவர்களிடம் என்ன பேசுவது என்று எனக்குத் தெரியவில்லை. இந்த இடத்தில் வந்து வசிப்பதற்கு அதுவும் ஒரு காரணம். இன்னொரு காரணம், காட்டுக்கு அருகில் இருப்பது. பல வருடங்களுக்கு முன், காடு என் வாழ்க்கையின் பகுதியாய் இருந்தது. பிற்பாடு வந்த எதுவும் அதற்கு ஈடில்லை. பிறகு, மிகமிக நீண்ட காலத்துக்கு அந்த வாழ்க்கை இல்லை. என்னைச் சுற்றிலுமிருந்த எல்லாமே திடீரென்று மௌனமாகி விட்ட சமயத்தில், காட்டில் கழிந்த வாழ்வுக்காக எவ்வளவு ஏங்குகிறேன் என்பதை உணர்ந்தேன். விரைவில், வேறு சிந்தனையே இல்லாமல் போனது. அந்தக் குறிப்பிட்ட காலகட்டத்தில் நானும் சாகாமல் இருக்க வேண்டுமானால், நான் காட்டினிடம் போயாக வேண்டும். அப்படித் தான் தோன்றியது. அவ்வளவு எளிமையாக. இன்னமும் அப்படியே இருக்கிறது.

வானொலியை முடுக்குகிறேன். பி2வின் காலைச் செய்திகள் பாதி நடந்துகொண்டிருக்கிறது. ரஷ்யக் கைக்குண்டுகள் க்ரோஸ்னியின் மீது பொழிந்துகொண்டிருக்கின்றன. அவர்கள் திரும்பவும் ஆரம்பித்து விட்டார்கள். ஆனால், நீண்டகாலத்துக்கு, அவர்கள் வெற்றிபெறவே மாட்டார்கள். இதைச் சொல்லவேண்டியதே இல்லை. டால்ஸ்டாய் முன்னமே அறிந்திருந்தார். ***ஹாட்ஜி முராட்***டில் இருக்கிறது. நூறு வருடங்களுக்கு முன்பு எழுதப்பட்ட நூல் அது. இறுதியில் சிதறப் போவது தாங்கள்தாம் என்ற பாடத்தை வல்லரசுகளால் கற்க முடியாமல் போவதேன் என்பது புரியவே மாட்டேனென்கிறது. ஆனால் முழு செச்சன்யாவையும் நொறுக்கித் தள்ளிவிட முடியும். நூறாண்டுகளுக்கு முன்பிருந்ததைவிட இப்போது அது அதிகமாகவே சாத்தியம்.

கணப்பு நன்றாக எரிகிறது. ரொட்டி டப்பாவைத் திறந்து இரண்டு துண்டுகளை வெட்டியெடுக்கிறேன். காஃபிக்குத் தண்ணீர் கொதிக்க வைக்கிறேன். படிக்கட்டில் லிரா கூர்மையாகவும், நீளமில்லாமலும் குரைப்பது கேட்கிறது. அழைப்பு மணியை அவள் அழுத்தும் விதம் இது. அவளுடைய பிற ஒலிகளிலிருந்து இதைப் பிரித்தறிவது சுலபம். லிராவை உள்ளே அனுமதிக்கிறேன். வெம்மை படிப்படியாகப் பரவிக் கொண்டிருக்கும் கணப்பினருகில் படுத்துக்கொள்ளச் செல்கிறாள். மேஜையில் எனக்கான காலை உணவை எடுத்து வைக்கிறேன். லிராவின் உணவைக் கோப்பையில் நிறைக்கிறேன். ஆனால், தன் முறை வருவதற்கு லிரா காத்திருக்க வேண்டும். நான்தான் எஜமானன். நானே முதலில் சாப்பிடுவேன்.

காட்டினுள் பகற்பொழுது வந்துகொண்டிருக்கிறது. முன்னால் சரிந்து ஜன்னல் வழியாகப் பார்க்கிறேன். காலை ஒளியில் நான் பார்ப்பது என்னை வாயடைக்க வைக்கிறது. என் முற்றத்தில் இருந்த பெரிய கிழட்டு பிர்ச் மரத்தைப் புயல் வீழ்த்தியிருக்கிறது. மாயவித்தை போல, என் காருக்கும் கொட்டகைக்கும் நடுவில் மிகப் பெரிதாக வீழ்ந்து கிடக்கிறது அது. உச்சாணிக் கிளைகள் கிட்டத்தட்ட சமையலறை ஜன்னலைத் தொட்டுவிட்டன. மற்ற கிளைகள் காரின் கூரையில் கிடக்கின்றன. இன்னும் பிற கிளைகள் கொட்டகையின் கழிவுநீர்க் குழாயைப் பிய்த்து, பெரிய அளவு V மாதிரி வளைத்திருந்தன. கொட்டகைக் கதவை மறித்தவாறு அது தொங்கிக்கொண்டிருக்கிறது. விறகுப் பெட்டியை நான் நிரப்பியிருந்தது நல்லதாய்ப் போயிற்று.

நேற்றிரவு கேட்ட பேரோசையின் விளக்கம் இதுதான். தன்னிச்சையாக எழுந்து வெளியே போக முனைகிறேன். ஆனால் அதில் பொருளேதும் இல்லை. அந்த பிர்ச் எங்கேயும் போய்விடப் போவதில்லை. எனவே மீண்டும் அமர்ந்து, காலையுணவைத் தொடர்கிறேன். என் முற்றத்தில் இறந்து கிடக்கும் அந்த ராட்சத மரத்தை அகற்றுவதற்கான உபாயத்தைச் சிந்தித்தவாறு ஜன்னல் வழியே பார்க்கிறேன். முதலில் காரை மீட்க வேண்டும். அது கண்கூடான விஷயம். பிறகு அதை வெளியில் நகர்த்த வேண்டும். பின்னர், மரக்கொட்டகையின் முன்புறம் கிடக்கும் கிளை களையும் அகற்ற வேண்டும் – அங்கே நுழைய முடியுமா என்று பார்ப்ப தற்காக. கணப்புக்கு விறகு வேண்டும் எனக்கு, ஓட்டுவதற்குக் காரும் வேண்டும். அது இன்றியமையாதது. சங்கிலிவாளை மீண்டும் கூர்தீட்ட வேண்டும். நேற்றைய வேலைக்குப் பிறகு, அதைச் செய்யாதிருக்க முடியாது. மேலும் பெட்ரோலும், டூ–ஸ்ட்ரோக் ஆயிலும் வேண்டி யிருக்கும். அவற்றின் இருப்பை சரிபார்க்க வேண்டும். தேவையானால், நான் மேலும் அதிகமாகக் கார் ஓட்ட வேண்டியிருக்கும். ஆனால் காரோ, கிட்டத்தட்ட மாட்டிக்கொண்டிருக்கிறது. ஏனோ, என்னுள் ஒருவிதப் பதட்டத்தை உணர்கிறேன். இது ஒன்றும் நெருக்கடி இல்லை. நான் என்னுடைய விருப்பத்தின்படியே இங்கே இருக்கிறேன். குளிர்பதனப் பெட்டியில் உணவுப்பொருள் ஏராளமாக இருக்கிறது. குழாயில் தண்ணீர் வருகிறது. நான் விரும்பும் தொலைவுவரை நடக்கலாம். நலமாக, உடற்தகுதியோடு இருக்கிறேன். நேரம் முழுக்க என் கைவசம் இருக்கிறது. அப்படித்தானா? அப்படி இல்லையோ என்றுதான் படுகிறது. இல்லை, அப்படி இல்லவே இல்லை. மூடிய அறைக்குள் இருந்தால் மூச்சுத் திணறுகிற வியாதி பீடித்தவன் மாதிரி உணர்கிறேன். எந்த நிமிடமும் நான் இறந்துவிடலாம். அப்படித்தான் இருக்கிறது. ஆனால், கடந்த மூன்றுவருடங்களாக எனக்குத் தெரிந்திருக்கும் விஷயம்தான் இது. நான் பொருட்படுத்தாதது; இப்போதும் பொருட்படுத்தவில்லை. பிர்ச் மரத்தைப் பார்க்கிறேன். முற்றம் முழுவதையும் நிறைத்திருக்கிறது. சகலத்தையும் மறைக்குமளவு பிரம்மாண்டமானதாய் இருக்கிறது. மேஜையிலிருந்து வேகமாக எழுந்து படுக்கையறைக்குள் சென்று – என்னுடைய விதிகள் அத்தனைக்கும் புறம்பாக – உடுத்தியிருக்கும் ஆடையோடு படுக்கிறேன் விதானத்தை உறுத்துப் பார்க்கிறேன். என் தலை சூதாட்டச் சக்கரம் போலச் சுழல்கிறது. பந்து சிவப்பிலிருந்து கறுப்புக்கு, பின்னர் மீண்டும் சிவப்புக்கு எனத் தாவுகிறது. இறுதியில்

ஒரே கிண்ணத்தில் வந்து ஓய்கிறது. 1948 கோடையின் ஒரு நாள் அது. துல்லியமாகச் சொன்னால், அந்தக் கோடை முடிவடைந்த நாள். கடைக்கு முன்னால் உள்ள ஓக் மரத்தினடியில் நின்றிருந்தேன். பார்வையை உயர்த்தியபோது, காற்று அதிகரிக்கும்போது பறக்கவும் தாழும்போது மறுபடி வீழவுமாய் இருந்த இலைகளினூடே சுழிக்கும் ஒளியைக் கண்டேன். குட்டி மின்னல்களால் என் கண்களைக் கூச வைத்தது அது. அழுத்தமாகக் கண்சிமிட்ட வைத்தது. கண்ணீர் வழிந்தோடத் தொடங்கியது. விழிகளை மூடினேன். இமைகளில் செந்நிறமாய் வெப்பம் தகித்தது. எனக்குப் பின்னால் ஆறு ஒலித்தது – கிட்டத்தட்ட இரண்டு மாதங்களாக ஒவ்வொரு நாளும் ஒலித்த அதே விதமாக. அந்த ஒலியை என்னால் கேட்கமுடியாமல் ஆகப்போகிறதே இப்போது, இனி எப்படி இருக்கும் என்று யோசித்துப் பார்த்தேன்.

ஓக் மரத்தினடியில் வெப்பமாக இருந்தது. நான் சோர்ந்திருந்தேன். அன்று அதிகாலையில் எழுந்து, அநேகமாகப் பேச்சு எதுவும் இல்லாமலே காலை உணவு கொண்டோம். பின்னர், மரவீட்டிலிருந்து மண்பாதை வழியே நடந்து, பாலம் வரை வந்திருந்தோம் – ஃப்ரான்ஸின் வீட்டைக் கடந்து. திறந்திருந்த கதவின் வழி, அந்த வீட்டினுள் சூரிய ஒளி படர்ந்திருந்தது. நைந்த கம்பளிப் படுதாவினூடாக தண்டுபோலப் பாய்ந்த ஒளிக்கற்றை ஒரு சுவரில் சாய்ந்து படிந்திருந்தது. ஆனால், ஃப்ரான்ஸை எங்கும் காணவில்லை. அவரைப் பார்க்க முடியாது போனதே என்று வருத்தமாக இருந்தது.

டீஸல் என்ஜின் இயங்குவதன் காரணமாக அதிர்ந்தபடி சூரிய ஒளியில் நின்றிருந்தது பேருந்து. கிராமத்தை நீங்கி, ஆஸ்லோவிலிருக்கும் இல்லம் நோக்கி நீண்ட பயணம் போகவிருக்கிறேன். எல்வெருமில் ரயிலுக்கு மாறுவேன். சதுக்கத்திலிருந்த கடைக்கு முன்பாக, என் பின்னால் நெருக்கமாக நின்றார் அப்பா. அவருடைய கை என் தலைமேல் படிந்திருந்தது. தலைமுடியை லேசாகக் கலைத்தபடி குனிந்து சொன்னார்:

'சவுகரியமாகப் போய்ச் சேருவாய். எல்வெரும் நிலையத்தில் எங்கே இறங்கவேண்டும் என்று உனக்குத் தெரியும். எந்தப் புறமிருந்து ரயில் கிளம்பும், எப்போது கிளம்பும் என்பதும் தெரியும்.' இதேபோலத் தொடர்ந்து பேசிக்கொண்டேயிருந்தார், மேலும் மேலும் தகவல்களுடன். அவர் சொல்கிற எல்லாமே முக்கியமான விஷயங்கள்; பதினைந்து வயதில், உரிய போதனைகள் இல்லாமல் என்னால் தனியாகப் பயணம் செய்ய இயலாது என்பது போல. உண்மையில், நான் மிகவும் பெரிய மனிதன் என்றுதான் எனக்கு நினைப்பு. ஆனால், அதைத் தெரியப்படுத்த என்ன வழி என்று தெரியவில்லை. ஒருவேளை தெரிந்தாலும், அது அவர் ஏற்றுக்கொள்ளும் வழியாக இருக்காது.

'இந்தக் கோடை சிறப்பானதாக இருந்தது. நிச்சயம் நாம் இந்த விஷயத்தில் உடன்படுவோம்.' இன்னமும் அவர் என் பின்னால்தான் நின்றார், தமது கையை என் தலைமீது வைத்தபடி. ஆனால், இப்போது என் முடியைக் கலைக்கவில்லை, கிட்டத்தட்ட வலிக்கிற மாதிரி இறுக்கிப் பிடித்தார். அதை அவர் உணர்ந்தமாதிரித் தெரியவில்லை. பிடியை அவர் விட்டுவிடும் விதமாக நானும் எதுவும் சொல்லவில்லை. மீண்டும் முன்புறம் குனிந்து சொன்னார்:

‘ஆனால், அதுதான் வாழ்க்கை. அதனிடமிருந்துதான் நீ கற்றுக் கொள்கிறாய் – சம்பவங்கள் நடக்கும்போது. அதிலும் உன்னுடைய பிராயத்தில், அவற்றை சும்மா உள்வாங்கிக்கொள்ள வேண்டும்; பிற்பாடு யோசித்துப் பார்க்கவேண்டும். மறக்கவும் கூடாது, வெறுக்கவும் கூடாது. புரிகிறதா?’

‘புரிகிறது’ என்று உரத்துச் சொன்னேன்.

‘புரிகிறதா உனக்கு?’ என்று கேட்டார். மீண்டுமொருதடவை ‘புரிகிறது’ என்று சொன்னவாறு தலையாட்டினேன். அப்போது தான் அவருக்குப் புரிந்தது – என் தலைமுடியை தாம் எவ்வளவு இறுக்கமாகப் பிடித்திருக்கிறார் என்று. சிறு சிரிப்புடன் பிடியை விட்டார். சிரிப்பின் பொருள் புரியவில்லை எனக்கு. அவருடைய முகத்தை நான் பார்க்கவில்லை. அவர் சொன்னது கேட்டது; ஆனால், புரிந்ததா என்று எனக்குத் தெரியவில்லை. எப்படிப் புரியும்? அந்தக் குறிப்பிட்ட சொற்களை அவர் ஏன் பயன்படுத்தினார் என்று எனக்குப் புரியவில்லை. ஆனால், பின்னர் ஆயிரம் முறை யோசித்துப்பார்த் திருக்கிறேன். ஏனென்றால், அடுத்த கணத்தில் என் தோள்களை லேசாகப் பற்றித் திருப்பினார். இன்னொரு தடவை என் கேசத்தைக் கோதினார். பாதி செருகிய கண்களால் என்னைப் பார்த்தபடி, அரைச் சிரிப்புடன் அவர் சொன்னது எனக்குப் பிடித்திருந்தது:

‘இப்போது பேருந்தில் ஏறப் போகிறாய். எல்வெருமில் ரயிலுக்கு மாறுவாய். அது உன்னை ஆஸ்லோவுக்கு இட்டுச் செல்லும். இங்கே என்னுடைய வேலை முடிந்தவுடன், உன் பின்னாலேயே நானும் வந்துவிடுவேன். சரியா?’

‘ஆமாம். சரி . . .’ என்றேன். என் வயிற்றுக் குழிவில் பனிக்கட்டி போன்ற குளிரை உணர்ந்தேன். ஏனென்றால், அது ‘சரி’யாக **இல்லை**. அந்தச் சொற்களை அதற்கு முன்பும் கேட்டிருந்தேன். பின்னாட்களில், என்னை நானே மீண்டும் மீண்டும் கேட்டுக்கொண்ட முக்கியமான கேள்வி – அவருடைய கட்டுப்பாட்டை மீறிய ஏதாவது நடந்ததா, அல்லது என்னைத் தொடர்ந்து தாம் வரப்போவதேயில்லை என்பது முன்னமே அவருக்குத் தெரிந்திருந்ததா – அதுதான் கடைசியாய் நாங்கள் பார்த்துக்கொள்வது என்பதும்தானா.

என்றாலும், பேருந்தில் ஏறினேன். என் முதுகுப்பையை மடியில் வைத்துக்கொண்டு அமர்ந்தேன். ஜன்னலின் வழியே கடையையும் பாலத்தையும் பார்க்கத் திரும்பினேன். ஓக் மரத்தினடியில், சிமிட்டும் நிழல்களில், உயரமாக, இருண்டு, மெலிந்து, அப்பா நின்றிருந்தார். அந்தக் கிராமத்தில் நிலவிய 1948ஆம் வருடக் கோடையில் இருந்ததை விட, பின் ஒருபோதும் விசாலமாகவும், ஆழ்ந்த நீல நிறமாகவும் இருந்திராத ஆகாயத்தினடியில். பேருந்து பெரும் அரைவட்டம் போட்டு சாலைக்குத் திரும்பியது. என்னுடைய மூக்கை ஜன்னல் கண்ணாடியில் அழுத்தியபடி எட்டிப்பார்த்தேன். வெளியில் மெல்ல உயர்ந்த புழுதித் திரள், சாம்பல் நிறமும் பழுப்பு நிறமும் கொண்ட சுழிக்குள் அப்பாவை மறைப்பதைக் கண்டேன். அந்த மாதிரியான சூழலில், அப்படியொரு

காட்சியில் என்னவெல்லாம் ***செய்தாக வேண்டுமோ*** அவை அனைத்தையும் செய்தேன். விசையுடன் எழுந்து இருக்கைகளுக்கிடையே உள்ள பாதையில் பின்வரிசையை நோக்கி ஓடினேன். இருக்கையில் குதித்தேறி முழந்தாளிட்டு, ஜன்னலில் என் கைகளைப் பதித்து உறுத்துப் பார்த்தேன் – கடையும் ஓக் மரமும் அப்பாவும் ஒரு திருப்பத்தில் மறையும் வரை. நாம் அடிக்கடி பார்த்திருக்கும் திரைப்படத்தில் வருவதை நன்கு ஒத்திகை பார்த்தவன் போல இவையனைத்தையும் செய்தேன். விதிவசமான பிரிவுபசாரமே முக்கியமான தருணமாகவும்; அதற்குப் பிறகு மையப்பாத்திரங்களின் வாழ்க்கைகள் நிரந்தரமான மாற்றத்துக்குள்ளாகி, நயமேயற்ற எதிர்பாராத் திசைகளில் பயணிக்கத் தொடங்கிவிடுவதாகவும்; ரசிகர்கள் அனைவருக்குமே இந்தத் திருப்பத்தினால் ஏற்படக்கூடிய விளைவுகள் இன்னதென்று தெரிந்திருப்பதாகவும் அமைந்த திரைப்படம் போல. சிலர் வாயைக் கைகளால் பொத்திக்கொள்வார்கள்; சிலர் கன்னங்களில் கண்ணீர் வழிந்தோட கைக்குட்டையைக் கடிப்பார்கள்; அடைக்கும் தொண்டையை விரயமாய் விழுங்க முயல்வார்கள் சிலர் – பாதி திறந்த கண்களால், நிறங்கள் குழம்பிக் கலையும் திரையை வெறித்தபடி. மற்றவர்களும் கடுமையான ஆவேசத்தோடு எழுந்து வெளியேறுவார்கள் – காரணம் இதேமாதிரியான ஒன்றைத் தங்கள் வாழ்க்கையிலும் அனுபவித்திருப்பார்கள். அதை மன்னிக்கக்கூட முடியாத அவர்களில் ஒருவர் இருட்டில் இருக்கையை விட்டுக் குதித் தெழுந்து கூவுவார்:

அடேய், பாழாய்ப்போன குறியே!

ஓக் மரத்தினடியில் நின்றிருக்கும் உருவத்தைப் பார்த்து, அந்த உருவம் இப்போது அவரது தலைக்குப் பின்னால் இருக்கும், இப்படிக் கூவுவார் – தன் சார்பாகவும் என் சார்பாகவும். அவருடைய ஆதரவுக்கு என்னுடைய வந்தனம். ஆனால், விஷயம் என்னவென்றால், என்னவெல்லாம் நடக்கப்போகிறது என்று அன்று எனக்குத் தெரியாது. யாருமே என்னிடம் சொல்லவில்லை! நானே சற்று முன்கடந்து வந்த காட்சியின் பின்னால் என்ன ஒளிந்திருக்கிறது என்பதை நான் அறிந்துகொள்ள மார்க்கமேயில்லை. திடீரென்று, இலக்கற்று என் உடம்புக்குள் எழுந்த எச்சரிக்கையுணர்வின் காரணமாக, என்னுடைய இருக்கைக்கும் பின்னாலிருந்த ஜன்னலுக்குமாக ஓடிக்கொண்டிருந்தேன். உட்கார்ந்தேன். மீண்டும் எழுந்தேன். இடைவழியில் மேலும் கீழும் நடந்து வேறொரு இருக்கையில் அமர்ந்தேன். அப்புறம் அதையும் விட்டு எழுந்தேன். பேருந்தில் நான் தனியாக இருந்த நேரம் முழுவதும் இதேமாதிரி செய்துகொண்டிருந்தேன். முன்னாலிருந்த கண்ணாடியில், ஓட்டுநரின் விழிகள் என்னைக் கவனிப்பதைப் பார்த்தேன். அதேசமயம் வளைந்து வளைந்து செல்லும் புழுதிப் பாதையில் வண்டியையும் ஓட்ட வேண்டியிருந்தது. அது அவருக்கு வெறுப்பேற்றியது என்பது வெளிப்படையாகத் தெரிந்தது. ஆனால், அவரால் என்னைக் கவனிக்காமல் இருக்க முடியவில்லை. அவர் எதுவும் சொல்லவுமில்லை. அப்புறம், இன்பைக்டாவுக்குப் பாதி வழியில் இருந்த நிறுத்தத்தில் இரண்டு குடும்பங்கள் ஏறின. அந்த இடத்தில் ஆறு வளைந்து, காட்டுக்குள் நுழைந்து ஸ்வீடனை நோக்கி மறைந்தது. அவர்கள் குழந்தைகளையும் நாய்களையும் மூட்டைகளையும் இழுத்து வந்தார்கள். ஒரு பெண்மணி

கூண்டில் கோழி வைத்திருந்தாள். அது கொக் கொக் கொக் என்று ஓயாமல் சத்தமிட்டது. நான் பிரயாசைப்பட்டு என் இருக்கையில் பொருந்தி உட்கார்ந்தேன். கொடகொடவென ஆடிய ஜன்னல் என் தலையில் மோத, டீஸல் என்ஜினின் உறுமல் செவிகளில் பாட, ஒரு வழியாகத் தூங்கிவிட்டேன்.

கண்களைத் திறக்கிறேன். தலையணையில் என் தலை கனக்கிறது. உறங்கியிருக்கிறேன். கையை உயர்த்திக் கைக்கடிகாரத்தைப் பார்க்கிறேன். அரைமணி நேரம்தான் – ஆனாலும், வழக்கத்துக்கு விரோதமானது இது. பார்க்கப்போனால், அப்போதுதான் விழித்து எழுந்திருந்தேன், வெகுதாமதமாக வேறு. *அந்த* அளவுக்கா களைத்திருந்தேன்?

வெளியில் பட்டப்பகலாகியிருந்தது. கட்டிலின் விளிம்பில் என் கால்களை ஆட்டுவதால் ஏற்படும் லேசான உதறலுடன் அமர்ந்திருக்கிறேன். திடீரென்று தலைசுற்றி, முன்புறம் சரிகிறேன் – என்னால் சமாளிக்க முடியவில்லை. தொப்பென்று ஒரு தோள் தரையில் படும்படி கீழே விழும்போது என் கண்களுக்குப் பின்னால் மின்னல் வெட்டுகிறது. தரையில் மோதும் சமயத்தில் விசித்திரமாய் உரக்கும் முனகல் என்னிடமிருந்து வெளிப்படுவது கேட்கிறது. நான் இருக்கிறேன்; வலிக்கும்போதும் கூட. நான் நசிந்து போவேன். ஆகக் குறைந்த பிரயத்தனத்துடன் ஜாக்கிரதையாய் மூச்சுவிடுகிறேன். அது எளிதாயில்லை. இவ்வளவு சீக்கிரம் நான் சாகவேண்டியதில்லை. வெறும் அறுபத்தேழு வயதுதான். உடற்தகுதியோடு இருக்கிறேன். ஒரு நாளுக்கு மூன்று தடவை லிராவுடன் நடக்கச் செல்கிறேன். ஆரோக்கியமான உணவு. புகைபிடித்து இருபது வருடமாயிற்று. இதுவே போதும். எப்படியானாலும், இந்த மாதிரிச் சாக விரும்பவில்லை நான். இதற்குள் நான் நகர்ந்திருக்க வேண்டும். ஆனால், முயற்சி செய்யத் துணிச்சல் இல்லை. ஒருவேளை முடியாமல் போகுமோ என்பதால்தான். அப்புறம் என்ன ஆகும்? என்னிடம் தொலைபேசிகூட இல்லை. அந்த முடிவை ஒத்திப் போட்டிருந்தேன், எட்டாத் தொலைவில் இருக்க உத்தேசித்திருந்தேன். ஆனால், மற்றவர்களும் எனக்கு எட்டும் தொலைவில் இல்லை என்பது தெரிகிறது. அதை ஒப்புக்கொள்கிறேன். குறிப்பாக, இந்த சந்தர்ப்பத்தில்.

கண்களை மூடுகிறேன். சற்றும் அசையாமல் படுத்திருக்கிறேன். தரை என் கன்னத்தில் குளிர்கிறது. தூசி மணக்கிறது அதில். சமையலறையில் உள்ள கணப்பின் அருகில் லிரா மூச்சுவிடுவது கேட்கிறது. வெகுநேரம் முன்பே நாங்கள் நடக்கப் போயிருக்க வேண்டும். ஆனால், லிரா பொறுமையாக, நச்சரிக்காமல் இருக்கிறாள். சற்றுத் தொய்வாக உணர்கிறேன். இது எனக்கு எதையோ உணர்த்தியாக வேண்டும். ஆனால், எதையும் உணர்த்தவில்லை. சும்மா, நான் தளர்ச்சியாக உணர்கிறேன், அவ்வளவுதான். சற்று எரிச்சலாய் இருக்கிறது. கண்களை அழுத்திக் கசக்கிக்கொள்கிறேன் – பார்வையை உள்முகமாய்ச் செலுத்தும் விதமாக. முழங்கால்களின் மீது உருள்கிறேன். கதவுநிலையில் ஒரு கையைப் பதித்து மிக கவனமாக எழுகிறேன். முழங்கால்கள் நடுங்குகின்றன; ஆனால் நான் வெற்றி பெற்றுவிட்டேன். தலைசுற்றல் முற்றாக ஓயும்வரை கண்களை இறுக மூடியவாறு இருக்கிறேன். பிறகு கண்

திறந்து லிராவை நேருக்குநேர் பார்க்கிறேன். தனது கெட்டிக்கார விழிகளால் என் விழிகளை உற்றுப் பார்த்தபடி சமையலறைத் தரையில் என் முன்னால் நிற்கிறாள் அவள்.

'நல்ல நாய்' என்று சொல்கிறேன். எனக்கு அசட்டுத்தனமாகப் படவில்லை. 'நாம் இப்போது வெளியே போகலாம்.'

அப்படித்தான் செய்கிறோம். கால்கள் லேசாக நடுங்க, மைய அறைக்குப் போகிறேன். அதிக சிரமமின்றி மேலங்கியை அணிந்து பொத்தான்களைப் போடுகிறேன். என் காலையொட்டி லிரா தொடர வாயிற்படியை அடைந்து காலணிகளை மாட்டிக்கொள்கிறேன். பெரும் அக்கறையுடன் என் உடம்பைக் கவனிக்கிறேன் – ஏதேனும் கோளாறு தெரிகிறதா என்று. வயதான உடம்பு என்றாலும், நுட்பமாக இசையும் எந்திரமில்லையா. ஆனால், அது சரியாகத்தான் இருக்கிறதா என்று நிச்சயமாய் அறிவது சுலபமாக இல்லை. சன்னமான தலைசுற்றலும், புண்பட்ட தோளும் தவிர மற்ற அனைத்துமே இயல்பாக இருக்கிற மாதிரித்தான் படுகிறது. வழக்கத்தைவிடத் தலை கொஞ்சம் தொய்ந்து தெரியலாம் – ஆனால், அதுவுமே விநோதமில்லை, மேற்படி வீழ்ச்சிக்குப் பிறகும் நான் எழுந்து நின்றிருக்கிறேன் என்பதால்.

பிர்ச் மரத்தைப் பார்க்காமல் இருக்க முயல்கிறேன். ஆனால், அது கடினமாக இருக்கிறது. காரணம், எந்தப்புறம் திரும்பினாலும், பார்வையைப் பதிக்க அதிக இடங்களில்லை. அரைக்கண் மூடி, வீட்டுச் சுவரையொட்டி நடக்கிறேன் – நீண்ட கிளைகளைத் தவிர்த்தபடி. பாதையில் நீண்டிருக்கும் ஒன்றை விலக்க வேண்டியிருக்கிறது. அப்புறம் அடுத்ததை. முற்றத்துக்கு முதுகைக் காட்டியபடி கார்ப்பாதை நோக்கி நழுவுகிறேன். சாலையில் இறங்கி ஆற்றையும் லார்ஸின் மரவீட்டையும் பார்த்து நடக்கத் தொடங்குகிறேன். சாலை நெடுகிலும் லிரா என் முன்னால் மஞ்சள்நிற நடனம் ஆடிச் செல்கிறாள். பாலத்தையொட்டிய பாதைக்குத் திரும்புகிறேன். நீரோட்டத்துடன் இணையாக நடக்கிறேன். கழிமுகத்தில் சென்று நிற்கும்வரை கரையோடு நடந்துபோகிறேன். நவம்பர் மாதம். நேற்று மாலையில் காற்றுவீசும் இருட்டில் நான் அமர்ந்திருந்த இருக்கை தென்படுகிறது. நீர்நிலையின் சாம்பல்நிற நீரில் வெளிறிய அன்னங்கள் இரண்டு. வெளிறிய காலைச்சூரிய ஒளியில் வெறுமையாய் நிற்கும் மரங்கள். ஏரியின் மறுகரையில், பால்நிறப் பனிமூட்டம் தெற்கே நிலவ, வெளிர்பச்சைக் காடு. வழக்கத்துக்கு முற்றிலும் விரோதமான அசைவின்மை நிலவுகிறது. நான் சிறுவனாய் இருந்த காலத்தின் ஞாயிற்றுக்கிழமைக் காலை அல்லது புனித வெள்ளி யைப் போல. துப்பாக்கி வேட்டு போல விரல்களைச் சொடுக்குகிறேன். ஆனால், லிரா எனக்குப் பின்னால் மூச்சிழைப்பது கேட்கிறது. வெளிறிய சூரியஒளி என் பார்வையை வெட்டுகிறது. சட்டென்று, நான் உண்மையிலேயே சுகவீனமாய் உணர்கிறேன். பாதையின் காய்ந்த புற்களுக்கு மேலே குனிந்து நிற்கிறேன். கண்களை மூடுகிறேன். என் தலை சுழல்கிறது. அடச் சை, நான் ஆரோக்கியமாக இல்லை. கண்களை மீண்டும் திறக்கிறேன். என்னைப் பார்த்தவாறு நிற்கும் லிரா, நான் எதிலிருந்து தப்பியிருக்கிறேன் என்று மோப்பம் பிடிக்க வருகிறாள்.

'நோ' என்று இயல்புக்கு மாறான கூர்மையுடன் அதட்டுகிறேன். 'பின்னால் போ.' லிரா உடனடியாகத் திரும்பி, பாதையில் ஓடுகிறாள். பிறகு நின்று, திரும்பிப் பார்க்கிறாள், தன் நாக்கு தொங்கியாட.

'சரி சரி. நாம் போகலாம்' என்கிறேன்.

மீண்டும் நடக்கத் தொடங்குகிறேன். தலைசுற்றல் குறைந்திருக்கிறது. அதைப் பொருட்படுத்தாவிட்டால், நான் ஏரியைச் சுற்றி வந்துவிடுவேன். அப்படிச் செய்ய முடியுமா? எனக்கு உறுதியாகத் தெரியவில்லை. வாயையும், நெற்றியில் துளிர்த்த வியர்வையையும் கைக்குட்டையால் துடைத்துக்கொள்கிறேன். நாணல் விளிம்புக்குச் சென்று, இருக்கையில் மந்தமாக அமர்கிறேன். ஆக, நான் இந்த இடத்தில் மறுபடியும் அமர்ந்திருக்கிறேன். கரையேற வருகிறது ஓர் அன்னம். சீக்கிரமே ஏரியில் உறைபனி படர்ந்துவிடும்.

கண்களை மூடுகிறேன். நேற்றிரவு கண்ட கனவு திடீரென்று நினைவு வருகிறது. விசித்திரமாய் இருக்கிறது, நான் கண்விழித்தபோது அது இல்லை; ஆனால் இப்போது மிகத் துல்லியமாய் இருக்கிறது. எனது முதல் மனைவியுடன் நான் படுக்கையறையில் இருந்தேன். அது எங்களுடைய சொந்தப் படுக்கையறை அல்ல. இருவருக்குமே வயது முப்பத்திச் சொச்சம். அது நிச்சயமாகத் தெரிகிறது. என்னுடைய உடலுணர்வு அப்படித்தான் இருந்தது. அப்போதுதான் கலவியை முடித்திருந்தோம். முடிந்தவரை சிறப்பாகச் செயல்பட்டிருந்தேன். நன்றாக இருந்தது என்பதற்கும் அதிகமாக. குறைந்தபட்சம் நான் அப்படித்தான் நினைத்தேன். அவள் படுக்கையில் கிடந்தாள். நான் நெஞ்சருகில் நின்றேன், கண்ணாடியில் என் முழு உடம்பையும் பார்க்க வியலும் விதமாக – என் தலையைத் தவிர்த்து. கனவில் நான் வசீகரமாக இருந்தேன். நிஜத்தில் இருப்பதைவிடவும் நன்றாக. தூவிப் போர்வையை அவள் ஒதுக்கினாள். நிர்வாணமாய் இருந்தாள். அவளுமே நன்றாக இருந்தாள். நிஜமாகவே அழகாய் இருந்தாள். கிட்டத்தட்ட, பரிச்சய மில்லாத வகையில். நான் அப்போதுதான் கலவிகொண்ட பெண் மாதிரியேயில்லை. எப்போதுமே நான் அஞ்சிய விதத்தில் என்னைப் பார்த்தாள்.

'பலபேரில் நீ ஒருத்தன். அவ்வளவுதான்' என்றாள்.

எழுந்து அமர்ந்தாள். நிர்வாணமாக, நானறிந்த தினுசில் கனமாக. என் தொண்டைவரை அருவருப்பும், அதேவேளையில் பயங்கரமும் நிரம்பின. நான் அலறினேன்:

'**என்னுடைய** வாழ்க்கையில் இல்லை, நான் இல்லை.' பிறகு அழ ஆரம்பித்தேன். இந்த நாள் வருமென்று எனக்குத் தெரிந்திருந்தது. இந்த உலகில் நான் மிகமிக அஞ்சுவது, மாக்ரிட்டின் ஓவியத்தில் வருகிற நபராய் இருப்பதுதான் என்பதை உணர்ந்தேன். கண்ணாடியில் தன்னைப் பார்த்துக்கொள்கிற அந்த மனிதன், தன்னுடைய தலையின் பின்பக்கத்தை மட்டுமே மறுபடி மறுபடி பார்த்துக்கொள்கிறவன்.

II

10

ஆற்றோரமாய் ஒரு பாறையின் மீது அமைந்த அவருடைய சிறு வீட்டின் சமையலறையில் ஃப்ரான்ஸுும் நானும் இருந்தோம். ஆளுக்கொரு வெண்ணிறத் தட்டுடன் நாங்கள் அமர்ந்திருந்த மேசையின்மீது ஜன்னல் வழியே வெண்ணிறமாய் சூரிய ஒளி பளபளத்து இறங்கியது. அடுப்பின்மீது இருந்த, பளிச்சென்று மெருகேற்றிய கெட்டிலிலிருந்து ஊற்றிய பழுப்புநிறக் காபியும் வெள்ளைக் கோப்பைகளில் வைத்திருந்தோம். அந்த அடுப்பை கோடையானாலும் குளிர்காலமானாலும் எந்நேரமும் எரிய வைத்திருப்பதாக அவர் சொன்னார். ஆனால், கோடையில் ஜன்னல்களைத் திறந்து வைத்துவிடுவாராம். இந்தப் பிரதேசத்தில் நிலவும் வழக்கப்படி, சமையலறை நீல நிறம் கொண்டிருந்தது. நீலம் ஈக்களை விரட்டக்கூடிய நிறம் என்று சொல்வதுண்டு. அது சரியாகவும் இருக்கலாம். மேஜை நாற்காலிகள் அனைத்தையும் அவரே உருவாக்கியிருந்தார். அந்த அறையில் இருப்பது எனக்குப் பிடித்திருந்தது. ஜாடியை எடுத்து என்னுடைய கோப்பையில் சிறிது பால் ஊற்றிக்கொண்டேன். அது காஃபியை இன்னும் மிருதுவாக்கியது. மிகவும் திடமானதாய் இல்லாமல், மென்மையாக ஆக்கியது. பாதி மூடிய விழிகளால், ஜன்னலுக்குக் கீழே பிரவாகமாய்க் கடக்கும் நீரைப் பார்த்தேன். ஓராயிரம் விண்மீன்கள் போலப் பளபளத்தது. மின்னியது. இலையுதிர்காலத்தில் சிலவேளை இரவு முழுக்க நுரைத்தும் சுழித்தும் முடிவற்ற ஓடைபோல விரையும் பால்வீதிகணக்காக. ஊரில், ஃப்யோர்டின் அருகில், பரந்துவிரிந்த இருளில், இறுகிய சரிவான பாறையில் முதுகு பதித்து நீங்கள் படுத்திருக்கலாம். கண்கள் வலிக்க வலிக்க அண்ணாந்து பார்த்திருக்கலாம். பிரபஞ்சத்தின் பளுவை, அதன் ஒட்டுமொத்த கனத்துடன், மூச்சுத் திணறும்வரை, உங்கள் நெஞ்சில் உணர்ந்தவாறு. அல்லது, அதற்கு நேர் எதிராக, மேலெழுந்து அளவற்ற பாழில் வெறும் மனிதச் சதைத்துணுக்கு போல லகுவாக மிதந்து போகலாம் –

திரும்பியே வராதபடிக்கு. அதைப்பற்றிய சிந்தனையே உங்களைச் சற்று மறைந்துபோகச் செய்யும்.

திரும்பினேன். ஃப்ரான்ஸின் முன்னங்கையில் இருந்த சிவப்புநிற நட்சத்திரத்தைப் பார்த்தேன். சூரிய ஒளியில் ஒளிர்ந்தது அது. அவர் ஒவ்வொருமுறையும் தனது விரல்களை அசைக்கும்போது அல்லது முஷ்டியை மடக்கும்போது கொடிபோல அசைந்தது. அவர் அடிக்கடி அசைத்தார். அவர் கம்யூனிஸ்டாக இருந்திருக்கலாம். விறகுவெட்டிகள் பலரும் கம்யூனிஸ்டுகளாக இருந்தனர்; தகுந்த நியாயத்தோடுதான் – என்று அப்பா சொல்லியிருந்தார்.

ஃப்ரான்ஸ் என்னிடம் சொன்னது இதுதான்.

1942ஆம் ஆண்டு. என்னுடைய அப்பா வடக்கிலிருந்து காட்டு வழியில் வந்தார் – ஆவணங்கள், கடிதங்கள், சிலவேளை திரைப்படங் களுடன் ரெஸிஸ்டன்ஸுக்காக[1] ஸ்வீடன் போய்வந்தபோது. போன வேலை முடிந்த பிறகு, அவருடைய பாதையின் தடங்கள் அழிக்கப் பட்ட பிறகு, திரும்பிவரவும் ஒளிந்து வாழவும் ஓர் இடத்தை, எண்ணற்ற தடவைகள் தாம் பயன்படுத்தக்கூடிய இடத்தைத் தேடி வந்தார். அவருக்கு அவசரமில்லை. அப்போது தலைமறைவாய் ஓடிக்கொண் டிருக்கவில்லை. அல்லது, அப்படித் தாம் இருப்பதுபோலக் காட்டிக் கொள்ளவில்லை. மறைந்து வாழ்வதற்கு எந்த முயற்சியும் எடுக்க வில்லை அவர். வெளிப்படையாகவும், எதிர்ப்படும் யாருடனும் நட்புடனும் இருந்தார். அவருக்குத் தேவைப்பட்டதெல்லாம், சிந்திப் பதற்கு ஓர் இடம் – என்று சொன்னார். ஏதோ காரணத்துக்காக, அந்த விளக்கத்தை யாருமே சந்தேகிக்கவில்லை. அவர் ***அங்கே***யிருந்து வந்தவர். யாராவது வீடு திரும்பியபோது, அபூர்வமான சந்தர்ப்பங்களில் தலைநகருக்குப் போனபோது, அவர்கள் கேட்டனர் – நீங்கள் ***அங்கே*** போயிருக்கிறீர்களா? அங்குள்ள மக்கள் வித்தியாசமானவர்கள். எல்லாருக்குமே அது தெரியும். ஆக, அது அர்த்தமுள்ளதுதான். சிந்திப் பதற்கு ஓர் இடம் வேண்டியிருந்தது அவருக்கு. மற்றவர்களுக்கு, அந்தந்த நேரங்களில் இருக்கும் இடத்திலேயே சிந்திக்க முடியும். பெரிதாக அலட்டிக்கொள்ள எதுவுமில்லை.

அவருக்கு உண்மையாகவே எதற்காக ஓர் இடம் தேவைப்பட்டது என்பதுபற்றி ஃப்ரான்ஸுக்கு மட்டும்தான் ஓரளவு தெரியும். முற்காலத்தி லிருந்தே அவர்கள் இருவருக்கும் ஒருவரையொருவர் தெரிந்திருந்தது. ஆனால் இருவரும் சந்தித்ததில்லை – ஒருநாள் ஃப்ரான்ஸின் வீட்டு வாசலுக்கு அப்பா வந்து கதவைத் தட்டி, முன்னமே ஏற்பாடாகியிருந்த சொற்களை உதிர்க்கும்வரை.

‘நீங்கள் வருகிறீர்களா? நாங்கள் குதிரைவேட்டையாடப் போகிறோம்.’

ஜன்னலிலிருந்து திரும்பி, ஃப்ரான்ஸை உற்றுப் பார்த்தேன்.

---

1. ஜெர்மனிக்கு எதிரான நார்வீஜிய இயக்கம் – (மொ–ர்)

'அவர் *என்ன* சொன்னார் என்று கூறினீர்கள்?'

'அவரா, 'குதிரைவேட்டையாடப் போகிறோம்' என்றார். அதைக் கற்பிதம் செய்தது யார் என்று எனக்குத் தெரியாது. ஒருவேளை, உன் அப்பாவாகவேகூட இருக்கலாம். எப்படியானாலும், நான் இல்லை. ஆனால், அவர் என்ன சொல்லப்போகிறார் என்பது எனக்குத் தெரியும். இன்பைக்டாவிலிருந்து பேருந்தில் அந்தச் செய்தி வந்திருந்தது.'

'ஓ' என்றேன்.

'உடனடியாக அவருடன் சேர்ந்துகொண்டேன். ஆமாம், சேர்ந்து கொண்டேன்' என்றார் ஃப்ரான்ஸ்.

யார்தான் அவருடன் சேர்ந்துகொண்டிருக்க மாட்டார்கள்? ஆண்களுக்கு என் அப்பாவைப் பிடித்திருந்தது. பெண்களுக்கும் அவரைப் பிடித்திருந்தது. நானறிய அவரைப் பிடிக்காத ஒருவர்கூட இல்லை. அநேகமாக, ஜானுடைய தகப்பனாரைத் தவிர. ஆனால், அதற்குக் காரணமே வேறு. வேறு மாதிரியான சந்தர்ப்பங்களில் அவர்களுக்குள் விரோதமான எதுவுமே இருந்திருக்காதோ என்று பலதடவை கற்பனை செய்து பார்த்திருக்கிறேன். இருவரும் நண்பர்களாகக்கூட இருந்திருக்கலாம். இதில் விநோதமான விஷயம், என் வாழ்வின் பிற்காலத்தில் அநேகம் முறைகள் பார்த்திருப்பது போல இருக்கவில்லை அந்த சமாசாரம். மிகப் பலருக்கு மிக வேண்டியவராக இருக்கும் ஒருவர், பெரும்பாலும் உறுதியான குணமற்றவராக, பாவனைகள் அற்றவராக, மற்றவரைச் சீண்டக் கூடாது என்பதில் பிரயாசை கொள்பவராக இருப்பார். என்னுடைய அப்பா அப்படிப்பட்டவர் இல்லை. நிறையச் சிரித்தார், புன்னகைத்தார் என்பது உண்மை. ஆனால், அவை அவருக்கு இயல்பாகவே வந்தன என்பதால்தான். எல்லாரும் இன்புற்றிருப்பதற் காக அவர் செய்தவை அல்ல அவை. எப்படியானாலும், எனக்காக அல்ல. அவரை எனக்கு மிகவும் பிடித்திருந்தது. சில சந்தர்ப்பங்களில் என்னைக் கூசச் செய்தார் அவர். ஆனால் அதுவும்கூட, ஒரு மகனுக்குத் தன் தகப்பனைத் தெரிந்தாக வேண்டிய விதத்தில் அவரை எனக்குத் தெரிந்திருக்கவில்லை என்பதால் இருக்கலாம். கடந்த பல வருடங்களில் அவர் அடிக்கடி வெளியே போனார். எங்கள் நாட்டில் ஜெர்மானியர்கள் இருந்தபோது, அவரை நான் மாதக்கணக்கில் பார்க்காமல் இருந்ததுண்டு. இறுதியில் அவர் வீடு திரும்பி, மற்றவர்களைப் போல வீதிகளில் நடமாடிய சமயத்தில், என்னால் குறிப்பாகச் சொல்லவியலாததொரு வித்தியாசம் அவரிடம் இருந்தது. ஆனால், ஒவ்வொருமுறை வீடு திரும்பியபோதும் கொஞ்சம் மாறியிருப்பார். அவரைப் பற்றுவதற்கு நான் மிகவும் ஊன்றிக் கவனிக்க வேண்டியிருக்கும்.

எப்படியிருந்தாலும், அவருடைய இதயத்தில் எனக்குச் சிறப்பான இடம் இருந்தது என்பதில் எனக்கு சந்தேகமில்லை – என் சகோதரிக்கு இருந்த இடம் பற்றியும்தான். ஆனாலும், அவளுடையதைவிட என்னுடைய இடம் மேலதிக சிறப்பு வாய்ந்தது – நான் பையன், அவர் ஆடவர் என்பதால். அடிக்கடியும், நீண்டகாலத்துக்கும் நாங்கள் ஒரே இடத்தில் இல்லாத நாட்களில், அவருடைய மனத்தில் நான்

குதிரை வேட்டை

இல்லையோ என்று எனக்குத் தோன்றியதே கிடையாது. 1942இல் அவர் இந்தக் கிராமத்துக்கு வந்தபோது, நான் ஆஸ்லோவில், ஃப்யோர்டுக்கு அருகிலிருந்த எங்கள் வீட்டில் இருந்தேன். தினசரி பள்ளிக்கூடம் போய், ஜெர்மானியர்கள் தோற்கடிக்கப்பட்டு ஒழிந்த பிறகு நாங்கள் மேற்கொள்ளவிருக்கிற பிரயாணங்களைப் பற்றி அங்கே உட்கார்ந்து கனவு காண்பேன். அவரானால், தாம் சிந்திப்பதற்கு – அப்படித்தான் சொல்வார் அவர் – ஓர் இடம் தேடி அலைந்துகொண்டிருந்தார். தாம் மறைந்து வாழ்வதற்கான இடமாக, ரெஸிஸ்டன்ஸுக்காக ஸ்வீடனுக்குள் ஆவணங்களுடனும் சிலவேளை திரைப்படங்களுடனும் சென்றுவிட்டு திரும்பிவருவதற்கான தளம் ஒன்றைத் தேடி.

அப்பாவுக்கு அந்தக் கோடைகால மரவீட்டைக் காட்டியவரே ஃப்ரான்ஸ்தான். போருக்கு முன்னதாக வலுக்கட்டாயமாக மூடப்பட்ட பிறகு நான்கு வருடங்கள் காலியாய்க்கிடந்த வீடு அது. பார்க்காலட்டு உள்ளே நுழைந்தார். மரவீட்டையும் உள்ளடக்கிய சிறு பண்ணையை விலைக்கு வாங்கினார் – இயல்பாகவே, சல்லிசான விலைக்கு. ஆகவே, அந்த இடத்தின் உண்மையான உரிமையாளர் அவர்தாம். அவருக்குப் பயனேதும் இல்லாத இடம். வீடு சிதைந்து போனது. பசுத்தொழுவம் ஏற்கனவே சரிந்துவிட்டது. அதில் நிரப்புவதற்கு மந்தையும் இல்லை. இடத்தைப் பார்த்ததுமே அப்பாவுக்குப் பிடித்துவிட்டது. குறிப்பாக, அது ஆற்றின் கிழக்குக்கரையில் இருந்தது. அருகாமையிலுள்ள பாலத்திலிருந்து இருபது நிமிட நடைத் தொலைவில். பண்ணையின் பின்புறம் வீடுகளே இல்லை. ஸ்வீடன் எல்லைக்கு அப்பால் வெகுதூரம் நீங்கள் சென்றடைகிறவரை ஒரு குடிசைகூட இல்லை. அது மட்டுமல்ல. அப்பாவுக்கு அங்கே இருப்பது ஆனந்தமாக இருந்தது என்று ஃப்ரான்ஸ் நம்பினார். தாம் செய்துகொண்டிருந்த வேலைகள் அனைத்தும் சட்டபூர்வமானவையாகத் தென்படுவதற்கு அவசியமானவற்றைச் செய்வதில் ஆனந்தம். எப்படியானாலும், அவற்றைச் செய்துதான் ஆகவேண்டும் – புல் வெட்டுவது, தொழுவத்தின் செத்தைகுப்பைகளை வாருவது, அவற்றை எரிப்பது, கூரை ஓடுகளைப் பொருத்துவது, ஆற்றின் கரையிலிருந்த புதர்களை அகற்றுவது, கூரையைச் செப்பனிடுவது, வீட்டின் முகப்புப் பலகைகளைப் புதுப்பிப்பது, ஜன்னல் கண்ணாடிகளில் பழசாகியும் உடைந்தும் இருந்தவற்றை மாற்றுவது என்று. உரிய பசையைப் பயன்படுத்தி அடுப்பைச் செப்பனிட்டார். புகைபோக்கியைக் கூட்டிச் சுத்தப்படுத்தினார். புதிதாக இரண்டு நாற்காலிகள் செய்தார். இவையெல்லாமே அவருக்கு எளிதாகக் கைவந்த சமாசாரங்கள். ஆஸ்லோவில் இவற்றைச் செய்வதற்கு அவகாசமும் இல்லை, சுதந்திரமும் இல்லை. அங்கே யான் நிலையத்துக்கு அருகில், உட்புற ஆஸ்லொஃப்யோர்டையும், பன்னஃப்யோர்டையும் பார்க்க அமைந்திருந்த பெரிய மூன்றுமாடி ஸ்விஸ் தோட்டவீட்டின் இரண்டாவது தளத்தில் சமையலறையும் மூன்று அறைகளும் கொண்ட பகுதியை வாடகைக்கு எடுத்திருந்தோம்.

நீண்டகாலம் தங்கும் உத்தேசம் இல்லை அவரிடம். ஆற்றின் மறுகரையில் அவர் இருப்பதை ஜனங்கள் பழகிக்கொள்வதற்குப் போதுமான அளவு தங்கினால் போதும். கூரையில் ஏறியோ, முற்றத்தில்

மென்னடை போட்டோ, ஆற்றின் அருகில் உள்ள பாறையொன்றில் அமர்ந்து – அவர் சொல்கிற மாதிரி – சிந்தித்துக்கொண்டோ இருப்பதை அவர்கள் காணவேண்டும். சிந்திப்பதற்கு நீரின் அருகில் இருக்கவேண்டும் என்பார் அவர். அதுவுமே கொஞ்சம் விநோதம்தான். ஆனால், அதில் வாதம் செய்யவும் ஏதுமில்லை. இன்பைக்டாவிலிருந்தோ, எல்வெருமிலிருந்தோ பேருந்து வருகிற சமயமாகப் போவார் – காலிப்பையைத் தோள்மீது போட்டுக்கொண்டு. பர்க்கால்டின் புல்வெளியினூடே, கடையை நோக்கி அவர் நடப்பதை அவர்கள் பார்க்க முடியும். அல்லது பலசரக்கு சாமான்களோ, வேறேதுமோ வாங்கிக்கொண்டு திரும்பும்போது பார்க்கலாம். ஆனால், ஒவ்வொருமுறையும் ஸ்வீடன் சென்று, இவர் கொண்டு வருபவற்றுக்காகக் காத்திருக்கும் நபரிடம் அவற்றை ஒப்படைத்துவிட்டு, இரவின் போர்வையில் எல்லை கடந்து திரும்புகையில், செப்பனிட வேண்டிய அல்லது மேம்படுத்த வேண்டிய விஷயங்களாக மேலும் பலவற்றை அவர் கண்டார். ஆஸ்லோவுக்குத் திரும்பிப் போவதற்கு முன்னால் செய்யவேண்டியவை. எனவே, சற்று அதிக காலம் தங்கினார். இன்னொருமுறை புல் வெட்டினார். கிளம்பிச் செல்வதற்கு முன்பாக புகைபோக்கியைச் சுற்றிலும் கொத்த வேலைகள் செய்தார். ஏனெனில், உச்சியிலிருந்து கீழேவரை அது விரிசல் கண்டிருந்தது – தகர்ந்துவிடலாம், ஓடுகள் யார் தலையிலாவது விழக் கூடும் என்கிற மாதிரி. இவ்விதமாக, எங்களுக்கு, அதாவது ஆஸ்லோவில் இருந்த தனது குடும்பத்துக்கு எதுவுமே தெரியாத மாற்று வாழ்க்கை ஒன்றை இரண்டு வருடங்கள் வாழ்ந்தார். ஃப்ரான்ஸின் சமையலறையில் அமர்ந்திருக்க, அவர் என் அப்பாவைப்பற்றிக் கூறியபோது, நான் இந்த விதமாகவெல்லாம் யோசித்தேன் என்று பொருளல்ல. பர்க்கால்டின் சிதைந்த பண்ணைவீட்டில் முன்பு ஐந்து வருடங்களுக்கும் மேலாகவே அப்பா தம்மை நிலைநிறுத்திக்கொண்டிருந்தார் – நார்வேயில் நடைபெற்ற போரின் இரண்டாவது ஆண்டில், ஸ்வீடனுக்குத் தூது செல்வதன் கடைசிக் கண்ணிக்கு ஒரு போர்வையாக. அவர்கள் ‘போக்குவரத்து’ என்று பெயர் சூட்டியிருந்த ஒன்றை ஆரம்பித்திருந்தார். பின்னர் பல ஆண்டுகள் கழித்துத்தான் என்னால் உணர முடிந்தது – இந்த விதமாகத்தான் அவருக்கு நிகழ்ந்திருக்க வேண்டும் என்று. பன்னஃப்யோர்டின் அருகில் எங்களுடன் கழித்த அதே அளவு காலத்தை ஆற்றோரமாய் இருந்த கிராமத்திலும் கழித்திருந்தார். ஆனால், அது எங்களுக்குத் தெரியாது; தெரியவும் கூடாதது – ஒரே இடம்தான் இருக்கிறது என்பதும், அந்த இடம் எங்கே இருக்கிறது என்பதும். அவர் எங்கே இருக்கிறார் என்பதே எங்களுக்குத் தெரியாது. வெளியே போவார், மீண்டும் வீடு திரும்புவார் – ஒருவாரம் கழித்தோ, ஒரு மாதம் கழித்தோ. அவர் இல்லாமல் வாழப் பழகிவிட்டிருந்தோம். நாள் கணக்காக, வாரக் கணக்காக. ஆனால், அவரைப்பற்றி நான் எப்போதும் யோசித்துக்கொண்டிருப்பேன்.

ஃப்ரான்ஸ் சொன்னவை அனைத்துமே அப்போது எனக்குப் புதிய செய்திகள். ஆனால், அவர் சொன்ன எதன் மீதும் எனக்கு ஐயமில்லை.

அவர் கூறி வந்தபோது, எதற்காக *அவர்* அந்தக் காலகட்டம் பற்றிச் சொல்கிறார், அப்பா சொல்லியேயிராத போது – என்ற கேள்வியை மட்டுமே தீர ஆலோசித்துக்கொண்டிருந்தேன். ஆனால், ஃப்ரான்ஸிடம் அதைக் கேட்க முடியுமா என்று எனக்குத் தெரியவில்லை; கேட்டாலும், நான் ஜீரணிக்கக்கூடிய பதிலை அவர் சொல்வாரா என்றும் தெரிய வில்லை. ஏனென்றால், எனக்கு ஏற்கனவே அத்தனையும் தெரிந்திருக் கும், அதன் இன்னொரு வடிவத்தைத் தெரிந்துகொள்ளும் சுவாரசியத் துக்காகவே கேட்டுக்கொண்டிருக்கிறேன் என்று அவர் நிச்சயமாக நம்பியிருப்பார். எனக்கு இன்னோர் ஆச்சரியமும் இருந்தது – என் நண்பன் ஜானோ, அவனுடைய தாயார் தகப்பனாரோ, அல்லது நான் அடிக்கடி உரையாடியவரான கடை ஆளோ, பர்க்கால்டோ அல்லது சனியன் பிடித்த வேறு யாருமோ என்னிடம் இதைப்பற்றிக் குறிப்பிட்டதேயில்லையே, ஏன்? நாலு வருடங்களுக்கு முன்னால், அப்பா அந்தக் கிராமத்தில் அடிக்கடி தென்பட்டார் என்பதைச் சொன்னதேயில்லையே. ஆற்றின் மறுகரையில் கோடைகால மரவீடுகள் இருந்தன என்பதால் அங்கேதான் அப்பா இருந்திருப்பார், கிட்டத்தட்ட அவரை அந்தக் கிராமவாசி என்றே கூறிவிடலாம். என்றாலும் அவர்கள் சொன்னதில்லையே. ஆனால், நானும் அதைக் கேட்கவில்லை.

மாதாகோயிலுக்கும் கடைக்கும் அருகாமையில் இருந்த பண்ணையில் ஜெர்மானிய ரோந்து அணியொன்று நிரந்தரமாக நிலைகொண் டிருந்தது. பண்ணைவீட்டை அவர்கள் கோரிப் பெற்றபோது, அதில் வசித்த மொத்தக் குடும்பத்தையும் ஓய்வூதியர் குடிலில் சென்று வசிக்க விரட்டியது. குடில் ஏற்கெனவே பிதுங்கி வழிந்தது. ஆற்றுப் பாலத்தை நோக்கிப் போகும் மண்பாதையில், எப்போதுமே என்றில்லாவிட்டாலும், அடிக்கடி ஒரு காவலாளி இருந்தார். தோளில் சப் – மெஷின் கன்னைப் பிணைத்த பட்டியும், அதிகாரிகள் கவனிக்காதபோது வாயில் சிகரெட்டு மாக நடமாடினார். சிலவேளை, துப்பாக்கியைத் தம் முன்னால் தரையில் கிடத்திவிட்டு, பாறையில் அமரவே செய்தார். தலைக்கவசத்தைக் கழற்றி, தட்டையாகப் படிந்திருந்த கேசத்தை நெடுநேரம் அழுத்தமாகச் சொறிந்து கொண்டார். புகைபிடித்தபடி, தம்முடைய முழங்கால்களுக்கிடையில், பளபளக்கும் பூட்சுகளைப் பார்த்தபடியிருந்தார் – விரல்நுனிவரை சிகரெட் புகைந்துதீருமளவு. திரும்ப எழுந்து நிற்க மிகவும் சிரமப் பட்டார். அவருக்குப் பின்புறம் ஆறு விரைந்தோடிப் பாய்ந்தது – அவர் அறிந்தவரை, மாறாத தொனியுடன். அந்த இடத்தில் அவர்களுக்குப் பெரும் சலிப்பு இருந்தது. எதுவுமே நடக்கவில்லை; போர் வேறோரிடத்தில் நடந்தது. ஆனால், கிழக்கு முனையைவிட இங்கே நன்றாகவே இருந்தது.

ஃப்ரான்ஸின் வீட்டைக் கடந்து, ஆற்றின் கிழக்குப்பகுதியில் கீழிறங்கி, குறுகிய பாலத்தின் வழியே செல்லும் அந்தப் பாதையில் போக அப்பா முடிவு செய்யும்போது, முதலில் கொஞ்சநேரம் நின்று ஜெர்மானிய வீரருடன் சற்று அரட்டையடிப்பார். அவருக்கு ஜெர்மன் நன்கு தெரியும். அந்த நாட்களில் பலருக்கும் ஜெர்மன் நன்கு தெரிந் திருந்தது. உங்களுக்கு விருப்பமிருக்கிறதோ இல்லையோ, பள்ளியில்

நீங்கள் கற்றாக வேண்டிய மொழி அது. எழுபதுகள்வரை இந்த நிலை நீடித்தது. ஒவ்வொருமுறையும் அதே காவலர் இருக்கமாட்டார்; ஆனால், அவர்கள் எல்லாருமே ஒரேமாதிரியாகத்தான் இருந்தார்கள். மிகச் சிலரால் மட்டுமே வித்தியாசம் காணமுடியும். என்றாலும், அநேகம் பேருக்கு அதில் ஆர்வம் இல்லை; அப்படியொரு அணியே இல்லை என்கிற மாதிரிப் பாசாங்கு செய்வார்கள். ஜனங்கள் கற்றிருந்த ஜெர்மன் மொழி சடாரென்று மறந்து போய்விட்டது. ஆனால், அப்பா அந்த வீரர்களில் ஒவ்வொருவரும் எங்கிருந்து வந்தவர்கள் என்பதைத் தெரிந்து கொண்டார் – அவர்களுக்கு ஜெர்மனியில் மனைவியர் உண்டா; கால்பந்தா, தடகள விளையாட்டுகளா அல்லது நீச்சலேதானா அவர்களுக்கு எது பிடிக்கும்; தங்களது தாய்மாரைப் பற்றிய ஏக்கம் இருக்கிறதா என்றெல்லாம். அவரைவிடப் பத்துப் பதினைந்துவயது இளையவர்கள். சிலவேளை இன்னும் சிறியவர்கள். அவர்களுடன் அனுசரணையான விதத்தில் உரையாடினார். மற்றவர்களில் அநேகர் செய்யாதது இது. சாம்பல் நிறமும் பச்சையும் கலந்த சீருடையில் நிற்கும் மனிதனுடன் – அல்லது, பையன் என்றே சொல்லலாம் – அப்பா நின்றிருப்பதைத் தமது ஜன்னல் வழி ஃப்ரான்ஸ் பார்ப்பார். அவர்கள் ஒருவருக்கொருவர் சிகரெட் வழங்கிக்கொள்வார்கள். உபசரிப் பவரைப் பொறுத்து, மற்றவருக்குப் பற்றவைப்பார்கள் – காற்றே இல்லாதபோதும் மூடிய கைகளுக்குள் தீக்குச்சி பாதுகாப்பாக இருக்கும். சிறு சுடரின் மீது அந்தரங்கமாக உடம்பை வளைத்திருப்பார்கள். மாலைப்பொழுதாக இருந்தால் அவர்களுடைய முகத்தில் மஞ்சள் ஒளி பிரகாசிக்கும். மண்பாதையில், காற்றின் சலனமற்ற அதே இடத்தில் பேசிக்கொண்டும், சிகரெட்டுகளை நுனிவரை புகைத்துக்கொண்டும், மீந்த துண்டுகளை அவரவர் பூட்சுகளால் நசுக்கிக்கொண்டும் நிற்பார்கள். பிறகு அப்பா தமது கையை உயர்த்தி 'குட் நைட்' என்று ஜெர்மனில் சொல்வார். நன்றியறிதலுடன் கூடிய 'குட் நைட்' பதிலாகக் கிடைக்கும். தமக்குத் தாமே புன்னகைத்தபடி, பாலத்தின்மீது ஏறிச் செல்வார். மரவீடு நோக்கிப் போகும் சாலையில், முதுகில் தாறுமாறாகக் கிடக்கும் பையுடன், அதனுள்ளிருக்கும் சமாசாரத்துடன் செல்வார். அவருக்குத் தெரியும், சடாரென்று திரும்பிப்பார்ப்பது அல்லது ஓடத் தொடங்குவது என்பது மாதிரி எதிர்பாராத எதையாவது அவர் செய்தால், அந்த ஜெர்மானியச் சிறுவன் நிச்சயம் தனது எந்திரத் துப்பாக்கியைத் தோளி லிருந்து மின்னலாக உயர்த்திப் பிடித்துக் கூவுவான்: 'நில்'. நிற்கவில்லை யென்றால், குண்டுமழை இவரை நோக்கிப் பாயும். கொல்லவும் செய்யும்.

பிறவேளைகளில், பிரதான சாலை வழியாக நடந்துபோவார். சற்று அதிகமாக நிரம்பியிருக்கும் பையுடன் சென்று, பர்க்கால்டின் வேலியையொட்டிப் புல்வெளியில் திரும்பி, ஆற்றின் குறுக்கே படகோட்டு வார். எதிர்ப்படுகிறவர்களை நோக்கிக் கையசைப்பார் – அவர்கள் ஜெர்மானியராக இருந்தாலும், நார்வீஜியராக இருந்தாலும். யாருமே அவரை நிறுத்தியதில்லை. அவர்களுக்கு இவர் யார் என்று தெரியும். பர்க்கால்டின் மரவீட்டைச் செப்பனிடுகிற ஆள் இவர். பர்க்கால்டிடம் விசாரித்திருக்கிறார்கள்; அவர் உறுதி செய்திருக்கிறார். மூன்று முறை அந்த இடத்துக்குப் போயிருக்கிறார்கள். ஏகப்பட்ட கருவிகளும், ஹாம்சன்

எழுதிய நூல்கள் இரண்டும் அங்கே கிடந்தன – ***பான், பசி*** என்ற நூல்கள். அவர்கள் மகிழ்ச்சியோடு ஏற்கக்கூடியவை. சந்தேகத்துக்குரிய தாக எதுவுமே அவர்களுக்குத் தட்டுப்படவில்லை. சீரான இடைவேளை களில் பேருந்தில் கிராமத்தைவிட்டுப் போய், கணிசமான காலம் வெளியே தங்குகிறவர் இவர். காரணம், இங்கு செய்வது போன்ற பணிகள் பலவற்றிலும் ஈடுபட்டிருக்கிறவர். எல்லையில் வசிப்பதற்கான சான்றிதழ், மற்றும் அவரது இதர ஆவணங்களில் கோளாறு எதுவும் இல்லை.

கோடையிலும் குளிர்காலத்திலுமாக, இரண்டு ஆண்டுகளுக்கு அந்தத் தொடரை நடத்தினார் அப்பா. மரவீட்டில் ***அவர்*** இல்லாதபோது, கிராமத்தவரில் யாராவது எல்லைக்கு அப்பாலான கடைசி ஓட்டத்தை நடத்தினார்கள் – ஓரிரு முறை ஃப்ரான்ஸ், தன்னால் வெளியே செல்ல முடியும்போதெல்லாம் ஜானுடைய தாயார் என்று. ஆனால் அதில் கணிசமான அபாயம் இருந்தது. காரணம், அந்தப் பிராந்தியத்தில் ஒவ்வொருவருக்கும் மற்றவர்களையும், அவர்களது அன்றாட நடமுறை யையும் தெரிந்திருந்தது. வழக்கத்துக்கு மாறான ஏதொன்றும் கவனம் பெறும். பிறருடைய வாழ்க்கை தொடர்பாக நமக்குள் பேணப்பட்டு வரும் பணிப்புத்தகத்தில் குறித்துக்கொள்ளப்படும் – எதிர்காலப் பயன் கருதி. அப்புறம் அப்பா திரும்பிவருவார். போக்குவரத்து பற்றி அறியா திருக்க வேண்டியவர்கள் அறியாமலே இருந்தனர் – நான், என் அம்மா, என் சகோதரி உள்ளிட்ட மற்றவர்கள். சில நேரங்களில், தபால்களை ‘பேருந்திலிருந்து தாமே பெற்றுக்கொள்வார். அல்லது கடையிலிருந்து – அது திறப்பதற்கு முன்பாக அல்லது மூடிய பின்னர். பிற சமயங்களில், ஜானுடைய தாயார் அந்த வேலையைச் செய்வார். உணவை எடுத்துக் கொண்டு, தபால்களையும் சேகரித்துக்கொண்டு ஆற்றின் குறுக்கே படகோட்டி வருவார். தமது கையாள் சாப்பிடுவதற்காக; அல்லது அவருக்குச் சாப்பாடுபோடுகிற மாதிரித் தெரிவதற்காக, பர்க்கால்டு அவரைச் சமைக்க வேண்டிக்கொண்ட உணவு அது – ஏதோ கையாளுக்குச் சொந்த அடுப்பில் சமைக்க இயலாது என்பது போலவும், அதற்கு ஒரு பெண்மணியின் உதவி தேவைப்படுகிறது என்பது மாதிரியும். அது சற்று விநோதமாக இருந்ததாக எனக்குப் பட்டது. எவ்வளவோ விஷயங்களைத் தாமே செய்யும் கையாளுக்கு இதிலேபோய் உதவி தேவைப்பட்டது என்பது. உண்மையில், தேவை எழுகிறபோது, அவர் நன்றாகச் சமைக்கக் கூடியவர் – என் அம்மா மாதிரி. எனக்குத் தெரியும், நான் பார்த்திருக்கிறேன், எண்ணற்ற தடவைகள் ருசித்திருக்கிறேன். என்ன, இந்த மாதிரிக் காரியங்களில் கொஞ்சம் சோம்பல் படுவார். எனவே, நானும் அவரும் மட்டுமாக இருந்தபோது நாங்கள் அடிக்கடி சாப்பிட்டது, அவர் ‘எளிமையான கிராமப்புற உணவு’ என்று குறிப்பிடு வதைத்தான். அதாவது பொரித்த முட்டை – பெரும்பாலும். எனக்கு அதில் ஆட்சேபணை எதுவும் கிடையாது. சமையலறையில் என் அம்மா இருந்தால், ‘முறையான சாப்பாடு’ என்று அவள் குறிப்பிடுவது

எங்களுக்குக் கிடைக்கும் – அதாவது எங்களிடம் பணம் இருக்கும் பட்சத்தில். எல்லா நேரத்திலும் எங்களிடம் பணம் இருந்ததில்லை.

ஆனால், வாரத்தில் ஓரிரு முறைகள் ஜானுடைய தாயார் ஆற்றை எதிர்த்துப் படகு செலுத்தி வருவார். சாப்பாட்டுடனோ, இல்லாமலோ; 'கடித'த்துடனோ அது இல்லாமலோ. அப்பாவுக்காக, அவருக்கு முறையானதொரு உணவு கிடைக்கவேண்டுமென்று சமைத்துக்கொண்டு வருவது போன்ற பாவனையுடன். அதாவது, தனியாக இருக்கும் ஆண்கள் பொதுவாக சரிவிகிதமற்ற உணவு கொள்வதும், தாம் மேற்கொள்ளும் பணிகளைச் செய்வதற்குரிய உடற்தகுதி இல்லாமல் போய்விடுவதும் போல அப்பா பலவீனமாக, சுகவீனமாக ஆகிவிடாதிருப்பதற்காக. குறைந்தபட்சம், தாம் கடையில் இருந்த சமயத்தில் பர்க்கால்டு அப்படித் தான் சொன்னார்.

ஜானுடைய தகப்பனார் பங்கேற்கவில்லை. அவர் அவர்கள் செய்ததற்கு எதிரானவர் இல்லை; யாருக்கும் கேட்கிற மாதிரி எதுவும் சொன்னதில்லை. குறைந்தபட்சம், அதுபோன்று அவர் ஏதும் சொல்லி ஃப்ரான்ஸ் கேட்டதில்லை. ஆனால், ஜானுடைய தகப்பனாருக்கும் 'போக்குவரத்து'க்கும் எந்தவிதமான தொடர்பும் இல்லை. ஒவ்வொரு முறையும் ஏதோவொன்று நடக்கவிருக்கும்போது, அவர் பார்வையைத் திருப்பிக் கொள்வார். அவருடைய மனைவி கூடையைத் தூக்கிக்கொண்டு, ஆற்றை நோக்கி இறங்கிச்சென்று, சிவப்பு வண்ணம் பூசிய படகில் ஏறி என் அப்பா இருக்கும் இடத்துக்குத் துடுப்புப் போடும்போதும் பார்வையைத் திருப்பிக்கொள்வார். அந்நிய மனிதர் ஒருவர் இறுகக் கட்டிய பெட்டியை அக்குளில் இடுக்கிக்கொண்டு, தலையில் நகர்ப்புற பாணித் தொப்பியுடன் தமது பண்ணைவீட்டுக்குள் அமைதியாகக் காட்சியளித்தபோதுகூடப் பார்வையைத் திருப்பிக்கொண்டார். பொருத்தமற்ற உடையில் இருந்த அந்நியர் குழம்பியவராகவும், மௌனமாகவும் வண்டிச்சக்கரத்தின் மீது தனியாக அமர்ந்து, இருட்டுவதற்காகக் காத்துக்கொண்டிருந்தார். அதே ஆள் அன்றிரவு ஆற்றை எதிர்த்துப் படகில் அழைத்துச் செல்லப்பட்டார். ஓசையெழாமல் நடந்தன யாவும். முதலில் முற்றத்தின் குறுக்காக, அப்புறம் படகுத்துறை நோக்கி நடத்திச் செல்லப்பட்டார். அங்கும் ஒரு சொல்லும் உதிர்க்கப்படவில்லை. ஒரு விளக்கும் ஏற்றப்படவில்லை. வந்தவர் அப்போதும் சரி, அதற்குப் பிறகும் சரி அதுபற்றியெல்லாம் எதுவுமே சொல்லவில்லை. இத்தனைக்கும், பின்னாட்களில் மிகப் பலர் வந்தபோதும், அவர்தாம் முதலில் வந்தவர். அவ்வளவு அமைதி நிலவியதற்குக் காரணம், இப்போது கிராமத்தின் வழியே எல்லை தாண்டி ஸ்வீடனுக்குள் போனது 'தபால்' மட்டுமல்ல.

இலையுதிர்காலத்தின் பிற்பகுதி அது. உறைபனி இருந்தது. ஆனால், நீரின்மேல் எங்குமே பனி உறைந்திருக்கவில்லை. இன்னமும் ஆற்றில் நீங்கள் படகோட்டலாம். அது நல்லவிஷயம்தான். ஏனென்றால்,

ஒருநாள் அதிகாலையில், குந்தியிருந்த கம்பியிலிருந்து சேவல் குதிப்பதற்கும் முன்னாலேயே – ஃப்ரான்ஸ் அப்படித்தான் குறிப்பிட்டார் – சூட் அணிந்த ஒருவர் பிரதான சாலையில் இருட்டில் இறக்கிவிடப்பட்டார். முதுகில் சுமந்த பையுடன் பண்ணைச்சாலையின் உறைபனியில் நடந்து நேரே ஜான் மற்றும் அவனுடைய குடும்பத்தின் முற்றத்தில் வந்து சேர்ந்தார். கோடைக்காலத்துக்கான, மெல்லிய அடிப்பாகம் கொண்ட ஷூக்களை அணிந்திருந்தார். பனியால் பாதிச் சவமாகியிருந்தார். அகலமான காற்சராய்க்குள் அவரது கால்கள் நடுங்கின. காற்சராயின் கால்கள் இடுப்பிலிருந்து, மெலிதான ஷூக்கள்வரை ஆடிக்கொண் டிருந்தன. ஜானுடைய தாயார் தோளைச் சுற்றிப் போர்த்திய சால்வையும், அக்குளில் இடுக்கிய போர்வையுமாக வாசலுக்கு வந்தார். 'அது ஒரு வினோதக் காட்சி' என்று ஜானுடைய தாயார் ஃப்ரான்ஸிடம் சொன்னார் – '45 மே மாதத்தில் ஸ்வீடனிலிருந்து தாம் திரும்பிவந்த போது. கிட்டத்தட்ட சர்க்கஸ் காட்சி மாதிரி இருந்ததாம். வந்தவரிடம் போர்வையைக் கொடுத்து, அவருக்குப் களஞ்சியத்தைக் காட்டினார். மாலை வரும்வரை, வெண்ணிறப் பகல்முழுக்க, சுமார் பனிரண்டு மணிநேரம், அங்கேதான் அவர் இருந்தாக வேண்டும் – வைக்கோலுக் குள். காரணம், வெளிச்சம் முற்றாக நீங்குவதற்கு ஐந்து மணிபோல ஆகிவிடும். சாலையில் அவர் நடந்து வந்தபோது காலை ஐந்துமணி. ஆனால், அந்த மனிதரால் சமாளிக்க முடியவில்லை. பித்துப் பிடித்த மாதிரி ஆகிவிட்டார் என்று சொன்னார் ஜானுடைய தாயார். இரண்டு மணிக்கு உடைந்தே போனார். பித்தம் தலைக்கேறியிருந்தது. ஆக விசித்திரமான விஷயங்களைச் சொல்லி அலற ஆரம்பித்தார். இரும்புக் கம்பியொன்றை எடுத்து தன்னைச் சுற்றிலும் தாக்கினார். கூரையைத் தாங்கும் கழிகளிலிருந்து திப்பிகள் உதிர்ந்தன. வைக்கோல் வண்டியின் கடைசல் கால்கள் பலவும் கழன்று விழுந்தன. முற்றத்துக்கு வெளியில் அவருடைய குரல் நன்றாகவே கேட்டது. ஆற்றின் மேற்புறம் இருந்தவர் களுக்கும் கேட்டிருக்கலாம். காரணம், காற்றில் சலனமேயில்லை. அவரது அலறல்கள் துல்லியமாக நீர்வழியே ஒலித்திருக்கும். அல்லது, முடிந்தவரை சுதாரிப்புடன் இருக்க முயன்ற ஜெர்மானியர்கள் ஒருநாளுக்கு குறைந்தது இரண்டுதடவையாவது போய்வருகிற சாலைக்கும்கூடக் கேட்டிருக்கலாம். தொழுவத்தில் இருந்த விலங்குகள் அலைபாயத் தொடங்கின. ப்ராமினா உரத்துக் கனைத்தது. தனது தடுப்பின் சுவர்களைக் காலால் உதைத்தது. பசுக்கள் தங்கள் பட்டிகளில் 'மா' வென்று குரல் விடுத்தன – ஏதோ, வசந்தம் வந்துவிட்டது, மேய்ச்சல் நிலத்துக்குப் போகத் தாங்கள் ஏங்குகிறோம், உடனடியாக ஏதாவது செய்தாக வேண்டும் என்கிற மாதிரி.

களஞ்சியத்தை விட்டு அவரை அகற்றியாக வேண்டும். ஒரு கணம் கூடத் தாமதியாமல் ஆற்றின் மேற்திசைக்கு நகர்த்தியாக வேண்டும். ஆனால், பகல்வெளிச்சம் இன்னமும் இருக்கிறது. வயல்களினூடே, வெறுமையாய் நிற்கும் மரங்களின் இடையே, நெடுந்தொலைவு சுலபமாகப் பார்க்க முடியும். தரையில் படிந்த பனி யாவற்றையும் துல்லியமான புகைச்சித்திரமாகப் பார்க்கத் தருகிறது. சாலையின் ஆரம்பத்திலிருந்து ஆற்றையே நீங்கள் பார்த்துவிட முடியும். ஆனால், அவர் போயாக

வேண்டும். ஜான் பள்ளியிலிருந்து இன்னும் திரும்பவில்லை. இரட்டையர் சமையலறையில் விளையாடிக்கொண்டிருந்தனர். அவர்கள் சிரிப்பதும், வழக்கம்போலப் பொய்ச்சண்டை போட்டுத் தரையில் உருள்வதும் கேட்டது. ஜானுடைய தாயார் பனிக்காலத்துக்கான உடைகளை நிதானமாக அணிந்தார். தொப்பியை, கையுறைகளை அணிந்து கொண்டார். படியிறங்கி முற்றத்தின் குறுக்கே நடந்து களஞ்சியத்தை நோக்கிப் போனார். விழித்துக்கொண்ட அவரது கணவர் சுவரோரப் படுக்கையிலிருந்து எழுந்து நின்றிருந்தார். இந்த இடத்தில் நான் சொந்தச் சரக்கு எதையும் சேர்க்கிறேனோ என்னவோ, தீர்மானமாக என்னால் சொல்ல முடியவில்லை – ஆனால், பிசாசுபோன்ற ஏதோவொரு விசித்திரப் பிராணி வீட்டுக்குள் புகுந்து அவரைத் தூக்கி உதறி மைய அறைக்குள் செலுத்தியது. இரவின் இருளில் கடந்து செல்கிறவர்களை உத்தேசித்து எப்போதுமே அணைக்கப்படாத வெற்று மின்விளக்கு எரிகிற மைய அறைக்குள். மேலாடையை மாட்டும் கொண்டிகளுக்கு மேலே தங்கநிறச் சட்டத்துக்குள், நீண்ட தாடியுடைய அவரது தகப்பனாரின் படம் தொங்கியது. காலணியற்ற கால்களுடன் திகைத்து நின்றிருந்தார். பருவநிலை மூர்க்கமாயிருக்கும் தருணங்களில் பனி உள்ளே வந்துவிடாதிருப்பதற்காக வெளிப்புறம் திறக்கிறவிதமாய் அமைக்கப்பட்ட கதவு வெளிப்புறம் திறந்தது. ***இப்போது*** அவர் வேறெந்தப் புறமும் பார்க்க விரும்பவில்லை. மனைவியை முறைத்துப் பார்த்தார். தனக்குப் பின்னால் அவர் நின்றிருப்பதை உணர்ந்தார் மனைவி. மிரட்சியூட்டும் ஆச்சரியமாய் இருந்தது அது. ஆனால், அவர் திரும்பிப் பார்க்கவில்லை. தாழிட்டிருந்த கோலை இழுத்து, மிகப்பெரியதான அந்தக் களஞ்சியத்தின் கதவைத் திறந்தார். உள்ளே சென்று காலாதி காலத்துக்கும் அங்கேயே இருந்தார். ஜானுடைய தகப்பனார், நின்ற இடத்திலேயே நின்றார் – முறைத்தபடி. பின் தொடர்ந்த அந்நியருடன் அந்த அம்மாள் வெளியே வந்தார். பனிக்காலக் காலணிகளும், மேலுடையும் தரித்திருந்தார். அந்நியர் கோடைகால ஷூக்களும், மேலங்கியும் அணிந்திருந்தார். அவருடைய முதுகில் சாம்பல்நிறப் பை. மேலங்கிக் கடியில் தளர்வான மேலாடை அணிந்திருந்தார் இப்போது. அது அவருடைய அங்கியை இன்னும் இறுக்கமாக ஆக்கி, பருமனாகவும் நேர்த்தியற்றும் தெரிந்தார். இப்போது அவரிடம் ஆயுதம் ஏதும் இல்லை. கையைப்பிடித்து அவரை நகர்த்தி வந்தார் அந்த அம்மாள். அவர் இப்போது பணிவாக இருந்தார். கிட்டத்தட்ட நொண்டினார். தளர்வாக, தாமே எதிர்பாராது வெடித்துவிட்ட கொந்தளிப்பினால் அயர்ச்சி யடைந்தவராக இருந்தார். வீட்டைக் கடந்து படகுத்துறைக்குப் போகும் போது, நடுமுற்றத்தில் நின்று அந்த அம்மாள் திரும்பிப் பார்த்தார். அவர்களுடைய பாதத் தடங்கள் உறைபனியில் தெளிவாகப் பதிந்திருந்தன. அந்நியரின் தடங்கள் பண்ணைப் பாதையிலும், இவருடைய தடங்கள் வீட்டிலிருந்தும், இறுதியில் இரண்டும் களஞ்சியத்திலிருந்து தற்போது அவர்கள் நின்றிருக்கும் இடம் வரையிலும் பதிந்திருந்தன. நகர்ப்புறக் கோடைகால ஷூக்களின் தடம் கண்ணை உறுத்துவதாக, இந்தப் பருவத்தில் இந்தப் பகுதியில் காணப்படும் யாருடைய தடங்களையும் போல இல்லை அவை. ஆழ்ந்த சிந்தனையுடன், உதட்டைக் கடித்தபடி

தரையைப் பார்த்தார் அந்த அம்மாள். அந்த ஆள் நிம்மதியிழந்து இவருடைய சட்டைக்கையைப் பற்றி இழுக்கத் தொடங்கினார்.

'வா. நாம் போய்க்கொண்டே இருக்க வேண்டும்' தாழ்ந்த, தூண்டும் குரலில் அவர் சொன்னார். செல்லம் கொடுத்ததால் குட்டிச்சுவரான குழந்தையினுடையது மாதிரி இருந்தது அவருடைய குரல். நிலை வாசலருகில் இன்னமும் நின்றுகொண்டிருந்த கணவரைப் பார்த்தார் இவர். பெரும் ஆகிருதிகொண்ட மனிதர் அவர். நிலைவாசலை முழுக்க மூடி நின்றிருந்தார். வெளிச்சம் அவரைத் தாண்டி வர முடியாது. அந்த அம்மாள் சொன்னார்:

'நீங்கள் அவருடைய பாதத் தடத்தில் நடக்க வேண்டும். வேறு வழியேயில்லை.'

அந்த வார்த்தைகளை அவர் உதிர்த்தபோது, கணவரின் முகத்தில் எதுவோ இறுகியது. ஆனால், மனைவி அதைப் பார்க்கவில்லை. காரணம், சூட் அணிந்த அந்நியர் பொறுமையிழந்திருந்தார். அந்த அம்மாளின் கையை விட்டுவிட்டு, படகுத்துறை நோக்கி ஏற்கனவே நடக்கம் ஆரம்பித்திருந்தார். இவர் அவர் பின்னால் விரைந்தார். வீட்டைச் சுற்றிக்கொண்டு மாயமாகி, பார்வையிலிருந்து அவர்கள் மறைந்தார்கள்.

காலுறை மட்டும் தரித்த கால்களுடன் அங்கேயே நின்றிருந்தார் கணவர் – முற்றத்தை வெறித்தபடி. அவர்கள் படகேறுவதும், துடுப்புகள் வளையங்களுக்குள் செருகப்படுவதும், அவை முதல்முறை நீரில் மோதிய போது எழுந்த அடங்கிய ஓசையும், ஆண்டுக்கணக்காக இரவுகளில் எண்ணற்ற தடவை தழுவி அவர் நன்கு அறிந்திருந்த உறுதியான கரங்களினால் அவரது மனைவி துடுப்புப்போடுவதும், <u>மரத்த</u> மீது இரும்பு உரசும் லயசுத்தமான ஒலியும், நிசப்தத்தினூடே அவருக்குக் கேட்டன. அந்த இரவுகளும் ஆண்டுகளும் அவருடைய நினைவில் எழுந்தன. ஆனாலும், அவருடைய மனைவி ஆற்றை எதிர்த்துப்போய்க் கொண்டிருந்தாள் – ஆஸ்லோவிலிருந்து வந்து அங்கே மரவீட்டில் வசிக்கிறவனைப் பார்ப்பதற்காக. ஏதாவது பிசகாகிவிடும் ஒவ்வொரு சந்தர்ப்பத்திலும் இவள் அங்கே போக வேண்டியிருக்கிறது; முக்கியமான ஏதாவது நடக்கப் போகிறதென்றால் இவள் அங்கே போக வேண்டி யிருக்கிறது. தற்போது, நடுங்கிக்கொண்டிருக்கும் அரைக்கிறுக்கன் ஒருவனைப் படகில் அழைத்துப் போகிறாள். அவனுமே அதே நகரத்தி லிருந்து வந்தவனாக இருக்கலாம். நட்ட நடுப்பகல், உறைபனியின் மீது கடுமையான வெளிச்சம் பரவியிருக்கிறது. கடைசியாக ஒருமுறை முற்றத்தைப் பார்த்தார். பின்னர் அவர் எண்ணி வருந்தவிருக்கிற முடிவொன்றை எடுத்தார்; கதவை மூடிவிட்டு வசிப்பறைக்குள் போனார். அங்கேயே அமர்ந்துவிட்டார். இரட்டையர் சமையலறையில் இன்னமும் விளையாடிக்கொண்டிருந்தனர். சுவருக்கு மறுபுறம் அவர்களுடைய சப்தம் தெளிவாகக் கேட்டது. அவர்களைப் பொறுத்தவரை எல்லாமே இன்னமும் அதே மாதிரித்தான் இருக்கின்றன.

11

இருக்கையில் அமர்ந்து, வெகுநேரமாய் ஏரியையே பார்த்துக்கொண்டிருக்கிறேன். லிரா சும்மா ஓடிக்கொண்டிருக்கிறாள். என்ன நடக்கிறதென்றே தெரியவில்லை; ஏதோவொன்று என்னிலிருந்து பிரிந்து சரிகிறது. தலை சுற்றல் போய்விட்டது; சிந்தனை தெளிவாக இருக்கிறது. எடையற்று உணர்கிறேன். காப்பாற்றப்பட்டுவிட்ட மாதிரி இருக்கிறது. நொறுங்கிய கப்பலிலிருந்தோ, பீடிப்பிலிருந்தோ, தீய ஆவிகளிடமிருந்தோ. பேயோட்டி ஒருவன் இங்கிருந்தான், பிறகு போய்விட்டான் – குழம்பிக் கிடந்த சகலத்தையும் தன்னோடு எடுத்துப்போய்விட்டான். சிரமமின்றி மூச்சுவிடுகிறேன். இன்னமும் ஓர் எதிர்காலம் இருக்கிறது. இசையைப் பற்றி நினைத்துப் பார்க்கிறேன். அநேகமாக நான் ஒரு ஸிடி ப்ளேயர் வாங்கியேவிடுவேன் போலிருக்கிறது.

சரிவில் மேலேறி வருகிறேன். லிரா என் காலையொட்டித் தொடர்கிறாள். என் முற்றத்தில் லார்ஸ் நிற்பதைப் பார்க்கிறேன். ஒரு கையில் சங்கிலிவாள் வைத்திருக்கிறான். மறு கை பிர்ச் மரக் கிளையொன்றைப் பிடித்திருக்கிறது. மரத்தை உலுக்குகிறான். என் பார்வைக்கு எட்டியவரை, அது அசைய மறுக்கிறது. கிளை மட்டுமே சற்று அசைந்து கொடுக்கிறது. சூரியன் இப்போது மேலும் மஞ்சளாகியிருக்கிறது; என் முகத்தில் சுளீரென்று அடிக்கிறது. கூம்புத் தொப்பி அணிந்திருக்கிறான் லார்ஸ். அதைக் கண்கள்வரை தாராளமாக இழுத்துவிட்டிருக்கிறான். நான் வரும் ஓசை கேட்டுத் திரும்புகிறான். தலையை மிகமிக அண்ணாந்துதான் தொப்பியின் விளிம்புக்கடியிலிருந்து என் பார்வையை அவனால் சந்திக்க முடிகிறது. போக்கரும் லிராவும் தங்களால் முடிந்தவரை வீட்டைச் சுற்றி ஓடிப் பிடித்து விளையாடுகின்றன –

குதிரை வேட்டை

முற்றத்தின் குறுக்கே மரம் விழுந்து கிடந்தாலும். பிறகு பொய்ச்சண்டை போட்டபடி ஒன்றாக விரைந்தோடுகின்றன. உறுமிக்கொண்டும் ஊளையிட்டுக்கொண்டும், கொட்டகைக்குப் பின்னால் உள்ள புல்லில் உருண்டுகொண்டும் பொழுதை இன்பமாய்க் கழிக்கின்றன.

லார்ஸ் அசட்டுச் சிரிப்புடன் கிளையை மீண்டும் அசைக்கிறான்.

'இதை ஒரு கை பார்த்துவிடுவோமா?'

என்கிறான்.

'நிச்சயம்!' என்கிறேன், எனது ஆக உற்சாகமான புன்னகையை வழங்கியவாறு. உண்மையாகவேதான் சொன்னேன். அது ஒரு ஆசுவாசம். லார்ஸை எனக்குப் பிடித்திருக்கிறது என்பதுவாகக்கூட இருக்கலாம். எனக்கு உறுதியாகத் தெரியவில்லை – ஆனால் இதுதான் காரணம் என்றே ஆகிவிடக்கூடும். நான் ஆச்சரியப்படமாட்டேன்.

'ஆனால், நீ அந்தக் கிளையை வெட்டினால் தேவலை ...' என்று, கழிவுநீர்க்குழாயை உடைத்து, தற்போது கொட்டகைக் கதவை அழுத்திக் கொண்டிருக்கும் கிளையைச் சுட்டிக்காட்டுகிறேன். '... ஏனென்றால், என்னுடைய ரம்பம் அங்கே உள்ளேதான் இருக்கிறது.'

'சீக்கிரமே செய்துவிடுவோம்' என்கிறான். அவனுடைய ரம்பத்தின் ச்சோக்கை இழுக்கிறான். ஹஸ்க்வர்னா ரம்பம் அது, ஜான்சியர்டு அல்ல. வேடிக்கையான விதத்தில், அதுவும் ஓர் ஆசுவாசமாகத்தான் இருக்கிறது. நாங்கள் செய்வதற்கு அனுமதியில்லாத ஒன்றைச் செய்கிற மாதிரி. அது நிச்சயம் கேளிக்கையான சமாசாரம்தான். கம்பியை ஓரிரு தடவை இழுத்துவிட்டு, ச்சோக்கை அறைந்து மூடுகிறான். பிறகு கம்பியை உறுதியாகப் பிடித்தவாறு ரம்பத்தை அழுத்துகிறான். கம்பியை இழுக்கும்போது அது நயமான உறுமலோடு வேலை செய்கிறது. ஒரே கணத்தில் கிளை தரிக்கப்படுகிறது. நாலு பகுதிகளாக வெட்டப்பட்டிருக் கிறது. கதவின் தடை நீங்கிவிட்டது. ஊக்கமளிக்கும் காட்சி. தலைக்கு மேல் தொங்கிக்கொண்டிருக்கும் கழிவுநீர்க்குழாயை ஒருபுறமாய்த் தள்ளிவிட்டு, என்னுடைய ரம்பத்தை எடுப்பதற்காக உள்ளே போகிறேன். பலகைமீது நான் விட்டுச்சென்ற இடத்திலேயே இருக்கிறது அது. டூ–ஸ்ட்ரோக் பெட்ரோல் இருக்கும் மஞ்சள்நிறக் கொள்கலனை என்னுடன் எடுத்து வருகிறேன். அதில் கொஞ்சம்தான் மீதி இருக்கிறது. ரம்பத்தைப் புல்தரையில் ஒருக்களித்து வைக்கிறேன். குந்தி அமர்ந்து பெட்ரோல் கலத்தின் மூடியைத் திறந்து ஊற்றுகிறேன். கலம் முழுமையாக நிரம்புகிறது, கையிலுள்ள கலன் காலியாகிறது. கொஞ்சம்கூடச் சிந்தவில்லை. என் கை தெம்பாக இருக்கிறது – யாராவது பார்த்துக் கொண்டிருக்கும்போது இப்படி இருப்பது நல்ல விஷயம்தான்.

'என் கொட்டகையில் இரண்டு கேன் பெட்ரோல் வைத்திருக் கிறேன்' என்கிறான் லார்ஸ். 'அதனால், இந்த வேலை முடியும்வரை நாம் போய்க்கொண்டே இருக்கலாம். செய்வதற்கு வேலை மிச்ச மிருக்கும்போது பாதியில் விட்டுவிட்டு கிராமத்துக்குக் காரோட்டிச் செல்வதில் பொருளில்லை'

‘ஆமாம். பொருளே கிடையாது’ என்று சொல்கிறேன். கிராமத்துக்குப் போக எனக்குமே விருப்பமில்லை – கடையில் வாங்கவேண்டியது என்று எனக்கு ஏதுல்லை, சமூகரீதியான தண்டச்செலவுக்கு இது உகந்த நாளும் இல்லை. ஜான் சியர்டை முடுக்குகிறேன். அதிர்ஷ்ட வசமாக, முதன்முறையிலேயே வெற்றி கிடைக்கிறது. லார்ஸும் நானும் ஆளுக்கொரு கோணத்தில் பிர்ச் மரத்தைத் தாக்குகிறோம். விறைப்பான ஒரு ஜோடி ஆண்கள், அறுபதிலிருந்து எழுபது வயதுக்குள் உள்ளவர்கள். ரம்பங்கள் மரத்தை அறுத்துச்செல்லும்போது காதைத் துளைக்கும் ஊளையிலிருந்து காத்துக்கொள்வதற்கான காது அடைப்பான்கள் தலைமீது படிந்திருக்க, ரம்பங்களை நோக்கிக் குனிந்திருக்கிறோம். கைகளை நன்கு நீட்டிப் பிடித்திருக்கிறோம் – அபாயகரமான அந்தச் சங்கிலி எங்கள் உத்தேசத்தின் நீட்சியாக இருக்கவேண்டுமே தவிர அதற்கு எதிராக இருந்துவிடக் கூடாது என்பதை உறுதிப்படுத்தும் வகையில். முதலில் கிளைகளை, அவை தண்டை ஒட்டி இருக்கும் இடத்தில், தரிக்கிறோம். பின்னர் அவற்றை உரிய நீளங்களில் வெட்டுகிறோம். விறகாக நான் பயன்படுத்த முடியாத பிற பகுதிகளை ஒன்றாகக் குவிக்கிறோம். பிற்பாடு அவற்றில் ஒரு தீக்குச்சியைக் கொளுத்திப்போட்டு இந்த நவம்பர் இருட்டில் நான் சொக்கப்பனை வளர்க்க ஏதுவாக.

லார்ஸ் வேலைசெய்வதைப் பார்க்க எனக்குப் பிடித்திருக்கிறது. அவனை சுறுசுறுப்பானவன் என்று சொல்லமாட்டேன். ஆனால், கிரமப்படி வேலை செய்கிறான். கனத்த ரம்பத்தைப் பிடித்துக்கொண்டு, பிர்ச் மரத் தண்டை நோக்கி தோரணையாகப் போகிறான்; போக்கருடன் சாலையில் நடக்கும்போது இருப்பதைவிட தோரணையாக. அவனுடைய பாணி என்னுடைய பாணியிலும் தொற்றுகிறது. வழக்கமாகவே, எனக்கு அப்படித்தான். இயக்கம் முதலில், அவதானம் பின்னர். ஏனென்றால், சிறுகச் சிறுக எனக்குப் புலனாகிறது – அவன் வளையும் விதம், நகரும் விதம், சிலசமயம் சுழலும் விதம், சாயும் விதம் என எல்லாமே உடலின் பளுவுக்கும் மரத்தைப் பற்றியிருக்கும் சங்கிலியின் இழுப்புக்குமான தொய்வான கோட்டை தர்க்கரீதியாகச் சமனப்படுத்தும் வகையில் இருக்கின்றன. மேற்சொன்ன அனைத்தும் ரம்பம் தனது இலக்கை எளிதாக அணுகும் விதமாக அமைந்திருக்கின்றன – மனித உடம்புக்குக் குறைந்தபட்ச அபாயத்தை மட்டுமே விளைவிக்கிற மாதிரி. உடம்பானால் திறந்து கிடக்கிறது – ஒரு கணம் உறுதியாகவும், தகர்க்க முடியாததாகவும். மறுகணத்தில், ஒரு பொம்மையைப் போல, நார்நாராகக் கிழிபட்டு விடலாம். அவ்வளவுதான் சகலமும் போய்விடும். நிரந்தரமாகச் சிதைந்து விடும். மிகுந்த தன்னம்பிக்கையுடன் சங்கிலிவாளைப் பிடித்திருக்கும் லார்ஸ் இப்படியெல்லாம் சிந்திக்கிறானா என்று எனக்குத் தெரிய வில்லை. ஒருவேளை, மாட்டான். ஆனால், நான் சிந்திக்கிறேன். திரும்பத்திரும்ப. பல தடவை. முதன்முதலாக மனத்தில் உதித்ததற்குப் பிறகு, என்னாலேயே அதை நிறுத்தமுடியவில்லை. அது என் மன உரத்தை வலுப்படுத்தவில்லை. இதற்கெல்லாம் ஒரு பின்விளைவும் கிடையாது என்பதோடு, எனக்குப் பழக்கப்பட்ட விஷயமும்தான். ஆனால், அவனுடைய தாயாரின் மனம் இதுபோன்ற எண்ணங்களால்

நிரம்பியிருந்தது – *1944* இலையுதிர்காலத்தின் பிற்பகுதியில், தன் உயிருக் காக ஆற்றை எதிர்த்துப் படகோட்டிப் போன நாளில் – என்பதில் எனக்குச் சிறிதும் ஐயமில்லை. தன்னைச் சுற்றிலும் என்ன நடக்கிறது என்றே தெரியாமல், தனது இரட்டைச் சகோதர ஆட் உடன் சமைய லறைத் தளத்தில் உற்சாகமாகப் பொய்ச்சண்டை போட்டு லார்ஸ் உருண்டுகொண்டிருக்கிறான். நடப்பவை எதைநோக்கி இட்டுச் செல்லக் கூடும் என்பதும் அவனுக்குத் தெரியாது. மூன்று வருடங்கள் கழித்து, தனது பெரிய சகோதரன் ஜானுடைய துப்பாக்கியால் அதே இரட்டைச் சகோதரன் ஆடின் உயிரைப் பறிக்கப் போகிறோம், அவனது உடல் நார்நாராகக் கிழிபடப் போகிறது என்பதும் லார்ஸுக்குத் தெரியாது. அதை யாருமே அறிந்திருக்க முடியாது. வெளியில், பனிபடர்ந்த நிலத்தில் எஃகு போன்ற சாம்பல் நிற ஒளி படிந்த பகல். நீரில், தனது மரவீடு நோக்கி வழக்கமாகத் தான் மேற்கொண்ட எண்ணற்ற பயணங்களில் ஒன்றைப் போன்றதுதான் இதுவும் என்று காட்டிக்கொள்ள முயற்சி செய்கிறாள் தாயார்.

என்னால் அந்தக் காட்சியை நன்கு சித்தரித்துக்கொள்ள முடிகிறது.

துடுப்புகளைப் பிடித்திருக்கும் நீலக் கையுறை அணிந்த கைகள்; படகின் அடிப்பலகைகளில் உறுதியாகப் படிந்த பூட்சுகள்; திணறலாக, கரகரப்பாக வெளியேறும் பனிப்புகையின் வெண்ணிறம் கொண்ட சுவாசம்; படகின் தளத்தில் கால்களுக்கிடையே கிடக்கிற, கோடைகால ஷூக்கள் அணிந்த அந்நியர். அவர் விட்டுவிடாமல் பிடித்திருக்கும் சாம்பல் நிறப் பை. மெல்லிய காற்சட்டைக்குள் அந்நியர் முன்பைவிடக் கதகதப்பாக ஆகிவிடவில்லை. வாஸ்தவத்தில் அவர் கடுமையாக நடுங்கினார். இன்னும் கண்டுபிடிக்கப்படாத ஏதோவொரு வகை டூ–ஸ்ட்ரோக் யந்திரத்தைப் போல மரப்பலகையில் தட்டிக்கொண் டிருந்தார். அந்தப் பெண்மணி இந்தமாதிரியான ஒன்றைப் பார்த்ததே கிடையாது. தரையில் இருப்பவர்கள் இந்தப் புது யந்திரத்தின் ஒலியைக் கேட்டுவிடுவார்களோ என்று அஞ்சினார்.

என்னால் அந்தக் காட்சியை நன்கு சித்தரித்துக்கொள்ள முடிகிறது.

பக்கவாட்டிலும் வாகனம் பொருத்திய ஜெர்மானிய மோட்டார் சைக்கிள், சமீபத்தில் பனி அகற்றப்பட்ட பிரதான சாலையில் நிதானமாக ஏறிவந்தது. மிகக் கச்சிதமாக அந்தப் பண்ணையின் முற்றத்துக்குள் திரும்பியது – வெளிப்படையான நோக்கம் எதுவும் இல்லாமலே. அதை ஓட்டியவன் நிஜமாகவே எதைத் தேடிவந்தான் என்பது யாருக்குமே தெரியவில்லை. சும்மா, தனிமையாக உணர்ந்திருக்கலாம், பேச்சுவதற்கு ஓர் ஆள் வேண்டி ஏங்கியிருக்கலாம், அல்லது ஒரு சிகரெட் பிடிக்க வேட்கையூறியிருக்கலாம், பற்றவைக்க முனையும்போது கடைசித் தீக்குச்சியும் காலியாகிவிட்டதைக் கண்டு ஒரு தீப்பெட்டி இரவல் வாங்குவதற்காக வந்திருக்கலாம். நிலவெளியையும், ஆற்றையும் பார்த்த வாறு தான் புகைக்கும்போது தன்னோடு ஒருவர் நிற்கவேண்டும் என்று விரும்பியிருக்கலாம். அந்தச் சமயத்தில் அவன் விரும்பிய மாதிரி வேறு ஒருவருமே இல்லை – வெவ்வேறு நாடுகளைச் சேர்ந்த இருவர்

ஒரேயொரு கள்ளமற்ற சிகரெட்டின் மூலம் சகோதரத்துவம் கொண்டாடுவதற்கு – இவன் மட்டுமே இருந்தான். புகைபிடிக்கும்போது அவர்கள் போரின் தீவினைகளிலிருந்து வெகுதொலைவில் இருப்பார்கள். அல்லது, வேறேதேனும் காரணமும் இருந்திருக்கலாம் அப்போதும் சரி, பிற்பாடும் சரி, யாராலுமே யூகிக்க முடியாத ஒரு காரணம். எப்படியானாலும், மோட்டார் சைக்கிளை முற்றத்தில் நிறுத்தினான். இறங்கி அவசரமேயில்லாமல் பண்ணைவீட்டின் கதவை நோக்கி நடந்தான். ஆனால் அவன் சென்றடையவில்லை. சடாரென்று நின்று, தரையை உற்றுப் பார்த்தான். பிறகு முன்னும் பின்னும் நடக்கத் தொடங்கினான். பிறகு சுற்றிச் சுற்றி நடந்தான். குந்தி அமர்ந்தான். கடைசியில் வீட்டைக் கடந்து நடந்து நேரே படகுத்துறைக்குப் போனான். அங்கே அவனுக்கு என்ன நேர்ந்தது என்றால், அவனுடைய மனத்தின் அடர்ந்த இருளுக்குள் ஓர் விளக்கு ஏற்றிக்கொண்டது. யந்திரத்தின் சரியான இடத்தில் ஒரு நாணயம் போடப்பட்டது, ‘க்ளிக்’ என்ற ஒலியையும் கேட்க முடிந்தது. இப்போது எல்லாமே அவனுக்குத் தெளிவாகிவிட்டது. அவனுக்கு அவகாசமில்லை. திரும்பி ஓடி, மோட்டார்பைக்கில் ஏறி உடனடியாக ஓங்கி உதைத்துக் கிளப்பினான். நாசமாய்ப் போன யந்திரம் கிளம்ப மறுத்தது. மீண்டும் மீண்டும் முயன்றான். இன்னொரு முறையும் முயன்றபோது, துப்பாக்கிவெடித்தது போல வண்டி உயிர் பெற்றது. கைப்பிடிகளின் மீது குனிந்து பண்ணைச் சாலையில் உறுமி விரைந்தான். காலியான பக்க வண்டி கடகடத்ததில் விளிம்புக்கு வெளியே பனித்துகள்கள் தெறிக்க, பிரதான சாலையில் பிறழ்ந்து திரும்பினான். அதே திருப்பத்தில் வந்துகொண்டிருந்தவன் ஜான். கைபிடுக்கில் புத்தகப் பையுடன் பள்ளியிலிருந்து திரும்பிக்கொண்டிருந்தான். மோட்டார் சைக்கிள் ஓசை கேட்டவுடன், பள்ளத்தில் விழுவதற்கு மட்டுமே அவனால் முடிந்தது. மேலே வண்டி மோதி ஆயுட்காலக் காயம் ஏற்படாமல் தடுத்துக்கொள்ளும் பொருட்டு வீழ்ந்ததன் விளைவாக பையின் வார்ப்பூட்டு உடைந்துபோனது. புத்தகங்கள் நாலாபுறமும் சிதறிப் பறந்தன. ஆனால், ஜெர்மானிய வீரன் கண்டுகொள்ளவே இல்லை. வண்டியின் வேகத்தை அதிகப்படுத்தினான். தேவாலயமும், கடையும் இருந்த சந்தியைக் கடந்து மறைந்தான். ஆற்றைக் கடக்கும் பாலம் அங்கேதான் இருந்தது.

என்னால் அந்தக் காட்சியை நன்கு சித்தரித்துக்கொள்ள முடிகிறது.

பனியில் விழுந்த புத்தகங்களைப் பொறுக்கியபடி, பள்ளத்தில் இருந்தான் ஜான். படகின் அடியில் ஒட்டிப் படுத்திருக்கும், சூட் அணிந்த மனிதனுடன் தாயார் இன்னமும் ஆற்றில் இருந்தாள். இரண்டு ஆட்கள் இருக்கும் படகை நீரோட்டத்தை எதிர்த்துச் செலுத்துவது கடினமான காரியம். ஆண்டின் இந்தப் பருவத்தில் நீரோட்டம் கடுமையாய் இருக்காது என்றாலும், மெதுவாகத்தான் முன்னேறிச் செல்ல முடியும். மரவீட்டுக்கு இன்னும் தொலைவு இருக்கிறது. அங்கே என் அப்பா மேஜைமீது குனிந்து தச்சுவேலை எதுவோ செய்துகொண்டிருக்கிறார் – அந்தப் பெண்மணி வந்துகொண்டிருப்பது சற்றும் தெரியாமல். படகில் இருக்கும் ஆள் நடுங்கிக்கொண்டும், தனக்குத்

தானே பிதற்றிக்கொண்டும் இருக்கிறார். கொஞ்சம் அழுகிறார், மீண்டும் பிதற்றுகிறார். துடுப்புப்போடும் பெண்மணி, அவரை அமைதியாக இருக்கும்படி கெஞ்சுகிறார். ஆனால், அவர் தமது பையின் பட்டிகளை இறுக்கிப் பிடித்தவாறு தம்முடைய சொந்த உலகினுள் தொலைந்து போயிருக்கிறார்.

ஃப்ரான்ஸ் சமையலறையில் நின்றிருந்தார். ஜன்னல் திறந்திருந்தது. காரணம், காட்டில் வேலை முடிந்து வீடு திரும்பியதும் கணப்பைக் கிளறிவிட்டிருந்தார். இப்போது அறையில் வெப்பம் அதிகரித்துவிட்டது. காற்று உள்ளே வந்தாக வேண்டும். இன்னமும் பகல்வெளிச்சம் இருந்தது. அந்த இடத்தில் நின்று புகைத்துக்கொண்டிருந்தார் – தாம் ஏன் திருமணமே செய்துகொள்ளவில்லை என்பதை யோசித்தவாறு. ஒவ்வொரு வருடமும் பனி ஊர்ந்து நுழையும் பருவத்தில் இதுபற்றிய சிந்தனையில் ஆழ்ந்துவிடுவார் அவர். கிறிஸ்துமஸ் வரையோ அதற்கப்பாலுமோ இதைத் தொடர்வார். ஆனால், புத்தாண்டு தொடங்கியதும் தூக்கியெறிந்து விடுவார். அவரை மணக்க யாரும் முன்வரவில்லை என்பது அல்ல காரணம். ஆனால், திறந்த ஜன்னல் அருகே நின்று புகைத்துக்கொண் டிருந்தபோது, தாம் மணமுடிக்காததற்கு என்ன காரணம் என்பதை அவரால் நினைவூட்டிக்கொள்ள முடியவில்லை. தனியாக வசிப்பது அபத்தமானதொரு நிலைமைபோலத் தென்பட்டது. அப்போதுதான், ஆற்றின் மறுகரையில் தலைதெறிக்கும் வேகத்தில் ஒரு மோட்டார் சைக்கிள் வந்துகொண்டிருக்கும் ஓசை கேட்டது. அவருடைய வீட்டிலிருந்து பாலம் ஐம்பது மீட்டர் தொலைவில் இருந்தது. அதற்கும் இருபது மீட்டர் அப்பால் எதிர்க்கரையில் சாம்பல் – பச்சை மேலங்கி தரித்த காவல்வீரன் நின்றிருந்தான். சப்-மெஷின் கன் அவனுடைய தோளுக்குப் பின்னால் துருத்திக்கொண்டிருந்தது. குளிரால் பீடிக்கப் பட்டு, சலிப்புற்று நின்றிருந்தான். மோட்டார் சைக்கிள் ஒலி அவனுக்கும் கேட்டது. உயரும் ஒலியின் திசையில் திரும்பினான். அந்தத் திக்கில் சில அடிகள் எடுத்துவைத்தான். இப்போது, வண்டியோட்டியின் கவசத் தலையை ஃப்ரான்ஸால் பார்க்க முடிந்தது. ஓர் அடர்புதருக்குப் பின்னாலிருந்து உதயமானது அது. பிறகு முழு மோட்டார் சைக்கிளும் தெரிந்தது. காற்றின் எதிர்ப்பைத் தவிர்ப்பதற்காக வண்டியோட்டி கைப்பிடியின் மீது குனிந்திருந்தான். சந்தியை அவன் அடைவதற்குச் சில நூறு மீட்டர்களே பாக்கி. பகல் முழுக்க மப்பும் மந்தாரமுமாகவே இருந்திருந்தது. இப்போது, தான் மறைவதற்குச் சற்று முன்னால், திடீரென்று தென்மேற்கில் வெளிப்பட்டது சூரியன். தாழ்வான சாய் கோணத்தில் பள்ளத்தாக்கின்மீது பொன்னிற ஒளியைப் பாய்ச்சியது. ஆற்றையும், அதன்மீதிருந்த சகலத்தையும் பிரகாசிக்க வைத்தது. கூசவைக்கும் ஒரு கீற்றை ஃப்ரான்ஸின் கண்களுக்குள் செலுத்தி, நடந்திருக்கக் கூடிய திருமணம் பற்றிய சிந்தனையிலிருந்து அவரை உசுப்பி எழுப்பியது – அவருக்காகவே வரிசைகட்டி நிற்கப் போகிறார்கள் என்று அவர் சந்தேகப்பட்ட, செம்பட்டை நிறமும், கறுப்புமாகக் கூந்தல் கொண்ட வேட்பாளர்களின் நீண்ட வரிசையிடமிருந்தும். அப்போதுதான் அவருக்கு

பெர் பெதர்சன்

உறைத்தது, நிஜமாகவே சாலையில் தாம் காண்பது என்ன என்று. சிகரெட்டை ஜன்னல்வழியே வீசியெறிந்தார். வேகமாகச் சுழன்று திரும்பி, தாழ்வாரத்தை நோக்கி ஓடினார். இடுப்புப் பட்டியிலிருந்த கத்தியை உருவினார். முழந்தாளில் வீழ்ந்து, தரைவிரிப்பைச் சுருட்டி விலக்கினார். தரைப்பலகைகளில் இருந்த விரிசலில் கத்தியை நன்கு செருகி, மேல்நோக்கி நெம்பினார். ஒன்றுடன் ஒன்று பிணைந்திருந்த நான்கு பலகைகள் உயர்ந்தன. அவற்றை ஒதுக்கிவிட்டு, அடியிலிருந்த இடத்தினுள் கையை நுழைத்தார். இந்த நாள் வரும் என்பது அவருக்கு முன்னமே தெரிந்திருந்தது. அவர் தயாராக இருந்தார். தயங்குவதற்கு நேரமில்லை. ஒரு கணம்கூட அவர் தயங்கவுமில்லை. கீழேயிருந்த சிறு இடைவெளியிலிருந்து, வெடிதூண்டும் கருவியை எடுத்தார். மின்கம்பிகள் உரிய இடத்தில் இருக்கின்றனவா, சிடுக்காகியிருக்கிறதா என்று துரிதமாகப் பரிசோதித்தார். தமது முழங்கால்களுக்கிடையில் அதைச் சமனமாக வைத்துக்கொண்டார். அதன் கைப்பிடியை அழுத்தமாகப் பற்றும்போதே ஆழமாக மூச்சிழுத்தார். பின்னர் அதை கீழ் நோக்கி அறைந்து தள்ளினார். வீடு அதிர்ந்தது, ஜன்னல்கள் கடகடத்தன. மூச்சை மீண்டும் வெளிவிடுத்தபடி வெடிதூண்டியை அதன் சிறு இடைவெளியில் வைத்தார். சதுரத் திறப்பில் தரைப்பலகைகளைப் பொருத்தினார். மூடிய முஷ்டியால் அவற்றைத் தட்டி இறுக்கினார். சுருட்டிய தரைவிரிப்பைவிரித்து அந்த இடத்தின்மீது பரப்பினார். சற்று நேரத்துக்கு முன்னால் இருந்தவிதமாகவே ஆகிவிட்டன அனைத்தும். எழுந்தார். ஜன்னல்வழியே பார்ப்பதற்கு ஓடினார். பாலம் சிதறியிருந்தது. மரக்கட்டமைப்பின் துண்டுகள் நிதானமாகக் காற்றில் சுழன்றுகொண் டிருந்தன. வெடிப்புக்குப் பின்னான திடீர் அமைதியில், தரையிறங்கும் மார்க்கத்தில் இருந்தன அவை. விசித்திரமாக, ஒலியற்ற விதத்தில் சில பலகைகள் கரையில் இருந்த பாறைகளில் மோதின. மற்றும் சில, ஆற்றில் வீழ்ந்து பிரவாகத்தோடு மிதந்து நழுவத் தொடங்கின. ஜன்னல் திறந்தேயிருந்தாலும், அவையனைத்தையும் கண்ணாடிவழியாய்ப் பார்க்கிற மாதிரி ஃப்ரான்ஸுக்குத் தென்பட்டது.

சிதைந்த பாலத்தின் மறுகரையில், மூக்கு தரையில் மோதியிருக்க, தலைகுப்புறப் பனியில் வீழ்ந்துகிடந்தான் காவல்வீரன். ஃப்ரான்ஸ் அவனைக் கடைசியாகப் பார்த்த இடத்திலிருந்து வெகுதொலைவில் கிடந்தான். மோட்டார் சைக்கிள் உரிய நேரத்தில் வந்துசேர்ந்திருக்க வில்லை. இப்போது அதன் வேகம் குறைந்துவிட்டது. பனியில் கிடந்த உடலை நோக்கித் தயங்கித்தயங்கி வந்து நின்றது. ஓட்டி வந்தவன் இறங்கினான். இறுதிச் சடங்குக்குப் போகிறவன் மாதிரி தலைக்கவசத்தைக் கழற்றிக் கையிடுக்கில் பிடித்தபடி, கடைசி மீட்டர்கள் நடந்து காவல் வீரனை நெருங்கி அவனுக்கு நேர்மேலே தலையைக் குனிந்து நின்றான். பலமான காற்றலை அவன் தலைமுடியைக் கலைத்தது. சிறு பையன் தான் அவன். கிடந்தவனின் அருகே முழந்தாளில் சரிந்தான். அவன் இவனுடைய நெருங்கிய நண்பனாகக்கூட இருக்கலாம். ஆனால், காவல் வீரன் கைகளையூன்றி உயர்ந்தான். அவன் சாகவில்லை; அதே நிலையில் இருந்தான் – வாந்தியெடுக்கிற மாதிரித் தென்பட்டான். பின்னர் யந்திரத்துப்பாக்கியைத் தாங்குகோலாக ஊன்றி எழுந்து நின்றான்.

குதிரை வேட்டை 133

மோட்டார்சைக்கிளில் வந்தவனும் எழுந்து நின்று முன்னால் குனிந்து அவனிடம் ஏதோ சொன்னான். ஆனால், காவல்வீரன் தலையசைத் தான். தன் காதுகளைச் சுட்டிக்காட்டினான். அவனால் எதையும் கேட்க முடியவில்லை. இருவரும் திரும்பி பாலத்தைப் பார்த்தனர். அது அங்கே இல்லை. பிறகு இருவரும் மோட்டார் சைக்கிளை நோக்கி ஓடினர். பக்கவாகனத்தில் காவல்வீரன் ஏறிக்கொண்டான். வண்டி யோட்டி தன்னுடைய இருக்கையில் அமர்ந்தான். வண்டியைக் கிளப்பி அந்தச் சதுக்கத்திலிருந்து வெளியேறினார்கள். ரோந்து அணியின் பிற வீரர்களுடன் அவர்களுக்குத் தங்குமிடமாய் ஒதுக்கப்பட்ட பண்ணையை நோக்கி அல்ல. இவன் அப்போதுதான் வண்டி ஓட்டி வந்திருந்த சாலையிலேயே மீண்டும் போனார்கள். தன்னால் முடிந்த அளவு வேகமாக வண்டியை விரட்டினான். இப்போது பக்க வாகனத்திலும் பயணி இருந்ததால், வண்டி திணறியது. பின்னர் வேகமெடுத்தது. சில நிமிடங்கள் கழித்து பர்க்கால்டின் பண்ணையைத் தாண்டும்போது நிஜமாகவே படுவேகமாகச் சென்றது. கொஞ்சதூரம் போனபின், சாலையிலிருந்து செங்குத்தாகத் திரும்பினார்கள். திரும்பும்போது சமனம் கெடாதிருக்க, வலுத்த காற்றில் செல்லும் படகில் போல முன்புறமாக நன்கு குனிந்துகொண்டார்கள். பக்க வாகனம் ஒரு கணம் தரையைவிட்டு உயர்ந்திருந்தது. பனிபடர்ந்த நிலத்தில் உறுமிப் பாய்ந்தனர். நேரே வேலியை நோக்கிச் சென்றனர். கதவைத் திறக்க மெனக்கெட வில்லை. மோதித் தள்ளி நுழைந்தனர். தடுப்புக் கோல்கள் எல்லாப் புறமும் பறந்து அவர்களுடைய தலைக்கவசங்களில் மோதின. ஆனால் அவர்கள் நிற்கவில்லை. கதவைத் தாங்கிய கழிகளினிடையே அவர்கள் நுழைவதற்குப் போதுமான இடம் இருந்தது. பின்னர் வேலிக்கம்பியை ஒட்டி இருந்த வயலுக்குக் குறுக்கே விரைந்தனர். வேலிக் கழிகளை வேகமாகக் கடந்து சென்றனர். பாதையிலிருந்த புற்திட்டுகளில் மோதியும், பக்கவாட்டில் அசைந்தாடியும் வண்டி போயிற்று. என் அப்பா 'தபாலை'ப் பெற்றுக்கொள்ளக் கடைக்குச் செல்லப் பயன்படுத்தும் பாதையில் ஆற்றை நோக்கிச் சென்றது. நான்கு வருடங்கள் கழித்து, என் நண்பன் ஜானுடன் சேர்ந்து நானுமே பயன்படுத்திய பாதைதான் அது – அவனுடைய சகோதரர்களில் ஒருவன் மற்றவனைச் சுட்டுக்கொன்றதால், ஒருநாள் என் வாழ்விலிருந்தே மறைந்துபோன ஜானுடன். தனது துப்பாக்கியிலிருந்து குண்டை அகற்ற ஜான் மறந்ததால் நடந்தது அது. அப்போது கடும் கோடைகாலம். சகோதரர்களுக்குக் காவலாக அவன்தான் இருந்தான். ஒரே கணத்தில் எல்லாமே மாறிவிட்டது, அழிந்துவிட்டது.

ஆற்றின் மறுகரையில் ஜானுடைய தாயார் அப்போதுதான் படகைக் கரைசேர்த்திருந்தார் – என் அப்பா பயன்படுத்திய படகுக்கு அருகில். படகை இன்னமும் இழுத்து நிறுத்துவதற்காகக் கரையில் குதித்து இறங்கினார். இல்லாவிட்டால், நதியோட்டம் அதை மீண்டும் இழுத்துச் சென்று விடும். படகு இருப்பதற்கு உசிதமற்ற இடமான மறுகரையில் கொண்டு சேர்த்தும் விடலாம். சூட் அணிந்த ஆள் பொறுமையற்று

எழுந்தார். அந்தப் பெண்மணி வேலையை முடிப்பதற்குள்ளாகவே, முட்டாள்தனமாகக் குதித்திறங்க முயன்றார். ஆனால் வெற்றிபெற வில்லை. படகின் கைப்பிடியை அந்தப் பெண்மணி சுண்டி இழுத்த தாலும், தன்பையைச் சுற்றிக் கரங்களை இறுக்கிப் பிடித்திருந்ததாலும், முன்புறமாக வீழ்ந்தார். படகோட்டி அமருமிடத்தில் அவருடைய தலை மோதியது. அந்தப் பெண்மணி கிட்டத்தட்ட அழும் நிலைக்கு வந்திருந்தார்.

'அட ஆண்டவனே, உம்மால் ***எதையுமே*** சரியாகச் செய்ய முடியாதா?' என்று கூவினார். தன்னுடைய வாழ்வில் வசவு வார்த்தை எதையுமே உதிர்த்தறியாத பெண்மணி; சப்தம் போடுவது தவறு என்று தெரிந்திருந்தாலும், அவரால் தவிர்க்க முடியவில்லை. அவருடைய மேற்சட்டையை முரட்டுத்தனமாகப் பற்றியிழுத்து நிறுத்தினார் – எதிர்ப்புத் தெரிவிக்காத கோணிமூட்டையைப் படகிலிருந்து வெளியே இழுப்பது போல. நிமிர்ந்தபோது, மறுகரையின் வயலில் மோட்டார் சைக்கிள் உறுமுவதைக் கேட்கவும் பார்க்கவும் செய்தார். மரவீட்டின் பக்கவாட்டிலிருந்த கொட்டகையிலிருந்து விரைந்து வெளியேறி வந்தார் என் அப்பா. காரணம், அவருக்கும் அந்த ஓசை கேட்டிருந்தது; மோசமான எதுவோ நடக்கிறது என்பது தெரிந்துவிட்டது. பாதையின் முடிவில் நீரோரத்தில் அவர்கள் இருப்பதை அவரால் பார்க்கமுடிந்தது. ஜானுடைய தாயார் தொப்பி, கையுறைகளுடனும், அந்த அந்நியர் சூட் அணிந்தும் கையூன்றித் தவழ்ந்த நிலையில் படகினருகில் இருந்தனர். கரையின் விளிம்பில், பாறைகளும் மண்ணுமான கடைசிச் சரிவுக்குச் சற்று முன்னால் நின்றுவிட்ட மோட்டார் சைக்கிளையும் அவரால் பார்க்க முடிந்தது.

'எழுந்து நில்லும்' சூட் அணிந்த ஆளின் காதில் வீரிட்டார் ஜானுடைய தாயார் – அவருடைய மேற்சட்டையை இழுத்தபடி. ஜெர்மானியச் சீருடையில் இருந்த சிறுவன் கத்தினான்:

'நில்லுங்கள்'. சரிவில் இறங்கி ஓடிவந்தான். காவல்வீரன் அவனைப் பின் தொடர்ந்தான். 'தயவுசெய்து' என்ற பொருள்தரும் ஜெர்மானியச் சொல்லையும் இறைஞ்சலாகச் சேர்த்துத்தான் அவன் கூவினான் என்பது உண்மையா? ஃப்ரான்ஸ் அப்படித்தான் சொன்னார். உறுதியாகச் சொன்னார். 'bitte, bitte.' ஜெர்மனில் கூவினானாம் அந்த இளம் வீரன். எப்படியானாலும், நீர் விளிம்பில் அவர்கள் நின்றார்கள். நீருக்குள் குதிக்க விருப்பமின்றி. மிகமிகக் குளிர்ந்த தண்ணீர். ஆழமும் மிகமிக அதிகம். குறுக்கே நீந்திக் கடந்தால், நிராதரவான இலக்குகளாய் இருப்பார்கள். நிச்சயமாய் இன்னும் கீழ்ப்புறம் போய்த்தான் மறுகரையை அடைவார்கள். நீரின் விசை அப்படி. ஆண்டின் அந்தப் பருவத்தில் அவ்வளவாக இருக்காது என்றாலும், இழுவை வலுவாய் இருந்தது. சரிவின் உச்சியில், அவர்களுக்குப் பின்னால், மூச்சுவிடச் சிரமப்படும் மிருகம் போலத் தழைந்த குரலில் உறுமிக்கொண்டிருந்தது மோட்டார் சைக்கிள். தங்களது யந்திரத் துப்பாக்கிகளைத் தோளிலிருந்து இழுத்து எடுத்தார்கள். என் அப்பா கத்தினார்:

'தலைதெறிக்க ஓடுங்கள்!' தாமும் ஓடத் தொடங்கினார் – ***ஆற்றை*** நோக்கி. இன்னும் யாரும் துண்டுகளாக வெட்டிப் பலி கொடுத்திராத மரங்களினூடாக. அவற்றின் அகலமான தண்டுகளை மறைப்பாகப் பயன்படுத்தி நெளிந்தும் வளைந்தும் ஓடினார். அதே சமயத்தில், மறுகரையில் நின்ற வீரர்கள் சுடத் தொடங்கினர். எச்சரிக்கை வேட்டுகள் முதலில். படகிலிருந்து மிக மிக மெதுவாக மேடேறும் இருவரின் தலைக்கு மேலாகப் பறந்த துப்பாக்கிக்குண்டுகள் மரத் தண்டுகளை சிம்பு சிம்பாகத் தெறிக்கச் செய்யும் விசையுடன் தாக்கின. நிரந்தரமாகத் தன் நினைவில் தங்கிவிட்ட அந்நிய ஓசையொன்றும் கேட்டது என்று ஜானுடைய தாயார் பிற்பாடு சொன்னார். அந்தக் குறிப்பிட்ட ஒலியைப் போல அவரை அச்சுறுத்திய இன்னொரு ஓசையை அவர் அதற்குமுன் கேட்டதேயில்லை. பைன் மரங்கள் வேதனை தாங்காமல் அரற்றுகிற மாதிரி இருந்ததாம். பிறகு, அவர்கள் நிஜமாகவே சுட்டனர். சூட் அணிந்திருந்த ஆள் தாக்குண்டார். வெண்மையான கரையில் அவருடைய அடர்நிற மேற்சட்டை கண்கூடான இலக்காக இருந்தது. அவர் பையைக் கீழேபோட்டார். உறைபனிக்குள் சட்டடியாக வீழ்ந்தார். தமக்குத்தாமே அவர் பேசிக்கொண்ட சொற்கள் ஜானுடைய தாயாருக்கு தீனமாகக் கேட்டன:

'ஆ... இது எனக்கு முன்னமே தெரியும்.'

பிறகு சரியத் தொடங்கினார் – சரிவின் வழியே, படகை நோக்கி. ஆற்றுப் பரப்புக்கு மேலாக வளைந்திருந்த பைன் மரத்தைத் தாண்டி உருண்டார். அவருடைய கோடைகால ஷூக்கள் நீரைத் தொடும்வரை நிற்கவில்லை. அவரை அவர்கள் மறுபடி சுட்டார்கள். அதன் பிறகு அவர் பேசவில்லை.

அப்பா பாதையின் உச்சியில் நின்றுவிட்டிருந்தார், ஒரு ஸ்ப்ரூஸ் மரத்தின் மறைவில். குரல் விடுத்தார்:

'அவனுடைய பையை எடுத்துக்கொண்டு இங்கே ஓடிவந்துவிடு.' ஜானுடைய தாயார் நீலநிறக் கையுறையால் அந்தப் பையைப் பற்றிக் கொண்டு, குனிந்தவாக்கில் நெளிந்தும் வளைந்தும் மேலேறி ஓடிவந்தார். அதற்கு முன்னால் யாரையுமே கொன்றதில்லை என்பதாலோ என்னவோ, இப்போது வீரர்கள் இருவரும் சுடுவதன் தீவிரம் குறைந் திருந்தது; அல்லது ஓடுவது ஒரு பெண் என்பதாலும் இருக்கலாம். இப்போது அவர்களுடைய வேட்டுகள் சும்மா அச்சுறுத்துவதற்காகவே இருந்தன. ஜானுடைய தாயார் காயமெதுவும் படாமல் பாதையில் ஓடியேறி, என் அப்பாவுடன் சேர்ந்து மரவீடு வரை வந்து சேர்ந்தார். உள்ளே ஓடி தங்களுடைய மிக முக்கியமான சாமான்களையும், அப்பா ஒளித்து வைத்திருந்த ஆவணங்களையும் எடுத்துக்கொண்டனர். சாலையி லிருந்து இரண்டு கார்கள் கடுமையான வேகத்தில் வயல்களைக் கடந்து வருவது ஜன்னல் வழியாகத் தெரிந்தது. வீரர்கள் குதித்து ஆற்றை நோக்கி இறங்கி ஓடுவதும் தெரிந்தது. தங்களுக்குத் தேவையான சகலத்தை யும் அந்த சூட் அணிந்த ஆளின் பையில் திணித்து, அதை ஒரு

விரிப்பில் பொதிந்து கட்டினார் அப்பா. பின்னர், இருவரும் பின்புற ஜன்னல் வழியாக வெளியேறினர். அப்பாவின் நீண்ட வெண்ணிற உள்ளாடையைத் தங்கள் உடைமீது தரித்தபடி, கிட்டத்தட்டக் கைகோத்துக் கொண்டு, ஸ்வீடனுக்குள் ஓடிப்போயினர்.

சூரியன் நகர்ந்துவிட்டிருந்தது. நீலநிறச் சமையலறையில் நிழல் படிந்திருந்தது. என்னுடைய கோப்பையில் இருந்த காஃபி ஆறிவிட்டது.

'என்னுடைய அப்பா இதைப்பற்றியெல்லாம் பேசியதே கிடையாது. அப்படியிருக்க, நீங்கள் ஏன் என்னிடம் சொல்கிறீர்கள்?' என்று கேட்டேன்.

'அவர் சொன்னதினால்தான். சந்தர்ப்பம் வரும்போது சொல்லச் சொல்லியிருந்தார். இப்போது அது வந்திருக்கிறது.' என்றார் ஃப்ரான்ஸ்.

O

12

லார்ஸூம் நானும் பிர்ச் மரத்தில் மும்முரமாக வேலை செய்துகொண்டிருக்கிறபோது, சிறுகச் சிறுகக் குளிர் அதிகரித்திருக்கிறது. சூரியன் போய்விட்டது. காற்று உயர்ந்து கொண்டிருக்கிறது. அன்னத்தூவி மெத்தைபோல, சாம்பல் நிற மேகத் திரள் ஆகாயத்தில் மிதக்கிறது. நீலத்தின் கடைசிக் கீற்றும் கிழக்கு முகட்டோடுவைத்து அழுத்தப்பட்டு, இறுதி யில் மறைந்து போகிறது. நாங்கள் சிறு ஓய்வு எடுத்துக் கொள்கிறோம். விறைத்த முதுகுகளைத் நிமிர்த்திக்கொள்கி றோம். வேதனையே இல்லை என்பதுபோலப் பாவனை காட்ட முயல்கிறோம். எனக்கு அதிக வெற்றியில்லை – முதுகுத்தண்டில் ஒரு கையை ஊன்றித்தான் நிமிர வேண்டி யிருக்கிறது. ஒரு கணம் நாங்கள் இருவரும் வேறுவேறு திசையில் பார்க்கிறோம். பிறகு லார்ஸ் ஒரு சிகரெட் சுருட்டிப் பற்ற வைக்கிறான். புறவீட்டின் கதவில் சாய்ந்து நிம்மதியாகப் புகைக்கிறான். ஒரு பொழுது வேலைக்குப் பிறகு, உங்களோடு இணைந்து கடுமையாக வேலைபார்த்த துணையுடன் சேர்ந்து சிகரெட் புகைப்பது எவ்வளவு நன்றாக இருக்கும் என்பதை நினைவுபடுத்திக்கொள்கிறேன். பலவருடங்கள் கழித்து, முதன்முறையாக அதை இழந்த உணர்வு தட்டுகிறது எனக்கு. சற்றுமுன் ஒரு மரத்தின் மிகப்பெரிய பகுதி படர்ந்து வீழ்ந்திருந்த இடத்தில் மரத் தடிகளின் குவியல் கிடப்பதைப் பார்க்கிறேன். லார்ஸூம் அதையே பார்க்கிறான்.

‘மோசமில்லை. பாதிவேலை முடித்துவிட்டோம்’ என்று, புன்னகைத்தபடி நிதானமாகச் சொல்கிறான்.

லிராவும் போக்கரும்கூடக் களைத்துவிட்டார்கள். மூச்சிழைத்தபடி நிலைவாசலுக்கருகில் அருகருகே படுத்துக் கிடக்கிறார்கள், சங்கிலிவாள்கள் அணைக்கப்பட்டு விட்டன. அனைத்தும் சாந்தமாக இருக்கின்றன. பனி பெய்யத் தொடங்குகிறது மதியம் ஒரு மணி. அண்ணாந்து ஆகாயத்தைப் பார்க்கிறேன்.

'ச்சே' என்று உரத்துச் சொல்கிறேன்.

அவன் என் பார்வையைப் பின்தொடர்கிறான். 'இது தொடராது. இன்னும் நேரமாகவில்லை. தரையில் போதுமான அளவு குளிர் இல்லை' என்கிறான்.

'நீ சொல்வது சரியாய் இருக்கலாம். ஆனாலும், எனக்குக் கவலையாய்த்தான் இருக்கிறது. ஏனென்றே தெரியவில்லை.'

'பனியில் மூழ்கிவிடுவோம் என்று பயமாய் இருக்கிறதா என்ன?'

'ஆமாம். அதுவும்தான்' என்கிறேன், என் முகம் சிவப்பதை உணர்ந்தவாறு.

'அப்படியானால், யாராவது ஆளை வைத்து அதைச் சுத்தப்படுத்த வேண்டும். நான் அப்படித்தான் செய்திருக்கிறேன். இங்கே சாலையின் மேற்புறம் அஸ்லியன் என்று ஒரு விவசாயி இருக்கிறான். எப்போது வேண்டுமானாலும் வருவான். கடந்த சில ஆண்டுகளாக அவன்தான் எனக்குச் சுத்தம் செய்து தருகிறான். வேலையில் இறங்கிவிட்டா னென்றால், சடுதியாய் முடித்துவிடுவான். பனிக்கலப்பையுடன் நம்முடைய சாலையில் போவதும் வருவதும்தான் வேலை – அதிகபட்சம் கால்மணிநேரம்தான் பிடிக்கும் அவனுக்கு.'

'சரிதான்' என்கிறேன். தொண்டையைச் செருமிக்கொண்டு தொடர்கிறேன். 'கூட்டுறவுக்கடைத் தொலைபேசிக் கூண்டிலிருந்து அவனை நேற்றுக் கூப்பிட்டேன். சிக்கலொன்றுமில்லை, செய்து தருகிறேன் என்றான். ஒரு தடவைக்கு 75 க்ரோனர் ஆகுமென்றான். நீயும் அவ்வளவு கொடுக்கிறாயா?'

'ஆமாம். அதே தொகைதான். அப்படியென்றால் நீ பத்திரமாகத் தான் இருக்கிறாய். இந்தக் குளிர்காலத்தை சமாளித்துவிடலாம். ஆனால், அதெல்லாம், அங்கேதான் இருக்கிறது.' பின்னால் சாய்ந்து ஆகாயத்தைப் பார்த்தபடி, கிட்டத்தட்ட அபசகுனம் போலச் சொல்கிறான். 'வரட்டும் வரட்டும்.' அசட்டையாகப் புன்னகைக்கிறான்.

'அப்புறம் எப்படி, வேலையைத் தொடர்வோமா?' என்கிறான்.

அவனுடைய மனோபாவம் என்னையும் தொற்றுகிறது. தொடர்ந்து வேலை பார்க்கலாம் போல இருக்கிறது. ஆனால், அது எனக்கு ஆச்சரியம் தருகிறது. இப்படியோர் எளிய, அவசியமான வேலையைச் செய்வதற்கு வலுவேற்றிக்கொள்ள இன்னொருவரைச் சார்ந்து இருக்கிறேனே என்று கவலையாகவும் இருக்கிறது. எனக்கு அவகாசமில்லை என்று பொருளல்ல. எனக்குள் இருக்கும் எதுவோ மாற்றமுறுகிறது, **நானே** மாறிவருகிறேன். நான் நன்கு அறிந்த, குருட்டுத்தனமாக நம்பிய, 'தங்கக் காற்சட்டை அணிந்த பயல்' என்று அவனை நேசித்தவர்களால் அழைக்கப்பட்ட ஒருவனிலிருந்து மாறிவந்திருக்கிறேன். தன்னுடைய பையில் கைநுழைத்த போதெல்லாம் எண்ணற்ற பொற்காசுகளை வெளியில் எடுத்தவன் அவன். அவனிலிருந்து மாறி, எனக்கு அதிகம் பரிச்சயமற்ற ஆளாக ஆகிவருகிறேன் – தன்னுடைய பையில் என்ன குப்பை இருக்கிறது

குதிரை வேட்டை 139

என்றே தெரியாத ஆளாக. எவ்வளவு நாளாக இந்த மாற்றம் நிகழ்ந்து வந்திருக்கிறதோ என்று வியப்பாய் இருக்கிறது – மூன்று வருடங்களாய் இருக்கலாம், ஒருவேளை.

'நிச்சயமாய். நாம் வேலையைத் தொடரலாம்' என்கிறேன்.

பின்னர், அவனை உள்ளே அழைக்கிறேன். இவ்வளவு செய்திருக்கிறான், அழைக்கத்தானே வேண்டும். சற்றுக் கடுமையாகவே பனி பெய்கிறது. ஆனால், தரையில் படியவில்லை – இதுவரைக்கும் இல்லை. புறவீட்டின் சுவரையொட்டி சில பெரும் குவியல்களை அடுக்கியிருக்கிறோம். பட்டுப்போன ஸ்ப்ரூஸ் மரத் தடிகளையொட்டி. முற்றத்தை சுத்தமாகப் பெருக்கியாகிவிட்டது. பெரிய வேரை மட்டும் விட்டு வைத்திருக்கிறோம். காலையில் காரில் சங்கிலி கட்டி இழுத்து அதைப் பெயர்க்கத் தீர்மானித் திருக்கிறோம். கீழே லார்ஸின் கார் கொட்டகையில் சங்கிலிகள் உள்ளன. இதுபோதும் இன்றைக்கு. நாங்கள் களைத்திருக்கிறோம். மிகவும் பசித்திருக்கிறோம். காஃபிக்கான தாகமும் இருக்கிறது. என்னுடைய தினம் ஆரம்பித்தவிதத்தை நினைத்துப் பார்த்தால், இவ்வளவு கடின மாக வேலைசெய்தது எவ்வளவு உற்சாகமான விஷயம் என்று தோன்று கிறது. ஆனால், முதுகைத் தவிர்த்து, என் உடல்நிலை நன்றாகத்தான் இருக்கிறது. நிஜமாகவே. இன்பமான விதத்தில் களைத்திருக்கிறேன். ஆனால், முதுகும் வழக்கமாக இருப்பதைவிட மோசமாக ஒன்றும் இல்லை. தனியாளாக நின்று லார்ஸ் என் முற்றத்தைச் சீர்செய்ய நான் விட்டிருக்க முடியாதே.

காஃபிப்பொடியை வடிகட்டியில் அளந்து போடுகிறேன். குளிர்நீரை ஜாடியில் ஊற்றி பெர்க்கொலேட்டரை முடுக்குகிறேன். கொஞ்சம் ரொட்டியை வெட்டிக் கூடையில் போடுகிறேன். வெண்ணெயையும், இறைச்சியையும், பாலடைக்கட்டியையும் குளிர்பதனப் பெட்டியிலிருந்து எடுத்து தட்டுகளில் வைக்கிறேன். சிறு மஞ்சள்நிற ஜாடியில் காஃபிக் கான பாலை நிரப்புகிறேன். அனைத்தையும் மேஜைமீது வைக்கிறேன். இரண்டு பேருக்குத் தம்ளர்களும் கத்திகளும் எடுத்து வைக்கிறேன்.

கணப்பருகில் இருக்கும் மரப்பெட்டிமீது அமர்கிறான் லார்ஸ். நீளக் காலுறையணிந்திருக்கும் கால்களுடன் அவன் இளமையாய்த் தெரிகிறான். உண்மையில், கால்கள் தரையைத் தொடாதவண்ணம் அமர்ந்திருக்கும் யாருமே அப்படித்தான் தெரிவார்கள். என்னுடையது மாதிரியில்லாமல், அவனுடைய முடி உலர்ந்திருக்கிறது. காரணம், அவன் தொப்பி அணிந்திருந்தான். உள்ளே வந்ததிலிருந்து அவன் ஒரு சொல்லும் பேசவில்லை. சிந்தனையில் ஆழ்ந்து தரையை வெறித்துக் கொண்டிருக்கிறான். நானும் எதுவும் சொல்லவில்லை – அதுபற்றி மகிழ்ச்சியாக இருக்கிறது. ஏனெனில், எனக்கு அரட்டையடிப்பதில் ஆர்வம் குறைந்துவிட்டது. பிறகு, அவன் சொல்கிறான்:

'கணப்பை மூட்டட்டுமா?'

'தாராளமாக. மூட்டு.' என்கிறேன். ஆமாம், உள்ளே குளிர் அதிகரித்துத் தான் இருக்கிறது. அதேசமயம், என்னுடைய வீட்டில் அவன் பொறுப்

பெடுத்துக்கொள்வது எனக்குக் கொஞ்சம் ஆச்சரியமாய் இருக்கிறது. இதன்மூலம், நான் எப்படி வேலைகள் செய்கிறேன் என்பதைப் பற்றி அவன் அபிப்பிராயம் சொல்கிறான். அதை நான் செய்திருக்கவே மாட்டேன். ஆனால், அவன் முதலில் கேட்டுவிட்டான், ஆகவே அது சரி என்றுதான் படுகிறது எனக்கு. லார்ஸ் மரப்பெட்டியிலிருந்து சரிந்திறங்குகிறான். பெட்டியின் மூடியைத் திறந்து மூன்று விறகுக் கட்டைகளையும் சென்றவார டௌப்ளட்டிலிருந்து இரண்டு பக்கங்களை யும் எடுக்கிறான். பெட்டியில் அதற்காகத்தான் அதை வைத்திருக்கிறேன். வழக்கமாக நான் மூட்டுவதைவிட அதிவேகமாக சீக்கிரமே நெருப்பை மூட்டிவிடுகிறான். தனது வாழ்நாள் முழுக்க இதைச் செய்துவந்திருக்கி றான். சமையலறை மேடையில் இருக்கும் பெர்க்கொலேட்டர் கரகரக் கிறது. நீரைத் துப்புகிறது. மிகப் பழைய காஃபிமேக்கர், நான் வெகுகாலமாக வைத்திருப்பது. சில கணங்கள் கழித்து நான் சென்று ஃபிளாஸ்க்கில் காஃபியை ஊற்றுகிறேன். கையில் அதைப் பிடித்தபடி ஒரு நிமிடம் நிற்கிறேன். பலப்பல ஆண்டுகள் தினசரி காலையில் என்னுடனிருந்து காஃபி அருந்தின நபரைப் பற்றி எண்ணிப்பார்க்க முயல்கிறேன். ஆனால், அவள் நழுவிச் செல்கிறாள். என்னால் அவளுடைய முகத்தைப் பார்க்க முடியவில்லை. மாறாக, நான் ஜன்னல்வழியே, சீர் செய்யப் பட்ட முற்றத்தைப் பார்க்கிறேன். பெரிய வேரைச் சுற்றிலும் சிறு சிறு குப்பல்களாகக் கிடக்கும் பொன்னிற ரம்பத்தூளைத் தவிர அங்கே ஏதுமில்லை. கனத்த பனித்திப்பிகள் அமைதியாக வீழ்ந்து, சில நொடிகள் தரையில் கிடந்துவிட்டு, மாயமாய் மறைகின்றன. இரவு முழுதும் இதே ரீதியில் பெய்தால், காலையில் நிச்சயம் உறைபனி படிந்துவிடும்.

காலையுணவு சாப்பிட்டேனா இன்று? எனக்கு நினைவில்லை. அது கடந்து வெகுநாளாகிவிட்டது என்பது மாதிரி இருக்கிறது. அதற்குப் பிறகு எல்லாவிதமான சமாசாரங்களும் நடந்தேறிவிட்டன. ஆனால், இப்போது எனக்குப் பசிக்கிறது என்பது நிச்சயம். ஜன்னலி லிருந்து லார்ஸிடம் திரும்புகிறேன். மேஜையை நோக்கி என் கைகளை விரித்தபடி சொல்கிறேன்:

‘சாப்பிடு லார்ஸ். எல்லாமே உனக்குத்தான்.’

‘மிக்க நன்றி’ என்கிறான். மரப்பெட்டியை மூடிவிட்டான். நாங்கள் இருவரும் அமர்கிறோம். இருவருக்குமே சிறு தயக்கம் இருக்கிறது. உண்ணத் தொடங்குகிறோம்.

முதல் சில நிமிடங்களுக்கு எதுவுமே பேசிக்கொள்ளவில்லை. ஆச்சரியகரமாக, உணவு நல்ல ருசியுடன் இருக்கிறது. ரொட்டித் தட்டைப்போய்ப் பார்க்கிறேன், இது நான் வழக்கமாக வாங்கும் ரொட்டிதானா, வேறொன்றா என்று. அதே ரொட்டிதான். மீண்டும் அமர்ந்து சாப்பாட்டைத் தொடர்கிறேன். எனக்கு ஆனந்தமாய் இருக்கிறது என்றுதான் சொல்லவேண்டும். வேகத்தைக் குறைத்து, சாப்பிடும் நேரத்தை நீட்டிக்க முயல்கிறேன். லார்ஸ்ூம் தன்னுடைய தட்டையே பார்த்தபடி தொடர்ந்து உண்கிறான். எனக்கு அது பிடித்திருக்கிறது. உரையாடும் தேவை எதுவும் எனக்கில்லை. ஆனால், அவன் தலையுயர்த்தி, சொல்கிறான்:

‘சொல்லப்போனால், பண்ணையை நான்தான் எடுத்துக் கொண்டிருக்க வேண்டியது.’

‘எந்தப் பண்ணையை?’ என்று கேட்கிறேன். பேச்சுக்குரியது ஒரேயொரு பண்ணைதான் என்ற போதிலும். ஆனால், என்னுடைய எண்ணவோட்டத்தில் நான் முழுசாக அவனுடன் இல்லை. பல வருடங்கள் தனியாக வசித்துப் பழகிவிட்டதில் இப்படித்தான் ஆகி விடுகிறோமோ என்று தோன்றுகிறது. எண்ணவோட்டத்தின் மத்தியில் உரத்துப் பேசத் தொடங்குகிறோம்; பேசுவதற்கும் பேசாமலிருப்பதற்கு மான வித்தியாசம் மெல்லமெல்ல அழிகிறது; முடிவற்றதும் நமக்கு நாமே மேற்கொள்வதுமான உரையாடல் இன்னமும் நாம் பார்க்கக் கிடைக்கிற மிகச் சிலருடனான உரையாடலுடன் கலந்துவிடுகிறது. அவற்றில் ஒன்றையும் மற்றதையும் பிரிக்கும் கோடு, மிக நீண்ட காலம் தனியாக வசிக்கும்போது, தெளிவற்றதாகிறது. எப்போது அந்தக் கோட்டைத் தாண்டுகிறீர்கள் என்பதை நீங்கள் கவனிப்பதில்லை. இப்படித்தானா தென்படுகிறது என் எதிர்காலம்?

‘ஊரில் இருக்கும் பண்ணை. அதுதான், கிராமத்தில் இருப்பது.’

நார்வேயில் லட்சம் கிராமங்கள் இருக்கும். நாங்கள் இப்போது இருப்பதுவும் அவற்றில் ஒன்றுதான். ஆனாலும் எனக்குத் தெரிகிறது – அவன் எதைக் குறிப்பிடுகிறான் என்று.

‘உனக்கு ஆச்சரியமாக இருந்திருக்கலாம், நான் ஏன் இங்கே வசிக்கிறேன் – சொந்தக் கிராமத்தில் வசிக்காமல், என்று.’

உண்மையில் நான் ஆச்சரியப்படவில்லை – அதாவது, அவன் சொன்ன பிரகாரம். ஆனாலும், நான் ஆச்சரியப்பட்டிருக்க வேண்டும் தான். நான் ***ஆச்சரியப்பட்டது***, இத்தனை வருடங்கள் கழித்து நாங்கள் இருவரும் எப்படி ஒரே இடத்தில் வந்து சேர்ந்தோம் என்பது பற்றித் தான் – இப்படி ஒரு விஷயம் எப்படி நடக்க முடியும்.

‘ஆமாம். அப்படியும் வைத்துக்கொள்ளலாம்.’

‘அது என்னுடையதுதான். வீட்டில் இருந்த ஒரே ஆள் நான்தான். ஜான் கடலில் இருந்தான். ஆட் இறந்துவிட்டான். அந்தப் பண்ணையில் என் வாழ்நாள் முழுவதும் வேலைபார்த்திருந்தேன். ஒவ்வொரு நாளும். இப்போதெல்லாம் செய்கிறார்களே, அதுமாதிரி விடுமுறை என்று வெளியில் சென்றதேயில்லை. என்னுடைய தகப்பனாரும் மீளவேயில்லை. நோயில் வீழ்ந்தவர் திரும்பி வரவேயில்லை. அவர். அவருக்கு என்ன கோளாறு என்று யாருக்குமே தெரியாது. காலை உடைத்துக்கொண்டார், தோளில் எதையோ உடைத்துக்கொண்டார். இன்பைக்டா ஆஸ்பத்திரிக்குக் கொண்டு போனார்கள். இதெல்லாம் 1948இல். உனக்குத்தான் நினை விருக்குமே, அப்போது நான் சிறுபையன். வருடங்கள் சென்றன. ஜான் கடலிலிருந்து வீடு திரும்பினான். எனக்கு அவனை அடையாளம் தெரியவில்லை. அவர்களெல்லாம் இருந்ததே கிடையாது என்கிற மாதிரி ஆகியிருந்தது – அவர்களில் ஒருவர்கூட. அவர்களைப் பற்றி

நான் யோசித்ததில்லை. அப்புறம் ஒருநாள் ஜான் பேருந்திலிருந்து இறங்கி நடந்து வந்து வாசலில் நிற்கிறான். பண்ணையைத் தான் எடுத்துக்கொள்ளத் தயாராய் இருப்பதாகச் சொன்னான். அவனுக்கு இருபத்துநாலு வயது. அது தன்னுடைய உரிமை என்றான். என்னுடைய தாயாருக்கு ஆட்சேபனையில்லை. அவள் தலையிட்டு எனக்கு ஆதரவாகப் பேசவில்லை. ஆனால், அப்போது அவளுடைய முகபாவம் எப்படியிருந்தது என்பது எனக்கு நினைவிருக்கிறது. அவள் எப்படி என்னை நேருக்குநேர் பார்க்காதிருந்தாள் என்பதுவும்தான். நான் பார்த்த ஒரே வேலை, எனக்குத் தெரிந்த ஒரேவேலை, பண்ணை வேலைதான். ஜானுக்குக் கடல் அலுத்துவிட்டது. எல்லாவற்றையும் பார்த்துவிட்டான் அவன் – அப்படித்தான் சொன்னான். அது உண்மையாகவும் இருக்கலாம். கடந்த வருடங்களில் சில தபாலட்டைகள் அனுப்பியிருந்தான். ஸெய்த் துறைமுகத்திலிருந்தும், ஏதேன், கராச்சி, மெட்ராஸ் என்று அதுபோன்ற இடங்களில் இருந்தும். உனக்கு அவற்றைப்பற்றி ஒன்றுமே தெரியாது, உலகின் எந்தப் பகுதியில் அவை இருக்கின்றன என்பதே தெரியாது – பள்ளிப்பாடத்தின் உலக வரைபடத்தைப் பார்த்தாலொழிய – என்கிற மாதிரி இடங்கள். அந்தப் படகுகளிலொன்றின் பெயர் எம்/எஸ் டிஜூக்கா. அந்தக் கடித உறைகளை எனக்கு நன்கு நினைவிருக்கிறது. படகின் பெயர் அவற்றின் மேல் பொறித்திருக்கும். நான் அதுவரை பார்த்திருந்த பெயர்கள் எதையும்போல இல்லை அது. என்னைக் கேட்டால், ஜான் நன்றாக இருந்த மாதிரித் தெரியவில்லை. ஒல்லியாக இருந்தான்; கூன் விழுந்திருந்தது. அவனால் ஒரு பண்ணையைப் பராமரிக்க முடியாது என்றே எண்ணினேன். இப்போதெல்லாம் ஆஸ்லோவின் வீதிகளில் பார்க்கிறோமே, போதைமருந்து அடிமைகள்; அவர்களைப்போலப் பதட்டமாகவும், சிடுசிடுப்பாகவும் இருந்தான். ஆனால், நான் செய்வதற்கு ஒன்றுமில்லை. அது அவனது உரிமை.'

லார்ஸ் மௌனமாகிறான். அவனிடமிருந்து வந்தது நீண்ட உரை. மீண்டும் சாப்பிட ஆரம்பிக்கிறான். எனக்குச் சமமான வேகத்தில் உண்ணவில்லை, ஆனால் அவனுமே ருசித்துச் சாப்பிடுகிறான். இன்னும் கொஞ்சம் காஃபி வழங்குகிறேன், பால் எடுத்துக்கொள்ளச் சொல்கிறேன். சிறிய மஞ்சள் ஜாடியை எடுத்து, தன்னுடைய காஃபியின் மேல் சில துளிகள் சொட்டிக்கொள்கிறான். சாப்பாடு முடியும்வரை மௌனமாய் இருக்கிறான். தட்டு காலியான பிறகு, வீட்டினுள்ளேயே புகைக்கலாமா என்று கேட்கிறான். நான் சொல்கிறேன்:

'தாராளமாய்.' தன்னிடமுள்ள ரெட் மிக்ஸ் பாக்கெட்டிலிருந்து ஒரு சிகரெட் சுருட்டி, ஓர் இழுப்பு இழுக்கிறான். மினுங்கும் சிகரெட்டைப் பார்த்தபடி இருக்கிறான். நான் கேட்கிறேன்:

'அப்புறம் என்ன செய்தாய்?' சிகரெட்டிலிருந்து விழிகளை உயர்த்துகிறான் லார்ஸ். மீண்டும் அதை வாயில் பொருத்தி ஆழ இழுக்கிறான். மெல்லப் புகையை ஊதும்போது, கோமாளித்தனமாக முகத்தைச் சுளிக்கிறான் – அரைக்கிறுக்கு முகமூடிக்குப் பின்னால் தன்னை மறைத்துக்கொள்ள முயல்கிறவன் மாதிரி. சற்றும் எதிர்பாராத செய்கை. நான் ஆச்சரியப்படுகிறேன். அவனைக் கூர்ந்து பார்த்துக்

கொண்டு அமர்ந்திருக்கிறேன். அவனை இந்தமாதிரி நான் இதற்குமுன் பார்த்ததேயில்லை. நிஜமாகவே வேடிக்கையான காட்சி அது. குலுங்கிக் குலுங்கிச் சிரித்த எல்லாரையும் மறுகணமே அழவைக்கவும் இயலும் சர்க்கஸ் கோமாளி மாதிரி, அல்லது அச்சமூட்டும் தர்மசங்கடத்தில் சிக்கிக்கொண்ட சாப்ளின் போல, அல்லது பேசாப்படக் காலத்தின் பழங்கால நட்சத்திரங்களைப் போல, எப்போதுமே மாறுகண்ணால் பார்க்கிற ஆசாமியைப் போல. லார்ஸுக்கு ரப்பர் முகம். ஆனால், நான் சிரிக்கிற விதமாக அதில் எதுவுமே இல்லை. வாயை ஒரு சன்னமான கோடுபோல ஆக்கிக்கொண்டு, விழிகளை ஒன்றுக்கொன்று நெருக்கமாய் நெரித்து, மொத்த முகத்தையும் நாற்பத்தைந்து டிகிரி கோணத்தில் காதையும் தாண்டித் திருகிக்கொள்கிறான். அல்லது, குறைந்தபட்சம் அப்படித்தான் தோற்றம் தருகிறது. கொஞ்சநேரம் முன்பு நான் பரிச்சயமான அம்சங்கள் சுருக்கங்களாகக் குறுகுகின்றன. கண்களைத் திறந்து, முகத்தின் ஒவ்வொரு பகுதியாகப் பழைய நிலைக்கு ஆவதற்கு முன், அதே நிலையில் முகத்தை உறையவைக்கிறான். உதடுகளின் வழியாகப் புகை கசிந்து வெளியேறுகிறது. நான் பார்த்தது என்னமாதிரியான கலைநிகழ்வு என்பதுபற்றி எனக்குக் கொஞ்சம்கூடத் தெரியவில்லை. மூச்சைக் கனமாக இழுத்து விடுகிறான். என்னை நேராகப் பார்க்கும்போது அவன் கண்களில் ஈரப்பதம் இருக்கிறது. சொல்கிறான்:

'வெளியேறினேன். என்னுடைய இருபதாவது பிறந்த நாளன்று. அதிலிருந்து வீடு திரும்பவேயில்லை – ஐந்தே ஐந்து நிமிடம் கூட.'

சமையலறையில் அமைதி அதிகரிக்கிறது. லார்ஸ் மௌனமாக இருக்கிறான். நானும் மௌனமாக இருக்கிறேன். பிறகு சொல்கிறேன்:

'நானானால் உடைந்துபோயிருப்பேன்.'

'என்னுடைய இருபதாவது வயதுக்குப் பிறகு என் அம்மாவைப் பார்க்கவேயில்லை' என்கிறான்.

'அவர்கள் உயிருடன் இருக்கிறார்களா?'

'எனக்குத் தெரியாது. தெரிந்துகொள்ள நான் முயன்றதேயில்லை' என்கிறான் லார்ஸ்.

ஜன்னல்வழி வெளியே பார்க்கிறேன். இதையெல்லாம் தெரிந்து கொள்ள நான் விரும்புகிறேனா என்று தெரியவில்லை. என்மீது மிகப்பெரிய சோர்வு கவிவதை உணர்கிறேன். என்னை மூடி, கீழ்நோக்கி இழுக்கிறது அது. நான் கேட்டாக வேண்டும்; அதற்காகத்தான் கேட்கிறேன். ஏனென்றால், இதையெல்லாம் என்னிடம் சொல்வது லார்ஸுக்கு அவசியம் என்பது வெளிப்படை. ஒருவிதத்தில் அவை எனக்கும் ஆர்வமானவைதாம் – அவனுக்குத் தெரிந்திருக்கும் பட்சத்தில். ஆனால், எனக்குத் தெரியவில்லை, நான் உண்மையாகவே அவர்களைப் பற்றித் தெரிந்துகொள்ள ஆசைப்படுகிறேனா என்று. அவர்கள் ஏகப்பட்ட இடத்தை அடைத்துக்கொள்கிறார்கள். மனத்தைக் குவிப்பது கடினமாகி

விட்டது. லார்ஸைச் சந்தித்தது என் சமநிலையைக் குலைத்துவிட்டது. இந்த இடத்தில் வந்து தங்கும் என் திட்டத்தைத் துலக்கமற்றதாக, முக்கியமற்றதாக ஆக்குகிறது – அதில் என் மனத்தைச் செலுத்தாமல் போகும்போது. நான் அதை ஒப்புக்கொள்ளத்தான் வேண்டும். மின்தூக்கி போல என் மனநிலை மேலும் கீழுமாய் உயர்த்தி இறக்குகிறது – இரண்டே மணி நேரத்தில், பரணுக்கும் நிலவறைக்குமாக. நான் கற்பனை செய்திருந்தது போல இல்லாது, என் நாட்கள் இப்போது வேறுவிதமாக மாறிவிட்டன. சின்னஞ்சிறு விஷயத்தில் கோளாறு நேர்ந்தாலும் பேரிழப்பின் பரிமாணங்களுக்கு அதை வளர்த்துக்கொள்கிறேன். பிர்ச் மரம் வீழ்ந்தது ஒரு சிறிய விஷயம் என்பதல்ல; நான் குறிப்பிடுவதும் அதை அல்ல – அந்த விஷயம் சரியாக முடியவில்லை என்பதும் அல்ல. உண்மையில் அது நல்லவிதமாகவே முடிந்திருக்கிறது. லார்ஸின் உபகாரத்தால். ஆனால், நான் நிஜமாகவே தனியாக இருக்க விரும்பினேன். என் பிரச்சினைகளை, ஒரு சமயத்தில் ஒன்று என, தனியாகவே தீர்த்துக்கொள்ள விரும்பினேன். தெளிவான சிந்தனையுடன், நல்ல உபகரணங்களுடன் – அந்தக் காலத்தில், மரவீட்டில் என் அப்பா செய்திருக்கக்கூடிய விதத்தில். ஒவ்வொரு சவாலாக எதிர்கொண்டு, அதை மதிப்பிட்டு, தமக்குத் தேவைப்படும் கருவிகளை ஒரு கணிப்புடன் கூடிய கிரமத்தில் ஈடுபடுத்தி, ஒரு முனையில் தொடங்கி மறுமுனை வரை தமது பாதையில் உழைத்துச் சென்று, சிந்தித்து, தம் கரங்களைப் பயன்படுத்தி, தாம் செய்வதை ஆனந்தமாக அவர் செய்தது போல. அதே விதமாக, நான் செய்வதையும் ஆனந்தமாகச் செய்ய விரும்புகிறேன். அன்றாடத்தின் சவால்கள் சற்றுத் தந்திரமானவையாக இருந்தாலும், தெளிவான எல்லைகளுக்குள்ளாக, நான் முன்கணிக்கக்கூடிய ஆரம்பங்களோடும் முடிவுகளோடும், அவற்றுக்குத் தீர்வுகாண விரும்புகிறேன். மாலைவேளைகளில் அயர்வாக, ஆனால் சோர்ந்துபோகாமல் இருக்க வேண்டும். முழு ஓய்வுக்குப் பிறகு காலையில் தெம்பாக எழுந்து என் காஃபியைக் கலக்கிக்கொண்டு, கணப்பைத் தூண்டிவிட்ட பின், இளஞ்சிவப்பு நிறமாகக் காட்டுக்குள் உதயமாகி ஏரியை நோக்கி வரும் ஒளியைப் பார்க்க வேண்டும். உடையணிந்துகொண்டு, பாதைகளில் லிராவுடன் நடக்கப் போக வேண்டும். அந்த தினத்தை நிரப்புவதற்கு நான் தீர்மானித்திருந்த வேலைகளில் ஈடுபட வேண்டும். இதுதான் நான் விரும்புவது. என்னால் இதைச் செய்ய முடியும் என்று எனக்குத் தெரியும். எனக்குள் அதற்கான வலு இருக்கிறது – தனியாய் இருப்பதற்கான திறன். அச்சப்பட எதுவுமே இல்லை. எவ்வளவோ பார்த்துவிட்டேன் என் வாழ்வில். எவ்வளவோ விஷயங்களில் பங்கேற்றிருக்கிறேன். அவற்றையெல்லாம் விளக்கமாகச் சொல்லப்போவதில்லை இப்போது. ஏனென்றால், நான் அதிர்ஷ்டசாலியாகவும் இருந்திருக்கிறேன் – 'தங்கக் காற்சட்டை அணிந்த பயலாக.' ஆனால், இறுதியில் கொஞ்சம் ஓய்வு எடுத்துக்கொண்டால் நன்றாக இருக்குமே.

ஆனால், லார்ஸ் இருக்கிறான். அவனை நான் விரும்பித்தான் ஆகவேண்டும். ஆமாம், லார்ஸ் இருக்கவே செய்கிறான். மேஜையிலிருந்து எழுந்து, தொப்பியை அது முடியின்மேல் சரியாகப் பொருந்தும்

வரை முன்னும் பின்னுமாக இழுத்துக்கொள்கிறான். ஆனால், வெளியில் அந்திவெளிச்சம் வந்துவிட்டது. நிச்சயம் இனி சூரியனின் பிரகாசம் இருக்காது. அசிங்கமான, சம்பிரதாயமான முறையில் அவன் எனக்கு நன்றி சொல்கிறான் – சாப்பாட்டுக்காக. ஏதோ நாங்கள் கிறிஸ்துமஸ் விருந்து அருந்தி முடித்த மாதிரி; பத்து மைல் தொலைவில் வசிக்கும் விருந்தாளியாகத் தான் இருக்கிற மாதிரி. இங்கே என் வீட்டுக்குள் இருப்பதைவிட, கையில் கோடரியோ ரம்பமோ கொண்டு வீட்டுக்கு வெளியில் இருக்கும்போது அவன் சுவாதீனமாக உணர்கிறானோ என்னவோ. எனக்கு அதில் பிரச்சினையில்லை. என்னால் புரிந்து கொள்ள முடியும். அவனுடைய வீட்டில் விருந்தாளியாக நான் இருந்திருந்தாலும் இதே மாதிரித்தான் உணர்ந்திருப்பேன்.

மைய அறைக்குச் சென்று, லார்ஸுக்குக் கதவு திறந்து விடுகிறேன். வாயிற்படியில் அவனைப் பின் தொடர்கிறேன். போக்கர் அங்கே உட்கார்ந்து காத்திருக்கிறது. குட்நைட் சொல்லி, அவனுடைய உதவிக்கு நன்றி தெரிவிக்கிறேன். அவன், அந்த பிர்ச்சை நாம் நல்ல விதமாக அகற்றிவிட்டோம் என்கிறான். அதன் வேரை நாளை சங்கிலியுடன் வந்து கவனிக்கலாம் என்கிறான். எங்கள் இருவருக்கும் இடையில் புகுந்து உட்கார்ந்து தனது எஜமானனை முறைத்துப் பார்க்கிறது நாய். அடித்தொண்டையில் முனகுகிறது. லார்ஸ் கீழ் நோக்கிப் பாராமலே தன் முதுகைத் திருப்பிக்கொண்டு போக்கரைக் கடந்து நேரே நடக்கிறான். இரண்டு படிகள் கீழிறங்கி முற்றத்தில் நடந்து, தன் குடிலை நோக்கிச் செல்கிறான். போக்கர் குழம்பிப்போய் நிற்கிறது. தொங்கும் நாக்குடன் முகமுயர்த்தி என்னைப் பார்க்கிறது. நான் கதவில் சாய்ந்து காத்திருக்கிறேன், அதை விடுவிக்கும் விதமான கட்டளை ஏதும் இடாமல். பிறகு, சட்டென்று தலையைத் தாழ்த்திக் கொண்டு, லார்ஸின் பின்னால் தயங்கித் தயங்கித் தொடர்கிறது போக்கர். விருப்பமில்லாது மாதிரி, கால்கள் பின்னப் போகிறது. நான் மட்டும் அவனாக இருந்தால், இப்போது என் செயல்பாட்டை இரண்டு மடங்கு வேகமாக்குவேன்.

முற்றத்தில் மெலிதாகப் பனி படர்ந்திருக்கிறது. அது படியத் தொடங்கியபோது நான் கவனிக்கவில்லை. ஆனால், வெப்பநிலை வெகுவாகத் தாழ்ந்துவிட்டது. இன்னமும் பனி பெய்துகொண்டிருக்கிறது. ஓய்கிற மாதிரித் தெரியவில்லை. உள்ளே சென்று எனக்குப் பின்னால் கதவைச் சாத்துகிறேன். வெளிப்புற விளக்கை அணைக்கிறேன். லார்ஸ் தனது பணிக்கையுறைகளை மறந்துவிட்டிருக்கிறான். காலணி அடுக்கின் மீது அவன் போட்ட அதே இடத்தில் கிடக்கின்றன. அவற்றை எடுத்துக் கொண்டு, கதவைத் திறக்கிறேன். அவனைக் கூப்பிட முனைகிறேன் – ஆனால் அதில் பொருளில்லை. அவன் மறுநாள் வாங்கிக்கொள்ளட்டும். கையுறைகள் தேவைப்படும் வேலை எதையும் இப்போது அவன் ஆரம்பிக்கப் போவதில்லையே.

லார்ஸ். ஜான் கடலுக்குள் போயிருந்த காலங்களில், இவன் தன் சகோதரனைப் பற்றி நினைத்துப் பார்க்கவில்லை என்று யார்

சொன்னது. அவனைப்பற்றி யோசிக்கவில்லையாம், ஆனால், அவன் போயிருந்த துறைமுகங்களையும் வீட்டுக்கு அனுப்பிய உறைகளில் பொறித்திருந்தவற்றையும், ஒப்பந்தத்தில் சேர்ந்து, பணி முடித்து இறங்கிய கப்பல்களின் பெயர்களையும் நினைவு வைத்திருக்கிறானாம். கப்பல் சென்ற பாதைகளை உலகப் படத்தில் விரலால் தொடர்ந்தவன் அவன். ஏற்கனவே மெலிந்து, கூன் விழுந்திருக்கும் ஜான் கப்பல் தளத்தில் நிற்கிறான். எம்/எஸ் டிஜூக்காவின் முனையருகே, மேற்கம்பியை இறுக்கிப் பிடித்தபடி, தாங்கள் நெருங்கும் துறைமுகத்தை, இடுக்கிய கண்களால் பிடிவாதமாகக் கூர்ந்து பார்த்தபடி நிற்கிறான். அவர்கள் மார்ஸேல்ஸிலிருந்து வருகிறார்கள். லார்ஸின் விரல் ஸிஸிலியையும், இத்தாலியின் காலணி முனையையும் கடந்து, கிரேக்கத் தீவுகளுக்கு நேரெதிராகத் தாண்டி அந்தக் கப்பலைத் தொடர்ந்து வந்திருக்கிறது. க்ரீட்டுக்குத் தென்கிழக்கே, காற்றில் ஏதோ ஒன்று புதிதாக இருக்கிறது. முந்தின நாள் இல்லாத வேறேதோ தன்மை. ஆனால், ஜானுக்குத் தெரியாது, காற்றில் நிலவும் இந்தப் புதிய அம்சம் ஆப்பிரிக்கா என்று. பிறகு லார்ஸ் அவனுடன் போகிறான் – ஸெய்த் துறைமுகத்துக்கு. மெடிட்டரேனியன் கடலின் ஆக உட்புறத்துக்கு. அங்கே சரக்கை இறக்கிவிட்டு, மீண்டும் நிரப்பிக்கொள்கிறார்கள். பயணம் மீண்டும் மெல்லத் தொடங்குகிறது – சூயஸ் கால்வாய் வழியாக. இரண்டு புறங்களிலும் நெடும் தொலைவுகளுக்குப் பாலைவனம். எரிக்கும் சூரிய ஒளியில் மின்னும் கோடானுகோடி மணல் துகள்கள் விடுக்கும் விசித்திரமான மஞ்சள் ஒளி. அப்புறம் செங்கடலில் நீள்வசமாகப் போகிறார்கள். முதலில் கொதிக்கும் வெப்பம் கொண்ட டிபோட்டி. அப்புறம், ஓர் உலகையும் மற்றதையும் பிரிக்கும் குறுகிய ஜலசந்தியின் மறுகரையில், இளம் கவிஞன் ரைம்போவை எந்நேரமும் நினைவுறுத்திய படி, உள்ள ஏதேன். எழுபது வருடங்களுக்கு முன்னால் அவன் இங்கே கப்பலில் வந்தான். முன்பிருந்த ஆளிலிருந்து வேறொருவனாக மாறுவதற்காக. பாலைவனத்தில் முக்குளிப்பவன் போல, சகலத்தையும் தனக்குப் பின்னால் விடுத்துவிட்டு, புறக்கணிப்பையும், மரணத்தையும் நோக்கிப் போகும் வழியில். வந்தான். எனக்கு இது எப்படித் தெரிய வந்தது என்றால், ஒரு புத்தகத்தில் படித்திருக்கிறேன். ஆனால், ஆற்றோரம் உள்ள வீட்டின் சமையலறை மேஜையில், தனக்கு முன்னால் உலகப் படத்தை விரித்து வைத்துக்கொண்டு அமர்ந்திருக்கும் லார்ஸுக்குத் தெரியாது. ***ஜானுக்கும்*** தெரியாது. ஆனால், ஸெய்த் துறைமுகத்தில், தாழ்வாகவும் வன்மையான நீல நிறத்திலும் உள்ள ஆகாயத்தின்கீழ் தனது முதன்முதல் ஆப்பிரிக்கப் பனைமரத்தை அவன் பார்த்தான். நகரத்தின் தட்டையான கூரைகளைப் பார்த்தான். எம்/எஸ் டிஜூக்கா நிறுத்தப்பட்ட கப்பல்துறையை விட்டு வெளியேறிய மாத்திரத்தில், துறைமுக மேடையை ஒட்டி இருந்த கடைவீதிகளையும், ஒவ்வொரு தெருவிலுமிருந்த அங்காடிகளையும் பார்த்தான். அந்த நகரத்தில் கடை வீதிகளைத் தவிர வேறு எதுவுமேயில்லை. நீங்களோ, கப்பல்தளத்தின் கைப்பிடிக் கம்பியைக் கைகளால் இறுக்கப் பற்றியபடி, குறுகிய கீறல்கள் மாதிரிக் கண்களை இடுக்கியபடி நிற்கிறீர்கள். உங்களிடம் எதையாவது விற்பதற்காக, உங்களை இடைகழியில் இறங்கி நடந்துவர வைப்பதற்காக,

விதவிதமான மொழிகளில் கூவும் குரல்கள். நீங்கள் கீழே வரவேண்டும், உங்களுக்கு எது நன்மை செய்யும் என்பதை அறிந்திருக்கும் பட்சத்தில் நீங்கள் சொந்தமாக வைத்திருக்க வேண்டிய ஏதோ ஒன்றை வாங்க வேண்டும், உங்களுக்கே அடையாளம் தெரியாத வகையில் உங்கள் வாழ்க்கையை மிக்க இன்பமானதாக்கிவிடும் அது, *உங்களுக்கென்றே இன்று விசேஷமான விலையாக்கும்*, என்றெல்லாம் கூவும் குரல்கள். காதைச் செவிடாக்குபவை. தடுமாற வைப்பவை. உலோகத் தாளங்களும், தமுக்குகளும் ஒலிக்கின்றன. அவனைக் கிட்டத்தட்ட மூர்ச்சையடைய வைக்கும் மணங்கள் – அதிகமாய்ப் பழுத்த காய்கறிகளும்; இந்த உலகத்தில் இருக்கின்றன என்றே அவன் அறிந்திராத, இனம்புரியாத, இறைச்சியும் எழுப்புகிறவை. மசால் பொருட்கள், மூலிகைகள் இவற்றோடு, துறைமுக மேடையின் மறுகோடியில் லேசாய்த் தெரிகிற தீயிலிருந்து எழும்பும் மணம். அவர்கள் எதைப்போட்டு எரிக்கிறார்கள் என்று இவனுக்குத் தெரியாது. ஆனால், அழுத்தமான நெடி அடிக்கிறது. அவன் கப்பலை விட்டு இறங்கமாட்டான். சரக்ககத்தில் தனது பணியைச் செய்கிறான்; தனது இளமையின் வலுவுடன் வேலை செய்கிறான், ஆனால் இடைகழியில் இறங்கி வருவதில்லை. காவல் பணியிலும் இல்லை; பிறருடைய காவலுக்குக் கட்டுப்பட்டும் இல்லை. சடாரென்று இருள் இறங்கும் போது, கப்பல் தளத்திலேயே நிற்கிறான் அவன். மின்விளக்குகள் மற்றும் பிற விளக்குகளின் கலவையான ஒளியில், சற்றுத் தழைந்த வேகத்தில் வாழ்க்கை நடப்பதைப் பார்த்துக்கொண்டிருக்கிறான். பகட்டான பகல் ஒளியில் தென்பட்டதைவிட, இப்போது அனைத்துமே அதிகமான வசீகரம் கொண்டிருக்கின்றன. கண்சிமிட்டும் நிழல்களும், குறுகலான சந்துகளும் என, அதிக துர்நோக்கம் கொண்டவை மாதிரியும் தான். அவனுக்குப் பதினைந்து வயது. அவன் கப்பலை விட்டு இறங்குவதே யில்லை – ஸெய்த் துறைமுகத்திலோ, ஏதேனிலோ, டிபோட்டியிலோ.

இரவில் விழிப்புத் தட்டுகிறது. படுக்கையில் எழுந்து உட்கார்கிறேன் – ஜன்னலுக்கு வெளியில் பரவியிருக்கும் இருட்டைப் பார்ப்பதற்காக. இன்னமும் பனி பெய்கிறது. கடுமையான காற்று சுழித்துக்கொண்டிருக்கிறது. ஜன்னல் கண்ணாடிகளில் பனித்திப்பிகளை வீசுகிறது. ஆற்றைநோக்கிச் சாலை இறங்குமிடத்தில், மிகப்பெரிய வெண்ணிறப் போர்வையைத் தவிர எதுவுமேயில்லை – கோட்டுவடிவமாகக்கூட. படுக்கையிலிருந்து தவழ்ந்து இறங்குகிறேன். சமையலறைக்குள் சென்று குக்கருக்கு நேர்மேலே உள்ள சிறு விளக்கைப் போடுகிறேன். கறுப்புக் கணப்பின் அருகே தனது இடத்தில் படுத்திருக்கும் லிரா தலையை உயர்த்துகிறாள். அவளுடைய அகக் கடிகாரத்தில் தவறேதுமில்லை. நாங்கள் இப்போது வெளியே போகப்போவதில்லை என்பது லிராவுக்குத் தெரியும். தற்சமயம், காலை இரண்டு மணிதான். கழிவறைக்குச் செல்கிறேன் – அதாவது, மைய அறையை ஒட்டிய சின்னஞ்சிறிய அறைக்கு. அங்கே கைகழுவும் தொட்டி ஒன்று வைத்திருக்கிறேன். கைப்பிடியுள்ள பெரிய ஜாடியில் தண்ணீரும், தரையில் ஒரு வாளியும் வைத்திருக்கிறேன். பருவநிலை மிக மோசமாய் இருக்கும்போது, வீட்டுக்குப்

பின்புறம் வெளியே போக நான் விரும்புவதில்லை. அந்த அறையில் சிறுநீர் கழிக்கிறேன். கம்பளிச் சட்டையும், காலுறைகளும் அணிந்து கொண்டு, சமையலறை மேஜையருகே அமர்கிறேன். கொஞ்சமாக மதுவும், ***இரண்டு நகரங்களின் கதை***யின் இறுதிப் பக்கங்களையும் எடுத்துக்கொண்டு. ஸிட்னி கார்ட்டனின் வாழ்க்கை முடிவுக்கு வருகிறது. அவன் உடலெங்கும் ரத்தம் வழிகிறது. சிவப்பு முகத்திரை வழியே, கில்லட்டீன் லயசுத்தமாக இயங்குவதைப் பார்க்கிறான். கூடை நிரம்பும் வரை தலைகள் அதில் வீழ்வதையும்தான். பிறகு கூடை மாற்றப் படுகிறது. சாவடிகளில் அமர்ந்து கைத்தையல் வேலை செய்யும் பெண்கள் எண்ணுகிறார்கள்: பத்தொன்பது, இருபது, இருபத்தொன்று, இருபத்திரண்டு. வரிசையில் தனக்கு முன்னால் நின்றிருக்கும் பெண்ணை முத்தமிடுகிறான் அவன். 'காலமற்ற, இங்குள்ளதுபோலத் துயரம் நிலவாத இன்னொரு நிலவெளியில் நாம் சந்திக்கும்வரை' என்று விடை தருகிறான். விரைவில் அவன் மட்டுமே எஞ்சுகிறான். தனக்கும் உலகத்துக்குமாக, சொல்லிக்கொள்கிறான்: 'நான் செய்யவிருப்பது மிகமிக உத்தமமான காரியம் – நான் இதுவரை செய்திருக்கக்கூடிய ஏதொன்றை விடவும்...' அதுபோன்ற சூழ்நிலையில் அவனோடு ஒத்துப்போகாமல் இருப்பது எளிதல்ல. பாவம், ஸிட்னி கார்ட்டன். நிஜமாகவே சுவாரசியமான வாசிப்பு. அதைச் சொல்லியே ஆகவேண்டும். எனக்கு நானே புன்னகைத்துக் கொள்கிறேன். வசிப்பறையிலிருந்து புத்தகத்தை எடுத்துச் சென்று புத்தக அலமாரியில், அதன் இடத்தில் வைக்கிறேன் – டிக்கன்ஸின் பிற புத்தகங்கள் மத்தியில். மீண்டும் சமையலறை வந்து மதுவை ஒரே மிடறில் விழுங்கிவிட்டு, அடுப்புக்கு மேலே உள்ள விளக்கை அணைத்துவிட்டு, படுக்கையறைக்குச் சென்று படுக்கிறேன். என் தலையைத் தலையணையில் கிடத்துவதற்கு முன்பாகவே தூங்கிப் போகிறேன்.

ஐந்து மணிக்கு ஒரு ட்ராக்டரின் ஆழ்ந்த உறுமல் கேட்டு விழிக்கிறேன். சுரண்டி வாரியள்ளும் பனிக்கலப்பையின் கடகட ஒலி என் வீட்டை நோக்கி வருகிறது. அதன் ஒளி ஜன்னல்வழியே தெரிகிறது. உடனடியாக அது இன்னது என்று எனக்குப் புரிகிறது. புரண்டு படுத்து மீண்டும் உறக்கத்தில் ஆழ்கிறேன். ஒரேயொரு சந்தேக எண்ணத்துக்குக்கூட அவகாசமில்லை எனக்கு.

13

ஃப்ரான்ஸுடன் நான் கழித்த காலைப்பொழுதுக்குப் பிறகு, பள்ளத்தாக்கு வேறுமாதிரித் தென்பட்டது. காடும் வயல்வெளியும்கூட வித்தியாசமாகத் தெரிந்தன. ஆறு மட்டுமே பழைய மாதிரி இருந்தது எனலாம். ஆனாலும், ஃப்ரான்ஸ் சொன்ன கதைகளைக் கேட்டபிறகு என் அப்பா மாறித் தெரிந்த மாதிரி, அதுவும்கூட ஏதோவொரு மாற்றத்துக்காளாகியிருந்தது. ஜானுடைய வீட்டின் முன்னாலிருந்த படகுத்துறையில் அவர் செய்த காரியத்தை நான் பார்த்தபிறகு அப்பாமாறித் தெரிந்த அதே அளவு. அவர் என்னிடமிருந்து அதிகத் தொலைவுக்குப் போய்விட்டாரா அல்லது நெருக்கமாய் ஆகிவிட்டாரா என்று அப்போது எனக்குத் தெரியவில்லை. புரிந்துகொள்ள சுலபமானவராகி விட்டாரா, கடினமாகிவிட்டாரா என்பதும்தான். ஆனால், நிச்சயமாக, மாறித் தெரிந்தார். ஆனால், அதைப்பற்றி அவருடன் பேசமுடியவில்லை. ஏனென்றால், கதவைத் திறந்தது ***அவர்*** அல்ல; எனவே, உள்ளே நுழைய எனக்கு உரிமையில்லை. நுழைய விரும்பினேனா என்பதுகூட எனக்குத் தெரியாது.

அவர் எவ்வளவு பொறுமையிழந்திருந்தார் என்பதை இப்போது என்னால் காணமுடிகிறது. எந்தவிதத்திலும் நயமற்றோ, முன்கோபத்துடனோ இருந்தார் என்று சொல்ல முடியாது. பேருந்தில் நாங்கள் வந்து இறங்கிய நாளில் இருந்த அதே விதத்தில்தான் இருந்தார். அவரைப்பற்றிய எனது சிந்தனையில் மிகப்பெரிய வித்தியாசம் ஏற்பட்டிருந்தது உண்மைதான் என்றாலும், அவரிடம் எந்த வேறுபாட்டையும் ***காண***முடியவில்லை. ஆனால், காத்திருப்பது இப்போது அவருக்குச் சலித்துவிட்டது. வெட்டிய மரங்கள் போய்க் கொண்டே இருக்க வேண்டும் என்று விரும்பினார். கடைக்குப் போவது; ஆற்றை எதிர்த்து பாலத்தருகில் சரிவைநோக்கித் தண்ணீர் பாயும் இடம்வரை படகோட்டிச் சென்று, திரும்பும் வழியில் படகிலிருந்தே மீன்பிடிப்பது;

அல்லது முற்றத்தில் தச்சுவேலை செய்வது; அல்லது மரம் வெட்டிய இடத்தில் கையுறை அணிந்து நடந்து குழப்பமாய்ச் சிதறிக்கிடப்பவற்றை ஒதுக்கி, பிற்பாடு பருவநிலை அனுமதிக்கும்போது நாங்கள் கொளுத்த விருக்கும் திறந்தவெளிக் கணப்பில் கிளைகளைக் குவித்து வீசுவது என பகலில் நாங்கள் செய்தது என்னவாக இருந்தாலும், எதிர்காலம் வந்து சேரும்போது தமக்குப் பின்னால் குளறுபடியாக எதுவும் இருக்கக் கூடாது என்று விரும்பினார். ஆற்றோரம் இரண்டு குவியல்களாக அடுக்கப்பட்டிருந்த மரத்தண்டுகளை, தினசரி மாலையில் இரண்டு தடவையாவது சென்று பார்த்தார். மரத் தடிகளைத் தள்ளியும் தட்டி யும் பார்த்து, தண்ணீருக்கும் அவற்றுக்கும் உள்ள தொலைவையும் கோணத்தையும் கணக்கிட்டார். தள்ளும்போது அவை நேராக நீரில் சென்று விழுமா என்று பார்த்தார். பிறகு, மேற்சொன்ன அனைத்தை யும் இன்னொருமுறை செய்து பார்த்தார். என்னைக் கேட்டால், இது கொஞ்சம்கூட அவசியமில்லாதது. தண்டுகள் நேரே ஆற்றில்தான் போய் விழும், சரியும் வழியில் எந்தவிதமான தடையிலும் சிக்கிக்கொள்ளாது என்பதை யாருமே பார்க்கமுடியும். இது அவருக்குமே தெரிந்திருக்கலாம். ஆனால், அவர் ஒதுங்கியிருக்க மாட்டார். சிலவேளை, சும்மா மரத்தை மோப்பம் பிடித்துக்கொண்டு நீண்ட நேரம் அங்கே நிற்பார். மரத்தில் பட்டை உரிக்கப்பட்டு, பிசின் பளபளக்க வெறுமையாய் இருக்கும் இடங்களில், தமது மூக்கை அழுத்திபடிகூட நிற்பார் – ஆழ மூச்சிழுத்துக் கொண்டு. அவருக்கு அது பிடித்திருந்ததால் அப்படிச் செய்தாரா என்று எனக்குத் தெரியாது. எனக்கு அது பிடிக்கும். அல்லது, மரத்தி னுள்ளே இருக்கிற, பிற மானுடர்கள் வாசிக்க முடியாத தகவல் எதையோ அவருடைய மூக்கால் வாசிக்க முடிந்ததா என்றும் தெரியாது. வாசிக்க முடிந்தது எனும் பட்சத்தில், அந்தத் தகவல் நல்லதா கெட்டதா என்பதைத் தெரிந்துகொள்ளவும் வழியில்லை. ஆனால், மேற்படி நடவடிக்கை அவருடைய பொறுமையின்மையைக் கொஞ்சமும் குறைக்க வில்லை. இரண்டு நாட்கள் கடும் மழை பெய்தது. அடுத்த நாள் மாலையில் அவர் ஃப்ரான்ஸுடன் பேசுவதற்காகச் சாலையேறிச் சென்றார். அங்கே நீண்ட நேரம் இருந்தார். அவர் திரும்பிவந்தபோது, மேற்புறப் படுக்கையில், சிறிய பாரஃபின் விளக்கின் ஒளியில் படித்துக் கொண்டிருந்தேன். இப்போதெல்லாம் மாலைப்பொழுதுகளில் இருட்டு அதிகரித்திருந்தது. அறைக்குள் வந்து, என் படுக்கையில் சாய்ந்து சொன்னார்: 'நாம் நாளைக்கு முயன்றுபார்க்கப் போகிறோம். மரத்தை ஆற்றில் அனுப்பப் போகிறோம்.'

ஃப்ரான்ஸ் அவருடைய அபிப்பிராயத்தை ஏற்கவில்லை என்பது, அப்பாவின் குரலிலிருந்தே எனக்கு உடனடியாகத் தெரிந்துவிட்டது. புத்தகத்தில் பக்க அடையாளம் வைத்துவிட்டு, விளிம்பை நோக்கிச் சாய்ந்தேன். கைகள் அந்தரத்தில் ஊசலாடின. படுக்கைக்கு அருகிலிருந்த நாற்காலியில் புத்தகத்தைப் போட்டுவிட்டுச் சொன்னேன்:

'நல்லதுதான். நானுமே அதை எதிர்பார்த்துக்கொண்டிருக்கிறேன்.' அது உண்மை, நான் எதிர்பார்த்துக்கொண்டுதான் இருந்தேன். அதன் உடல்ரீதியான பகுதிக்காகக் காத்திருந்தேன் – என் கைகளில் ஏறப்போகிற

அழுத்தம், மரத் தண்டுகளின் எதிர்ப்பு, பிறகு இறுதியில் அவை விட்டுக்கொடுப்பதை உணர்வது.

'நல்லது' என்றார் அப்பா. 'ஃப்ரான்ஸ் நமக்கு உதவ வருவார். நீ இப்போது தூங்கி, நாளைய பொழுதுக்கான சக்தியைக் கூட்டிக் கொள்வது நல்லது. நாளைய வேலை நிச்சயம் சிறுபிள்ளை விளையாட்டாய் இருக்காது. ஏனென்றால், நாம் மூவர் மட்டுமே இருப்போம். மரமோ ஏகப்பட்டது இருக்கிறது. இப்போது விரைவாகச் சென்று கொஞ்சம் சிந்தித்துவிட்டு வரப் போகிறேன். ஒரு மணிநேரத்தில் திரும்பிவிடுவேன்.'

'செய்யுங்கள்' என்றேன்.

அவர் ஆற்றுக்குப் போகப் போகிறார் – பாறையில் உட்கார்ந்து தமக்கு முன்னால் வெறித்துப் பார்க்க. எனக்கு அது பழகியிருந்தது. ஆகவே, அவர் சொன்னது உண்மைதானா என்பதில் எனக்குச் சந்தேகமில்லை. அவர் அடிக்கடி அந்தப் பாறைக்குப் போவார்.

'விளக்கை அணைத்துவிடவா?' என்று கேட்டார். தயவுசெய்து என்று நான் பதிலளித்தேன். குனிந்து விளக்கின் தலைக்குப் பின்னால் அவருடைய கையை வைத்தார். கண்ணாடிக் குழாய்க்குள் ஊதினார். சுடர் அணைந்து திரியின் உடம்பு சிறு சிவப்புக் கோடாக மாறியது. பிறகு அதுவும் போய்விட்டது. இப்போது இருண்டுவிட்டது, ஆனால் முழுக்க இருளாகவில்லை. ஜன்னலுக்கு வெளியே காட்டின் சாம்பல்நிற விளிம்பை என்னால் பார்க்க முடிந்தது. மேலேயிருந்த சாம்பல்நிற ஆகாயத்தையும்தான். அப்பா சொன்னார்: 'குட் நைட் ட்ரோண். நாளை பார்க்கலாம்.' நானும் 'குட் நைட். நாளை பார்க்கலாம்.' என்றேன். அவர் வெளியே போனார். நான் சுவரைப் பார்த்துத் திரும்பிக்கொண்டேன். தூங்குவதற்கு முன்னால், என் நெற்றியை சொரசொரப்பான மரச்சுவரில் அழுத்தினேன், அதில் இன்னும் மிச்சமிருந்த மங்கலான காட்டுவாசனையை மோந்து பார்க்க.

இரவில் ஒருதடவை எழுந்தேன். மேற்புறப் படுக்கையிலிருந்து எச்சரிக்கையாக இறங்கினேன். கதவைத் தவறவிட்டுவிடக் கூடாதேயென்று, வலப்புறமோ இடப்புறமோ பார்க்கவில்லை, அப்புறம், மர வீட்டுக்குப் பின்புறம் வெளியே போனேன். வெறுங்கால்களுடன், காற்சட்டை மட்டும் அணிந்து அங்கே நின்றேன். எனக்கு உயரே இருந்த மரங்களில் காற்று; மழை நிரம்பியவை, சீக்கிரமே வெடிக்கப் போகிறவை என்று நான் கற்பனை செய்திருந்த ஈயநிற மேகங்கள். ஆனால், கண்களை மூடினேன். முகத்தை ஆகாயம் நோக்கி உயர்த்தினேன். நான் உணர்கிறவிதமாக எதுவுமே கீழே வரவில்லை. என்னுடைய தோலின்மீது பட்ட குளிர்ந்த காற்றும், மரம் மற்றும் பிசினின் வாசனையும், மண்ணின் மணமும் மட்டுமே. எனக்குப் பெயர் தெரியாத பறவையொன்று புதருக்குள் சலசலத்தும் நெரிபட்டும் குதித்துத் திரிந்தது. என் பாதங்களுக்குச் சில தப்படிகள் தள்ளி இருந்த அடர்ந்த இலைத்

திரளுக்குள்ளிருந்து சீராக, மெல்லிய குழலொலி எழுப்பியது. இரவில், அந்த இடத்தில் விசித்திரமான ஒற்றை ஒலி அது. ஆனால், நான் நினைத்துக்கொண்ட பிரகாரம் தனியாக இருந்தது பறவையா, நானே தானா என்பது எனக்குத் தெரியவில்லை.

நான் திரும்பி உள்ளே வந்தபோது, தாம் சொன்னபடி, படுக்கையில் உறங்கிக்கொண்டிருந்தார் அப்பா. தலையணை மீதிருந்த அவரது தலையைப் பார்த்தபடி அரையிருட்டில் நின்றேன். அவருடைய கருகரு முடி, குறுந்தாடி, மூடிய கண்கள். இந்த மரவீட்டில் என்னுடன் இல்லாது, எங்கோ தொலைவில் கனவுக்குள் இருந்த அவரது முகம். அவரை நான் இப்போது சென்றடைய வழியேயில்லை. அவருடைய சுவாசம் அமைதியாகவும், திருப்தியாகவும் ஒலித்தது. உலகத்தில் அவருக்கு ஒரு கவலையும் இல்லாத மாதிரி. ஒருவேளை அவருக்கு ஒரு கவலையும் இல்லையோ என்னவோ. எனக்குமே இருக்க வேண்டியதில்லை. ஆனால், நான் அசௌகரியமாக இருந்தேன். எதைப்பற்றியும் என்ன யோசிப்பது என்றே தெரியவில்லை எனக்கு. அவருடைய சுவாசம் இலகுவாக இருந்தது என்றால், எனக்கு மூச்சுவிடுவது சிரமமாக இருந்தது. வாயை அகலத் திறந்து மூன்று நான்கு முறை காற்றிழுத்தபிறகுதான் என் நெஞ்சு திறந்தது. அந்த அரையிருட்டு அறையில், மூச்சுத் திணறிக் கொண்டு நின்ற நான் ஒரு விபரீதக் காட்சியாய் இருந்திருப்பேன். அப்புறம் அப்பாவைத் தாண்டி வேகமாக ஏறி, தூவிமெத்தையை இழுத்து என்னைச் சுற்றிக்கொண்டேன். உடனடியாகத் தூங்கிவிடவில்லை. கூரையை வெறித்துப் பார்த்தபடி படுத்திருந்தேன். என்னால் லேசாகப் பார்க்க முடிந்த வடிவங்களை ஆராய்ந்தபடி. முடிச்சுகளுக்கான ஓட்டைகள் அனைத்தும், கண்ணுக்குத் தெரியாத கால்களால் முன்னும் பின்னும் அசையும் சின்னஞ்சிறு பிராணிகள் போலத் தென்பட்டன. முதலில் விறைப்பாக இருந்தேன், நிமிடங்கள் செல்லச் செல்ல ஆசுவாசமானேன். அல்லது, அது மணிகளாகவும் இருக்கலாம். சொல்வது கடினம்தான், காரணம், நேரம் கடப்பது பற்றியோ, நான் இருக்கும் அறைபற்றியோ உணர்வற்று இருந்தேன். மகத்தான சக்கரத்தின் ஆரக்கால்கள் போல எல்லாமே மெல்லச் சுழன்று நகர்ந்தன. மையத்துடன் என் தலையும், வட்டத்தின் வெளிவிளிம்புடன் கால்களும் என அந்தச் சக்கரத்தில் நான் கட்டப்பட்டிருந்தேன். தலை கிறுகிறுத்தது. மூர்ச்சையடைந்துவிடக் கூடாது என்பதற்காக, கண்களை முழுக்கத் திறந்துகொண்டேன்.

அடுத்தமுறை நான் விழித்துக்கொண்டபோது காலையாகியிருந்தது. ஜன்னல் கண்ணாடியில் ஒளி பெருகியிருந்தது. மிக நீண்ட நேரம் தூங்கியிருந்தேன். அலுப்பாகவும், வலுவற்றும் உணர்ந்தேன். எழுவதற்கு மனமேயில்லை.

வசிப்பறையின் கதவு திறந்திருந்தது. வாயிற்கதவும்தான். முழங்கை யூன்றி உயர்ந்தால் போதும், வழுவழுவென்ற, தேய்த்துக் கழுவிய தரையில் சூரிய ஒளி சாய்வாகப் படிவதை என்னால் பார்க்க முடியும். மரவீட்டி

குதிரை வேட்டை

னுள் காலையுணவின் மணம் இருந்தது. முற்றத்தில் அப்பாவும் ஃப்ரான்ஸுும் பேசிக்கொண்டிருக்கும் ஒலி கேட்டது. அவர்களுடைய சொற்களுக்கிடையே, சாந்தமான, தணிவான, கிட்டத்தட்ட சோம்பேறித் தனமான தொனி இருந்தது. முந்தின நாள் அவர்களுக்குள் கருத்து வேறுபாடு இருந்திருக்குமானால், இப்போது அது அறவே இல்லை. ஆனால், என்னுடைய அப்பாவுக்கு இந்த மரத் தடி வேலை எவ்வளவு முக்கியமானது என்பது பற்றி ஓர் உடன்படிக்கை ஏற்பட்டிருக்கலாம். எனவே அதிர்ஷ்டத்தைப் பரிசோதித்துத்தான் பார்ப்போமே என்று முடிவெடுத்திருக்கலாம். அதிர்ஷ்டத்தைப் பரிசோதிப்பதில் தாங்கள் கெட்டிக்காரர்கள் என்று ஒப்புக்கொண்டிருக்கலாம். என்றாலும், எனக்கு மரத் தடிகளை ஓரிரு மாதங்கள் விட்டுவைப்பது சாத்தியமே என்று தோன்றியது. அல்லது வசந்தம் வரும்வரைகூட விட்டுவைக்கலாம். எப்படியோ, இதோ, சூரிய ஒளியில் முற்றத்தில் நிற்கிறார்கள். அவசரமே யில்லாமல், அந்தத் தினத்தில் அவர்களிருவரும் சேர்ந்து செய்து முடிக்க வேண்டியது பற்றிய ஒரு திட்டத்தை வகுக்கிறார்கள் என்பதை என்னால் சொல்ல முடியும். முன்பும் பலதடவைகள் இப்படிச் செய்திருக்கக்கூடும் – எனக்கு அதுபற்றி ஒன்றும் தெரியாத காலத்தில்

தலையணையில் மீண்டும் படுத்தேன். இவ்வளவு கனமாகவும், வலுவற்றும் என்னை உணரச் செய்தது எது என்று யோசித்துப் பார்க்க முயன்றேன். மனத்தில் எதுவுமே உதிக்கவில்லை – வார்த்தைகளோ, பிம்பங்களோ எதுவுமே. இமைகளின் உட்புறம் ஊதாநிறத்தின் மெல்லிய சாயல் மட்டுமே தெரிந்தது. தொண்டையில் வறட்சியும், கரகரப்பும். அப்புறம், ஆற்றோரம் குவிக்கப்பட்டிருக்கிற, எந்தக் கணத்திலும் கிளம்பி விடப் போகிற மரங்களின் நினைவு வந்தது. நான் அதில் பங்கேற்க விரும்பினேன். மரத் தடிகளின் பெரும் சரிவு நீரில் மோதுவதைப் பார்க்க விரும்பினேன். ஆற்றுக் கரை காலியாவதைப் பார்க்க வேண்டும். சமையலறை மாடத்திலிருந்து வந்த உணவின் மணம் சட்டென்று என்னுடைய வயிற்றில் ஒரு குழிவு ஏற்பட்டது போன்ற உணர்வைத் தந்தது. கதவின் வழியே கேட்டேன்:

‘நீங்கள் காலை உணவு சாப்பிட்டாயிற்றா?’

வெளியில் இருந்த இருவரும் சிரிக்க ஆரம்பித்தார்கள். அப்புறம் ஃப்ரான்ஸ்தான் சொன்னார்:

‘இல்லை. நாங்கள் இங்கே சும்மா நின்றுகொண்டிருக்கிறோம். உனக்காகக் காத்திருக்கிறோம்.’

‘பாவம், கிழவர்கள்’ என்று பதில் சொன்னேன். ‘சாப்பிட ஏதும் இருக்கிறதென்றால், இதோ ஒரு நொடியில் வந்துவிடுகிறேன்’ என்றேன். நிஜமாகவே நான் நல்ல உடல்நிலையுடன் இருக்கிறேன், இறகுபோல லேசாக இருக்கிறேன் என்று தீர்மானித்துக்கொண்டேன். மின்னல்போல எழுந்து, வழக்கமாகச் செய்வதுபோல பக்கவாட்டுக் கழியைப் பற்றிய படி படுக்கையிலிருந்து குதித்தேன். புட்டத்தை உந்தி உயர்ந்து, கால்கள்

மேலிருந்து தரையை நோக்கி ஊசலாட, பனிச்சறுக்கில் சடாரென்று திரும்புவது போல இறங்கினேன். ஆனால், இம்முறை என் தொடைகள் ஒத்துழைக்க மறுத்தன. குதித்ததன் அதிர்ச்சி ஆடுசதையில் இறங்கியது. வலது முழங்கால் மரத்தரையில் மோதியது. ஒருக்களித்து விழுந்தேன். முழங்கால் கடுமையாக வலித்தது. கிட்டத்தட்டக் கத்தியே விட்டேன். வெளியில் இருந்த இருவருக்கும் ஓசை கேட்டிருக்க வேண்டும். அப்பா கேட்டார்:

'பிரச்சினை ஒன்றும் இல்லையே?' நல்லவேளை, ஃப்ரான்ஸுடன் தாம் இருந்த இடத்திலேயே இருந்தார் அவர். நான் கண்களை அழுத்திக் கசக்கியபடி சொன்னேன்:

'பின்னே. நன்றாகத்தான் இருக்கிறேன்.' – அப்படி நான் உணர வில்லை என்ற போதிலும். சமாளித்து எழுந்து, படுக்கைக்கு அருகில் இருந்த நாற்காலியில் ஏறி அமர்ந்தேன் – இரண்டு கைகளாலும் முழங் காலைப் பற்றியபடி. தொட்டுப் பார்த்தபோது, எதுவும் உடைந்த மாதிரி உணர்வில்லை. ஆனால், வலி தாள முடியாததாய் இருந்தது. என்னைக் கொஞ்சம் மனமுடைய வைத்தது. கிறுகிறுப்பாகவும், சற்றுக் குழப்ப மாகவும் உணர்ந்தேன். காற்சட்டையை மாட்டிக்கொள்வது கடினமாக இருந்தது. காரணம், வலதுகாலை விறைப்பாக வைத்துக்கொள்ள வேண்டி யிருந்தது. முயற்சியைக் கைவிட்டு, படுக்கைக்கு மீண்டும் ஏறிவிடலாம் என்ற நிலையில் இருந்தேன் – அதாவது, ஏறமுடியும் என்றால். ஆனால், இறுதியில் காற்சட்டையைப் அணிந்துகொண்டுவிட்டேன். அப்புறம் மற்ற ஆடைகளையும் அணிந்து, நொண்டியவாறு வசிப்பறைக்குப் போனேன். அப்பாவும் ஃப்ரான்ஸும் பேசி முடித்து உள்ளே வருவதற் குள்ளாக, மேஜைக்கடியில் காலை நேராக நீட்டிக்கொண்டு உட்கார்ந்து விட்டேன்.

தாமதமான காலை உணவை முடித்த மாத்திரத்தில், அவர்கள் இருவரும் பாத்திரம் கழுவத் தொடங்கினார்கள். ஏனென்றால், அலுத்துப்போய்த் திரும்பும்போது, வீடு சுத்தமாய் இருக்கவேண்டும் என்று விரும்புவார் அப்பா. அங்கங்கே சிந்தியும், அலங்கோலமாகவும் இருக்கும் வீட்டுக்குள் நேரே நுழையக்கூடாது என்பார். ஆனால், ஏனென்று தெரியவில்லை, என்னைச் சும்மா உட்கார்ந்திருக்க விட்டுவிட்டார்கள். இத்தனைக்கும், சாதாரணமாக, பாத்திரம் கழுவுவதில் கூடமாட உதவுவது என்னுடைய வேலைதான் – ஆஸ்லோவிலிருந்து என் சகோதரி எங்களுடன் வந்திருக்கா விட்டால். எவ்வாறாயினும், தனியாக விடப்படுவதில் எனக்கு ஆட்சேப மில்லை.

மேஜைக்கு முதுகைக் காட்டிக்கொண்டு அவர்கள் நின்றார்கள் – அரட்டையடித்துக்கொண்டும், கேலி செய்துகொண்டும், கோப்பைகளை யும் தம்ளர்களையும் கடகடத்துக்கொண்டும். மர உச்சியிலிருந்து தொங்கும் பெருந்தீனிப் பிராணியொன்றைப் பற்றிய பாடலை சீட்டியடித்தார் ஃப்ரான்ஸ். அவருடைய அப்பாவிடமிருந்து கற்ற பாடல் அது. என்னுடைய

அப்பாவுக்கும் அந்தப் பாட்டு தெரியும் என்பது தெரியவந்தது. *தம்முடைய* அப்பாவிடமிருந்து கற்றிருந்தார் இவர். இருவரும் சேர்ந்து, கைப்பிடித் துணியை வீசியாட்டியபடி, பாத்திரம் துலக்கும் ப்ரஷ்களால் தாளமிட்டபடி, அந்தப் பாடலை அடிவயிற்றை எக்கிக் கத்தினார்கள். மேற்படிப் பிராணி கையாலாகாமல் ஸ்ப்ரூஸ் மர உச்சியில் தொங்கியாடுவதை நான் ***கண்டேன்***. என் தலை மிகவும் கனத்தது. நிமிர்ந்து இருப்பது சிரமமாக இருந்தது. அந்தச் சந்தர்ப்பத்தைச் சாக்காக வைத்து, கைகளை மேஜைமீது முன்னால் நீட்டி, தலையைக் கிடத்திக்கொண்டேன். அதே நிலையில் தொடர்ந்திருந்தால், சில கணங்கள் சுரணையில்லாமல் இருந்திருப்பேன். ஆனால், அப்பா சொன்னார்:

'இனிமேலும் இங்கே இருந்து கூத்தடித்துக்கொண்டிருக்க முடியாது. நாம் போக வேண்டும், இல்லையா ட்ரோண்?' அவருடைய குரல் தெளிவாகக் கேட்டது. வாய் முழுக்க எச்சிலுடன் பதில் சொன்னேன்:

'ஆமாம். சரிதான்.' தலையை உயர்த்தி, வாயைத் துடைத்துக் கொண்டேன். சொல்லப்போனால், சட்டென்று, நான் மிகவும் மோசமாக ஒன்றும் இல்லை என்று பட்டது.

கொட்டகையை நோக்கி முற்றம் வழியாக அவர்களுடன் நடந்தேன் – ஆகக் குறைந்த அளவு நொண்டியபடி. கருவிகளின் குவியலிலிருந்து வேல்கம்பு ஒன்றைப் பொறுக்கியெடுத்தேன். கயிற்றுச் சுருளைத் தோளில் தொங்கவிட்டுக்கொண்டேன். அப்பாவும் ஒரு வேல்கம்பை எடுத்துக் கொண்டார். இரண்டு கோடரிகளும், உறையிட்ட கத்தியும் எடுத்துக் கொண்டார். ஃப்ரான்ஸ் ஒரு கடப்பாரையும், புதிதாய்ச் சாணை தீட்டப்பட்ட ரம்பமும் எடுத்துக்கொண்டார். இவையனைத்தையும் கொட்டகையில் வைத்திருந்தோம். இன்னமும்கூட வைத்திருந்தோம்: ரம்பங்கள், சுத்திகள், கருக்கரிவாள்கள் இரண்டு, இடுக்கிகள், இழைப்புளிகள் இரண்டு, விதவிதமான அளவுகளில் உளிகள், சுவர் ஆணிகளில் வரிசையாகத் தொங்கிய பல்வேறு அரங்கள். மூலைமட்டங்களும், இன்னும் எனக்குப் பயன் தெரியாத ஏகப்பட்ட கருவிகளும் இருந்தன. அந்தக் கொட்டகையில் தேவையான உபகரணங்கள் அனைத்தும் நிரப்பப்பட்ட பட்டறையே வைத்திருந்தார் அப்பா. அந்தக் கருவிகளை நேசித்தார். அவற்றைக் கூர்தீட்டினார், மெருகேற்றினார், அவை நல்ல மணத்துடன் இருப்பதற்காகவும், நீடித்து உழைப்பதற்காகவும் பல்வேறுவகை எண்ணெய்களில் ஊறவைத்தார். ஒவ்வொரு கருவிக்கும் அதற்கேயுரிய இடம் இருந்தது; அங்கே தொங்கவோ நிற்கவோ செய்யும். எந்த நேரத்திலும் பயன்பாட்டுக்குத் தயாராக இருக்கும்.

கொட்டகைக் கதவை மூடி, நாதாங்கியைப் போட்டார் அப்பா. கையிடுக்கிலும் தோளிலும் உபகரணங்களைச் சுமந்துகொண்டு மூவரும் நடந்தோம். ஆற்றை நோக்கிப் போகும் பாதையில், மரத் தடிகளின் குவியல்கள் இரண்டையும் நோக்கி வரிசையாகப் போனோம். முதலில் அப்பா, கடைசியில் நான். சூரியன் பளபளத்தது; பலநாள் மழைக்குப் பிறகு நீர்மட்டம் உயர்ந்திருந்த ஆற்றின்மீது பிரகாசித்தது. நான் மட்டும்

இன்னமும் ஒரு காலைத் தாங்கி நடக்காவிட்டால், நாங்கள் சேர்ந்து செய்துகொண்டிருந்த வேலைகளுக்கும், அந்தக் கோடைகாலத்துக்கும் கச்சிதமான சித்திரமாக அது இருந்திருக்கும். எனக்குள்ளே மிகமிக நைந்து களைத்திருந்த ஏதோவொன்று இருந்தது. நான் கண்டவகையில், என் ஆன்மா இருக்கும் இடத்திலிருந்து மிக அதிகத் தொலைவில் இல்லை அது; தற்சமயம் என் கணுக்கால்களையும் தொடைகளையும் சாதாரணமாக அவை சுமந்து சென்றிருக்கக்கூடிய எடையைச் சுமக்க முடியாத அளவு மிகவும் பலவீனமாக ஆக்கியது.

ஆற்றுக் கரையை அடைந்ததும், எங்கள் கருவிகளைக் கற்களின்மீது வைத்தோம். அப்பாவும் ஃப்ரான்ஸுும் முதல் குவியலைச் சுற்றிப் போய், அருகருகே நின்றார்கள். பெருகி மினுங்கும் ஆற்றுக்குஅவர்களுடைய முதுகைக் காட்டியபடி. தலையை உயர்த்தி, இடுப்பில் கைகளையூன்றி, உறுதியான, செங்குத்தாய் நின்ற இரண்டு கம்பங்களையொட்டி அடுக்கப் பட்ட கனத்த மரங்களை ஆராய்ந்தார்கள். தரையில் நன்கு ஊன்றப் பட்ட சாய்வான தடிகள் முட்டுக்கொடுக்க, நேராய் நின்றன கம்பங்கள். திட்டம் இதுதான்: தடிகளை உருவியதும், கம்பங்கள் நேராய் விழும்; குவியல் விரைந்து சரியும். தண்டவாளங்கள் போலக் கிடக்கும் கம்பங் களின்மீது தடிகள் முன்னோக்கி உருண்டு தண்ணீரில் போய் விழும் – தூரமும் கோணமும் சரியாய் இருக்கும் பட்சத்தில். அப்பாவையும், ஃப்ரான்ஸையும் பொறுத்தவரை, எல்லாமே சரியாய் இருந்தன. அடுத்து அவர்கள் செய்தது என்னவென்றால், முழந்தாளிட்டு, முட்டுக்கொடுத்த தடிகளை உருவியெடுக்க வாகாக அவற்றைச் சுற்றிலுமிருந்த மண்ணை யும் கற்களையும் தோண்டி அகற்றுவது. அதைச் செய்து முடித்ததும், தங்களது கயிறுகளை எடுத்து, அவரவர் கயிற்றை ஒரு தடியில் கட்டி விட்டு, கயிற்றின் முனையைக் கையில் பிடித்தவாறு குவியலின் பக்கத்துக் கொருவராக நன்கு பின்னகர்ந்தார்கள் – உருளும் மரங்களின் பாதையில் குறுக்கே இருந்துவிடாதபடி. இதைச் செய்வதற்குப் பல வழிகளுண்டு. இந்தக் குறிப்பிட்ட செய்முறை ஃப்ரான்ஸின் கண்டுபிடிப்பு. ஒட்டு மொத்தமாய் அத்தனை மரங்களையும் ஒரே தடவையில் நீரில் தள்ளத் தம்மால் முடிந்ததேயில்லை என்றார் அவர். இந்த முறையும் வெற்றி கிட்டும் என்று தோன்றவில்லையாம். ஏனென்றால், அதற்குப் பிரத்தியேக மான சாய்வுப்பாதை வேண்டும். அதற்கேற்ற பெரும் பளுவும் வேண்டும். கடும் உறுதிகொண்ட கம்பங்கள், தடைகள் வேண்டும்; ஏகப்பட்ட அதிர்ஷ்டமும் வேண்டும். இவ்வளவுக்கும் பிறகும், மிக அபாயகரமான வேலை அது. ஆனால், சாவகாசமான வாழ்க்கை உங்களுக்கு வேண்டு மென்றால், மிகப் பெரிய இன்னலை அவ்வப்போது எதிர்கொள்ளத் தான் வேண்டும் – ஃப்ரான்ஸைப் பொறுத்தவரை.

இப்போது ஒவ்வொரு முனையிலும் கயிற்றை இறுக்கினார்கள். குதிகால்களை அழுத்தமாகத் தரையில் பதித்துக்கொண்டார்கள். ஒரே குரலில், உரத்து எண்ணினார்கள்: ஐந்து, நான்கு, மூன்று, இரண்டு, ஒன்று, இதோ! பலமனைத்தையும் திரட்டி இழுத்தார்கள். கயிறுகள் சடசடத்தன. அவர்களுடைய நெற்றி நாளங்கள் புடைத்தன. முகங்கள் கறுத்தன. எதுவுமே நடக்கவில்லை. கம்பங்கள் நின்ற இடத்திலேயே

நின்றன. ஃப்ரான்ஸ் இன்னொருமுறையும் எண்ணிவிட்டு, கத்தினார்: இதோ! மீண்டும் இழுத்தார்கள். ஒத்த குரலில் அரற்றினார்கள். பற்களை நெரித்து, சிறு வெட்டுபோலக் கண்களைக் குறுக்கிய அவர்கள் இருவரின் அங்கங்களைத் தவிர எதுவுமே அசையவில்லை. எத்தனை விதமான முகச்சேட்டைகள் செய்தும் பிரயோசனமில்லை; உச்சபட்சமான வலுவைக் காட்டி இழுத்தாலும்தான். கம்பங்கள் உறுதியாக நின்றன.

'அடச் சே' என்றார் அப்பா.

'எரியும் நரகமேதான்' என்றார் ஃப்ரான்ஸ்.

'கோடாலியால் வெட்டத்தான் வேண்டும்' என்று சொன்னார் அப்பா.

'அது ஆபத்தானது. கொதிக்கக்கொதிக்க மொத்தக் குவியலும் நம் தலையில்தான் விழும்' என்றார் ஃப்ரான்ஸ்.

'தெரிகிறது' என்று என் அப்பா சொன்னார். பிறகு, கருவிக் குவியலிலிருந்து தங்கள் கோடரிகளை எடுத்துக்கொண்டு மரக்குவியலின் முன்னால் போனார்கள். சாய்வாக முட்டுக்கொடுக்கப்பட்ட தடைகளின்மீது அவற்றைப் பதித்தார்கள். முதல் தடவையில் தங்கள் திட்டம் வெற்றியடையாமல் போன எரிச்சலால் அவர்களது கரங்களும், உடல்களும் கிட்டத்தட்டத் தெறிக்கும் நிலையிலிருந்தன. அதாவது, அந்த அளவுக்குச் சீர்கெட்டிருந்தார்கள். 'எரியும் நரகம்' என்று மறுபடியும் சொன்னார் ஃப்ரான்ஸ். அப்புறம் கூறினார்:

'ஒரே சமயத்தில் வெட்டுவோம்.'

'அப்படியே செய்யலாம்' என்றார் அப்பா. லயத்தை மாற்றிக் கொண்டு, ஒத்திசைந்து இயங்கினார்கள். கோடரி வெட்டும் ஒலி, கூர்மையாக, முறிவதுபோலக் கேட்டது ஒவ்வொரு தடவையும். அவர்களுக்கு இதைச் செய்யப் பிடித்திருக்கிறது என்பதை என்னால் காண முடிந்தது. ஏனெனில், திடீரென்று ஃப்ரான்ஸ் புன்னகைத்தார். வாய்விட்டுச் சிரித்தார். அப்பாவும் புன்னகைத்தார். அவர்களைப்போல ஆகவேண்டும் என்று நான் விரும்பினேன். ஃப்ரான்ஸ் போன்ற ஒரு நண்பன் எனக்குக் கிடைக்க வேண்டும். அவனுடன் நான் கோடரியைச் சுழற்றியவாறு திட்டங்கள் தீட்டலாம். என்னுடைய பலத்தைச் செலவழிக்கலாம். சிரிக்கலாம். இதேபோன்ற ஓர் ஆற்றின் கரையில் மரங்களைத் தரிக்கலாம். எப்போதும் ஒரேமாதிரியாய்த் தெரியும் வேலைதான் அது, ஆனாலும் புதிதாய் இருப்பது. இப்போது போல. ஆனால், இருந்திருக்கக் கூடிய ஒரே நண்பனும் காணாமல் போய்விட்டான். அவனைப் பற்றி இப்போதெல்லாம் யாருமே பேசுவதில்லை. என்னுடைய அப்பா இருக்கிறார்தான். ஆனாலும், அது வேறு மாதிரி. அவர் வளர்ந்த மனிதர். அவருக்குப் பின்னால் ஒரு ரகசிய வாழ்க்கை இருக்கிறது – அதைப் பற்றி எனக்குத் தெரியும். அதற்கும் பின்னால் இன்னொன்று இருக்கக் கூடும். இனிமேலும் அவரை நம்பலாமா என்று எனக்குத் தெரியவில்லை.

இப்போது அப்பா வேகமாக வெட்டினார். ஃப்ரான்ஸூம் பின் தொடர்ந்தார். பிறகு அப்பாவும் உரத்துச் சிரித்தார். கூடுதல் பலத்துடன் கோடரியைப் பாய்ச்சினார். கோடரி தாக்கிய இடத்தில் முறியும் ஒலி கேட்டது. அப்பா அலறினார்:

'ஓடு. வேகமாய் ஓடு.' வேகமாகத் திரும்பி, ஒரு பக்கமாக ஓடினார். ஃப்ரான்ஸ் வாய்விட்டு உரக்கச் சிரித்துவிட்டு, தாமும் அதையே செய்தார். முட்டுக்கட்டைகள் கிட்டத்தட்ட ஒரே சமயத்தில் உடைந்தன. ஒன்றன்மீது ஒன்றாக வீழ்ந்தன. திட்டத்தின்படி, கச்சிதமாகக் கம்பங்கள் முன்னோக்கி வீழ்ந்தன. குவியல் சரியத் தொடங்கியது – ஆற்றின் மேலும், காட்டினுள் ளேயும் சாதகமான பாடலை இசைக்கும் நூறு கண்டாமணிகளின் ஓசையுடன். குறைந்தது, பாதி மரங்கள் புரண்டோடின. கிட்டத்தட்ட ஆற்றுக்குள் சாடிக் குதித்தன. தெறித்து உயர்ந்தது நீர். மரத் தடிகள் மற்றும் தண்ணீரின் வசீகரமான பிரளயம் நிலவியது. அதைப் பார்க்க அங்கே இருந்தேன் என்பது இன்பமாக இருந்தது எனக்கு.

ஆனால், இன்னும் ஏகப்பட்ட மரங்கள் மிச்சமிருந்தன. அவையனைத் துமே போயாக வேண்டும். அவரவர் வேல்கம்புகளுடன் மூவரும் வேலையில் இறங்கினோம். புரட்டவும், தள்ளவும், இழுக்கவும் செய்தோம். சிலசமயம், ஒன்றோடொன்று இடித்து நின்ற தடிகளை விலக்கிவிடக் கடப்பாரையைப் பயன்படுத்தினோம். சிலவேளை அவை சிக்கிக்கொண்ட போது, கயிறுகளைப் பயன்படுத்தி இழுத்தோம். ஒவ்வொரு தடியாக வசத்துக்கு வந்தன. அவற்றை உருட்டிப் போனோம். ஒரு சமயத்தில் இரண்டுபேர் என வேல்கம்புகளால் உருட்டிச் சென்று ஆற்றில் தள்ளி னோம். தண்ணீர் விசிறியடிக்கும். பள்ளத்தாக்கினூடே இறங்கிச் செல்லும் நீரோட்டத்தில் சட்டென்று ஸ்வீடனை நோக்கி அவை நழுவிப் போகத் தொடங்கும் – கண்ணியமான சாந்தத்துடன்.

சீக்கிரமே நான் களைப்பாக உணர்ந்தேன். என்னை மேலெடுக்கும், போதையூட்டும், வேலைக்கான உபரித் திராணியைக் கொடுக்கும், பிடிப்புகளுக்கிடையே மிக சுலபமாக என்னை ஊசலாட்டும் என்றெல் லாம் நான் எதிர்பார்த்துக் காத்திருந்த பிரத்தியேக உணர்வு எழவே யில்லை. அது என் கால்களையோ, கைகளையோ அல்லது நான் நம்பிய வேறேதேனும் இடத்திலோ தசைகளைப் பற்றிக்கொள்ளவே இல்லை. மாறாக, நான் கனத்தும், வற்றியும் போயிருந்தேன். மிகமிகக் கருத்தூன்றி ஒன்றைச் செய்துமுடித்த பிறகே அடுத்ததைச் செய்யவேண்டி யிருந்தது – என்னுடைய நிலைமையை மற்றவர்கள் பார்த்துவிடாமல் காத்துக்கொள்ளும் பொருட்டு. முழங்கால் நொந்தது. இறுதியில், ஓய்வுக் கான நேரம் என்று அப்பா அறிவித்தபோது, ஆசுவாசமாய் உணர்ந்தேன். பெரும்பகுதி மரங்கள் தள்ளப்பட்டு விட்டன. மிகச் சில சிறு தடிகளே மீதமிருந்தன. ஆனால், அனுப்புவதற்கு இன்னும் ஒரு குவியல் பாக்கி யிருந்தது. 1944இல் ஒரு குளிர்கால இரவில், ஃப்ரான்ஸ் வடித்த சிலுவையைத் தன் உடம்பில் தாங்கி நிற்கும் பைன் மரத்தை நோக்கி ஊர்ந்து போனேன். ஏனென்றால், ஆக ஒல்லியான, தளர்ந்து தொங்கும் காற்சட்டையணிந்த வனும், ஆஸ்லோவிலிருந்து வந்தவனுமான ஓர் ஆசாமி, ஜெர்மானியத்

துப்பாக்கிக் குண்டுகளால் கொல்லப்பட்ட இடம் அது. சிலுவைக்கு அடியிலிருந்த குட்டைப் புதரில் படுத்தேன். பருத்த வேர்களிலொன்றில் தலையைப் பதித்த மாத்திரத்தில் தூங்கிப் போனேன்.

கண்விழித்தபோது, ஜானுடைய தாயார் எனக்கு மேலாக முழந்தாளிட்டிருந்தார். அவருடைய தலைக்குப் பின்னால் சூரியன். என்னுடைய கேசத்தை ஒரு கையால் அளைந்துகொண்டிருந்தார். மஞ்சள் பூப்போட்ட, நீலநிறப் பருத்தியுடை அணிந்திருந்தார். முகம் தீவிரமாக இருந்தது. எனக்குப் பசிக்கிறதா என்று கேட்டார். ஒரு கணம், தளர்ந்த காற்சட்டையணிந்த ஆளாக நான் இருந்தேன். ஆனால், சாகாமல் இருந்தேன். தன்னினைவு வந்து, தன் பக்கத்தில் இன்னமும் நின்றிருக்கும் பெண்மணியை நிமிர்ந்து பார்த்தான் அவன். ஆனால், உடனே நழுவிச் சென்று மறைந்துவிட்டான். கண் சிமிட்டினேன். உடனடியாகக் கூச்சம் கொண்டேன். அது ஏனென்று உடனே தெரிந்துவிட்டது. நான் அந்தப் பெண்மணியைத்தான் கனவு கண்டுகொண்டிருந்தேன் – அது என்ன கனவு என்று நினைவில்லை. ஆனால், அந்தக் கனவுக்குள் தீவிரமான, விசித்திரமான கதகதப்பு இருந்தது. இப்போது அந்தப் பெண்மணியின் கண்கள் என் கண்களை நோக்கியபோது, நான் ஏற்றுக்கொள்ள முடியாத கதகதப்பு. தலையாட்டியபடி, புன்னகைக்க முயன்றேன். ஒரு கையை ஊன்றி எழ முனைந்தேன்.

'இதோ வருகிறேன்' என்று சொன்னேன். அந்த அம்மாள் சொன்னார்: 'நல்லது. வா. சாப்பாடு தயாராக இருக்கிறது'. மிகவும் எதிர்பாராத விதமாகப் புன்னகைத்தார். நான் பார்வையை வேறுபுறம் திருப்பிக்கொள்ள வேண்டியிருந்தது. அவருக்குப் பின்னால், பெருகிக்கொண்டேயிருக்கும் நீர்மட்டத்தைப் பார்த்தேன் – மறுகரைவரை. திடீரென்று, வயல்வெளியின் உச்சியில் பர்க்கால்டின் குதிரைகள் இரண்டு, வேலிக்கருகில் நின்றன. காதுகள் விறைத்திருக்க, குளம்புகள் தரையில் உதைக்க, எதிர்வரவிருக்கும் உற்பாதங்களைப் பற்றி எச்சரிக்கும் பொருட்டு இங்கே அனுப்பி வைக்கப்பட்ட இரண்டு பேய்க்குதிரைகள் மாதிரி.

முழந்தாளிலிருந்து ஒரேவீச்சில் எழுந்து நின்றார் அந்தப் பெண்மணி – உலகத்திலேயே செய்வதற்கு மிகச் சுலபமான காரியம் அதுதான் என்பது போல. முதல் குவியல் இருந்த காலியிடத்தில் அப்பாவோ, ஃப்ரான்ஸோ மூட்டியிருந்த, சடசடக்கிற நெருப்பருகில் சென்றார். வறுபடும் இறைச்சி மற்றும் காஃபியின் நறுமணம் காற்றில் இருந்தது. புகையின் வாசனையும் இருந்தது. வெட்டிய மரம், குட்டைப்புதர், சூரிய ஒளியில் உலர்ந்த கற்கள், இவற்றினது போக, இந்த ஆற்றினருகில் மட்டுமே நான் கவனித்திருந்த, வேறெங்குமே இல்லாத ஒரு விசேஷ நறுமணமும் இருந்தது. அந்த மணம் எதனால் உருவானது, அல்லது அங்கே இருந்த எல்லாவற்றினதும் சேர்ந்த கலவை மணமா என்று எனக்குத் தெரியவில்லை. எல்லாவற்றின் அடிநாதமாய் இருக்கிற, ஒரு கூட்டுத் தொகையான மணம் அது. அந்த இடத்தை விட்டு நீங்கிப் போய்விட்டு, மீண்டும்

திரும்பாமல் இருந்தேனென்றால், என்னால் மீண்டும் அனுபவிக்கவே இயலாத ஒரு நறுமணம்.

நெருப்பிலிருந்து அதிகத் தொலைவிலன்றி, நீருக்குப் பக்கத்தில் இருந்த பாறையொன்றில் லார்ஸ் உட்கார்ந்திருந்தான். கோணல்மாணலான சுள்ளிகளின் கட்டு ஒன்றைக் கையில் வைத்திருந்தான். சுள்ளிகளை சம நீளம் கொண்டவையாக ஒடித்தான். ஆற்றோரமாய், பாறைக்கு அருகி லிருந்த புல்மண்டிய சரிவில் குவியலாக அடுக்கினான். அந்தக் குவியலுக்கு முன்னால், கூரான இரண்டு சுள்ளிகளைத் தடுப்புக் கம்பங்களாக ஊன்றினான். அவற்றைச் சார்ந்து சுள்ளிகள் எல்லாவற்றையும் அடுக்கி னான். முறையான மரத் தடிக் குவியலொன்றின் குறுவடிவமாக, நிஜமாகவே மிகமிக நன்றாக இருந்தது அது. அவனருகில் சென்று குத்தவைத்து அமர்ந்தேன். ஓய்வுக்குப் பிறகு, என் கால் இப்போது முன்பைவிட நன்றாய் ஆகிவிட்டிருந்தது. எனவே, நான் ஊனமாகிவிடவில்லைதான்.

'குவியல் நிஜமாகவே பிரமாதமாய் இருக்கிறது.'

'சும்மா கொஞ்சம் குச்சிகள்தான்' என்றான். குரல் தணிவாகவும், தீவிரமாகவும் இருந்தது. திரும்பிப் பார்க்கவில்லை அவன்.

'இ...ருக்...கலாம். அப்படியேகூட இருக்கலாம். அதே சமயம், பிரமாதமாகவும் இருக்கிறது. நிஜமான குவியல் மாதிரி. அதன் மினியேச்சர்.[1] அவ்வளவுதான்.'

'மின்னிச்சர் என்றால் என்ன அர்த்தமென்று எனக்குத் தெரியாது.' என்று மிருதுவாகச் சொன்னான் லார்ஸ்.

என் மனத்தில் தேடிப்பார்த்தேன். எனக்கும்கூடத் தெரியவில்லை. ஆனால், சொன்னேன்:

'குட்டியான ஒன்று, பிரம்மாண்டமான ஒன்றைப் போலவே அச்சு அசலாகத் தெரிந்தால் அதுதான் மினியேச்சர். அது குட்டியாக இருக்கும், அவ்வளவுதான். உனக்குப் புரிகிறதா?'

'ப்ஸ்ஸ்... இது கொஞ்சம் குச்சிகள் மட்டும்தான்.'

'சரி. இது கொஞ்சம் குச்சிகள் மட்டும்தான். நீ மதியச்சாப்பாடு உண்ணப் போவதில்லை?'

அவன் தலையசைத்தான். 'இல்லை' என்று சொன்னான், அநேகமாக வெளியில் கேட்காதபடி. 'நான் எதுவும் உண்ணப் போவதில்லை.' நான் சொன்னமாதிரியே, 'உண்ணப்போவதில்லை' என்றான். மற்றபடி, அவன் 'சாப்பிடப்' போவதில்லை என்றுதான் கூறியிருப்பான்.

---

1. இந்த இடத்தில் வெளிப்படும் லார்ஸின் குழந்தைமைக்குச் சான்றாக இந்த உச்சரிப்பு வேறுபாடு இருப்பதால் 'குறுவடிவம்' என்று மொழிபெயர்க்காது விட்டிருக்கிறேன். (மொ-ர்)

‘ரொம்பச் சரி. அதுவும் நல்லதுதான். உனக்கு எது பிடிக்குமோ அதைச் செய்’ என்றேன். இடதுகாலில் என் உடலின் கனத்தைத் தாங்கி ஜாக்கிரதையாக எழுந்தேன்.

‘நல்லது. ***எனக்குப்*** பசிக்கிறது’ என்று சொல்லிவிட்டு, திரும்பி ஓரிரண்டு எட்டுகள் வைத்திருப்பேன், அவன் சொல்வது கேட்டது:

‘நான் என் சகோதரனைச் சுட்டுவிட்டேன், ஆமாம், சுட்டுவிட்டேன்.’

நான் திரும்பி, எடுத்துவைத்த இரண்டு எட்டுகள் பின்னால் வந்தேன். என் வாய் உலர்ந்துவிட்டது. கிசுகிசுப்பாய்ச் சொன்னேன்:

‘தெரியும். ஆனால், அது உன் தப்பில்லை. துப்பாக்கியில் குண்டு இருக்கிறது என்று உனக்குத் தெரியாதே?’

‘ஆமாம், எனக்கு அது தெரியாது.’

‘அது ஒரு விபத்து.’

‘ஆமாம். அது ஒரு விபத்து.’

‘நிச்சயமாய் உனக்குச் சாப்பிட விருப்பம் இல்லையா?’

‘ஆமாம். நான் இங்கேயே இருப்பேன்’ என்றான்.

‘அது சரி. அப்புறமாய் உனக்குப் பசிக்கும்போது நீ வரலாம்’ என்றேன். அவனுடைய தலைமுடியைப் பார்த்தேன். முகத்தை என்னால் பார்க்க முடியவில்லை. அவனுக்குப் பத்தே வயதுதான். நல்லவேளை, சலனம் ஏதுமில்லை. மேற்கொண்டு சொல்வதற்கு, அவனிடமும் எதுவுமில்லை.

திறந்தவெளிக் கணப்பை நோக்கிப் போனேன். ஆற்றுக்கு முதுகைக் காட்டி உட்கார்ந்திருந்தார் அப்பா. இன்னமும் மிச்சமிருந்த தடிகளிலொன்றின் மீது, ஜானுடைய தாயாருக்கு அருகில் அமர்ந்திருந்தார். அந்தக் காலைவேளையில் படகுத்துறையில் இருந்ததுபோல இறுகப் பிணைந்து இருக்கவில்லை அவர்கள். ஆனாலும், நெருக்கமாகத்தான் இருந்தனர். அந்த முதுகுகள் விச்ராந்தியாய்த் தென்பட்டன. சற்று அற்பமான தன்னிறைவோடு. சட்டென்று எனக்குள் கடுமையான எரிச்சலை மூட்டின. அவர்களுக்கெதிரே, வெட்டப்பட்ட மரத்தின் மீதிப் பாகத்தில் ஃப்ரான்ஸ் அமர்ந்திருந்தார். அவருடைய கையில் தகரத் தட்டு இருந்தது. நெருப்பின் வெளிச்சத்தில், கண்ணாடிபோலத் தெரியும் புகையினூடே, அவருடைய தாடிமுகம் தெரிந்தது. அவர்கள் ஏற்கனவே சாப்பிடத் தொடங்கிவிட்டிருந்தார்கள்.

தமக்கருகில் இருந்த இன்னொரு மரத் தண்டைத் தட்டிக் காட்டி, ‘வா ட்ரோண். வந்து உட்கார்’ என்றார் ஃப்ரான்ஸ். சற்று விகாரமாக இருந்தது அது. ‘உனக்கு இப்போது சாப்பாடு வேண்டும். இன்னும் ஏகப்பட்ட வேலை கிடக்கிறது. பிழைத்து இருக்கவேண்டுமானால், நாம் சாப்பிட்டாக வேண்டும்.’

ஆனால், அந்த மரத்தண்டின்மீது நான் உட்காரவில்லை. அதுவரை கேள்விப்படாதது என்று நான் எண்ணிய – இப்போதும் அப்படித்தான் நினைக்கிறேன் – ஒரு காரியத்தைச் செய்தேன். அப்பாவுக்கும், ஜானுடைய தாயாருக்கும் பின்னால் சென்று, அவர்கள் அமர்ந்திருந்த தடியின்மீது ஒரு காலைத் தூக்கிப்போட்டு, இருவருக்கும் இடையில் என்னைத் திணித்துக்கொண்டேன். உண்மையில் அங்கே போதுமான இடம் இல்லை. எனவே அவர்கள் இருவரையும் அழுத்தமாகத் தள்ளினேன். அதிலும் அந்தப் பெண்மணியை அதிகமாகவே தள்ளினேன். என்னுடைய முரட்டுத் தனமான இயக்கம், அந்தப் பெண்மணியின் மிருதுத்தன்மைக்கு நேர் எதிராக இருந்தது. அதைச் செய்ய எனக்கு வருத்தமாகத்தான் இருந்தது. ஆனாலும் செய்தேன். அந்தப் பெண்மணி நகர்ந்துகொண்டார். அப்பா பலகைபோல விறைப்பாக அமர்ந்திருந்தார். நான் சொன்னேன்:

'உட்கார்வதற்கு இந்த இடம் பிரமாதமாய் இருக்கிறது.'

'அப்படி நினைக்கிறாய், அல்லவா?'

'ஆமாம். இப்படி ஒரு நல்ல தோழமை இருக்கும்போது ...' ஃப்ரான்ஸின் கண்களை நேருக்குநேர் பார்த்தேன். தொடர்ந்து பார்த்துக்கொண்டே யிருந்தேன். அவருடைய பார்வை நகர்ந்துவிட்டது. பிறகு, மெல்லுவதை முழுக்க நிறுத்திவிட்டு, தமது தட்டை உற்றுப் பார்த்தார். முகம் விநோத மாய் ஆகியிருந்தது. எனக்கு ஒரு தட்டும் முள்கரண்டியும் எடுத்துக் கொண்டேன். கணப்பின் அருகில் ஒரு கல்மீது நேர்த்தியாக வைக்கப் பட்டிருந்த வாணலியிலிருந்து எடுத்து என் தட்டில் போட்டுக்கொள் வதற்காக முன்னால் குனிந்தேன்.

'ரொம்ப ருசியாக இருக்கிற மாதிரித் தெரிகிறது' என்று சிரித்துக் கொண்டே சொன்னேன். என்னுடைய குரல் கிறீச்சிடுவது எனக்குக் கேட்டது. நான் உத்தேசித்ததைவிட மிகவும் உரத்தும் இருந்தது.

○

14

கனவிலிருந்து வெளிச்சத்தை நோக்கித் தட்டுத் தடுமாறிச் செல்கிறேன். எனக்கு நேர்மேலே வெளிச்சம் தெரியத்தான் செய்கிறது. நீருக்கு அடியில் இருக்கிற மாதிரி இருக்கிறது. மேலே மங்கலான நீலநிற மேற்பரப்பு. மிக அருகில், ஆனாலும் எட்டமுடியாத் தொலைவில். ஏனெனில், இங்கே கீழே இளஞ்சிவப்பு நிறத் தரைமட்டத்தில் எதுவுமே துரிதமாக நகர்வதில்லை. இந்த இடத்துக்கு நான் முன்னமே வந்திருக்கிறேன். ஆனால், இப்போது, நான் சரியான நேரத்துக்கு எழுந்துவிட முடியுமா என்று தெரியவில்லை. என்னால் முடிந்த அளவு கைகளை நீட்டுகிறேன். கடும் சோர்வினால் கிறங்கியிருக்கிறேன். திடீரென்று என் உள்ளங்கைகளில் குளிர்ந்த காற்றை உணர்கிறேன். மேல்நோக்கி விரைய, கால்களைப் பயன்படுத்துகிறேன். உச்சியிலிருக்கும் சல்லாத் துணிப் படுகையைப் பிளந்துகொண்டு போகிறது என் முகம். காற்றுக்காக வாய் திறக்கிறேன். பிறகு, கண்களைத் திறக்கிறேன். அது வெளிச்சமேயில்லை; ஆழத்தில் இருந்தது மாதிரியே இருட்டாகத்தான் இருக்கிறது. ஏமாற்றம் என் வாயில் சாம்பல் போல ருசிக்கிறது. நான் இருக்க விரும்பும் இடம் இது அல்ல. ஆழமாக மூச்சிழுத்து, உதடுகளை இறுக்க மூடிக்கொள்கிறேன். மீண்டும் கீழே பாயத் தயாராகிறேன். அப்போதுதான் தெரிகிறது – நான் என்னுடைய படுக்கையில் இருக்கிறேன் என்பது. தூவிப் போர்வைக்கு அடியில்; சமையலறைக்கு அருகில் இருக்கும் இந்த அறையில். இது அதிகாலை. இன்னமும் கடுமையான இருள் இருக்கிறது. இனிமேலும் நான் மூச்சடக்கி இருக்க வேண்டியதில்லை. மூச்சை வெளிவிடுகிறேன். தலையணைக்குள் ஆசுவாசமாகச் சிரிக்கிறேன். அப்புறம் அழத் தொடங்குகிறேன் – ஏனென்று புரிவதற்குள்ளாகவே. இது கொஞ்சம் புதிது. கடைசியாக நான் எப்போது அழுதேன் என்று எனக்கு நினைவில்லை. சற்று நேரம் அழுதபிறகு, எனக்கு உறைக்கிறது: ஒருநாள்

பெர் பெதர்சன்

காலைப் பொழுதில் அந்த மேல்மட்டத்தை நான் எட்டவில்லை என்றால், அப்போது நான் இறந்துகொண்டிருக்கிறேன் என்று அர்த்தமா?

ஆனால், நான் அழுவது அதற்காக அல்ல. நான் வெளியில் சென்றிருக்க முடியும்; குளிர் என்னை மரத்துப்போகச் செய்யும்வரை உறைபனியில் கிடந்திருக்க முடியும்; முடிந்த அளவு மரணத்துக்கு அருகில் சென்றிருக்க முடியும்; அது எப்படித்தான் இருக்கிறது என்று கண்டறிந்திருக்க முடியும்; என்னை மிக எளிதாக ஆயத்தப்படுத்திக் கொண்டிருக்க முடியும். ஆனால், நான் அஞ்சுவது மரணத்தைப் பார்த்து அல்ல. படுக்கையருகே இருக்கும் சிறு மேசையைப் பார்த்துத் திரும்புகிறேன் – கடிகாரத்தின் ஒளிரும் முகத்தைப் பார்க்கிறேன். ஆறு என்கிறது. என்னுடைய நேரம் அது. நான் புறப்பட வேண்டும். போர்வையை ஓரந்தள்ளிவிட்டுத் துள்ளியெழுகிறேன். இப்போது முதுகு தேறியிருக்கிறது. தரையில் போட்டுவைத்திருக்கும் கம்பளி விரிப்பில் கால்கள் பதிய, படுக்கையின் விளிம்பில் அமர்கிறேன். குளிர்காலத்தில் உள்ளங்கால்கள் பயங்கரமான தாக்குதலுக்காளாகாதிருப்பதற்காக அந்த விரிப்பு. காப்புறை கொண்ட புதிய தரை அமைத்தாக வேண்டும். ஒருவேளை, வசந்த காலத்தில் செய்வேன் – நான் ஓட்டாண்டியாகாமல் இருந்தால். நான் ஓட்டாண்டி ஆகமாட்டேன். எப்போதுதான் அதைப் பற்றிக் கவலைப் படுவதை நிறுத்தப்போகிறேன்? படுக்கையருகில் உள்ள விளக்கைப் போடுகிறேன். நாற்காலிக்கு மேலே தொங்கிக்கொண்டிருக்கும் காற்சராயைத் தேடித் துழாவுகிறேன். கை அதன்மீது படுகிறது. பற்றுகிறேன். ஆனால், அத்தோடு நிறுத்திக்கொள்கிறேன். எனக்குத் தெரியவில்லை – நான் தயாராயில்லையோ? செய்யவேண்டிய சமாசாரங்கள் இருக்கின்றன. யாராவது தடுக்கி விழுந்து காலை உடைத்துக்கொள்வதற்கு முன்னால், வாயிற்படியில் உள்ள தரைப்பலகைகளை மாற்ற வேண்டும். அதைத் தான் இன்று செய்வதாக இருந்தேன். திண்மையான பலகைகளும் மூன்றங்குல ஆணிகளும் வாங்கி வைத்திருக்கிறேன். அது போதும். நாலங்குல ஆணி என்றால் நீளம் அதிகம் என்று தோன்றுகிறது. அப்புறம் வீழ்ந்த ஸ்ப்ரூஸ் மரத்தின் பாகங்களிலிருந்து, விறகு அளவுக்குத் துண்டங் களைப் பிளந்தெடுக்க வேண்டும். அது இன்னமும் பாக்கியிருக்கிறது; ஒத்திப்போடாமல் செய்தாக வேண்டும் என்பதைச் சொல்லவே வேண்டாம். குளிர்காலம் சரியான விதத்தில் வந்துகொண்டிருக்கிறது – அப்படித்தான் தென்படுகிறது. கொஞ்சநேரங் கழித்து, லார்ஸ் வரப்போகிறான். சங்கிலி களும், காரும் கொண்டு நாங்கள் அந்தப் பெரிய வேரைக் கெல்லி இழுத்துப் போடுவோம். அந்த வேலையைச் செய்வது, மிக நல்ல விளையாட்டாக இருக்கும், என்றுதான் தோன்றுகிறது. ஜன்னல் வழியே வெளியில் பார்க்கிறேன். பனிபெய்வது நின்றுவிட்டது. கீழே, சாலையில் குவிந்திருக்கும் பனிக்கரையின் விளிம்புக்கோடுகள் மங்கலாகத் தெரிகின் றன. திறந்தவெளியில் வேலைபார்ப்பது இன்று அவ்வளவு எளிதாக இல்லாமல் போகலாம், ஒருவேளை.

காற்சராயை உதறிவிட்டு, மீண்டும் படுக்கிறேன். சங்கடமளிக்கிற ஏதோவொன்று அந்தக் கனவில் இருந்தது. முயற்சி செய்தால், அது

குதிரை வேட்டை

என்னவென்று தெரிந்துவிடும் என்பது எனக்குத் தெரியும். நான் அதில் கெட்டிக்காரன். அப்படித்தான் இருந்து வந்திருக்கிறேன், மற்றபடி. ஆனால், முயற்சி செய்ய நான் விரும்புகிறேனா என்பது எனக்குத் தெரியவில்லை. அது ஒரு காமக் கனவு; எனக்கு அடிக்கடி வருகின்றன. நான் ஒத்துக்கொள்கிறேன். பார்க்கப்போனால், அவை பதின்பருவத் தினருக்கானவை மட்டுமே அல்ல. ஜானுடைய தாயார் அதில் இருந்தார், 1948இன் கோடையில் அவர் இருந்த மாதிரி. நான், நான் இப்போது இருக்கிற மாதிரி — ஐம்பது ஆண்டுகள் கழித்து, அறுபத்தேழு வயதில். ஒருவேளை என் அப்பாவும் அதில் எங்கோ இருந்திருக்கலாம்; பின்னணியில். நிழல் மறைவில். அவர் இருந்தமாதிரித்தான் தெரிகிறது. ஆனால், கனவை நான் அந்த அளவு தொடமுனையும்போது, என் நாளங்களில் முறுக்கேறுகிறது. அதை விட்டுவிட வேண்டும் என்று நினைக்கிறேன். மேற்படிக் கனவு மல்லாந்து விழுந்து, மூழ்கி, தொடுவதற்கு எனக்குத் துணிச்சல் இல்லாத எனது மற்றக் கனவுகளுடன் கிடக்க விட்டுவிட வேண்டும். அந்தக் கனவுகளை ஏதோவொரு விதத்தில் பயன்படுத்த முடிந்த, எனது வாழ்வின் அந்தப் பகுதி இப்போது எனக்குப் பின்புறம் இருக்கிறது. இனி எதையுமே நான் மாற்றப் போவதில்லை. இங்கே வசிக்கவிருக்கிறேன் — என்னால் சமாளிக்க முடிந்தால். இதுதான் என் திட்டம்.

ஆக, எழுந்திருக்கிறேன். ஆறு பதினைந்து. கணப்புக்கு அருகிலுள்ள தனது இடத்தைவிட்டு நீங்குகிறாள் லிரா. சமையலறைக் கதவருகில் காத்திருக்கப் போகிறாள். தலையைத் திருப்பி என்னைப் பார்க்கிறாள். அந்தப் பார்வையில், மிகுந்த நம்பிக்கை ததும்புகிறது. நான் அதற்கு அருகதையுள்ளவன் இல்லையோ என்னவோ. ஆனால், அது முக்கிய மற்றதாகவும் இருக்கலாம் — அருகதையுண்டா, இல்லையா என்பது. நம்பிக்கை இருக்கிறது, நீங்கள் யார் என்பதற்கோ, என்ன செய்திருக் கிறீர்கள் என்பதற்கோ தொடர்பேயில்லாமல். எந்த விதத்திலும் அதை அளக்கவும் கூடாது. இது ஒரு நல்ல சிந்தனை. லிரா ஒரு நல்ல நாய் என்று நினைத்துக்கொள்கிறேன். நல்ல நாய். கதவைத் திறந்து, லிராவை மைய அறைக்குள் போக விடுகிறேன்; அங்கிருந்து வாயிற்படிக்கு. வெளி விளக்கை உள்ளேயிருந்தே அணைத்துவிட்டு, லிராவைத் தொடர்ந்து வெளியில் போய் நிற்கிறேன். மஞ்சள் நிற வெளிச்சம் கொண்ட உறை பனியில் நேரே குதிக்கிறாள் லிரா. முற்றத்தில் அஸ்லியன் திறமையாய் வாரி ஒதுக்கிய இடங்களைத் தவிர மற்ற இடங்களில் பெரும் குவியல் களாகப் பனி உறைந்திருக்கிறது. அவர் என்னுடைய காரைச் சுற்றிலும் இரண்டு செண்டிமீட்டர்கள் மட்டும் தவிர்த்து, பெரிய வட்டமாக முற்றத்தைச் சுத்தம் செய்திருக்கிறார். பெரிய வேரைப் பனிக்கலப்பை யால் முன்னும் பின்னுமாகத் தள்ளி அசைத்திருக்கிறார். முழுநேரமும் அவருடைய வேலையின் குறுக்கே இருந்திருக்க வேண்டும் அது. இறுதி யாக, முற்றத்தின் ஓரத்தில் அது இப்போது இருக்கும் இடத்துக்கு நகர்த்தியிருக்கிறார் — பிற்பாடு அகற்றுவதற்கு வசதியாகவும், தயாராகவும். சுவரோரம் உள்ள ஒற்றையடிப் பாதையையும் சுத்தம் செய்திருக்கிறார் — வெளிப்புறக் கழிவறையை மிக அதிகமாகப் பயன்படுத்த விரும்பாத

போது, நான் வழக்கமாகக் காட்டின் விளிம்பில் சிறுநீர் கழிக்கப்போகும் பாதை அது. ஒருவேளை, எதிர்வரும் நாட்களில், என்னுடைய காரை அதே இடத்தில்தான் நிறுத்த வேண்டும், அப்போதுதான் ட்ராக்டரின் பாதையில் குறுக்கிடாமல் இருக்கும் என்பதை சொல்லாமல் சொல்கிறாரோ. அல்லது, அவர் தனக்கென்று ஒரு வெளிப்புறக் கழிவறை வைத்திருக்கவும் செய்யலாம்.

லிராவை முற்றத்தில் விடுகிறேன் – புதிய, வெண்ணிற உலகத்தில் அவள் தன்னிச்சையாக மோப்பம் பிடிக்கும் விதமாய். கதவைச் சாத்திக் கொண்டு உள்ளே போகிறேன் – கணப்பில் தீ மூட்டுவதற்கு. கணப்பு இன்று பிரச்சினை செய்யவில்லை. கறுப்பு இரும்புத் தகடுகளுக்குப் பின்னால் சடசடவென்ற, முறுக்கான, உத்தரவாதமான ஒலி சீக்கிரமே கேட்கிறது. கூரைவிளக்கை உடனடியாகப் போடாமல், அந்தி மங்கல் ஒளியில் அறையை நீங்குகிறேன். கணப்பின் மஞ்சள் சுடர்கள் சுவர்களிலும் தரையிலும் பிரகாசமாக உயர்ந்து தணிகின்றன. அந்தக் காட்சி என் சுவாசத்தின் வேகத்தைக் குறைக்கிறது. என்னை நிதானமடைய வைக்கிறது. ஆயிரக்கணக்கான ஆண்டுகளாக மனிதர்களுக்கு இதைச் செய்து வந்திருக்க வேண்டும் மேற்படிக் காட்சி: ஓநாய்கள் ஊளையிடட்டுமே; இங்கே நெருப்பின் அருகில் இருப்பது பாதுகாப்பானது.

இன்னமும் விளக்கைப் போடாமலே, காலை உணவுக்கு மேஜையைத் தயார் செய்கிறேன். பிறகு வெளியில், குளிரில் இருக்கும் லிராவை உள்ளே விடுகிறேன் – நாங்கள் வெளியே போவதற்கு முன்னால் அவள் சற்றுநேரம் கணப்பருகில் இருக்கட்டும் என்று. அமர்ந்து, ஜன்னலுக்கு வெளியே பார்க்கிறேன். வெளிப்புற விளக்கை மீண்டும் அணைத்திருக்கிறேன். ஆகவே, பொருட்களின் மேற்பரப்பு மட்டுமே பிரகாசிக்கும். ஆனால், பகல்வெளிச்சம் வருவதற்கு இன்னும் வெகு நேரமிருக்கிறது. ஏரிப்பாதையில் உள்ள மரங்களுக்குமேலே, மங்கலான இளஞ்சிவப்பு நிறம் மட்டுமே பூசியிருக்கிறது; கெட்டியான வண்ணப் பென்சிலின் தெளிவற்ற தீற்றல்கள் போல. ஆனாலும், முன்பைவிட ஒவ்வொன்றும் துலக்கமாகத் தெரிகின்றன. பனிதான் காரணம். வானத்துக்கும் பூமிக்குமிடையே தெளிவான கோடு. ***அது*** இந்த இலையுதிர்காலத்தின் சற்றுப் புதிதான அம்சம். பின்னர், நிதானமாகச் சாப்பிடுகிறேன். அந்தக் கனவைப் பற்றிய சிந்தனை இப்போது இல்லை. சாப்பிட்டு முடித்தபிறகு, மைய அறைக்குச் செல்கிறேன். உயர பூட்சுகளை அணிந்துகொள்கிறேன். வெதுவெதுப்பானதும் முன்புறம் இரட்டைத் திறப்பு உடையதுமான கம்பளி மேற்சட்டையும், காதுகளை மூடும்விதமான தொப்பியும், கையுறைகளும், கடந்த இருபது ஆண்டுகளாக நான் கழுத்தைச் சுற்றி அணியும் நீளத் துண்டும் அணிந்துகொள்கிறேன். நான் மணவிலக்குப் பெற்று, தனியனாக இருந்தபோது யாரோ எனக்குப் பின்னிக் கொடுத்தது அது. அவளுடைய பெயரை நினைவுகூர முடியவில்லை. ஆனால், நாங்கள் சேர்ந்து கழித்த காலத்தில் இருந்த அவளது கைகளை நினைவிருக்கிறது. அவை சும்மா இருந்ததே கிடையாது – அவள் சலனமில்லாமலும், தனது நடவடிக்கைகளில் கூர்ந்த நோக்கு உடையவளாகவும் இருந்த போதும். நிசப்தத்தினூடே, அவளுடைய பின்னல் ஊசிகளின் க்ளிக்

ஒலி மட்டுமே கேட்கும். அவை எல்லாமே, என்னளவில், உணர்வு வறட்சி கொண்டவையாகப் பட்டன. அந்த உறவு சிறுகச் சிறுகத் தேய்ந்து, அமைதியாக, காணாமல் போய்விட்டது.

கதவருகில் வாலாட்டிக்கொண்டு நிற்கிறாள் லிரா. சுதாரிப்பாகவும், தயாராகவும் இருக்கிறாள். டார்ச் விளக்கை அலமாரியிலிருந்து எடுக்கிறேன். அதன் ஒரு முனையைத் திருகிக் கழற்றுகிறேன். அதே அலமாரியில் காத்திருக்கும் புதிய பேட்டரிகளை எடுத்து, பழையவற்றை மாற்றுகிறேன். நாங்கள் புறப்படுகிறோம். முதலில் நான் போகிறேன், நான் சொன்ன பிறகு லிரா தொடர்கிறாள். நான்தான் எஜமானன். எங்கள் இருவருக்குமே அது தெரியும். ஆனால், காத்திருப்பதில் லிராவுக்கு மகிழ்ச்சியே. ஏனென்றால், எங்களுடைய நடைமுறை அவளுக்குத் தெரியும். நாய்களால் மட்டுமே புன்னகைக்க முடிந்த விதத்தில் புன்னகைக்கிறாள். காற்றில் செங்குத்தாக ஒரு மீட்டர் உயரம்வரை எவ்வுகிறாள். நான் சாந்தமாக, 'வா' என்றதும், மொத்தப் படிகளையும் ஒரே தாவலில் தாண்டுகிறாள். கிட்டத்தட்ட, என் கைகளில் வந்து தரையிறங்குகிறாள் – நின்றவாக்கில். லிராவுக்குள் இன்னமும் ஒரு குட்டிநாய் இருக்கிறது.

டார்ச் விளக்கை முடுக்குகிறேன். சரிவில் இறங்கி நடக்கத் தொடங்குகிறோம். அஸ்லியன் கூரான விளிம்புகொண்ட கரைகளாகப் பனியை ஒதுக்கியிருக்கிறார் – குட்டி ஆற்றின் பாலத்தை நோக்கிய திருப்பத்தில் நேர்த்தியான வளைவாக. மறுபக்கத்தில் லார்ஸின் குடில் இருக்கிறது. ஸ்ப்ரூஸ் மரங்களுக்கூடாகப் போகும் நெடுஞ்சாலையின் மீதே இருக்கிறது. நாங்கள் நிற்கிறோம். ஓடையை ஒட்டி நாங்கள் வழக்கமாக ஏரிக்குச் செல்லும் பாதையில் விளக்கை அடித்துப் பார்க்கிறேன். இப்போது அங்கே ஏகப்பட்ட பனி. அந்தப் பாதையில் அளைந்து நடக்க என்னால் முடியுமா என்று தெரியவில்லை. ஆனால், நடந்து போவதற்கு எனக்கிருக்கும் மாற்றுத் திசை ஒன்றே ஒன்றுதான்; நேராய்ச் செல்வது. பிரதான சாலையின் கடைசிப் பகுதியிலும், சாலையோடு தொடர்ந்தும் அந்தப் பாதையில் நாங்கள் சேர்ந்து சென்றதேயில்லை. ஏனென்றால், அதில் இருக்கும் போக்குவரத்தை முன்னிட்டு, லிராவை முன்னால் நடக்க விடவேண்டும். அது எங்கள் இருவருக்குமே திருப்திதராத விஷயம். அதற்கு நான் நகரத்திலேயே இருந்திருக்கலாமே – அலுப்பூட்டும் தெருக்களில் மேலும் கீழுமாகக் கடினநடை செல்வதற்கு. அவற்றில் மூன்றாண்டு காலம் போய்வந்தேன் – இதற்கு ஒரு முடிவுகட்டியாக வேண்டும்; இப்போது ஏதாவது நடந்தாக வேண்டும்; இல்லையேல், நான் தொலைந்தேன் என்று நினைத்தபடி. ஆகவே, எனக்கே நான் சொல்லிக்கொள்கிறேன்: நான் ஏன் களைப்படையக் கூடாது; வாழ்க்கையில் எனக்கு என்ன இருக்கிறது – எதற்காக என் வலுவைச் சேமித்து வைத்துக்கொள்ள வேண்டும்? பனியின் முதல் குவியல்களில், பனிக்கரையில், எட்டித் தாவி டார்ச்சை ஏற்றிக்கொண்டு நடக்கத் தொடங்குகிறேன். சில இடங்களில் பாதை பனியற்றுத் திறந்திருக்கிறது. நடப்பதற்கு வசதியாக, தரை இறுகி இருக்கிறது. பிற இடங்களில் உயர்ந்த குப்பல்களாகப் பனி படிந்திருக்கிறது. என்னுடைய உயர பூட்சுகளை அணிந்துவந்தது நிஜமாகவே கெட்டிக்காரத்தனம்தான். அவற்றை உயர்த்தி, ஒரு காலுக்கு முன்னால்

இன்னொரு காலைத் தூக்கிச் சுழற்றி வைக்கிறேன். முதலில் வலது கால். அதைப் புதைய விடுகிறேன். பின்னர் இடது கால், இதைப் புதைய விடுகிறேன். பழையபடி அதே இயக்கம். இந்த விதமாக, படுமோசமான இடங்களில் பெரும் சிரமத்துடன் நடக்கிறேன். மேலே ஆகாயம் தெளிவடைந்து வருகிறது. விண்மீன்கள் சிலவற்றைக் காண முடிகிறது. இரவின் இறுதிப் பகுதியில், அவை வெளிறித் தெரிகின்றன. இனிமேல் இப்போதைக்குப் பனி இருக்காது. முழுக்க வெளிச்சம் வரும்போது, சூரியன் வெளியே வரும் – என் நினைவில் உதிக்கும் ஒரு நாளில் இருந்தது போலக் கடுமையான வெளிச்சத்துடனும், வெப்பத்துடனும் இருக்காது என்றபோதிலும். என் நினைவில் உதிப்பது, 1945 ஜூன் கடைசிப் பகுதியின் ஒரு நாள். நானும் என் சகோதரியும் முதல் தளத்தின் ஜன்னலருகில் நின்றிருந்தோம். உட்புற ஆஸ்லோஃப் யோர்டைப் பார்த்தபடி. நெஸ்ஸாட்லாண்டெ, பன்னஃப்யோர்டு இவற்றையும் அங்கேயிருந்து பார்க்க முடியும். நீரின் மீதும் கரைக்குக்கரை இங்குமங்குமாகப் பதற்றமாய்ப் போய்வரும் படகுகளின் மீதும் கண்கூச வைக்கும் ஒளி படிந்திருக்கும் கோடைகாலம். விடுதலையடைந்த நார்வேயின் அற்புதமான பின்னணியில் அத்தனை பாய்களையும் விரித்தபடி பாயும் படகுகள். அநேகமாய் அவை உற்சாகத்தால் தைத்து இணைக்கப்பட்டிருந்தன. கொஞ்சம்கூடச் சோர்வடையவில்லை. படகுத் தளத்தில் நின்றவர்கள் கூச்சமேயின்றிப் பாடினர். அவர்களுக்கு அது ரம்மியமாய்த்தான் இருந்தது. ஆனால், எனக்கு அவையெல்லாம் ஏற்கனவே சலித்துவிட்டிருந்தன. காத்துக் காத்துக் கசங்கியிருந்தேன். அந்த ஜனங்களை மிகப் பல தடவை பார்த்திருந்தேன். நகருக்குள் கார்ல் யோஹான் தெருவிலும், காட்டில் ஓஸ்ட்மார்க்ஸெட்ராவிலும், இன்ஜியர்ஸ்ட்ராண் குளியலறைகளிலும், இரவல் படகிலேறி ஃபாகர்ஸ்ட்ராண் போனபோதும், வேறு பல இடங்களிலும். அவர்கள் அலறினார்கள், கூவினார்கள், நிகழ்ச்சி முடிந்துவிட்டது என்பதை ஒருபோதும் உணர்ந்தார்களில்லை. அதனால்தான் அன்றைக்கு நாங்கள் ஃப்யோர்டைப் பார்த்துக்கொண்டிருக்கவில்லை. காத்திருக்க அருகதையுள்ள எதுவும் அந்தத் திசையிலிருந்து வரவில்லை. நானும் என் சகோதரியும் என்ன செய்தோமென்றால், சாலையைப் பார்த்து நின்றிருந்தோம். போருக்குப் பிறகு, ஸ்வீடனிலிருந்து அப்பா வீடு திரும்பிக்கொண்டிருந்தார். ல்யான் நிலையத்திலிருந்து செங்குத்தான நீல்ஸன்பாக்கென் வழியே மெல்லநடந்து வந்தார். வெகு தாமதமாக, மிகுந்த எச்சரிக்கையுடன், நைந்த சாம்பல் நிற சூட்டுடன், முதுகில் சாம்பல் நிற மூட்டையுடன் – அதிலிருந்து ஏதோ நீட்டிக்கொண்டிருந்தது. தூண்டில்கழி போலத் தெரிந்த ஒன்று. அவர் காலை இழுத்து நடக்கவில்லை, நொண்டவும் இல்லை. நாங்கள் பார்த்தவரை, அவர் காயமெதுவும் பட்டிருக்கவில்லை. ஆனாலும், மெதுவாக மேலேறி வந்தார். பரந்த அமைதிக்குள், வெற்றிடத்துக்குள் நடக்கிற மாதிரி. நாங்கள் ஏன் ஜன்னலருகில் நின்றிருந்தோம்; ரயில் வந்து சேர்வதற்கு மிக முன்னதாக நிலையத்திலோ, அவரை எதிர்கொள்ளவும் வாழ்த்தவும் சாலையிலோ காத்திருக்காமல், என்பதை இன்று என்னால் நினைவுகூர முடியவில்லை. ஒருவேளை எங்களுக்கு வெட்கமாய் இருந்திருக்கலாம். எனக்கு மட்டுமாவது அப்படித்தான் இருந்திருக்க

வேண்டும் என்று தோன்றுகிறது. நான் எப்போதுமே கூச்சசுபாவிதான். தரைத்தளத்தில், திறந்திருந்த கதவருகில் நின்றிருந்தார் என் அம்மா – உதடுகளைக் கடித்தபடி, கையிலிருந்த நனைந்து ஊறிய கைக்குட்டையை முறுக்கியபடி, தனது கால்களைக் கட்டுப்படுத்த இயலாதபடி. கழிவறைக் குப் போகவேண்டியவர் மாதிரி மேலும் கீழும் தத்திக்கொண்டிருந்தார். அதற்கு மேலும் பொறுத்துக்கொள்ள முடியாதவராக, கதவு நிலையை விட்டு வெளியேறி, சாலையில் இறங்கி ஓடினார். தோட்டங்கள் பல வற்றிலும் இருந்த பார்வையாளர்களின் முன்னிலையில் அப்பாவின் மீது பாய்ந்தார். அவர் செய்வார் என்று எதிர்பார்த்ததுதான் அது. அதைத்தான் அவர் செய்தாக வேண்டும் இல்லையா. இன்னமும் இளமையாகத்தான் இருந்தார்; கால்களில் வேகமிருந்தது. ஆனால், பின்னாட்களில் அவர் இருந்தவிதமாகத்தான் என் நினைவில் பதிந்திருக் கிறார் – கசப்பானவராக, தழும்பேந்தியவராக, மிகவும் கனத்தவராக.

அப்பா அப்படியொரு வரவேற்பை எதிர்பார்த்திருக்க வேண்டும் – எனக்கு அதில் சந்தேகமேயில்லை. எட்டு மாதங்கள் அவரைப் பார்க்கா மல் இருந்திருக்கிறோம். இரண்டு நாட்களுக்கு முன்புவரை ஒரு சொல்லும் அவரைப்பற்றிக் கேள்விப்படவில்லை. ஆக, அவர் வருகிறார் என்பது மட்டும் தெரிந்திருந்தது. படிக்கட்டில் தடதடவென்று ஓடியிறங்கினாள் என் சகோதரி. அப்புறம் சாலையில் ஓடினாள். அம்மா செய்த ஒவ்வொரு செயலையும் தானும் செய்தாள். எனக்கு அவமானமாக இருந்தது. நான் மெல்லப் பின்தொடர்ந்தேன். உணர்ச்சியால் கொந்தளிப்பது எனக்கு எளிதாக இல்லை. ஏனென்றால், நான் அந்த மாதிரியானவன் அல்ல. தபால் பெட்டி அருகில் நின்று அதன்மீது சாய்ந்துகொண்டேன். அவர்கள் இருவரும் என் அப்பாவுடன் ஒட்டிக்கொண்டு சாலையின் நடுவில் நிற்பதைப் பார்த்தேன். அவர்களுடைய தோள்களுக்கு மேலாக அவருடைய முகம் லேசாகத் தெரிந்தது. முதலில் திகைப்பாகவும், அப்புறம் செய்வதறியாமலும் தென்பட்டது. பிறகு அவருடைய கண்கள் என்னைத் தேடின. என்னுடைய கண்கள் அவருடையதைத் தேடின. சன்னமாய்த் தலையசைத்தேன். அவர் பதிலுக்குத் தலையசைத்தார். பலவீனமாகப் புன்னகைத்தார். எனக்கு மட்டுமேயான புன்னகை. ரகசிய மானது. அப்போதிலிருந்து, எங்கள் இருவருக்கு மட்டுமேயான ஒன்றை உணர்ந்தேன். எங்களுக்குள் ஓர் உடன்படிக்கை இருக்கிறது. எவ்வளவு நாள் அவர் வெளியே சென்றிருந்தாலும் பரவாயில்லை; போர் துவங்கு வதற்கு முன்பிருந்ததைவிட, அன்று மிகவும் நெருக்கமாகத் தெரிந்தார். எனக்குப் பனிரெண்டு வயது. அந்த ஒரு கணம் கடந்த மாத்திரத்தில், என் வாழ்க்கை ஒரு புள்ளியிலிருந்து இன்னொன்றுக்கு இடம் பெயர்ந் திருந்தது. அவளிடமிருந்து அவருக்கு. புதியதொரு போக்கை மேற்கொண்டது.

அல்லது, என்னுடைய ஆர்வக்கோளாறாகவும் இருந்திருக்கலாம், ஒருவேளை.

மூச்சிரைத்தவாறு, பனியால் மூடப்பட்ட இருக்கையை நோக்கி நேரே செல்கிறேன். அது நீரின் விளிம்பில் இருக்கிறது. அல்லது அன்ன

ஏரியின் விளிம்பில். இந்தப் பெயரை நானாகவே சூட்டியிருக்கிறேன் தற்போது – ஒரு குழந்தை செய்வது மாதிரி. அன்ன ஏரி திறந்து கிடக்கிறது. டார்ச் விளக்கின் ஒளியில் கறுப்பாய் இருக்கிறது. உறைபனி இன்னும் படியவில்லை. அந்த அளவுக்குக் குளிர் இல்லை. இந்த வேளையில், அன்னங்களையும் காணவில்லை. இரவுவேளைகளில், உலர்ந்த கரையின் அடர்ந்த நாணற்புதர்களுக்குள் அவை தங்கக் கூடும். அவற்றின் நீண்ட கழுத்துகள் வெண்ணிற வளைகோட்டின் இறகடர்ந்த கண்ணிகள் போலத் தெரிய, தலைகளைச் சிறகுகளுக்குள் பொதிந்திருக்கலாம். அதை என்னால் நன்கு சித்தரித்துக்கொள்ள முடிகிறது. வெளிச்சம் நன்கு படரும்வரை அவை நீந்தக் கிளம்புவதில்லை. தண்ணீர் இன்னமும் திறந்திருக்கும்போது மேயப் போவதில்லை. உறைபனி நிலைக்கும்போது அவை என்ன செய்யும் என்பது நான் இன்னும் யோசித்துப் பார்க்காத சங்கதி. பனி உறையாத ஏரிகளைத் தேடி, தெற்கே அவை பறந்து போவதில்லையே ஏன்? வசந்தம் வரும்வரை இங்கேயே தங்கியிருக்குமா என்ன? குளிர்காலத்தில் அன்னங்கள் நார்வேயில் தங்கியிருக்கின்றனவா? அதை நான் கண்டுபிடிக்க வேண்டும்.

இருக்கைமீது இருக்கும் பனியைக் கையால் தள்ளுகிறேன். பெரிய வட்டங்களாக என் கை இயங்குகிறது. பிறகு, மிச்சமிருக்கும் பனியைக் கையுறைகளால் துடைக்கிறேன். மேலங்கியை முதுகுப்பக்கம் நன்றாக இழுத்துவிட்டுக்கொண்டு, உட்கார்கிறேன். லிரா பனியின்மீது சீறி மூச்சு விட்டுவிட்டு, உற்சாகமாய்க் கும்மாளம் போடுகிறாள். ஓர் இடத்தில் கீழே படுத்து மீண்டும் மீண்டும் உருள்கிறாள். மல்லாந்து படுத்து, பனியில் முதுகைப் புரட்டியும், முறுக்கியும் இங்கே முன்னமே இருந்த ஏதோவொன்றின் வாசத்தைத் தன் ரோமங்களுக்குள் கவர்ந்து கொள்கிறாள் – ஆனந்தமாக. நரியின் மணமாக இருக்கலாம். அப்படியாய் இருக்கும் பட்சத்தில், வீடு திரும்பியதும் லிராவைக் குளிப்பாட்ட வேண்டும். ஏனென்றால், இப்படி நடப்பது முதன்முறை அல்ல. நாங்கள் சமையலறையில் இருக்கும்போது, அந்த மணம் எப்படி இருக்கும் என்பது எனக்குத் தெரியும். ஆனால், இப்போது இன்னும் இருட்டாகத் தான் இருக்கிறது. இங்கே, அன்ன ஏரியின் அருகில் அமர்ந்து, நான் தேர்வு செய்யும் எந்த ஒன்றையும் பற்றிச் சிந்தித்துக்கொண்டிருக்கலாம்.

○

குதிரை வேட்டை

15

மறுபடியும் குன்றிலேறி, என் வீட்டை நோக்கிச் செல்கிறேன். முழுச் சிவப்பும் மஞ்சளும் கொண்டு புலர்கிறது காலை. வெப்பம் உயர்கிறது. அதை என் முகத்தில் உணர்கிறேன். பனியின் பெரும்பகுதி சீக்கிரமே உருகிவிடும் என்பதில் சந்தேகமில்லை. இன்று சாயங்காலத்துக்குள் தீர்ந்துவிடலாம். முன்பு நான் என்ன சொல்லியிருந்தாலும் பரவாயில்லை, இப்போது அது ஒரு ஏமாற்றமே.

முற்றத்தில், என்னுடைய காருக்கு அருகில் இன்னொரு கார் நிற்கிறது. கீழே சரிவிலிருந்தே என்னால் தெளிவாகப் பார்க்க முடிகிறது. வெண்ணிற மிட்ஸுபிஷிஸ்பேஸ்வாகன். நான் வாங்கலாமா என்று யோசித்திருந்ததைப் போலவே இருப்பது. கம்பீரமான தோற்றம் கொண்டிருப்பதாலும், நான் வாங்கிக் குடியேறவிருக்கிற இடத்துக்குப் பொருத்தமாக இருக்கும் என்பதாலும் அப்படி யோசித்தேன். இங்கு குடியேற நான் முடிவெடுத்த சமயத்தில், என் சூழ்நிலை அப்படித்தான் தென்பட்டது. அதே கம்பீரத்துடன். எனக்கு அது பிடித்திருந்தது. மூன்று ஆண்டுகள் ஒரு கண்ணாடி அரங்கினுள் இருந்தபிறகு– லேசாகத் திரும்பினாலும் எல்லாமே உடைந்து நொறுங்கின அங்கே – நானே கம்பீரமாக இருப்பதாகத்தான் உணர்ந்தேன். அந்த இடம்பெயர்வுக்குப் பிறகு நான் வாங்கிய முதல் சட்டை சிவப்பும் கறுப்புமாகக் கட்டங்கள் கொண்டது. முரட்டு ஃப்ளான்னல் துணியால் ஆனது. ஐம்பதுகளுக்குப் பிறகு, நான் அந்த மாதிரித் துணியை அணிந்ததே கிடையாது.

வெண்ணிற மிட்ஸுபிஷியின் முன்னால் யாரோ நின்றிருக்கிறார்கள். ஒரு பெண்மணி. பார்க்க அப்படித்தான் தெரிகிறது. அடர்நிற மேல் கோட். வெற்றுத் தலை. அவளுடைய கூந்தல் செந்நிறமாய் இருக்கிறது. இயற்கையாவோ, அல்லது அதிகத் தொழில்நுட்பம் சார்ந்த காரணங்களாலோ, சுருள்சுருளாய் இருக்கிறது. கார் என்ஜினை ஓடவிட்டிருக்கிறாள். அதன் புகைப்போக்கி ஓசையில்லாமல்

உயர்வதையும், முற்றத்தின் பின்புறமுள்ள அடர்நிற மரங்களின் பின்னணியில் அது வெண்ணிறமாக இருப்பதையும் என்னால் காணமுடிகிறது. அவள் சாவகாசமாக நின்றிருக்கிறாள். தனது நெற்றியிலோ, தலைமுடியிலோ ஒரு கையைப் பதித்தபடி காத்திருக்கிறாள் – நான் மேலேறி வரும் சாலையைப் பார்த்தவாறு. அந்த உருவத்தில் நான் முன்னமே பார்த்திருக்கிற ஏதோவொரு அம்சம் இருக்கிறது. லிரா அவளைப் பார்த்துவிட்டாள். முன்னால் பாய்கிறாள். காற்றைப்போல அவளை நோக்கி ஓடுகிறாள். கார் ஏதும் வரும் ஓசை எனக்குக் கேட்டிருக்கவில்லை. பாதையிலிருந்து சாலைக்குத் திரும்பியபோது, பனியில் சக்கரத் தடங்களையும் நான் கவனித்திருக்கவில்லை. ஆனால், கார் எதையும் நான் எதிர்பார்த்திருக்கவில்லையே – ஒரு நாளின் இந்த வேளையில். எட்டு மணிக்கு மேல் இருக்க முடியாது. கைக்கடிகாரத்தைப் பார்க்கிறேன். எட்டரை என்கிறது. ஆ, சரிதான்.

அங்கே நின்றிருப்பவள் எனது மகள். இரண்டு பேரில் மூத்தவள். அவள் பெயர் எல்லென். சிகரெட் பற்ற வைத்திருக்கிறாள், அதை வழக்கமாகத் தான் பிடிக்கும் விதத்தில் பிடித்திருக்கிறாள். உடலை விட்டு விலகி நீண்ட விரல்களில் – யாருக்கோ அதைக் கொடுக்கவிருக்கிறவள் மாதிரி; அல்லது, அது தன்னுடையது அல்ல என்று பாசாங்கு செய்கிறவள் மாதிரி. அவளை அடையாளம் காண இது மட்டுமே போதும் எனக்கு. வேகமாகக் கணக்குப் போடுகிறேன் – அவளுக்கு இப்போது முப்பத்தொன்பது வயதாகியிருக்கும். இன்னமும் வசீகரமான பெண்மணியாகத்தான் இருக்கிறாள். என்னுடைய சாயலில்தான் இருக்கிறாள் என்று எனக்குத் தோன்றவில்லை – நிச்சயமாக, அவளுடைய தாய் வசீகரமான தோற்றம் கொண்டிருந்தாள். எல்லெனை நான் பார்த்து குறைந்தது ஆறு மாதங்களாவது இருக்கும். இடம்பெயர்ந்ததிலிருந்து அவளிடம் பேசவும் இல்லை. அல்லது அதற்கு முன்பிருந்துகூட இருக்கலாம், உண்மையில். நேர்மையாகச் சொல்வதானால், அவளைப் பற்றி நான் அதிகம் சிந்திக்கவேயில்லை. அவளுடைய சகோதரியைப் பற்றியும் சிந்திக்கவில்லை என்றே சொல்லலாம்; வேறு விஷயங்கள் ஏகப்பட்டவை இருந்தன. சரிவின் உச்சியை அடைகிறேன். லிரா வாலை ஆட்டிக்கொண்டு எல்லென் முன்னால் நின்றிருக்கிறாள். அவள் இவளுடைய தலையைத் தட்டிக்கொடுக்கிறாள். இருவருக்கும் ஒருவரையொருவர் தெரியாது. ஆனால், அவளுக்கு நாய்களைப் பிடிக்கும். அவை பார்த்ததுமே அவளை நம்பிவிடும். அவள் சிறுமியாய் இருந்த காலத்திலிருந்தே அப்படித்தான். கடைசியாக அவளைப் பார்க்க நான் போனபோதுதானே ஒரு நாய் வைத்திருந்தாள் என்கிற மாதிரி நினைவு. பழுப்புநிற நாய். அவ்வளவுதான் என்னால் நினைவுகூர முடிகிறது. அது நடந்து ரொம்ப காலமாகிவிட்டதே. நின்று, என்னுடைய ஆக இயல்பான புன்னகையைப் புரிகிறேன். அவள் நிமிர்ந்து என்னைப் பார்க்கிறாள்.

‘நீதானா.’ என்கிறேன்.

‘ஆமாம். உங்களுக்கு ஆச்சரியமாக இருக்கிறதா?’

‘இல்லையென்று சொல்வதற்கில்லை. அதிகாலையில் வந்திருக்கிறாய்.’

ஒருவித அரைப்புன்னகை பூக்கிறாள். அது சீக்கிரமே தேய்கிறது. சிகரெட்டை ஒருமுறை இழுக்கிறாள். நிதானமாகப் புகையை வெளியேற்று கிறாள். மீண்டும் அதை உடம்பைவிட்டுத் தள்ளிப் பிடிக்கிறாள். அவளுடைய கை கிட்டத்தட்ட நேராய் நீண்டிருக்கிறது. புன்னகை நின்றுவிட்டது. அது கொஞ்சம் கவலை தருகிறது எனக்கு. அவள் சொல்கிறாள்:

'அதிகாலையிலா? இருக்கலாம். நான் சரியாகத் தூங்கவில்லை; சீக்கிரமே புறப்பட்டுவிடலாம் என்று நினைத்தேன். ஏழு மணி சுமாருக்குக் கிளம்பினேன் – வெளியில் போக வேண்டியவர்கள் கிளம்பிப் போன பிறகு.ஒருநாள் விடுப்பு எடுத்துக்கொண்டிருக்கிறேன். வெகுநாட்களுக்கு முன்பே இந்த முடிவை எடுத்துவிட்டேன். இங்கே காரோட்டி வருவதற்கு, எனக்கு ஒரு மணிநேரத்துக்குமேல் ஆகவில்லை. இன்னும் அதிகத் தொலைவு இருக்கும் என்று எதிர்பார்த்திருந்தேன். உண்மையில், இதை விடவும் தள்ளி இல்லை என்பது நன்றாகத்தான் இருந்தது. இப்போது தான் வந்துசேர்ந்தேன் – பதினைந்து நிமிடம் இருக்கலாம்.'

'கார் வந்தது எனக்குக் கேட்கவில்லை' என்றேன். 'காட்டுக்குள் இருந்தேன். கீழே, ஏரிக்கு அருகில். அங்கே பனி ஏராளம்.' திரும்பிச் சுட்டுகிறேன். நான் மீண்டும் திரும்புவதற்கு முன்னால், சிகரெட் துண்டத்தை என் முற்றத்தில் போட்டு நசுக்கிவிட்டிருந்தாள். என்னை நோக்கிச் சில எட்டுகள் வைத்தாள். கைகளை என் கழுத்தைச் சுற்றிப் போட்டு என்னை அணைத்துக்கொண்டாள். அவளிடம் நல்ல மணம் இருக்கிறது. உயரம் அதேதான். அதில் விசித்திரமொன்றும் இல்லை. முப்பது வயதிலிருந்து நாற்பதுக்குள் நீங்கள் அதிகம் வளர்வதில்லை. ஆனால், ஆண்டின் பெரும்பகுதி நான் பயணம் செய்துகொண்டிருந்த காலமொன்று இருந்தது. போகவும் வரவும், போகவும் வரவும் என சாத்தியமான எல்லாத் திசைகளிலும் நார்வேக்குள் பயணம் செய்து கொண்டிருந்தேன். ஒவ்வொரு முறை வீடு திரும்பும்போதும் சிறுமிகள் வளர்ந்திருப்பார்கள். அல்லது அப்படித்தான் எனக்குத் தோன்றும். ஸோஃபாவில் அமைதியாக அருகருகே அமர்ந்திருப்பார்கள். விரைவில் நான் நுழைந்து வர இருக்கும் கதவை உற்றுப் பார்த்துக்கொண்டிருப் பார்கள் என்பது எனக்குத் தெரியும். அது என்னைக் குழம்ப வைக்கும் என்பது நினைவுவருகிறது. சிலசமயம் அசௌகரியமாக உணரவைக்கும். இறுதியாக நான் வந்து அவர்கள் அங்கே அமர்ந்திருப்பதைப் பார்த்தேன் – வெட்கத்தோடும், நிரம்பிய எதிர்பார்ப்புடனும் இருப்பதை. இப்போதும் கூடச் சற்று அசௌகரியமாகத்தான் உணர்கிறேன். காரணம், அவள் என்னை இறுக்கி அணைத்திருக்கிறாள். சொல்கிறாள்:

'ஹாய், என் கிழட்டு அப்பா. உங்களைப் பார்ப்பது நன்றாக இருக்கிறது.'

'ஹாய், மகளே. உனக்கும் அதையே சொல்கிறேன்' என்கிறேன். அவள் என்னை விடவில்லை. அதே நிலையில் நின்று என் கழுத்தில் மிருதுவாகச் சொல்கிறாள்:

'எண்பத்திச்சொச்சம் மைல் சுற்றுவட்டாரத்தில் உள்ள நகராட்சிகள் அனைத்தையும் நான் கூப்பிட வேண்டியிருந்தது – நீங்கள் எங்கே இருக்கிறீர்கள் என்று கண்டுபிடிக்க. பல வாரங்களாக இதைச் செய்துகொண்டிருக்கிறேன். நீங்களானால், ஒரு தொலைபேசிகூட வைத்துக்கொள்ளவில்லை.'

'ஆமாம். வைத்துக்கொள்ளவில்லை என்றுதான் நினைக்கிறேன்.'

இல்லை. நிஜமாகவே நீங்கள் வைத்துக்கொள்ள *வில்லை*. நாசமாய்ப் போக' என்கிறாள். பல தடவை என் முதுகில் தட்டுகிறாள். அது மெதுவாகவும் இல்லை. நான் சொல்கிறேன்:

'பார்த்து. நான் வயதானவன். நினைவிருக்கட்டும்.' அப்போது அவள் அழுதுகொண்டுகூட இருக்கலாம். எனக்கு நிச்சயமாய்த் தெரியவில்லை. எப்படியானாலும், என்னை இறுக்கி அணைத்திருக்கிறாள்; எனக்கு மூச்சுவிட சிரமமாய் இருக்கிறது. நான் அவளைத் தள்ளவில்லை. மூச்சை மட்டும் தொடர்ந்து அடக்கிக்கொண்டிருக்கிறேன். என் கைகளால் அவளைச் சுற்றிப் பற்றியிருக்கிறேன்; கொஞ்சம் தளர்வாக என்று சொல்லலாம். அவளுடைய பிடி நெகிழும்வரை அதே நிலையில் காத்திருக்கிறேன். பிறகு என் கரங்களைக் கீழே போட்டு, ஓர் எட்டு பின்னால் நகர்ந்து, மூச்சு விடுகிறேன்.

'இப்போது என்ஜினை அணைத்துவிடலாமே' என்கிறேன், லேசாக மூச்சுத் திணறியபடி. மெல்லிய ரீங்காரத்துடன் நின்றிருக்கும் மிட்ஸுபிஷியைத் தலையால் சுட்டுகிறேன். புதிதாக மெருகேற்றப்பட்ட வெள்ளை நிறத்தின்மீது பட்டு மின்னும் சூரியஒளியின் ஆரம்பக் கதிர்கள் என் கண்ணைக் கூச வைக்கின்றன. விழிகள் நோகின்றன, ஆகவே ஒரு நிமிடம் மூடுகிறேன்.

'ஆகட்டும். அப்படியே செய்யலாம். நீங்கள் *இங்குதானே* வசிக்கிறீர்கள். எனக்கு உங்கள் காரைக்கூட அடையாளம் தெரியவில்லை. தவறான இடத்துக்கு வந்துவிட்டோமோ என்று நினைத்தேன்' என்கிறாள்.

தனது காரைச் சுற்றி அவள் பனியில் நடந்து செல்வது கேட்கிறது. சில அடிகள் பக்கவாட்டில் நடந்து கண்களைத் திறக்கிறேன். கார் கதவைத் திறக்கிறாள். உள்ளே குனிந்து சாவியைத் திருகுகிறாள். விளக்குகளை அணைக்கிறாள். லேசாக அழுதிருக்கிறாள்தான், என்னால் காண முடிகிறது.

'உள்ளே வந்து ஒரு காஃபி சாப்பிடு' என்கிறேன். 'நான் இப்போது உட்கார வேண்டும். பனியில் நடந்து திரும்பியதில் கால்கள் தளர்ந்திருக்கின்றன. நான்தான் சொன்னேனே, நான் கிழவன். காலையுணவு சாப்பிட்டாயா ?'

'இல்லை. சாப்பிடும் நேரத்தை மிச்சப்படுத்தத் தோன்றியது.'

'நாம் ஏதாவது சாப்பிடலாம். வா.'

'வா' என்ற சொல்லில் லிரா மலர்கிறாள். இரண்டு படிகள் ஏறி, கதவின் முன்னால் நிற்கிறாள்.

குதிரை வேட்டை

'அழகாய் இருக்கிறாள்' என்கிறாள் என் மகள். 'எங்கே கிடைத்தாள்? இவள் குட்டியில்லை, இல்லையா?'

'ஆறு மாதத்துக்கு முன்னால். ஆஸ்லோவுக்கு வெளியே உள்ள விலங்குக் காப்பகத்துக்குப் போனேன். விலங்குகளுக்குப் புது இல்லங்கள் தேடித் தருவார்கள் அங்கே. அந்த இடத்தின் பெயர் நினைவில்லை. கொஞ்சங்கூடத் தயங்கவில்லை, இவளை உடனடியாக எடுத்துக்கொண்டேன். இவள் என்னருகில் வந்து வாலாட்டிக்கொண்டு அமர்ந்துவிட்டாள். கிட்டத்தட்ட, தன்னை என்னிடம் ஒப்படைத்துக்கொண்டாள். 'லேசான கேலிச் சிரிப்புக்கு முயல்கிறேன்.' ஆனால், இவளுடைய வயதென்ன என்று அவர்களுக்குத் தெரியவில்லை. என்ன இனம் என்றும் தெரியவில்லை.'

'அந்த அமைப்புக்குப் பெயர் A.R.A. Association for the Rehoming of Animals. நான் அங்கே ஒருமுறை போயிருக்கிறேன். இவளிடம் எல்லாமே கொஞ்சம் கொஞ்சம் இருக்கிற மாதிரித் தெரிகிறது. இங்கிலாந்தில் இதை பிரிட்டிஷ் ஸ்டாண்டர்ட் என்று சொல்வார்கள். தெருவில் உங்களுக்குப் பார்க்கக் கிடைக்கும் எல்லாவற்றினதும் கலவை தாங்கள் என்பதை நாசூக்காகச் சொல்லும் விதம் அது. ஆனால் இவள் நிஜமாகவே அழகாக இருக்கிறாள். பெயர் என்ன?'

'லிரா. நான் யோசித்து வைத்த பெயர் இல்லை. இவள் அணிந்திருந்த கழுத்துப்பட்டி அப்படிச் சொன்னது. எப்படியோ, இவளைத் தேர்ந்ததில் எனக்கு மகிழ்ச்சிதான்' என்கிறேன். 'அதுபற்றி ஒரு நொடிகூட வருந்தியதில்லை. நிஜமாகவே எங்களுக்குள் ஒத்துப்போகிறது. தனியாக வசிப்பதை மிகவும் சுலபமாக ஆக்குகிறாள் இவள்.'

கடைசி வார்த்தைகளில் கொஞ்சம் சுயபச்சாதாபம் தொனிக்கிறது – இங்கே நடக்கும் எனது வாழ்க்கைக்கு விசுவாசமின்றி. நான் யாருக்கும் காரணம் சொல்லவோ, விளக்கம் அளிக்கவோ தேவையில்லை – என் மகளுக்குக்கூட. இத்தனைக்கும், இவளை எனக்கு மிகமிகப் பிடிக்கும். தனது மிட்ஸுபிஷி ஸ்பேஸ்வாகனில் ஏறி, பல கோட்டங்களைக் கடந்து, இருட்டான சாலைகளில், அதிகாலையில், இங்கே வந்திருக்கிறாள் – ஆஸ்லோவின் புறநகரில் ஏதோவோர் இடத்திலிருந்து. சரியாகச் சொன்னால், மாரிடாலெனிலிருந்து. நான் எங்கே வசிக்கிறேன் என்பதைத் தேடிப்பிடிப்பதற்காக. காரணம், நான் ஒருவேளை இவளிடம் சொல்லியிருக்க மாட்டேன், இவளிடம் சொல்ல வேண்டும் என்று நினைக்கக்கூட இல்லை. நான் **சொல்லியிருக்க வேண்டும்**. சொல்லாதது விசித்திரமாகத் தெரியக்கூடும், என்பது இப்போது தெரிகிறது. அவளுடைய கண்களில் மீண்டும் ஈரம் படிகிறது – அது எனக்குக் கொஞ்சம் எரிச்சலூட்டுகிறது.

கதவைத் திறக்கிறேன். நானும் எல்லெனும் மைய அறைக்குள் நுழையும்வரை லிரா வாயிற்படியிலேயே காத்திருக்கிறாள். நன்கு பயிற்றுவிக்கப்பட்ட சிறு சைகையின் மூலம் அவளை உள்ளே வர விடுகிறேன். என் மகளின் மேலங்கியை வாங்கி, காலியாய் இருக்கும் கொண்டியில் தொங்கவிடுகிறேன். அவளைத் தொடர்ந்து சமையலறைக்குப் போகிறேன். அங்கே இன்னும் கதகதப்பாகவே இருக்கிறது. கணப்பின்

பெர் பெதர்சன்

சிறு கதவைத் திறந்து பார்க்கிறேன். ஆமாம், நான் எதிர்பார்த்தபடியே, நெருப்புப் பெட்டியில் இன்னமும் கங்குகள் ஒளிர்கின்றன.

'இதைப் பாதுகாக்கலாம்' என்கிறேன். மரப் பெட்டியின் மூடியைத் திறந்து சில சிராய்களையும், காகிதப் பட்டிகளையும் கங்குகளின் மீது தூவுகிறேன். அவற்றைச் சுற்றி நடுத்தர அளவிலான மூன்று கட்டைகளை அடுக்குகிறேன். சாம்பல் தட்டின் மூடியைத் திறந்து ஒருதடவை இழுக்கிறேன். உடனடியாக, சடசடவென ஒலி எழுகிறது.

'உள்ளே இதமாக இருக்கிறது' என்கிறாள் அவள்.

கணப்பை மூடிவிட்டு, சுற்றுமுற்றும் பார்க்கிறேன். அவள் சொல்வது சரிதானா என்று தெரியவில்லை. கொஞ்சநாளில் இதமாக ஆகிவிடும் என்று நம்பிக்கொண்டிருந்தேன் – நான் திட்டமிட்ட மேம்பாடுகளையெல்லாம் செய்த பிறகு. ஆனால், சுத்தமாக இருக்கிறது, துப்புரவாக இருக்கிறது. ஒருவேளை அவள் அதைத்தான் சொன்னாளோ என்னவோ. வயோதிகனான தனியனிடம் வேறேதோ எதிர்பார்த்திருக்கலாம் அவள். தான் பார்த்தது அவளை ஆச்சரியப்படுத்தி விட்டது – நேர்மறையான விதத்தில். அப்படி ஆச்சரியப்படுத்தியிருந்தால், நாங்கள் சேர்ந்து கழித்த காலங்கள் பற்றி அவளுக்கு அதிகம் ஞாபகமில்லை என்றுதான் ஆகிறது. துப்புரவின்மை எனக்கு ஒத்துவராது. எப்போதுமே ஒத்துவந்ததில்லை. உண்மையில், நான் நேர்த்தியான ஆசாமி. அனைத்துமே அதனதன் இடத்தில், பயன்பாட்டுக்குத் தயாராக இருக்கவேண்டும் என்று விரும்பு கிறவன். தூசியும், குளறுபடியும் என்னைப் பதட்டமடைய வைக்கும். சுத்தம் செய்வதில் ஒருமுறை சோம்பல் காட்டினால், சகலமும் எளிதாகச் சரிந்துவிடும்; குறிப்பாக, இந்தப் பழைய வீட்டில். ஒழுங்கற்ற மேல்கோட்டும், கட்டப்படாத கழுத்துப்பட்டியும் அணிந்து, கூட்டுறவுக் கழகத்தின் கவுண்ட்டரில் சட்டையில் முட்டையும் வேறேதோவும் இருக்க, பெரிய அறையின் கண்ணாடி பூதம் காட்டுகிற ஆசாமியாய் ஆகிவிடுவது என்பது நான் அஞ்சும் பயங்கரங்களில் ஒன்று. காலத் தொடர்ச்சி யிழந்த, தனது பிரத்தியேகமான திரவ எண்ணங்களைத் தவிர இந்த உலகத்தில் நங்கூரமாய் எதுவும் இல்லாமலாகிவிட்ட, உடைந்த கப்பலில் உள்ள மனிதனாக ஆவது.

மேஜையருகே அவளை அமரச் சொல்லிவிட்டு, வெந்நீர்க் கேத்தலில் காஃபிக்காகப் புதிய தண்ணீர் நிரப்புகிறேன். அதை அடுப்பின்மீது வைக்கிறேன். உடனடியாக உஸ்ஸென்ற ஒலி கேட்கிறது. காலையில் பயன்படுத்திய பிறகு, அதை அணைக்க மறந்துவிட்டேன் போல. மிகவும் ஆபத்தான விஷயம். ஆனால், எல்லென் அதைக் கவனிக்கவில்லை என்றே நினைக்கிறேன். எனவே, அதைப் புறக்கணித்துவிட்டு, கொஞ்சம் ரொட்டியை வெட்டி கூடையில் போடுகிறேன். திடீரென்று, கோபம் வருகிறது. லேசாகத் தலைசுற்றுகிறது. என்னுடைய கை நடுங்குவதைக் காண்கிறேன். இதை அவள் பார்வையிலிருந்து மறைப்பதற்காக, நான் ஒரு கோணத்தில் இருக்கிற மாதிரிப் பார்த்துக்கொள்கிறேன் – இதை ஒரு சாப்பாடாக ஆக்குவதற்குச் சர்க்கரையையும், பாலையும், நீலநிறக் கைத்துணியையும் எடுப்பதற்காக அவளைத் தாண்டிப் போகும்போது.

இரண்டு மணி நேரத்துக்கு முன்புதான் வயிறுமுட்டச் சாப்பிட்டிருந்தேன். இன்னும் பசியெடுக்கவில்லை. ஆனாலும், இருவருக்குத் தேவையான அளவு எடுத்து வைக்கிறேன். ஏனெனில், அவள் தான் மட்டும் சாப்பிடுவதில் தர்மசங்கடமாய் உணரக் கூடும். சொல்லப்போனால், நாங்கள் இருவரும் கடைசியாய்ப் பார்த்து நீண்ட காலமாகிவிட்டது. நான் சாப்பிடாமலிருக்கவே விரும்புவேன். ஆனால், இனி ஏதும் செய்வதைப் பற்றி யோசிப்பதற்கில்லை. நான் உட்காரத்தான் வேண்டும்.

ஜன்னல்வழியே ஏரியைப் பார்த்துக்கொண்டிருந்தாள் அவள். அதே விதமாக நானும் பார்க்கிறேன். அப்புறம் சொல்கிறேன்:

'அதற்கு அன்ன ஏரி என்று பெயர் வைத்திருக்கிறேன்.'

'அப்படியானால், அதில் அன்னங்கள் இருக்கிறதா?'

'நிச்சயமாய். இரண்டு மூன்று குடும்பங்கள் இருக்கிறது. பார்த்திருக்கிறேன்.' என்னை நோக்கித் திரும்புகிறாள். 'சொல்லுங்கள். நிஜமாகவே நீங்கள் எப்படியிருக்கிறீர்கள்?' என்கிறாள். ஏதோ, என் வாழ்க்கைக்கு இரண்டு வடிவங்கள் இருக்கிற மாதிரி. இப்போது அவள் கண்ணீர் உகுக்கப் போகிறவள் மாதிரி இல்லை. ஆனால், விசாரணை அதிகாரி போல, கூர்மையாக இருக்கிறது குரல். அவள் இப்போது ஒரு பாத்திரம் வகிக்கிறாள் என்பது எனக்குத் தெரியும்; அதற்குப் பின்னால் அவளுடைய இயல்பான தன்மையோடு இருக்கிறாள். குறைந்தது, அவள் அப்படி இருப்பாள் என்று நான் நம்புகிறேன். கிழண்டுபோன நச்சரிப்பாக வாழ்க்கை அவளை மாற்றிவிடவில்லை என்றும்தான் – இந்தப் பிரயோகத்துக்காக என்னை மன்னிக்க வேண்டுகிறேன். ஆனால், ஆழ்ந்த மூச்சிழுத்து என்னை ஒன்றுகூட்டிக் கொள்கிறேன். நாற்காலியில் உள்ள எனது தொடைகளினூடாகக் கைகளைப் புதைத்து நீட்டிக்கொள்கிறேன். இங்கே எனது நாட்கள் கழியும் விதம் பற்றி அவளிடம் சொல்கிறேன்; தச்சுவேலை, விறகு வெட்டுதல், லிராவுடன் நீண்ட தூர நடை என எவ்வளவு நன்றாக இருக்கிறேன் என்பதை. எனக்கு ஓர் அண்டை வீட்டுக்காரன் இருக்கிறான், நெருக்கடி வேளைகளில் இணைந்து வேலை செய்வதற்கு, அவனுடைய பெயர் லார்ஸ், சங்கிலி வாள் வைத்திருக்கிறவன், கெட்டிக்காரன் என்று தெரிவிக்கிறேன். எங்களுக்குள் ஏராளமான ஒற்றுமைகள் இருக்கின்றன என்கிறேன். ரகசியமானது என நான் எண்ணும் புன்னகையை உதிர்க்கிறேன். ஆனால், அவள் இங்கே என்னுடன் இல்லை என்பதை என்னால் காணமுடிகிறது. எனவே, மேற்கொண்டு எதுவும் சொல்லவில்லை. ஆனால், எனக்குத் தெரிந்த பனி அத்தனையும் இப்போது கொட்டித் தள்ளிவிடும் என்று சற்றுப் பதட்டமடைந்ததைச் சொல்கிறேன். பனிக்காலம் நிஜமாகவே வந்து கொண்டிருக்கிறதே. ஆனால், அந்தப் பிரச்சினையையும் சரிசெய்து விட்டேன். அவளே பார்த்துக்கொள்ளலாம். வீட்டைநோக்கிக் காரில் மேலேறி வரும்போது கவனித்திருப்பாளே. ஆஸ்லியன் என்ற விவசாயி ஒருவரை ஏற்பாடு செய்திருக்கிறேன். பனிக்கலப்பை பொருத்திய ட்ராக்டர் ஓட்டுகிறவர் அவர். எனக்குத் தேவைப்படும்போது, பனியை அகற்றித் தருவார் – அதற்குரிய கூலி பெற்றுக்கொண்டுதான். ஆக, இப்படித்தான்

போகிறது, என்கிறேன். ஒரு புன்னகையைப் பூத்துவைக்கிறேன்.அப்புறம் வானொலி கேட்கிறேன் – நான் வீட்டுக்குள்ளிருக்கும் காலை நேரங்களிலெல்லாம், என்று சொல்கிறேன். சாயங்காலங்களில் படிக்கிறேன், பலவிதமானவற்றை – ஆனால், பெரும்பாலும் டிக்கன்ஸ்தான்.

இப்போது உண்மையான புன்னகை பூக்கிறாள். கண்களில் ஈரப்பதம் இல்லை. கூரான சொற்கள் இல்லை.

'வீட்டிலும் நீங்கள் எந்நேரமும் டிக்கன்ஸைப் படித்துக்கொண் டிருந்தீர்கள்' என்கிறாள். 'எனக்கு நன்றாக நினைவிருக்கிறது. உங்கள் நாற்காலியில் ஒரு புத்தகத்துடன் அமர்ந்து, எங்கோ தொலைவில் இருப்பீர் கள். நான் உங்களிடம் வந்து, சட்டைக்கையை இழுப்பேன். என்ன படிக்கிறீர்கள் என்று கேட்பேன். முதலில் உங்களுக்கு என்னை அடை யாளம் தெரிகிற மாதிரி இருக்காது. அப்புறம், 'டிக்கன்ஸ்' என்று பதில் சொல்வீர்கள் – தீவிரமான பார்வையுடன். டிக்கன்ஸைப் படிப்பது, மற்ற புத்தகங்களைப் படிப்பது போன்றது அல்ல, மிகவும் அசாதாரண மான காரியம் என்று நினைத்துக்கொள்வேன். எல்லாரும் செய்வது அல்ல இது என்கிற மாதிரிக் கேட்கும் எனக்கு. டிக்கன்ஸ் என்பது நீங்கள் வைத்திருக்கும் புத்தகத்தை எழுதிய எழுத்தாளரின் பெயர் என்பதுகூட எனக்குத் தெரியாது. அது நம்மிடம் மட்டும் இருக்கும் ஒரு விசேஷமான புத்தகம் என்று நினைத்தேன். சில வேளைகளில், நீங்கள் வாய்விட்டுப் படிப்பீர்கள்; எனக்கு நினைவிருக்கிறது.'

'அப்படியா? வாய்விட்டுப் படித்தேனா?'

'ஆமாம். படிப்பீர்கள். டேவிட் காப்பர்ஃபீல்டிலிருந்து. நான் வளர்ந்த போது, அந்தப் புத்தகங்களையெல்லாம் நானே படிக்க வேண்டும் என்பது புரிந்தது. அந்த நாட்களில் டேவிட் காப்பர்ஃபீல்ட் மீது உங்களுக்கு அலுப்புத் தட்டிய மாதிரியே தெரியவில்லை.'

'அதை நான் கடைசியாகப் படித்து நீண்ட காலம் ஆகிவிட்டது.'

'ஆனால் உங்களிடம் இருக்கிறது. இல்லையா?'

'ஆமாம், இருக்கிறது. வைத்திருக்கிறேன்.'

'அப்படியானால், அதை நீங்கள் மறுபடியும் படிக்க வேண்டும் என்று நினைக்கிறேன்.' முழங்கையை மேஜையில் ஊன்றி, அதே கையில் மோவாய்க்கட்டையைப் பதித்து அமர்ந்தபடி சொல்கிறாள்:

'என்னுடைய வாழ்வின் நாயகனாக நானே ஆவேனா, அல்லது அந்த நிலையம் வேறு யார் வசத்திலும் இருக்குமா என்பதை இந்தப் பக்கங்கள் காட்ட வேண்டும்.'

மறுபடியும் புன்னகைத்துவிட்டுச் சொல்கிறாள்: 'அந்த ஆரம்ப வரிகள் கொஞ்சம் பயமுறுத்துகின்றன என்பதுதான் எப்போதுமே என் எண்ணம். காரணம், நம்முடைய வாழ்க்கையின் தலையாய பாத்திரங் களாக நாம்தான் இருந்தாக வேண்டும் என்று அவசியமில்லை என்று குறிப்புணர்த்துகிற மாதிரி அவை இருந்தன. அது – அவ்வளவு பயங்கர மான ஒன்று – எப்படி நடக்க முடியும் என்று என்னால் கற்பனைசெய்து

பார்க்க முடியவில்லை. ஒருவிதப் பேய் வாழ்க்கை – நான் எதுவுமே செய்யமுடியாது; என்னுடைய இடத்தை எடுத்துக்கொண்ட அந்த நபரைக் கவனித்துக்கொண்டிருப்பது தவிர. அவளை ஆழமாக வெறுக்கலாம், அவளுடைய சகலத்தின் மீதும் பொறாமைப்படலாம். ஆனால், அது தொடர்பாக எதுவுமே செய்ய முடியாது – ஏனென்றால், ஒரு கட்டத்தில் என்னுடைய வாழ்க்கையைவிட்டு நான் வெளியே விழுந்திருப்பேன் – ஆகாயவிமானத்திலிருந்து வெற்றிடத்துக்குள் விழுவது மாதிரி. அதைக் காட்சியாகப் பார்த்தேன் – வீழ்ந்தபோது பாதைமாறி விடுகிறேன்; பின்னர் பழைய இடத்துக்குத் திரும்பவே இயலவில்லை. என்னுடைய இருக்கையில் வேறு யாரோ அமர்ந்திருந்தார்கள். அந்த இடம் எனது, அதற்கான பயணச்சீட்டு என் கையில் இருந்தது என்றாலும்கூட.'

பதிலேதும் சொல்வது எனக்கு எளிதாயில்லை. அவள் இந்தவிதமாகச் சிந்திக்கிறாள் என்பது எனக்குத் தெரியாது – என்னிடம் சொன்னதே கிடையாது. காரணம் எளிமையானதுதான். அவள் பேச விரும்பியபோது, நான் அங்கே இல்லை. ஆனால், இதே எண்ணங்கள்தாம் எனக்குள்ளும் அடிக்கடி ஓடின என்பது அவளுக்குத் தெரிந்திருக்க வாய்ப்பில்லை. டேவிட் காப்பர்ஃபீல்டின் ஆரம்ப வாக்கியங்களை நானும் படித்திருந்தேன். அப்புறம் படித்துக்கொண்டே போனேன். பக்கம் பக்கமாக. அச்சத்தால் விறைத்தே போயிருந்தேன். காரணம், எல்லாமே அதனதன் இடத்தில் பொருந்துகின்றனவா என்று பார்ப்பது என் பொறுப்பு. இயல்பாகவே அவை பொருந்திப் போயின. ஆனால், நான் பத்திரமாக உணர்வதற்கு எப்போதுமே நீண்ட நேரம் பிடித்தது – புத்தகத்தில். நிஜ வாழ்க்கை வேறுமாதிரியானது. நிஜ வாழ்க்கையில் லார்ஸிடம் அந்த வெளிப்படையான கேள்வியைக் கேட்க தைரியமில்லை எனக்கு:

'நியாயமாக எனக்கு உரிய இடத்தை நீ எடுத்துக்கொண்டாயா? நான் வாழ்ந்திருக்க வேண்டிய வாழ்க்கையின் பல ஆண்டுகள் உன்னிடம் இருந்தனவா?'

தமக்கு ஒரு புதுவாழ்க்கையை அமைத்துக்கொள்வதற்காக தென் ஆப்பிரிக்கா, ப்ரேஸில் போன்ற நாடுகளுக்கோ, வான்கூவர் அல்லது மாண்ட்டெவிடியோ போன்ற நகரங்களுக்கோ என் அப்பா பிரயாணம் செய்தார் என்று நான் நினைத்தும் பார்த்ததில்லை. மிகப் பலர் செய்த மாதிரி, விமானத்தில் செல்லவில்லை அவர். ஆத்திரத்திலோ, காதலின் வேகத்திலோ செய்த காரியங்களுக்காக, அல்லது விதியின் தாறுமாறான தாக்குதலின் விளைவாக வாழ்க்கை சிதைந்து போனதாலோ தலைதெறிக்க ஓடவில்லை – அமைதியான கோடைக்கால இரவைக் கேடயமாகக் கொண்டு அச்சத்தோடும், பாதிமூடிய கண்களோடும் ஜான் ஓடிய மாதிரி. என் அப்பா கடலோடி அல்ல. எனக்கு நிச்சயமாகத் தெரியும், ஆற்றின் கரையில் வசித்தவர். அவர் விரும்பியதும் அதைத்தான். என்னுடைய இடத்துக்கு வரும்போது, அவரைப்பற்றி லார்ஸ் பேசுவதில்லை; அவரைப்பற்றிக் குறிப்பிடுவதேயில்லை. ஒருவரையொருவர் அறிந்துகொண்ட நாள்முதலாக, ஒரு வார்த்தைகூடப் பேசவில்லை. அவன் என்னை மன்னிக்க விரும்புகிறான் என்பதுதான் காரணமாக இருக்கவேண்டும். அல்லது, என்னை மாதிரியே அவனுக்கும் இந்த

நபர்களைச் சுற்றி – என்னையும் அவனையும் சேர்த்துத்தான் – ஓடும் எண்ணங்களைக் குவிக்க முடிவதில்லையாக இருக்கலாம். அந்த ஒரு விஷயத்துக்கு வரும்போது அவனிடம் பொருத்தமான சொற்கள் இல்லாது போகலாம். எனக்கு அது புரிகிறது. என் வாழ்நாள் முழுவதும் எனக்குமே அப்படித்தான் இருந்து வந்திருக்கிறது.

ஆனால், நான் இப்போது யோசிக்க விரும்புவது அதைப்பற்றி அல்ல. மேஜையிலிருந்து விரைவாக எழுகிறேன். மேற்செல்லுமுன் மேஜையில் இடித்துக்கொள்கிறேன் – கோப்பைகள் குதிக்குமளவு, மேஜைத் துணியில் காஃபி சிதறுமளவு மேஜை அதிர்கிறது. மஞ்சள்நிற க்ரீம் ஜாடி கவிழ்ந்து, பால் கொட்டிவழிந்து காஃபியுடன் கலக்கிறது. ஓர் ஓடை கீழ்நோக்கி ஓடுகிறது – எல்லெனின் மடியைப் பார்த்து. தரை சரிவாக இருப்பதுதான் காரணம். உண்மையில், ஒரு சுவரிலிருந்து மற்றதுக்கு ஐந்து செண்டிமீட்டர் அளவு சரிவு. வெகுநாளைக்கு முன்பே அளந்து பார்த்துவிட்டேன். அதையும் சரிசெய்திருக்க வேண்டும் நான், ஆனால் புதிதாகக் தளம் போடுவது மிகப் பெரிய வேலை. அது கொஞ்சம் காத்திருக்கத்தான் வேண்டும்.

எல்லென் தனது நாற்காலியை வேகமாகப் பின்னிழுத்துக் கொள்கிறாள். மேஜையில் அவள் பக்கத்து விளிம்பைச் சிற்றோடை எட்டுவதற்கு முன்னால் எழுந்துகொள்கிறாள். மேஜைத்துணியின் ஓர் ஓரத்தைப் பிடித்து உயர்த்தி உள்பக்கமாக மடிக்கிறாள். இரண்டு கைத்துணிகள் கொண்டு வெள்ளத்தை நிறுத்துகிறாள்.

‘ஸாரி. நான் ரொம்ப அவசரமாக எழுந்துவிட்டேன்’ என்கிறேன். எனக்கு ஆச்சரியமாக இருக்கிறது, அந்தச் சொற்கள் திக்கித்திணறி என் வாயிலிருந்து வெளியேறுகின்றன — ஓடிவந்ததால் மூச்சடைப்பது மாதிரி.

‘பரவாயில்லை. இந்தத் துணியை முறையாக எடுக்க வேண்டும். அப்போதுதான் சமையல்மேடைத் தொட்டியில் அலச முடியும். ஒரு துளி துணிதோய்க்கும் பவுடர் சரிசெய்ய முடியாத தீங்கு ஒன்றும் நடந்துவிடவில்லை.’ நிலைமையைத் தன் கட்டுப்பாட்டில் எடுத்துக் கொள்கிறாள் – இந்த இடத்தில் இதுவரை யாருமே செய்திராத விதத்தில். நான் எதிர்ப்புத் தெரிவிக்கவில்லை. மேஜை மீதிருந்த சகலத்தையும் வேகமாய் சமையல் மேடைக்கு இடம்பெயர்க்கிறாள். மேஜைத் துணியைக் குழாயடியில் போட்டு கறைபட்ட இடத்தை அலசுகிறாள். கவனமாகத் துணியை வெளியில் எடுத்துப் பிழிகிறாள். வெம்மையான மரக்கணப்பின் முன்னால் உள்ள நாற்காலியில் தொங்கவிட்டு உலரப் போடுகிறாள்.

‘அப்புறமாக, துவைக்கும் யந்திரத்தில் போடலாம் நீங்கள்’ என்கிறாள்.

மரப் பெட்டியைத் திறந்து தடிகள் இரண்டைக் கணப்பினுள் போடுகிறேன்.

‘என்னிடம் துவைக்கும் யந்திரம் கிடையாது’ என்கிறேன். நான் இப்படிச் சொல்லும்போது, பஞ்சத்தில் அடிபட்ட மாதிரி தொனிக்கிறது. எனக்குச் சிரிப்பு வருகிறது. ஆனால், அந்தச் சிறு கேலிச் சிரிப்பு சரியாக

வரவில்லை. அதைக் கவனத்தில் கொள்கிறாள் எல்லென் என்பதை என்னால் காண முடிகிறது. இந்த மாதிரிச் சூழ்நிலையில், பொருத்த மான தொனியைக் கண்டறிவது சுலபமே அல்ல.

மேஜையைத் துணியால் துடைக்கிறாள். ஓடும் தண்ணீரில் அந்தத் துணியைப் பலமுறை இறுக்கிப் பிழிகிறாள். ஏனெனில், துணிமுழுவதும் பால் ஆகியிருக்கிறது. அது முழுக்க வெளியேற வேண்டும், இல்லா விட்டால் நாறும். திடீரென்று விறைப்பாகிறாள். எனக்கு முதுகைக்காட்டிய படி, சொல்கிறாள்:

'நான் வந்திருக்க வேண்டாம் என்று நினைக்கிறீர்களோ ?' — அப்படி ஒரு சாத்தியம் இருக்கமுடியும் என்பதை இப்போதுதான் தான் உணர்ந்த மாதிரிக் கேட்கிறாள். ஆனால், நல்ல கேள்வி. பதில் சொல்லக் கொஞ்சம் நேரம் எடுத்துக்கொள்கிறேன். மரப் பெட்டிமீது அமர்ந்து, என் எண்ணங் களைக் குவித்துக்கொள்ள முயல்கிறேன். பிறகு, அவளே சொல்கிறாள்: 'ஒருவேளை, உங்களுக்குத் தனிமையில் அமைதி காண வேண்டியிருந் ததோ ? அதற்காகத்தான் இங்கே இருக்கிறீர்கள், இல்லையா ? அதனால் தான் இந்த இடத்துக்கு வந்திருக்கிறீர்கள். நீங்கள் அமைதியாக இருக்க விரும்பியதால். நான் உங்கள் முற்றத்தில் வந்து நிற்கிறேன், பொழுது விடிகிற சமயத்தில் வந்து உங்களைத் தொந்தரவு செய்துகொண்டிருக் கிறேன். இதில் எதுவுமே நீங்கள் விரும்பியது அல்லவே, உங்களைப் பொறுத்தவரை ?'

இவையனைத்தையும் எனக்கு முதுகைக் காட்டியபடியே சொல் கிறாள். துணியைச் சமையல்மேடைத் தொட்டிக்குள் போட்டுவிட்டு, மேடையின் விளிம்பை இரண்டு கைகளாலும் பிடித்துக்கொள்கிறாள். திரும்பிப் பார்க்கவில்லை.

'என் வாழ்க்கையை மாற்றிக்கொண்டுவிட்டேன்' என்கிறேன். 'அதுதான் முக்கியம். நிறுவனத்தில் மிச்சமிருந்தவற்றையெல்லாம் விற்று விட்டேன். இங்கே வந்தாக வேண்டும், அதனால் வந்தேன். இல்லா விட்டால், சமாசாரங்கள் மோசமாக ஆகியிருக்கும். அது இருந்த விதத்தில் என்னால் தொடர்ந்திருக்க முடியாது.'

'புரிகிறது. நிஜமாகவே புரிகிறது. ஆனால், எங்களிடம் ஏன் சொல்ல வில்லை ?'

'எனக்குத் தெரியவில்லை. அதுதான் உண்மை.'

'நான் வந்திருக்க வேண்டாமோ ?' என்று மறுபடியும் சொல்கிறாள் — வலியுறுத்துகிற மாதிரி.

'எனக்குத் தெரியவில்லை' என்கிறேன். இதுவும் உண்மைதான். அவள் இங்கு வந்ததைப் பற்றி என்ன நினைப்பது என்று எனக்குத் தெரியவில்லை. அது என் திட்டத்தின் பகுதி அல்ல. அப்புறம் எனக்கு உறைக்கிறது: இப்போது அவள் போய்விடுவாள். பிறகு வரவே மாட்டாள். இந்த எண்ணம் திடீரென்று அச்சமாய் எனக்குள் நிறைகிறது. அவசர மாய்ச் சொல்கிறேன்:

'அட, அப்படியெல்லாம் இல்லை. நீ போய்விடாதே.'

'போகும் உத்தேசம் இல்லை எனக்கு' என்று சொல்கிறாள். பிறகு, அதன் பிறகுதான், தொட்டியை விட்டுத் திரும்புகிறாள். 'இன்னும் அந்த முடிவை எடுக்கவில்லை. ஆனால், ஒரு ஆலோசனை சொல்ல விரும்புகிறேன்.'

'என்ன அது?'

'தொலைபேசி வைத்துக்கொள்ளுங்கள்.'

'அதைப் பற்றி யோசித்துப் பார்க்கிறேன். நிஜமாகவே, யோசித்துப் பார்ப்பேன்.'

என்கிறேன்.

பல மணி நேரம் தங்கியிருக்கிறாள். காரில் ஏறும்போது, மீண்டும் இருட்டத் தொடங்கிவிட்டிருக்கிறது. ஆனால், அவள் தன் விருப்பத்தின் பேரில், லிராவுடன் நடக்கப் போயிருந்தாள் – படுக்கையில் நான் அரை மணி நேரம் ஓய்வெடுத்த சமயத்தில். என் வீடு இப்போது வேறு மாதிரி இருக்கிறது. முற்றமும் வித்தியாசமாக இருக்கிறது. கதவு திறந்தே யிருக்க, அவள் புறப்படுகிறாள்.

'ஆக, நீங்கள் வசிக்கும் இடம் எனக்குத் தெரியும்' என்கிறாள்.

'நல்லதுதானே' என்கிறேன். 'உனக்குத் தெரிந்திருப்பதில் எனக்கு மகிழ்ச்சிதான்.' சுருக்கமாகக் கையசைத்துவிட்டு கார்க்கதவை அறைந்து சாத்துகிறாள். சரிவில் மெல்ல இறங்குகிறாள். நான் படிகளில் ஏறிச் செல்கிறேன். முற்றத்து விளக்கை அணைக்கிறேன். மைய அறையினூடாகச் சமையலறைக்குச் செல்கிறேன். லிரா என் காலடியில் தொடர்கிறாள். லிரா என்னோடு இருந்தும், அறை சற்று வெறுமையாகத் தென்படு கிறது. வெளியே, முற்றத்தைப் பார்க்கிறேன். அங்கே எதுவுமேயில்லை, இருட்டான கண்ணாடியில் பிரதிபலிக்கும் என் பிம்பத்தைத் தவிர.

○

குதிரை வேட்டை

16

வெட்டிய மரங்களை அனுப்பி முடித்தபிறகு, ஃப்ரான்ஸ் சாலையிறங்கி அடிக்கடி எங்கள் இடத்துக்கு வந்தார். தமக்குத் தாமே விடுமுறை வழங்கிக்கொண்டதாக சிரித்தபடி சொன்னார். குட்டைக் காற்சட்டை அணிந்து, சிகரெட்டும் ஒரு கோப்பைக் காஃபியுமாக, கதவுக்கு வெளியில் உள்ள பட்டியல்கல்லில் அமர்வார். அவரது வெண்ணிறக் கால்களுடன் விநோதமாகத் தெரிவார். ஆகாயம் வெறும் நீலம், நீலம் என்றே இருந்தது. சாதனையென்று சொல்லத் தக்க இடைவெளியில் இளநீலத்திலிருந்து அடர்நீலமாக மாறியிருந்தது. என்னளவில், சிறுமழை ஒன்று இப்போது பெய்தால் நன்றாயிருக்குமே என்று பட்டது.

அப்பாவுக்கும் அப்படியே தோன்றியிருக்கக் கூடும். அவர் இன்னமும் பரபரவென்றுதான் இருந்தார். ஆற்றுக் கரைக்குப் புத்தகத்துடன் செல்வார். நின்றிருக்கும் படகில் படுத்துப் படித்துக்கொண்டிருப்பார். பின்பகுதிக் குறுக்குப் பலகையில் தலைவைத்துப் படுத்திருப்பார். கழுத்துக்கு அடியில் சிறு மெத்தை வைத்திருப்பார். அல்லது கோணலாய் வளர்ந்த பைன் மரத்துக்கடியில், சரிவாகக் கிடக்கும் பாறை யில் படுத்திருப்பார். 1944 குளிர்காலத்தின் ஒரு நாளில் அதே இடத்தில் நடந்த சம்பவத்தைப் பற்றி அவர் சிந்திப்பதே இல்லை என்று தோன்றும். அல்லது, உண்மையில் சிந்தித் தாரோ என்னவோ. அல்லது, சலனமின்றி இருப்பதாக வலிந்து காட்டிக்கொள்வார் - அமைதியான, சமனமான மனமுள்ள மனிதன் எப்படித் தென்படுவான்; தனது நாட்களை எப்படி ஆனந்தமாய்க் கழிப்பான் என்று செய்து காட்டுபவர் மாதிரி. ஆனால், அவர் யாரையும் ஏமாற்றவில்லை. நிஜ மாகவே, வெட்டிய மரங்களைப் பற்றித்தான் சிந்தித்துக் கொண்டிருந்தார். தலையை அவர் உயர்த்திய விதத்திலிருந்து, ஆற்றின் கீழ்ப்புறத்தில் பார்வையை ஓட்டிய விதத்திலிருந்து, என்னால் இதைக் காண முடிந்தது. அது என்னைத் தூண்டி விட்டது. அது ஏன் இவருக்கு அவ்வளவு முக்கியமானதாக

இருக்க வேண்டும்? ஆனால், எங்களுக்குள் ஒப்பந்தம் இருந்தது அல்லவா? நான் அங்கே இருந்தேன்; கோடையின் மீதி நாட்களை நாங்கள் சேர்ந்து கழித்தாக வேண்டும் – அது முடிவதற்கு முன்னால். என்றென்றைக்குமாகத் தீர்ந்து போகும்வரை.

நாங்கள் இங்கே பேருந்தில் வந்து இறங்கிய மறுநாள் அவர் ஒரு திட்டத்தை முன்வைத்தார் – குதிரையேறி மூன்று நாள் உல்லாசப் பயணம் செல்வது என்று, எனக்கு அது நல்ல யோசனையாகப் பட்டதா இல்லையா? அவர் திட்டமிட்டிருக்கும் குதிரைகள் எவை என்று கேட்டேன். பர்க்கால்டின் குதிரைகள் என்று பதிலளித்தார். நான் உற்சாகமானேன். அது *மிகமிகப்* பிரமாதமான யோசனை என்று எண்ணினேன். இப்போது, நான் அவருக்கு முன்னாலேயே அந்தக் குதிரைகளில் சவாரி செய்தவன். ஆனால், நாங்கள் காட்டுக்குள் அதிக தூரம் சவாரி செய்யவில்லை – நானும் ஜானும். அது நல்லவிதமாக முடியவும் இல்லை. குறைந்தபட்சம் எனக்கு அப்படி முடியவில்லை. அதற்கு முன்பு என்ன நடந்திருந்தது, பின்னர் என்னவெல்லாம் நடந்தது என்பதை நீங்கள் யோசித்துப் பார்த்தால், ஜானுக்குமே நல்லவிதமாய் முடியவில்லை. எப்படியோ, மேற்படித் திட்டம் பற்றி அதற்குப் பிறகு நான் எதுவுமே கேள்விப்பட வில்லை. ஆகவே, ஒரு நாள் காலை கண்விழித்தபோது, வீட்டுக்குப் பின்னாலிருந்த புல்வெளியிலிருந்து சீறலான மூச்சொலியும், கால்களைத் தரையில் உதைக்கும் ஒலியும் ஜன்னல்வழியாய்க் கேட்டபோது பெரும் ஆச்சரியமடைந்தேன். நான் மிகமோசமாக வேலை செய்திருந்த இடம் அது. சிறு கருக்கரிவாளால் முட்செடிகளை வெட்ட எனக்குத் துணிச்ச லில்லாமல் போன இடம்; காயம் ஏற்பட்டுவிடும் என்று நான் அஞ்சியது தான் காரணம். அப்புறம், அப்பா அவற்றை வெறும் கையால் பிடுங்கிப் போட்டார்.' அவை புண்படுத்துமா என்று நீயே பார்த்துக்கொள்' என்று சொல்லியபடி.

மேற்படுக்கையிலிருந்து எட்டிப்பார்த்தேன் – ஜன்னலில் நான் தொங்கு மளவு. ஜன்னலின் அடிக்கட்டையில் கைகளை ஊன்றி, கண்ணாடிக்கு மிக அருகில் முகத்தை வைத்துக்கொண்டு பார்த்தேன். இரண்டு குதிரைகள் அங்கே மேய்வது தெரிந்தது. ஒன்று கருஞ்சிவப்பு, மற்றது கறுப்பு. ஜானும் நானும் சவாரிசெய்த அதே குதிரைகள் என்பது பார்த்ததுமே எனக்குத் தெரிந்துவிட்டது. அது நல்ல சகுனமா இல்லையா என்பதை என்னால் கூறியிருக்க முடியாது – அன்று காலை யாராவது என்னைக் கேட்க நினைத்திருந்தால்.

மேற்படுக்கையிலிருந்து வழக்கம்போலக் குதித்தேன். கச்சிதமாகத் தரையிறங்கினேன் – காலிலோ வேறெதிலுமோ சேதமில்லாதபடி. முழங் கால் இப்போது தேவலையாகியிருந்தது. இரண்டே நாட்களில் சரியாகி விட்டது அது. தலைகுப்புற விழுந்துவிடாது, என்னால் முடிந்தவறை ஜன்னலுக்கு வெளியே எட்டிப்பார்த்தேன். கொட்டகையிலிருந்து வந்து கொண்டிருந்தார் அப்பா. கையில் சேணம் வைத்திருந்தார். ரம்பத்தால்

அறுக்கவேண்டிய மரத்தைப் பொருத்தும் தூணில் சேணத்தைக் கிடத்தினார் – பாதந்தாங்கிகள் இருபக்கமும் ஊசலாடும் வகையில்.

'அந்தக் குதிரைகளை *வேட்டையாடப்* போயிருந்தீர்களா?' என்று கேட்டேன். அவர் நின்றார். ஒரு கணம் விறைப்பானார். பிறகு திரும்பி என்னைப் பார்த்தார். நான் ஜன்னலில் தொங்கிக்கொண்டிருந்தேன். நான் அவரைக் கேலிதான் செய்கிறேன் என்பதை உணர்ந்தவுடன், புன்னகைத்தார். உரத்துச் சொன்னார்:

'சரியான நேரத்துக்கு இங்கே வந்து சேர்.'

'ஆகட்டும் தலைவரே, ஆகட்டும்' என்று கத்தினேன்.

நாற்காலியிலிருந்த எனது உடைகளைச் சேகரித்துக்கொண்டு வசிப்பறைக்குள் ஓடினேன். நிறுத்தாமல், என்னால் முடிந்த அளவு வேகமாக அவற்றை அணிந்துகொண்டேன். காற்சட்டையை மேலே இழுத்துக்கொள்ளும்போது, முதலில் ஒரு காலிலும் அப்புறம் மற்றொன்றிலும் எவ்விக் குதித்தேன். எனது உடற்பயிற்சிக்கூட ஷூக்களை அணிய மட்டுமே நின்றேன். சட்டையின் கைகள் தலைக்குமேலே மடங்கியிருக்க, பாதிப் பார்வையுடன் படிக்கட்டுக்கு வந்துசேர்ந்தேன். இறுதியில் என் முகம் மேலே தெரிந்தபோது, அவர் கொட்டகை வாசலில் நின்றிருப்பதைப் பார்க்க முடிந்தது. என்னை உற்றுப் பார்த்து, மனம் விட்டுச் சிரித்துக் கொண்டிருந்தார். அவரது கைகளில் இன்னொரு சேணம் இருந்தது.

'இது உனக்கு' என்றார். 'அதாவது உனக்கு இன்னும் ஆர்வமிருந்தால். நீ ஏற்கனவே சவாரி செய்தவனாயிற்றே, எனக்கு நினைவிருக்கிறது.'

'நான் ஆர்வமாய்த்தான் இருக்கிறேன். நாம் இப்போதே போகிறோமா? எந்த இடத்துக்கு?' என்று கேட்டேன்.

'எங்கே என்றாலும் சரி, முதலில் காலைச் சாப்பாடு' என்றார் அப்பா. 'அப்புறம் குதிரைகளைத் தயார் செய்ய வேண்டும். அதற்குக் கொஞ்சம் நேரம் பிடிக்கும். முறையாகச் செய்ய வேண்டும் – சும்மா, போவது மட்டும் இல்லை விஷயம். நாம் இவற்றை மூன்று நாட்களுக்குக் கடன் வாங்கியிருக்கிறோம். பர்க்கால்டை உனக்குத் தெரியுமே, தன்னுடைய பொருட்களை அவர் வீணடிக்கிறவர் இல்லை. எதனால் சம்மதித்தார் என்பதேகூட எனக்குப் புரியவில்லை.'

ஆனால், அதில் எனக்கு மர்மம் எதுவுமில்லை. பர்க்கால்டுக்கு என் அப்பாவைப் பிடிக்கும். எப்போதுமே பிடிக்கும் – ஃப்ரான்ஸ் என்னிடம் சொன்ன பிரகாரம். ஆரம்பத்தில் நான் யூகித்திருந்ததைவிட, உறுதியான நம்பிக்கை நிலவியது அவர்களுக்கிடையே. ஒருவேளை, எங்களுடைய இடத்துக்காக அப்பா விலையேதும் கொடுக்காமல்கூட இருந்திருக்கலாம். போர்க்காலத்தில் அவர்கள் சேர்ந்து பட்டறிந்த சமாசாரங்கள் காரணமாக, போர் முடிந்தபிறகு இருவரும் மிக நெருங்கிய நண்பர்கள் என்பதால், பர்க்கால்டு இலவசமாகக்கூடக் கொடுத்திருக்கலாம்.

அப்படியானால், எல்லாமே வேறுவிதமாக ஆகிவிடுகின்றன, இல்லையா? நாங்கள் இங்கே முதல்தடவையாக வந்தபோதிலிருந்து, காடும் ஆறும் எனக்குப் புதிதாக இருந்தன. கடை முன்னாலிருந்த முற்றம் புதிது. பாலம் புதிது. மஞ்சள் நிறமாக மினுங்கிக்கொண்டு, நீரோட்டத்தில் நகரும் மரத் தடிகளை நான் பார்த்ததேயில்லை. பர்க்கால்டு என்ற மனிதரை நான் சந்தேகத்துடனே பார்த்திருந்தேன் – அவரிடம் சொத்துக் களும், பணமும் இருந்தன. எங்களிடம் கிடையாது. அப்பாவும் அதே மாதிரி உணர்ந்தார் என்றுதான் நான் எண்ணியிருந்தேன். ஆனால் அவர் அப்படி உணரவில்லை என்பது வெளிப்படை. இப்போது சொன்னதை அவர் சொன்னதேகூட, நிலைமையைக் கொஞ்சம் சகஜமாக்குவதற்காக இருக்கலாம். அல்லது, நிஜமான சூழ்நிலையைத் திரையிட்டு மறைப்பதற்காகவும் இருக்கலாம்.

அப்படியிருக்கும் பட்சத்தில், அனைத்துமே சற்று சந்தேகத்துக் குரியனவாகத் தெரிகின்றன. ஆனால், நான் அதைப் பிடித்துத் தொங்க முடியாது. கோடைக்காலம் சீக்கிரமே முடிந்துவிடும், குறைந்தபட்சம் எங்களுக்கு முடிந்துவிடும். மரம் வெட்டிய நாளில் எனக்குள் நான் உணர்ந்த, என்னை அழுத்திய, என் முழங்காலை அநேகமாகச் சிதைத்தே விட்ட அந்தப் பளு என் உடம்பிலிருந்து மர்மமமான விதத்தில் மேலெழும்பி யது. காணாமலே போய்விட்டது. இப்போது அப்பா மாதிரியே நானும் பரபரப்பாக உணர்ந்தேன். ஆஸ்லோவுக்கு நாங்கள் திரும்பிச் செல்வதற்கு முன்னால், மிச்சமிருக்கும் நாட்களில், ஆற்றினிடமிருந்தும், அதைச் சுற்றிலுமிருந்த நிலவெளியிடமிருந்தும் அதிகபட்சம் கறந்துவிடும் வேகம் கொண்டிருந்தேன்.

நாங்கள் செய்யப் புறப்பட்டதும் அதுதான்: காட்டினூடே சென்ற பாதைகளிலும், ஃபுருஃப்ஜெல்லெட் தேசியப்பூங்காவில் சூரிய ஒளி மிளிர்ந்த உயர்முகடுகளிலும் கடைசியாய் மிச்சமிருந்த வெதுவெதுப்பைப் பிழிந்து எடுத்துவிடுவது; மரங்களினூடே சுழிக்கும் பிர்ச் மரத்தண்டு களின் பளபளப்பான எதிரொளியைப் பார்ப்பது – குறுகலான செம்மண் பாதையின் இரு பக்கங்களிலும் அசைந்த கரும்பச்சைப் பரணிச்செடிக ளூடே கயோவா பூர்வகுடிகளின் வில்லிலிருந்து பாயும் அம்புகள் போலப் பாய்ந்த ஒளியை. பரணிச் செடிகளோ, ஞாயிற்றுக்கிழமைப் பள்ளிகளின் வேதாகமத்தில் வரும் பனையோலை ஞாயிறின் பனையோலைகள் போல அசைந்தன. எங்கள் மரவீட்டிலிருந்து குதிரைகளைக் கீழே நடத்திச் சென்றோம். கொஞ்ச நாளைக்கு முன்னால் நான் ஓர் இரவைக் கழித்த மரத்தாலான பழைய பண்ணைக் களஞ்சியத்தைக் கடந்து சென்றோம். சட்டென்று என் உடலுக்குள் வெம்மையை உணர்ந்தேன். இப்போதைய வெம்மை குதிரைகளின் விலாப்புறத்திலிருந்து என் தொடை களில் ஏறுவது. என் முகத்தில், தெற்கிலிருந்து வரும் காற்றின் வெம்மை. ஆற்றின் இந்தப் பக்கம், எங்களுடைய கிழக்குக்கரையிலிருந்து அதை எதிர்கொண்டு நாங்கள் சவாரி செய்தோம். காலையுணவை முடித்து விட்டோம். சேணப்பைகளை நிரப்பிவிட்டோம். திறந்தவெளியில் உறங்கும்

போது கதகதப்பு வேண்டி, கம்பளிகளைச் சுருட்டி எடுத்துக்கொண்டிருக்கிறோம்.தலைக்கவசம் கொண்ட, இறக்கமான மேல்கோட்டுகளைக் கம்பளிகளோடு கட்டிவைத்திருக்கிறோம். குதிரைகளுக்குத் தீனியிட்டாகிவிட்டது. அவற்றின் பிடரிமயிர் மினுங்குகிறது. மேற்கேயிருக்கும் முகடுக்கும் மேலே, மேகக்கூட்டங்கள் உச்சியையொட்டிப் போகின்றன. ஆனால், மழை இருக்காது, என்று சேணத்தில் ஊசலாடியபடி, தலையை அசைத்தவாறு, அப்பா சொல்லியிருக்கிறார்.

கீழே, பண்ணைக் களஞ்சியத்துக்கு வெளியில் அந்தப் பால்காரப் பெண் தனது வாளிகளையும் தொட்டிகளையும் நீரும் சோடா உப்பும் கொண்டு ஓடையில் கழுவிக்கொண்டிருந்தாள். உலோகத்திலும், வாளிகளுக்குள் பாய்ந்து மீண்டும் தெறித்து வெளியேறிய தூய குளிர்நீரிலும் பட்டுப் பிரகாசித்தது சூரியன். நாங்கள் அவளை நோக்கிக் கையசைத்தோம். தனது கையை உயர்த்திப் பதிலுக்கு அசைத்தாள். பிரகாசமான நீர்க்கீற்று அரைவட்டமாகக் காற்றில் பறந்து தரையில் வீழ்ந்தது. குதிரைகள் சீறலாக மூச்சுவிட்டு, தலையை அசைத்தன. கடந்து செல்பவர் யார் என்று பார்த்தவுடன், அவள் வாய்விட்டுச் சிரித்தாள். ஆனால், அதில் துர்நோக்கம் எதுவும் இல்லை. நான் நாணவுமில்லை.

ரம்மியமான குரல் அவளுக்கு. நானறிந்தவரை, வெள்ளிப்புல்லாங்குழல் போல ஒலிக்கக்கூடியது. அப்பா தனது சேணத்தில் திரும்பி, அவருக்கு அருகாமையில் பின்னால் வந்துகொண்டிருந்த என்னைப் பார்த்தார். நான் சேணத்தின் மீதுசௌகரியமான விதத்தில் அமர்வது எப்படி என்று கண்டறிவதில் மும்முரமாயிருந்தேன், இன்னமும். 'இடுப்பைத் தளர்த்தி உட்கார்' என்று சொல்லியிருந்தார் அப்பா. 'உனது இடுப்பும் குதிரையின் ஓர் அங்கம் போல இருக்கவேண்டும். உன்னிடம் அந்த இடத்தில் ஓர் உருள்குண்டு அமைப்பு இருக்கிறது. அதைப் பயன்படுத்து' என்றார். அவர் சொன்னது சரிதான் என்று எனக்குத் தெரியும். என்னுடைய உடலமைப்பு, சவாரி செய்வதற்கு ஏற்றவிதத்தில் ஒருங்கிணைக்கப்பட்டது என்பது – அதாவது சவாரி செய்ய நான் விரும்பினால்.

'உனக்கு ***அவளையும்*** தெரியுமா?' என்று இப்போது கேட்டார் அப்பா.

'கட்டாயம் தெரியும். நாங்கள் ஒருவரையொருவர் நன்றாக அறிவோம்' என்றேன். 'அவளைப் பார்க்கப் பலதடவை போயிருக்கிறேன்'. இது முழு உண்மையல்ல. ஆனால், ***அவளையும்*** என்று சொன்னபோது, அவர் குறிப்பிட்ட இன்னொருவர் யார் என்று எனக்குத் தெரியவில்லை. ஜானுடைய தாயாரைச் சொன்னாரா. அவர் சொன்ன விதம், இன்னமுமா என்மீது கோபமாய் இருக்கிறார் – நாங்கள் மரத்தை அனுப்பிய நாளிலிருந்து என்று வியப்பூட்டியது எனக்கு. அப்புறம் அவர் சொன்னார்:

'உன் வயதுப் பெண்கள் யாருமில்லையா?'

'இங்கே என் வயதுப் பெண்கள் யாரும் இல்லை' என்றேன். இது உண்மையேதான். கடந்த இரண்டு கோடைகாலங்களிலும், என் வயதுடைய

சிறுமி ஒருத்தியைக்கூட பல கிலோமீட்டர் சுற்றுவட்டாரத்தில் நான் பார்க்கவில்லை. அதில் எனக்குப் பிரச்சினையும் இல்லை. என்னுடைய வயதே ஆன ஒருத்தியுடன் செலவிடுமளவு எனக்கு நேரமில்லை. அவளிடம் எனக்கு என்ன வேண்டும்? இப்போதிருக்கும் விதமே நன்றாகத்தான் இருக்கிறது. என் குரல் விறைப்பாகவும் விரோதமாகவும் ஆவது எனக்கே தெரிந்தது. அவர் என் கண்களை நேராய்ப் பார்த்தார். புன்சிரித்தார்.

'இப்போது சொன்னாயே, அது மிகமிகச் சரி.' சொல்லிவிட்டு, திரும்பிக்கொண்டார். அவர் சிரிப்பது கேட்டது.

'எதற்காகச் சிரிக்கிறீர்கள்?' என்று கத்தினேன். எனக்குப் பித்து அதிகரிப்பதை உணர முடிந்தது. ஆனால், அவர் திரும்பவில்லை. காற்றில் சொன்னார்:

'என்னைப் பார்த்துச் சிரிக்கிறேன்.' அவர் சொன்னது இதுதான் என்று நினைக்கிறேன். அது நிஜமாகவும் இருக்கலாம். அவரால் நிச்சயம் அதைச் செய்ய முடியும் – தன்னைப் பார்த்துச் சிரித்துக்கொள்ள. என்னால் செய்ய முடியாத ஒரு விஷயம் அது. அவரானால் அடிக்கடி செய்தார். ஆனால், இப்போது எதற்காகச் செய்யவேண்டும் என்று எனக்குப் புரியவில்லை. தனது குதிரையின் பக்கங்களில் குதிகால்களால் லேசாகத் தொட்டார். வேகம் சரளமான துள்ளுநடையாய் அதிகரித்தது.

'நாம் போகலாம்' என்று அழைத்தார். அவருக்குப் பின்னால் சவாரி செய்யும் நான் கவனம் செலுத்துவதற்கு ஏராளமான விஷயங்கள் இருந்தன. என்னுடைய குதிரையும் துள்ளுநடை தொடங்கிப் பின் தொடரும்போது, என் இடுப்பின் உருள்குண்டுகளை சேணத்தில் சரியாக உருள வைக்க வேண்டும். பண்ணைக் களஞ்சியம் பின்னால் மறைந்தது. உறுதியான பழுப்புநிறக் கரங்கள் காற்றில் உயர்ந்திருக்க, பழுப்பு முழங் கால்கள் குட்டைப்பாவாடைக்குக் கீழே பளபளக்க, பால்காரப் பெண்மணி மட்டும் முற்றத்திலேயே நின்றிருந்தாள்.

சாலையில் தொடர்ந்து இறங்கிப் போனோம் – அது குறுகி மண் பாதையாகும் வரை. ஆனால், ஆற்றுக்கருகே நேராகச் செல்லும் பாதை யில் இருந்த வளைவைத் தொடரவில்லை. அந்த இடத்தில்தான் படகுத் துறை இருந்தது. ஓர் இரவில், விசித்திரமான ஒளியில் நான் நடந்து சென்று, என் அப்பா வாழ்க்கையில் தான் செய்யும் கடைசிக்காரியம் அதுதான் என்பதுபோல ஜானுடைய தாயாரை முத்தமிடுவதைப் பார்த்த இடம் அது. மாறாக, நாங்கள் இன்னொரு பாதையின் வழியாகப் போனோம். சீக்கிரமே மேற்காகத் திரும்பி, சிறுகச் சிறுக, மான்கள் போகும் கோணல்மாணலான பாதையளவுக்குச் சுருங்கியது அது. உயரமான, வயதான, பிர்ச் மரங்களினூடாகப் போனது. அண்ணாந்து இலைத்திரளினூடாகப் பார்த்தபோது, மர உச்சிகள் காற்றில் அசைந்து பேரோசை எழுப்பின. கழுத்தில் பிடிப்பு ஏற்படும் வரை, கண்ணில் நீர் கோக்கும்வரை அண்ணாந்து பார்த்துக்கொண்டே போனேன். தண்ணீர் பனிபோலக் குளிர்ந்திருக்கிற மாதிரித் தென்பட்ட, ஆழமான

குதிரை வேட்டை 189

நீரோடையைக் கடந்தோம். குதிரையின் கால்களுக்கிடையில் தெறித்த தண்ணீர் மிகவும் குளிர்ந்துதான் இருந்தது. என் தொடைகளின்மீதும் தெறித்து, காற்சட்டையை உடனடியாய் நனைத்தது. சற்றே துள்ளி நடந்தபோது இன்னும் தெறித்ததில் என் முகத்தின் மீதும் சில துளிகள் பட்டன. குதிரைகளுக்கு அது பிடித்திருந்தது. ஃப்ருஃப் ஜெல்லெட்டை நெருங்கியபோது நிலவெளி மாறிவிட்டது. அடர்ந்த ஸ்ப்ரூஸ் காடு. செங்குத்தான மலைச் சரிவுகளில் மரம்வெட்டிகள் தீண்டாத பகுதி. சரிவின் உச்சிவரை செல்லும் பாதையில் சென்றோம். உச்சமான இடத்தில் சற்று நின்றோம். வந்த பாதையைப் பார்ப்பதற்காகக் குதிரைகளைத் திருப்பினோம். மர உச்சிகளினூடே, சமீபத்தில் வெட்டப்பட்ட புல்வெளி களினிடையே, மந்தமான வெள்ளிக்கோடாக ஆறு வளைந்து சென்றது. பள்ளத்தாக்கின் மறுபுறம் இருந்த முகட்டின்மீது மேகத் தொகுதிகள் கிடந்தன. ஊரில் இருந்த ஃப்யோர்டை விடவும் மகத்தான காட்சி. உண்மையைச் சொல்வதென்றால், ஃப்ஜோர்டைப் பற்றி எனக்கு அக்கறையே கிடையாது, இனி வரும் பல யுகங்களுக்கு, இதுதான் எனது கடைசித் தருணம் – பள்ளத்தாக்கை இங்கே இப்படிப் பார்ப்பதற்கு. எனக்கு அது தெரியும். ஆனால், அது நீங்கள் நினைப்பது மாதிரி எனக்குள் மெல்லிய துயரத்தைக் கிளர்த்தவில்லை. மாறாக, எரிச்சலூட்டி யது. சற்று ஆத்திரமூட்டியது. மேற்கொண்டு போக விரும்பினேன். தேவைக்கும் அதிகமான நேரம் அப்பா அங்கே உட்கார்ந்திருக்கிறார், மேற்கு நோக்கி, என்று பட்டது. எனது குதிரையைப் பள்ளத்தாக்கைப் பார்த்துத் திருப்பியபடி, சொன்னேன்:

‘சும்மா இங்கேயே நாம் இருந்துகொண்டிருக்க முடியாது.’

அவர் என்னைப் பார்த்தார். பலவீனமாகப் புன்னகைத்தார். பிறகு அவரும் தமது குதிரையைத் திருப்பினார். கிழக்கை நோக்கி நேரே போகத் தொடங்கினார். அங்கேதான் ஸ்வீடன் இருக்கிறது என்பது எனக்குத் தெரியும். நாங்கள் அங்கே போனதும், அங்கிருக்கும் எல்லாமே எல்லைக்கு இந்தப்புறம் இருக்கிறவை மாதிரியே தெரியும்; ஆனால், வேறுவிதமாகப் படும். நான் இதில் உறுதியாக இருந்தேன். ஏனென்றால் நான் ஸ்வீடனுக்குப் போனதேயில்லை – அதாவது நாங்கள் அங்கேதான் போகவிருக்கிறோம் என்னும் பட்சத்தில். அப்பா அதைப்பற்றி எதுவுமே கூறியிருக்கவில்லை. அங்கே போகப் போகிறோம் என்று நானாக அனுமானித்து வைத்திருந்தேன்.

நான் யூகித்தது தவறில்லை. உச்சியிலிருந்து ஒரு குறுகிய பாதையின் வழியாக மறுபுறம் இறங்கி வந்தோம். எல்லாத் திசைகளிலும் எங்கள் பார்வை அடைபட்டுவிட்டது. பாதையில் எச்சரிக்கையாக அடியெடுத்து வைத்தனகுதிரைகள். சரிவை மூடிய கூழாங்கற்கள் மற்றும் உதிரிப் பாறைகளினூடாக, பாதையை அறிந்து நடந்தன. சரிவுசெங்குத்தாகவே இருந்தது. நான் சேணத்தில் பின்னோக்கிச் சாய்ந்து, கால்களை விறைப்பாக வைத்திருந்தேன். பாதந்தாங்கிகளில் பாதங்களை அழுத்திக்கொண்டேன் – குதிரையின் கழுத்தில் வீழ்ந்து, சரிவில் குப்புறக் கவிழ்ந்துவிடக் கூடாதென் பதற்காக. இரும்பு லாடம் அடித்த குளம்புகளின் ஒலி கணவாயின்

இருபுறங்களிலும் இருந்த பாறைகளுக்கூடே கணகணத்தது. எதிரொலிகள் கூடக் கேட்டன. ஆகவே, நாங்கள் அமைதியாகப் போய்க்கொண்டிருந் தோம் என்று சொல்வதற்கில்லை. ஆனால் அது ஒரு பிரச்சினையில்லை என்றே எண்ணினேன். ஏனென்றால், எங்களைத் துரத்துவதற்கு யாரும் இல்லை இப்போது. தொலைநோக்கிக் கண்ணாடிகளும், யந்திரத் துப்பாக்கி களும் கொண்ட ஜெர்மானிய ரோந்து அணி இல்லை. மோப்ப நாய் களுடன் எல்லைக் காவல்துறை இல்லை. ஒல்லியான, குறைவாகப் பேசுகிற, தன்னைப்போலவே ஒல்லியான குதிரைமீது வருகிற அமெரிக்க ராணுவ அதிகாரி எங்களைப் பின்தொடரவில்லை – இரவும் பகலும், சீரான இடைவெளியில், நெருங்கியும் வராமல், விலகியும் போகாமல், எங்களுடைய நரம்புகள் நார்நாராக நைந்துபோவதற்காகப் பொறுமை காத்து, நாங்கள் தன்னிலை மறக்கும் ஒரு தருணத்துக்காகக் காத்திருப்பார் அவர். பிறகு தாக்குவார். தயக்கமின்றி. இரக்கமின்றி.

சேணத்தில் கவனமாகத் திரும்பினேன், தமது ஒல்லியான சாம்பல் நிறக் குதிரையில் நிஜமாகவே அவர் அங்கே இல்லைதானா என்று பின்புறம் ஓரக்கண்ணால் பார்த்தேன். முடிந்த அளவு உன்னிப்பாகச் செவிமடுத்தேன். ஆனால், அந்தக் குறுகிய பிளவில் எங்கள் குதிரைகளின் ஒலியே மிகப் பெரிதாக இருந்தது – வேறெதையும் நாங்கள் கேட்க இயலாதபடி.

சரிவின் முடிவில் ஒரு சமவெளிக்குள் வந்து சேர்ந்தோம். முகட்டின் நிழல் எங்களுக்குப் பின்புறம் இருக்க, சூரியன் எங்கள் முதுகில் பட, குதிரைகள்பெரும் ஆசுவாசத்துடன் துள்ளி நடக்கத் தொடங்கின. கோண லாய் முறுகியிருந்த ஒற்றைப் பைன் மரம் நின்ற சிறு குன்றை சுட்டிக் காட்டியபடி, அப்பா கூவினார்:

‘அங்கே இருக்கும் பைன் மரம் தெரிகிறதா?’

அங்கே பார்ப்பதற்கு வேறெதுவுமே இல்லை. ஆகவே நான் பதிலுக்குக் கூவினேன்:

‘ஆமாம். பார்க்க முடிகிறது.’

‘அங்கேதான் ஸ்வீடன் ஆரம்பிக்கிறது!’ அந்த மரத்தை இன்னமும் சுட்டிக்கொண்டிருந்தார் – அதைப் பார்ப்பது கடினம் என்கிற மாதிரி.

‘சரிதான்’ என்று அலறினேன். ‘அப்படியானால் அந்த மரத்தைப் போய்ச்சேர்கிற முதல் ஆள் நான்தான்’ என்றபடி, குதிரையின் பக்கவாட்டில் என் குதிகாலை அழுத்தினேன். அது உடனடியாக வேகத்தை மாற்றி முன்னோக்கிப் பாய்ந்தது. திடீரென்ற குலுக்கல் காரணமாக, கடிவாளத் தின் பிடியை நழுவவிட்டேன். சேணத்திலிருந்து பின்னோக்கி, கிட்டத் தட்ட நேராய், விழுந்தேன். குதிரையின் புட்டத்தில் உருண்டு தரையில் மோதினேன். எனக்குப் பின்னால் அப்பா கத்தினார்:

‘அற்புதம்! இன்னொரு தடவை! எங்கே அதேமாதிரிச் செய் பார்ப்போம்!’ பிறகு நாலுகால் பாய்ச்சலில் கிளம்பி, பலத்த சிரிப்புடன்

என்னைத் தாண்டிச் சென்றார் – ஓடிப்போன குதிரையைத் துரத்திக் கொண்டு. வெறும் நூறு மீட்டர்கள் போனதுமே பிடித்துவிட்டார். முன்னால் குனிந்து, முழுவேகத்தில் போனவாறே அதன் கடிவாளத்தைப் பற்றினார். கட்டாந்தரையில் பெரிய அரைவட்டமடித்து வேகமாகத் திரும்பிவந்தார் – தன்னால் இதுவும் முடியும் என்று ஒட்டுமொத்த உலகத்துக்கும் அறிவிக்கும் விதத்தில். ஆனால், ஒட்டுமொத்த உலகமும் அங்கே இல்லை, காலிச் சாக்குப்பை போல நான் மட்டுமே சட்டடி யாக விழுந்து கிடந்தேன். ஓங்கி வளர்ந்த புல்லில் கிடந்தபடி, இரண்டு குதிரைகளுடன் அவர் என்னை நோக்கி வருவதைப் பார்த்துக்கொண்டிருந் தேன். அப்போதைக்கு எந்த இடத்திலும் அதிக வலியில்லை. ஆனாலும் மல்லாந்தே கிடந்தேன். அவர் இறங்கினார். நேரே என்னிடம் வந்து குத்திட்டு உட்கார்ந்து சொன்னார்:

'நான் சிரித்ததற்கு மன்னித்துவிடு. அது அநியாயத்துக்கு வேடிக்கை யாக இருந்தது, சர்க்கஸில் பார்ப்பது மாதிரி. உனக்கு அது விளையாட்டாக இருந்திருக்காது என்பது தெரியும். நான் சிரித்தது மிகமிக முட்டாள்தனம். எங்கேயாவது அதிகமாய் வலிக்கிறதா?'

'அப்படியொன்றும் இல்லை' என்றேன்.

'ஆன்மாவில் மட்டும் கொஞ்சம் வலிக்கிறதாக்கும்?'

'இருக்கலாம், கொஞ்சமாக.'

'அதை விட்டுவிடு ட்ரோண். சும்மா விட்டுவிடு. எதற்கும் பிரயோசன மில்லாதது அது.'

என்னை மேலே இழுப்பதற்காக ஒரு கையை நீட்டினார். நான் பற்றினேன். அதை வலுவாக இறுக்கினார் – எனக்கு வலிக்குமளவு. ஆனால், என்னை மேலே இழுக்கவில்லை. மாறாக, சடாரென்று தமது முழந்தாளில் வீழ்ந்தார். என்னைச் சுற்றித் தமது கைகளைப் போட்டு நெஞ்சோடு இழுத்து அணைத்துக்கொண்டார். என்ன சொல்வதென்றே தெரியவில்லை எனக்கு. பேராச்சரியம் அடைந்திருந்தேன். நாங்கள் இருவரும் நல்ல நண்பர்கள்தாம். இனியும் அப்படித்தான் இருக்கப் போகிறோம், சந்தேகமில்லை. நான் நிமிர்ந்து பார்க்குமளவு வளர்ந்த மனிதர் அவர். இருவருக்குமிடையில் இன்னமும் ஓர் உடன்படிக்கை இருக்கிறது. அப்படியொன்று இருக்கிறது என்பதில் எனக்குத் துளியும் சந்தேகமில்லை. ஆனால், தழுவிக்கொள்ளும் வழக்கம் கிடையாது, எங்களுக்குள். பொய்ச்சண்டை போடுவோம்; அப்போது ஒருவரையொருவர் பிடித்து இழுப்போம்; பண்ணையில் இருந்த சிறு மேட்டின்மீது இரண்டு மூடர்கள் மாதிரி உருண்டு புரள்வோம். இந்தமாதிரி அசட்டு விளை யாட்டுக்கு அங்கே போதுமான இடம் இருந்தது. ஆனால், இது சண்டை யல்ல. அதற்கு நேர்மாறானது. என்னுடைய ஞாபகத்தில், அவர் அதுவரை அந்த மாதிரி ஒரு காரியம் செய்ததேயில்லை. அது சரியாகவும் படவில்லை. என்னுடைய கைகளை எங்கே போட்டுக்கொள்வது என்று திகைத்த

வாறே, அவர் என்னைப் பிடித்திருக்க விட்டிருந்தேன். காரணம், நான் அவரைத் தள்ளிவிட விரும்பவில்லை. அவர் என்னைத் தழுவியிருந்தது போல, அணைத்துக்கொள்ளவும் முடியவில்லை. ஆகவே, என் கைகளைச் சும்மா தொங்கவிட்டிருந்தேன். ஆனால் இதுபற்றி நீண்டநேரம் யோசிக்க வேண்டியிருக்கவில்லை. என்னை விட்டுவிட்டார். எழுந்து என் கையை மறுபடி பிடித்து இழுத்து நிற்க வைத்தார். இப்போது புன்னகைத்துக் கொண்டிருந்தார். ஆனால், அது எனக்கானதுதானா என்று தெரிய வில்லை. எனக்கு என்ன சொல்வதென்றும் தெரியவில்லை. என்னுடைய குதிரையின் கடிவாளத்தை என்னிடம் கொடுத்தார். என் சட்டையில் ஒட்டியிருந்த தூசைத் தட்டினார். பழையபடி தன்னுடைய இயல்புக்குத் திரும்பிவிட்டார்.

'நாம் ஸ்வீடனுக்குள் போய்விடுவது நல்லது' என்றார். 'அந்தத் தேசம் முழுதுமாக முழுகிப்போய், நமக்கு இல்லாமலாவதற்கு முன்னால். அப்புறம் வெறும் போத்னியா வளைகுடா மட்டும்தான் மிச்சமிருக்கும். மறுபக்கத்தில், ஃபின்லாந்து. இப்போதைக்கு ஃபின்லாந்தால் நமக்குப் பெரிய பயன் எதுவுமில்லை.' அவர் கூறியதில் ஒரு வார்த்தைகூடப் புரியவில்லை எனக்கு. அப்புறம் பாதந்தாங்கியில் காலை வைத்து உந்தியேறினார். நானும் அவ்வாறே செய்தேன். கம்பீரமாகத் தோற்ற மளிக்க முயற்சிகூடச் செய்யவில்லை நான். விறைப்பாகவும் உடம்பு முழுக்கக் காயம் பட்டமாதிரியும் உணர்ந்தேன். அந்த வளைந்த பைன் மரத்தை நோக்கிப் போன ஒற்றையடிப் பாதையில் மேலேறிச் சென்றோம். மரம் சிற்பம் போலத் தென்பட்டது. ஸ்வீடன் எல்லையின் குறுக்கே நின்றது. நான் எதிர்பார்த்தது சரிதான். நாங்கள் எல்லையைக் கடந்தபிறகு, எல்லாமே அதேமாதிரி இருந்தாலும், வித்தியாசமான **உணர்வு** தட்டத்தான் செய்தது.

துருத்திக் கவிந்திருந்த பாறையொன்றின் அடியில் அன்றிரவு உறங்கி னோம். அங்கே ஏற்கனவே நெருப்பு மூட்டப்பட்ட தடயம் இருந்தது. படுக்கைபோலப் பரத்தப்பட்ட இரண்டு ஸ்ப்ரூஸ் சுள்ளிக் குவியல் களின் மீதத்தைக் கண்டோம். அவற்றின் ஊசியிலைகள் பழுப்பாகி வெகுகாலம் முன்பே உதிர்ந்துவிட்டிருந்தன. எனவே, பழையதை ஒதுக்கித் தள்ளினோம். முன்னர் நான் மிகவும் ஆவலாய்ப் பயன்படுத்திய குட்டிக் கோடரியால் அக்கம்பக்க மரங்களிலிருந்து புதிய கிளைகளை வெட்டி னோம், அவற்றையும் குச்சிகளையும் பாறைக்கு அடியில் பரப்பி மிருது வான படுக்கைகள் இரண்டு தயார் செய்தோம். படுத்தபோது, அவற்றில் அழுத்தமான, நல்ல மணம் இருந்தது. முகம் கிட்டத்தட்ட அவற்றினுள் புதைந்தே போனது. கல் வட்டத்தில் கணப்புக் கொளுத்தினோம். போர்வைகளை எடுத்துப் போர்த்திக்கொண்டு, தீக்கொழுந்துகளின் இரண்டு புறமும் சாப்பிட உட்கார்ந்தோம். எங்களுடைய கயிறுகளை ஒன்றுடன் ஒன்றாய்க் கட்டி நீண்ட ஒரே வடமாக்கியிருந்தோம். ஒன்றுக்கொன்று போதுமான இடைவெளி உள்ள நான்கு ஸ்ப்ரூஸ்

குதிரை வேட்டை

மரங்களைச் சுற்றி வடத்தைக் கட்டியதில் ஒரு பட்டி உருவானது. அதனுள் குதிரைகளைக் கட்டவிழ்த்து விட்டோம். நாங்கள் நெருப்புக்கு அருகில் அமர்ந்த இடத்திலிருந்து, மிருதுவான காட்டுத் தரையில் குதிரைகள் நடமாடுவதைக் கேட்க மட்டுமே முடியும். அவற்றின் குளம்பு கள் ஏதேனும் கல்லில் இடறும்போது துல்லியமாய்க் கேட்கும். குதிரைகள் தொண்டைக்குள் அடங்கிய மெல்லிய ஒலிகளைத் தமக்கிடையே எழுப்பிக் கொண்டன. ஆனால், அவற்றைத் தெளிவாக எங்களால் பார்க்க முடியவில்லை. இப்போது ஆகஸ்ட் மாதம். மாலைநேரங்களில் அதிக இருட்டு இருந்தது. எனக்கு நேர்மேலே இருந்த பாறைக் கூரையில் தீச்சுவாலைகள் எதிரொளித்தன. நான் தூக்கத்தில் ஆழும்வரைஎன் எண்ணங்களுக்கு நிறமேற்றின. என்னுடைய கனவுகளை மேலும் தீவிர மாக்கின. இரவில் விழிப்புத் தட்டியபோது, முதலில் எனக்கு எதுவுமே நினைவிலில்லை – நான் எங்கே இருக்கிறேன், ஏன் என்று எதுவுமே. ஆனால் நெருப்பு இன்னமும் எரிந்துகொண்டிருந்தது, போதுமான பிரகாசத்துடன். சுவாலைகளின் ஒளி இருந்தது. வரவிருக்கும் பகல் இருந்தது – நான் எழவும், கவனமாக நடந்து குதிரைகளிடம் செல்லவும், என் நினைவுகளை மீட்டுக்கொள்ளவுமாக. இவையனைத்தும், மெதுவான ஒரே ஓடையில் இருந்தன. வேர்களும், கூழாங்கற்களும் என் உள்ளங் கால்களில் உறுத்தின. கயிற்றுக்கு மேலாக, குதிரைகளுடன் பேச்சுக் கொடுத்தேன். மிக அமைதியாக, அமைதியான விஷயங்கள் பற்றி. பேசியமாத்திரத்திலேயே எனக்கு மறந்துபோன விஷயங்களை. குதிரை களின் வலுவான கழுத்துகளைத் தடவிக்கொடுத்தேன். பிற்பாடு, அவற்றின் வாசனையை என் விரல்களில் நுகர முடிந்தது. நான் எவ்வளவு சாந்த மாய் இருக்கிறேன் என்பதை என் நெஞ்சுக்குள் உணர முடிந்தது. ஒரு பாறைக்குப் பின்னால் சென்று, எதைச் செய்வதற்காக எழுந்து வந்தேனோ, அதைச் செய்யும்வரை அந்த சாந்தத்தை உணர்ந்தேன். திரும்பும் வழியில், மிகவும் தூக்கக் கலக்கத்துடன் இருந்தேனா, பல தடவை இடறிக் கொண்டேன். பாறைக்கூரைக்குக் கீழ், போர்வையை வேகமாக இழுத்துப் போர்த்திக்கொண்டேன். உடனடியாகக் காணாமல் போனேன்.

அவைதாம் கடைசி நாட்கள். இங்கே, எனக்கு மீதமிருக்கும் வருடங் களைக் கழிக்கவும், வசிப்பதற்கும் உரிய இடமாக நான் ஆக்கத் திட்ட மிட்டிருக்கிற பழைய வீட்டின் சமையலறையில் நான் உட்கார்ந்திருக்கும் போது, எதிர்பாராத வருகையை நிகழ்த்திவிட்டு என் மகள் போய்விட்ட பிறகு, தன்னுடன் அவளது குரலையும், சிகரெட்டுகளையும், சாலையில் கீழிறங்கிப் போன காரின் ஆரஞ்சு நிற விளக்குகளையும் கொண்டுபோய் விட்ட பிறகு, அந்தக் காலத்தைத் திரும்பிப் பார்க்கிறேன். நிலவெளியி னூடான ஒவ்வொரு சலனமும் பிற்பாடு வந்தவற்றிலிருந்து எப்படி நிறமேற்றிக் கொண்டன, அவற்றிலிருந்து பிரிக்கமுடியாமலாகின என்பதைக் காண்கிறேன். யாரோ ஒருவர், கடந்த காலம் என்பது அந்நிய நாடு என்று சொல்லும்போது, அங்கே இருப்பவர்கள் காரியங்களை வேறு மாதிரிச் செய்கிறார்கள் எனும்போது, நான் எனது வாழ்க்கையின் பெரும்பகுதியை அப்படித்தான் உணர்ந்திருக்கிறேன். ஏனென்றால்,

நான் அப்படித்தான் செய்தாகவேண்டியிருந்தது. ஆனால், இப்போது இல்லை.சும்மா கவனத்தைக் குவித்தாலே போதும், நினைவின் காப்பகத்துக்குள் என்னால் நடந்துபோய்விட முடியும். சரியான அலமாரியில், சரியான திரைப்படத்தை எடுத்து அதனுள் நுழைந்து காணாமல் போய் விட முடியும். அப்போதும்கூட, காட்டினூடே என் அப்பாவுடன் போன அந்தச் சவாரியை என் உடம்பில் உணர்வேன். மலைமுகட்டினோடு, ஆற்றைவிட வெகு உயரத்துக்குப் போனது, பிறகு மறுபுறம் இறங்கியது, எல்லையைக் கடந்து ஸ்வீடனுக்குள், அந்த **அந்நிய** தேசத்துக்குள் வெகுதூரம் போனது – எல்லாவற்றையும். குறைந்தது, எனக்கு மட்டுமாவது அது அந்நிய நாடுதான். பின்னால் சாய்ந்துகொண்டு, கூரைபோல நீண்ட பாறைக்குக் கீழே கணப்பருகில் என்னால் உட்கார்ந்து விட முடியும் – அந்த இரவில் இருந்தது மாதிரியே. இரண்டாம் தடவை நான் விழித்துப் பார்த்தபோது, அப்பா திறந்த விழிகளுடன் படுத்திருக்கக் கண்டேன். தமக்கு மேலே இருந்த பாறையை வெறித்தபடி படுத்திருந்தார். தலைக்குக் கீழே கைகளை வைத்து சலனமின்றிக் கிடந்தார். கங்குகளின் செவ்வொளி அவருடைய நெற்றியிலும், முள்த் தாடி படர்ந்த கன்னத்திலும் படிந்திருந்தது. காலை வருவதற்கு முன்னால் அவர் நிஜமாகவே தம் கண்களை மூடுகிறாரா என்று பார்ப்பதற்காக நீண்ட நேரம் விழித்திருக்க ஆசைதான் எனக்கு என்றாலும், நான் அவ்வளவு நேரம் விழித்திருக்க வில்லை. என்றபோதிலும், அவர் நான் எழுவதற்கு வெகுநேரத்துக்கு முன்னாலேயே எழுந்துவிட்டார். குதிரைகள் இரண்டுக்கும் நீரும் தீனியும் வைத்துவிட்டார். புறப்பட்டுப் போய்க்கொண்டேயிருக்கும் முனைப்புடன் இருந்தார். இறுக்கமான மனநிலையுடன் இங்குமங்கும் போய்வந்தார். ஆனால், அவருடைய குரலில் கடுமை இருந்ததாக எனக்குக் கேட்கவில்லை. சாமான்களைச் சேகரித்துக்கொண்டு, குதிரைகளுக்குச் சேணத்தைப் பூட்டிக் கிளம்பினோம் – கனவுகள் என் மனத்தைவிட்டு அகல்வதற்கு முன்பே. மிக எளிமையான எண்ணங்களைத் தவிர்த்து வேறெதையும் நான் சிந்திப்பதற்கு முன்பே எங்கள் பயணத்தைத் தொடர்ந்திருந்தோம்.

ஆறு பார்வையில் படுவதற்கு முன்பே அதன் ஓசையை என்னால் கேட்கமுடிந்தது. ஒரு சிறு குன்றைச் சுற்றிக்கொண்டு திரும்புகிறோம், அது தென்பட்டது. மரங்களினூடே, கிட்டத்தட்ட வெண்ணிறமாய் இருந்தது. காற்றில் ஏதோ மாற்றம் நேர்ந்துவிட்டது. சுவாசிப்பது எளிதாக இருந்தது. பார்த்தவுடனே எனக்குத் தெரிந்தது – எங்களுடைய ஆறேதான் அது. மேலும் தெற்கே, ஸ்வீடனின் உட்பகுதியில் இருக்கிறது. நீரை அது ஓடும் விதத்தை வைத்து அடையாளம் காண்பது சாத்தியமில்லை என்றால், மிகக் கச்சிதமாக, நான் அதைத்தான் செய்தேன்.

விரைவில், நாங்கள் ஆற்றின் கரையில் இருந்தோம். குதிரைகளை எங்களால் முடிந்தவரை தெற்காகச் செலுத்திப்போனோம். ஆற்றின் மேற்புறமும், கீழ்ப்புறமும், எதிர்க்கரையின் பக்கமாகவும் பார்வையால் துழாவிக்கொண்டே வந்தார் அப்பா. முதலில் ஒரேயொரு மரத் தடியைத் தான் பார்த்தோம். குட்டைச் செடிப் புதரில் சிக்கியிருந்தது அது.

அப்புறம், இன்னும் கீழ்ப்புறத்தில், ஒரு மடுவில் மாட்டியிருந்த மேலும் பலவற்றைக் கண்டோம். அப்பா கோடரியை எடுத்தார். இரண்டு சிறிய பைன் மரங்களிலிருந்து உறுதியான கழிகள் சிலவற்றை வெட்டி னார். ஷூக்களுடனே நீரில் நுழைந்து போனோம். நான் என்னுடைய உடற்பயிற்சிக்கூட ஷூக்களுடன் இருந்தேன். அப்பா, தமது கனத்த பூட்ஸ்களை அணிந்திருந்தார். கழிகளைத் தள்ளுகோல்களாகப் பயன் படுத்தி, மரத் தடிகளை மீண்டும் நீரோட்டத்தில் நகர்த்திவிட்டோம். ஆனால், இப்போது அவர் கவலையாக இருந்தமாதிரி எனக்குத் தெரிய வில்லை. நீர்மட்டம் பெரிதாகச் சொல்லிக்கொள்கிற அளவுக்கு இல்லை. நிச்சயமாய், மரங்களை இழுத்துச் செல்லும் அளவுக்கு உயர்ந்தும் இல்லை. உடனடியாக இன்னும் கீழ்ப்புறம் சென்று பார்க்க விரும்பி னார் அவர். எனவே குதிரைகளில் மீண்டும் தாவியேறினோம். ஆகாயத்தைக் குறிபார்த்த அந்த நீண்ட கழிகள் குதிரைகளின் பக்க வாட்டிலிருந்தன. பழையகால இங்கிலாந்தில் நார்மன்களுடனான இறுதிப் போருக்கோ, அல்லது ஏதேனும் விளையாட்டுபோட்டிக்கோ போகும் ஐவன்ஹோ மற்றும் அவனது பிரபுக்கள் தங்களது ஈட்டிகளை இப்படித்தான் ஏந்தியிருக்க வேண்டும். என்னுடைய கற்பனையைக் கட்டுப்படுத்திக்கொள்ள முயன்றேன். ஆனால், அடர்ந்த புதர்களினூடாகச் செல்லும் குதிரையின்மீது அமர்ந்து அதைச் செய்வது சுலபமாயில்லை; ஏனென்றால், எதிரி எந்த நேரத்திலும் வெளிப்படலாம். ஆறு வளையு மிடத்தை அடைந்தோம். அந்த இடத்தில், பள்ளம் நோக்கி துரிதமாகப் பாய்ந்தது ஆறு. நீரோட்டத்தின் நட்டநடுவில், வெறுமையாகவும் உலர்ந்தும் தண்ணீரில் கிடந்த இரண்டு பாறைகளுக்கிடையே தடுப்புக்கட்டை போலக் கிடந்தது ஒரு தடி. நீரோட்டத்தில் மேலும் மேலும் மிதந்துவந்த தடிகள் முதல் தடியினருகே குவிந்துகிடந்தன. இப்போது அங்கே பெரிய குவியல் உருவாகியிருந்தது – நிலையாகத் தடுக்கப்பட்டு. என் அப்பா பார்க்கவிரும்பியது அல்ல அது. சேணத்தின்மீது நிலைகுலைந்தவராகத் தெரிந்தார் அவர். அப்பாவை அப்படிக் காண்பது எனக்கு வேதனையாக இருந்தது. அசௌகரியமாக உணர்ந்தேன். எனவே, குதிரையிலிருந்து குதித்திறங்கி, நீரருகே ஓடி, சிக்கியிருந்த தடிகளை ஊன்றிக் கவனித்தேன். ஆற்றை உற்றுப் பார்த்தபடியே கரையோடு கொஞ்சதூரம் ஓடினேன். திரும்பி ஓடிவந்தேன். நிலையாக நிற்க இயலாமல் தாவிக்கொண்டே இருந்தேன். தாறுமாறான குவியலை, சாத்தியமான எல்லாக் கோணங் களிலும் அவதானித்தேன். இறுதியாக, அப்பாவைக் கூப்பிட்டேன். பிரச்சினையின் ஆதாரமான தடியைச் சுட்டிக்காட்டியபடி, சொன்னேன்:

‘அந்தத் தடியைச் சுற்றி ஒரு கயிறைப் போட்டு, பாறையைவிட்டு வலுவாக இழுத்தால், நெரிசலிலிருந்து அது விடுபட்டுவிடும். மிச்சக் கட்டைகளெல்லாம், தொடர்ந்து நகர்ந்துவிடும்.’

‘அங்கே போவது சுலபமான காரியம் இல்லை’ என்றார் அவர். குரல் இப்போது தட்டையாகவும், ஆர்வமற்றும் இருந்தது. ‘அந்தத் தடியை ஒரு மில்லிமீட்டர் கூட நம்மால் இழுக்க முடியாது.’

‘அது சரிதான், நம்மால் முடியாது. ஆனால், குதிரைகளால் முடியும்’ என்று கத்தினேன்.

‘சரி’ என்றார் அவர். எனக்குள் ஆசுவாசம் பொங்குவதை உணர்ந்தேன். என்னுடைய குதிரையிடம் ஓடி, சேணத்திலிருந்த கயிறை அவிழ்த்தேன். பிறகு என் அப்பாவின் கயிறை அவிழ்த்தேன். இரண்டையும் ஒன்றாய்க் கட்டி, ஒரு முனையில் உருவாஞ்சுருக்குப் போட்டேன். அதை என் தலையில் மாட்டி, கயிறை அக்குள்களினடியில், என் நெஞ்சின் குறுக்கே போட்டு, முதுகுப்புறம் சற்றே இறுக்கிக்கொண்டேன்.

‘மறுமுனையை நீங்கள் கவனித்துக்கொள்ளுங்கள்’ என்று கத்தினேன் – நேரடிக் கட்டளையை அவர் ஏற்கிறாரா என்று திரும்பிபார்க்காமல். பிறகு போதுமான தொலைவு என்று எனக்குப் பட்ட இடம்வரை கரையின்மேலேறி ஓடினேன். அதிர்ச்சி கலையவேண்டும் என்பதற்காக நேரே நீரில் விழுந்தேன். ஆரம்பத்தில் கிட்டத்தட்டக் கரையோடு தவழ்ந்துதான் போனேன். சடாரென்று ஆழம் அதிகரித்தது. ஆற்றின் மையத்தை நோக்கி நீந்திப்போகத் தொடங்கினேன். நீரோட்டம் இந்த இடத்தில் விசையாய் இல்லாவிட்டாலும், என்னைத் தன்னோடு இழுக்கத் தான் செய்தது. திடீரென்று வேகமாக இழுபட்டேன். முதல் தடியைப் பற்றும்வரை இழுத்துப் போகவிட்டேன். கை சரியாகப் பற்றியிருக்கிறதா என்று பார்த்தபிறகு மேலே உந்தினேன். மரத் தடியில் என் ஷூக்களைப் பதிக்க ஓர் இடம் கிடைத்தது. எல்லாமே சரியாய் இருக்கிறமாதிரித் தெரியும்வரை தள்ளாடியபடி நின்றேன். பிறகு, தடிக்குத் தடி தாவத் தொடங்கினேன். ஒரு கையில் கயிற்றை உயர்த்திப் பிடித்தபடி, சிக்கிக் கிடந்த மரங்களின்மீது மேலும் கீழும் குதித்துப் போனேன். மறுபுறம் சென்றுவிட்டு, திரும்பி வந்தேன். காலில் லயம் பிடிபடுவதற்காக, தேவை யில்லாமல் சிலதடவை சாடினேன் – எனக்குள் இன்னும் லயம் இருக்கிறதா என்று பார்ப்பதற்காக. சில தடிகளின்மீது காலூன்றியபோது புரண்டன. நிலையை மாற்றிக்கொண்டன. ஆனால், அதற்குள் நான் நகர்ந்துவிட்டிருந் தேன் – சமனத்தை இழக்காமல். அப்பா கரையிலிருந்து கூப்பிட்டார்:

‘என்னதான் செய்கிறாய் அங்கே?’

‘பறந்துகொண்டிருக்கிறேன்’ என்று பதிலுக்குக் கூவினேன்.

‘எப்போது கற்றுக்கொண்டாய்?’ என்று அவர் கத்தினார்.

‘நீங்கள் பார்க்காதபோது’ என்று சொன்னேன். சிரித்தவாறு, பிரச்சினையை உண்டாக்கிய தடியின்மீது நேராய்த் தாவினேன். நான் கயிறைக் கட்டவேண்டிய அதன் முனை தண்ணீருக்குள் நன்கு ஆழ்ந்திருந்ததைக் கண்டேன்.

‘நான் கொஞ்சம் மூழ்கவேண்டும் இங்கே’ என்று கத்தினேன். அப்பா எதுவும் சொல்வதற்கு முன்னால், உள்ளே குதித்து அமிழ்ந்தேன், படுகையில் போய் நிற்கும்வரை. இப்போது நீரோட்டம் என் முதுகில் தாக்கியது.கைகளை இழுத்தது. கண்களைத் திறந்தேன். மரத் தண்டின் முனை எனக்கு நேரே இருந்தது. தலையிலிருந்த சுருக்கைக் கழற்றி, நான் உத்தேசித்த இடத்தில் கட்டினேன். எல்லாமே நல்லபடியாக நடந்தது. எடையற்று, சும்மா மூச்சை அடக்கிக்கொண்டு, கைகளால்

தடியைப் பற்றிக்கொண்டு, நீண்ட நேரம் அங்கே நிற்கமுடியும் போல இருந்தது. ஆனால், பிடியை விட்டுவிட்டு, மேல்மட்டத்துக்கு எழும்பினேன். அப்பா கயிறை இழுத்து இறுக்கினார். இனி நான் செய்யவேண்டி யிருந்தது, கரையை நோக்கி நீந்திச் செல்வது மட்டுமே. உலர்ந்த தரையில் நீர் சொட்டச் சொட்ட நின்றேன்.

'நல்லவேளை, அது மோசமான வேலையில்லை.' புன்னகைத்தார். நான் ஆற்றுக்குள் போயிருந்தபோது குதிரையின் சேணத்தில் அவர் உருவாக்கி வைத்திருந்த தற்காலிப் பிடிப்பில் கயிற்றைக் கட்டினார். கடிவாளத்தைக் கையிலெடுத்துக்கொண்டு குதிரையின் முன்புறம் சென்றார். 'இழு!' என்று அதட்டினார். தன்னால் முடிந்த அளவு பலமாய் இழுத்தது குதிரை. எதுவுமே நடக்கவில்லை. மீண்டும் கத்தினார்: 'இழு!' குதிரை இழுத்தது. நீர் பாயும் இடத்திலிருந்து, சடசடவென்ற ஓசை கேட்டது. எதுவோ முறிந்த மாதிரி. அப்புறம், ஒட்டுமொத்த மரக்குவியலும் முன்னோக்கிப் பாய்ந்தது. ஒன்றன்பின் ஒன்றாகத் தடிகள் சரிந்தன. பாயும் நீரின் கீழ்ப்புற இழுவையில் அகப்பட்டன. அப்பா மகிழ்ச்சியாக இருந்தது மாதிரியே தென்பட்டார். அவர் என்னைப் பார்த்தவிதத்திலிருந்து இதை என்னால் காணமுடிந்தது – நானுமே அப்படித்தான் இருந்தேன்.

○

III

III

17

ஏதோ திரை விழுந்த மாதிரி இருந்தது — எனக்குத் தெரிந்த சகலத்தையும் மறைக்கிற விதமாக. கிட்டத்தட்ட மறுபிறப்பு எடுத்துவிட்ட மாதிரி. நிறங்கள் வேறு மாதிரி இருந்தன, மணங்கள் வேறு மாதிரி, பொருட்கள் உங்களுடைய உள் ஆழத்தில் விளைவிக்கும் உணர்வு வேறு மாதிரி. வெறுமே வெப்பத்துக்கும் குளிருக்கும்; ஒளிக்கும் இருளுக்கும்; ஊதாவுக்கும் சாம்பலுக்குமான வித்தியாசம் அல்ல. நான் பயந்திருந்ததுக்கும், மகிழ்ச்சியாய் இருந்ததுக்கும் உள்ள வேறுபாடு போன்றது.

ஒவ்வொரு சமயத்திலும் நான் மகிழ்ச்சியாய் இருந்திருக்கிறேன்; ஆற்றோரம் இருந்த மரவீட்டை விட்டு நீங்கிவந்த ஆரம்ப வாரங்களில்கூட அப்படித்தான் இருந்தேன். என்னுடைய சைக்கிளில் ஏறியபோது மகிழ்ச்சியாகவும், முழு எதிர்பார்ப்புடனும் இருந்தேன் — செங்குத்தான நீல்ஸென்பாக்கென் வழியே, யான் நிலையத்தைத் தாண்டி, மத்திய ஆஸ்லோவின் மோஸ்ஸெவியன்வரை ஏழு கிலோ மீட்டர்கள் சவாரி சென்றபோதும். அதேசமயம், படபடப்பாகவும் இருந்தேன். காரணமேயில்லாமல், உரக்கச் சிரிப்பேன். மனத்தைக் குவிப்பது கடினமாய் இருந்தது. சாலை நெடுகிலும், ஃப்யோர்டிலும் நான் பார்த்தவை அனைத்தும் எனக்கு முன்பே தெரிந்தவைதாம். ஆனால் எதுவுமே பழையமாதிரி இல்லை. நெஸோடென்; இஞ்ஜியர்ஸ்ட்ராண்டிலுள்ள கடற்கரையையும், ரொஆல்ட் அமண்ஸன் மாளிகையையும் நோக்கிய பன்னஃப்யோர்ட்; குறுகிய கடல்நீர் ஓடையின் மறுபுறமிருந்த, சாலையிலிருந்து வரும் அழகிய பாலத்தால் இணைக்கப்பட்ட உல்வ் தீவு; அல்லது அதற்கு நேர்பின்னால் இருந்த மால்ம் தீவு, விப்பெட்டன்ஜென் கடற்பாலம் அருகேயிருந்த தானியத் தீவனக் கிடங்கு; அமெரிக்கா செல்லவிருந்த கப்பல் கட்டிவைக்கப்பட்டிருந்த, துறைமுகத்தின்

மறுபகுதியில் இருந்த, கோட்டையின் சாம்பல்நிறச் சுவர்கள் என எதுவும் முன்புபோல இல்லை – நகருக்கு மேலே இருந்த ஆகஸ்ட் மாத வானமும்தான்.

கிட்டத்தட்ட வெண்ணிறமான சூரிய ஒளியில், வெகுதொலைவிலிருந்த ஆஸ்ட்பேன் நிலையம்வரை சைக்கிள் மிதித்தேன். சாம்பல்நிற அரைக் காற்சட்டையும், திறந்த மேற்சட்டையும் அணிந்து பெக்கலாஜெட் தாண்டி சிறகடித்தேன். இங்கே ரயில்பாதையும், ஃப்யோர்டும் இடது புறம் இருக்க, செங்குத்தான எகெபெர்க் குன்றின் பாறைமண்டிய பகுதி வலதுபுறம் இருக்கும். அதிரும் காற்றில் கடற்பறவைகளின் க்றீச்சிடலும், ரயில் தண்டவாள அடிக்கட்டைகளின் கீலெண்ணெய் மணமும் உப்புத் தண்ணீரின் பச்சைவாடையும் இருக்கும். கோடை முடிந்துவிட்ட போதிலும், ஆகஸ்ட் மாதக் கடைசியில்கூட, இன்னும் வெப்பமாகத் தான் இருந்தது. வெப்பக் காற்றலை வீசியது என்றே சொல்லலாம். வெற்று நெஞ்சில் கொதிக்கும் காற்று வாரியடிக்க உச்சபட்ச வேகத்தில் சைக்கிள் ஓட்டிப் போனேன். நெஞ்சில் வியர்வை வழிந்தோடியது. அல்லது, சூரிய ஒளியில் தோல் உலர, சும்மா போய்க்கொண்டே யிருந்தேன்; சிலசமயம் பாடவும் செய்தேன்.

முந்தைய ஆண்டு, அப்பா அந்த சைக்கிளை எனக்குக் கொடுத்திருந் தார் – நாட்டில் எங்குமே புதிய சைக்கிளைப் பார்க்க முடியாத சமயத்தில். அப்பாவிடம் பல ஆண்டுகளாக இருந்துவந்த சைக்கிள் அது. ஆனால், அவர் வீட்டில் இருந்ததே இல்லை என்பதால், நீண்ட காலம் நிலவறைத் தளத்தில் போட்டு வைத்திருந்தார். இனிமேலும் அது தேவைப்படாது என்பதால் எனக்குக் கொடுத்துவிட்டார். காலம் இப்போது மாறிவிட்டது என்றார். புதிய திட்டங்கள் வந்துவிட்டன – சைக்கிளுக்கு இடம் இல்லாத திட்டங்கள். ஒரு பேச்சுக்குச் சொன்ன விஷயமாகக்கூட இருக்கலாம். ஆனால், அதை அடைந்தது எனக்கு மகிழ்ச்சியாக இருந்தது. நன்கு பராமரிக்கவும் செய்தேன். எனக்கு ஒருவித சுதந்திரத்தையும், விஸ்தீரணத் தையும் அது வழங்கியது – சைக்கிள் இல்லாவிட்டால் அவற்றை நான் அடைந்திருக்க மாட்டேன். பல தடவை அதை பாகம் பாகமாகக் கழட்டி, மீண்டும் பொருத்தினேன் – அப்பா செய்துகாட்டியிருந்த மாதிரி. அதைக் கழுவி, மெருகேற்றினேன். இணைப்புகள் அனைத்திலும், பற்சக்கரங்களிலும் எண்ணெய் போட்டேன். சக்கரத்தின் அச்சிலும், கால்மிதிகளிலும், அவை இணையும் இடத்திலும், பின்சக்கரத்திலும், மெருகேறிப் பளபளத்த சங்கிலியின் மேல்தடுப்பிலும் ஓசையே எழாமல், உராய்வின்றிச் சுற்றிச்சுற்றி ஓடியது சங்கிலி. சைக்கிளில் ஏறி வீட்டி லிருந்து கிளம்பி இறக்கத்தில் சரளமாய் ஓட்டிச்சென்று, அதேவிதமாய் ஓசையெழாமல் ஆஸ்ட்பேன் நிலையத்தின் கடற்புறப் பக்கத்தில் திரும்பி, சைக்கிள் நிறுத்துமிடத்தில் நிப்பாட்டிவிட்டு, சுள்ளென்று சூரியவெளிச்சம் இருந்த இந்தப்புறத்திலிருந்து உயரமான கதவுகளைத்தாண்டி மங்கலான, காற்றில் தூசி நிரம்பிய நிலையவெளிக்குள் புகுந்து வண்டிகளின் வருகை அறிவிப்புப் பலகையை ஆராய்ந்தேன். பல்வேறு நடைமேடைகளின் முன்னாலிருந்த தகவல்பலகைகளைப் பார்த்தபடி கூட்டமாய் நின்றிருந்த மற்றவர்களினூடே, தடுப்புகளுக்கு இணையாக நடந்துபோனேன்.

நடைமேடைகளில் ரயில்களுக்கும், ஜனங்களுக்கும் மிக உயரத்தில், வளைவாக அமைக்கப்பட்ட, புகைக்கரி படிந்த, கண்ணாடிக்கூரை இருந்தது. சீருடை அணிந்த நடத்துனர் ஒருவரின் சட்டைக்கையைப் பற்றியிழுத்து, ஆஸ்லோவிலிருந்து கிளம்பி எல்வெரும் வழியாகச் செல்லும் ஒவ்வொரு ரயிலின் வருகை பற்றியும் விபரமாகக் கேட்டறிந்த ஒரே ஆள் நானாகத்தான் இருக்கும். அவர் என்னை வெகுநேரம் உற்றுப் பார்த்தார். என்னை அவருக்குத் தெரியும். முன்பே பல தடவை அவரிடம் கேட்டிருந்தேன். நான் ஏற்கனவே பார்த்திருந்த தகவல்பலகையை வெறுமனே சுட்டிக்காட்டினார். ரகசியத் தகவல் எதுவும் கிடைக்க வில்லை. தவறான இடத்தில் வைக்கப்பட்ட தகவல்பலகையும் எங்கேயும் இல்லை.

வழக்கம்போல, வெகுசீக்கிரமே வந்துவிட்டேன். பகற்பொழுதின் எல்லா வேளைகளிலும் போலவே, அந்த பிரம்மாண்டமான நிலைய வெளியினுள் நிரம்பியிருந்த விசித்திரமான அரையொளியில் ஒரு தூணுக்கருகில் இடம் பிடித்தேன். மதியப் பொழுதுக்கோ, சாயங் காலத்துக்கோ, காலை நேரத்துக்கோ இரவுக்கோ எந்தவேளைக்கும் பொருத்தமற்ற வெளிச்சம் அது. ஜனங்களின் ஷூக்கள், அவர்களுடைய குரல்களின் எதிரொலிகள் நிரம்பியிருந்தன. ஆனாலும், எல்லாவற்றுக்கும் மேல், கூரைக்குக் கீழே, உயரத்தில், மகத்தான நிசப்தம் நிரம்பியிருந்தது. அங்கே புறாக்கள் வரிசை கட்டி அமர்ந்திருந்தன. சாம்பல் நிறத்திலும், வெண்ணிறமாகவும், புள்ளிகள் கொண்ட பழுப்பு நிறத்திலும் இருந்த அவை கீழ்நோக்கி என்னைப் பார்த்தன. இரும்பு உத்தரங்களுக்கிடை யில் எல்லா இடத்திலும் அவற்றின் கூடுகள் – தங்கள் வாழ்நாள் முழுவதும் அங்கே வசிக்க வந்திருந்தன.

ஆனால், அவர் வரவில்லை.

1948 கோடையின் பிற்பகுதியில், எல்வெருமிலிருந்து வரும் ரயிலுக் காகக் காத்திருக்க எத்தனைமுறை அப்படிப் போனேன் என்று தெரியாது. ஒவ்வொருமுறையும் அதே பரபரப்புடனும், எதிர்பார்ப்புடனும் இருப்பேன். என்னுடைய சைக்கிளில் ஏறி அமர்ந்து, நீல்ஸென்பாக்கென் வழி இறங்கிச் சென்று, வழிநெடுகப் போய் அங்கே காத்திருக்கும்போது மகிழ்ச்சியாகவும் இருப்பேன்.

ஆனாலும், அவர் வரவில்லை.

அப்புறம், வெகுநாளாய் எதிர்பார்க்கப்பட்ட மழைகாலம் வந்தது. ஒவ்வொரு நாளும், ஆஸ்லோவினுள் சைக்கிள் ஓட்டிப் போனேன் – எல்வெருமிலிருந்து வரும் ரயிலில் ***அன்றாவது*** வருகிறாரா என்று பார்க்க. முன்புறத்தைவிடப் பின்புறம் நீளம் அதிகமுள்ள, தாடையில் மாட்டுகிற பட்டி கொண்ட தொப்பியும், மழைக்கோட்டும் அணிந்து, என்னுடைய மஞ்சள்நிற ஆடையில் லொஃபோட்டெனிலிருந்து வந்த மீனவன் மாதிரி இருப்பேன். முழங்காலுக்கும் மேலே நீளும் பூட்ஸ்கள் அணிந்திருப்பேன் – சக்கரங்களின் இருபுறமும் நீர் விசிறியடிக்கும். எகெபெர்க் மலைப்பிளவிலிருந்து குன்றின் சரிவில் பொங்கிப் பாய்ந்து வரும் நீர், சாலையின் வலதுபுறம் உள்ள ரயில்பாதைமீது ஓடும் –

தண்டவாளங்கள் ஒரு சுரங்கவழிக்குள் நுழைந்து, மேலும் சற்றுத் தொலைவில் இடப்புறம் வெளிப்படும் இடம்வரை. அனைத்து வீடுகளும், கட்டடங்களும் முன்பிருந்ததைவிட அதிக சாம்பல்நிறம் கொண்டிருக்கும். கண்களும், காதுகளும், குரல்களும் இன்றிமழையில் மறைந்திருக்கும் அவை, இப்போதெல்லாம், என்னிடம் எதுவுமே சொல்வதில்லை. அப்புறம் நிறுத்திவிட்டேன். ஒருநாள் நான் உள்ளே போகவில்லை. மறுநாளும் போகவில்லை. அதற்கடுத்த நாளும் போகவில்லை. ஒரு திரை விழுந்த மாதிரி ஆகிவிட்டது. மீண்டும் புதிதாய்ப் பிறந்த மாதிரி. நிறங்கள் வேறாகின, மணங்கள் வேறாகின, பொருட்கள் உங்களின் உள் ஆழத்தில் விளைவித்த உணர்வுகள் வேறாகின. வெப்பத்துக்கும், குளிருக்குமான, ஒளிக்கும் இருளுக்குமான, ஊதாவுக்கும் சாம்பல் நிறத்துக்குமான வித்தியாசங்கள் போல இல்லை – நான் பயந்திருந்த விதத்துக்கும், மகிழ்ச்சியாய் இருந்த விதத்துக்குமான வேறுபாட்டைப் போல இருந்தது.

அந்த இலையுதிர்காலத்தின் பிற்பகுதியில் ஒரு கடிதம் வந்துசேர்ந்தது. எல்வெரும் அஞ்சல் முத்திரை கொண்டிருந்தது. உறையின்மேல் என் அம்மாவின் பெயர் இருந்தது. நீல்ஸ்பாக்கெனில் உள்ள முகவரி எழுதி யிருந்தது. ஆனால், உள்ளே இருந்த நோட்டுப்புத்தகத் தாளில் எங்கள் மூன்றுபேரின் பெயர்களுமே எழுதப்பட்டிருந்தன. எங்களுடைய குடும்பப் பெயர்களோடு – எங்கள் அனைவருக்கும் ஒரே குடும்பப் பெயர்தான் என்றபோதிலும். அது சற்று விநோதமாய் இருந்தது. சிறிய கடிதம். நாங்கள் சேர்ந்து கழித்த காலங்களுக்காக எங்களுக்கு நன்றி தெரிவித்திருந் தார் அவர். அந்தக் காலகட்டத்தை மகிழ்ச்சியோடு திரும்பிப் பார்க்கிறார். ஆனால், இப்போது காலகட்டம் மாறிவிட்டது. இதைத் தவிர்க்க வழி யில்லை: இனி, அவர் வீடுதிரும்ப மாட்டார். அந்தக் கோடைகாலத்தில் நாங்கள் வெட்டி ஆற்றோட்டத்தில் அனுப்பிய மரங்களுக்கான பணம் ஸ்வீடனின் கார்ல்ஸ்டாடிலுள்ள ஒரு வங்கியில் இருக்கிறது. வங்கிக்கு ஏற்கனவே அவர் எழுதிவிட்டார் – கார்ல்ஸ்டாடுக்கு அடையாள ஆதாரத் தோடு சென்று என் அம்மா அந்தப் பணத்தை எடுத்துக்கொள்வதற் கான அனுமதிக் கடிதத்தை இப்போது இணைத்திருக்கிறார். நல்வாழ்த்துக் கள். முடிவு. எனக்கான விசேஷ வாழ்த்துக்கள் எதுவும் இல்லை. எனக்குத் தெரியவில்லை, அப்படியோர் இடத்தை நான் ஈட்டியிருந்தேன் என்றே நினைத்திருந்தேன்.

'மரமா?' என்ற ஒரே வார்த்தை மட்டுமே சொன்னார் அம்மா. பிற்பாடு தமது வாழ்நாள் முழுவதும் சுமக்கவிருக்கிற கனம் அப்போதே அவருடைய உடம்பில் தெரிய ஆரம்பித்திருந்தது. வெறுமனே கைகளிலும் இடுப்பிலும் நடக்கும் விதத்திலும் மட்டும் உள்ள கனம் அல்ல. அவருடைய குரலிலும், ஒட்டுமொத்த இருப்பிலும் இருந்த கனம். கண்ணிமைகள் கூடக் கனத்துவிட்டிருந்தன – தூங்கப்போகிறவர் மாதிரி, முழுப் பிரக்ஞை இல்லாதவர் மாதிரி. விஷயம் என்னவென்றால், அந்தக் கோடைகாலத்தில் நானும் அப்பாவும் என்ன செய்தோம் என்று அம்மாவிடம் நான் ஒரு

வார்த்தகூடச் சொல்லியிருக்கவில்லை. ஒரேயொரு வார்த்தைகூட. அவரால் இயன்றவரை சீக்கிரமாய் வீடு திரும்பிவிடுவார், தாம் செய்ய உத்தேசித்திருக்கும் வேலை முடிந்தபிறகு, என்று மாத்திரமே சொல்லி யிருந்தேன்.

1943இல், தெற்குக் கடற்கரையிலுள்ள ஒரு காவல்நிலையத்திலிருந்து தப்ப முயலும்போது கெஸ்டாப்போவினால் சுடப்படாத தனது சகோதரரிட மிருந்து கடன் வாங்கினார் அம்மா. அவரை நாங்கள் அமண் மாமா என்று அழைப்போம். சுடப்பட்ட மாமாவின் பெயர் ஆர்னெ. அவர்கள் இரட்டையர். எல்லாவற்றிலும் சேர்ந்து இருந்தவர்கள். ஒன்றாகப் பள்ளிக்குப் போனார்கள்; நாட்டுப்புறச் சறுக்கோட்டத்தில் ஒன்றாகப் போனார்கள்; ஒன்றாக வேட்டைக்குப் போனார்கள். ஆனால், இப்போது அமண் மாமா தனியான வேட்டைக்காரர். வாலெரெங்கா நகரத்தில் அவருக்கும் ஆர்னேவுக்கும் பங்கிருந்த அடுக்குமாடிக் குடியிருப்பில் வசித்தார். திருமணம் செய்துகொள்ளவில்லை. அப்போது அவருக்கு வயது முப்பத்தொன்றோ, முப்பத்திரண்டோதான். ஆனால், ஸ்மாலன்ஸ் காட்டாவில் உள்ள அவரது குடியிருப்பில் கிழட்டு மணம் இருக்கும். அல்லது, அவரைப் பார்க்கப் போயிருந்தபோது, எனக்கு அப்படிப் பட்டது.

கடன் வாங்கிய பணத்தைக் கொண்டு, ஸ்டாக்ஹோம் ரயிலில் கார்ல்ஸ்டாட் போவதற்குப் பயணச் சீட்டுகள் வாங்கினார் அம்மா. நான் அந்த மார்க்கத்தை ஆராய்ந்திருந்தேன். அதிகாலையில் ஆஸ்லோ ஆஸ்ட்டிலிருந்து புறப்பாடு. க்ளோம்மா ஆற்றுக்கு இணையாக காங்ஸ்விஞ்ஜர் சென்று, செங்கோணமாகத் தெற்கே ஸ்வீடன் எல்லைக் குள் திரும்பி, ஷார்லட்டென்பெர்க் போய், அங்கிருந்து க்ளாஃப்ஸ் ஃப்யோர்ட் வழியாக அர்விக்காவும், அதே திசையில் கார்ல்ஸ்டாடும் சென்றடையவேண்டும். வார்ம்லாண்ட் மாவட்டத்தின் தலைநகரான அது, பெரும் ஏரியான வானெர்னின் அருகே இருப்பது. ஏரி மிகவும் பெரியது – வாஸ்தவத்தில், கார்ல்ஸ்டாட் ஒரு துறைமுகம். அன்று மதியமே திரும்ப வேண்டும். தன்னுடன் நான் வரவேண்டும் என்று விரும்பினார் அம்மா. என் சகோதரி வீட்டில் இருப்பாள் – வழக்கம் போல என்று சொன்னாள் சகோதரி. அவள் சொல்வதில் நியாயம் இருக்கத்தான் செய்தது. ஆனால், அது நான் செய்த ஏற்பாடு அல்லவே.

இந்த முறை மோஸ்ஸெவியன் வழியாக ஆஸ்ட்பேன் நிலையத்துக்குப் போனது சைக்கிளில் அல்ல;ஃப்யோர்டுக்குப் பக்கத்திலுள்ள யானிலிருந்து வரும் உள்ளூர் ரயிலில். ஃப்யோர்டில் இப்போது கோடையில்லை. அலைமுகடுகளை அநேகமாய்த் தொட்டுவிடும் உயரத்தில், தாழ்வாக, இருந்த சாம்பல்நிற வானம். தீவுகளுக்கிடையே வெண்ணிற நூல்பின்னல் வேலைப்பாடு மாதிரி நீரைச் சொடுக்கிய வன்மையான காற்று. நடை மேடையில் நின்றபோது, ஒரு பெண்மணியின் தொப்பி ரயில்பாதைக்கு மேலாக உயரத்தில் மிதந்துவருவதைப் பார்த்தேன். நாங்கள் வசித்த இடத்திலிருந்த ஏராளமான பைன்மரங்கள் படுமோசமாகத் தாக்கிய

கடுங்காற்றில் ஆடின. விபரீதமான விதத்தில் வளைந்தன. ஆனால், விழவில்லை. நான் சிறுவனாய் இருந்த காலங்களில் பலதடவை நினைத்திருக்கிறேன், அவை விழத்தான் போகின்றன என்று. முதல் தளத்தில், ஜன்னலருகில் அமர்ந்து பதற்றமாகப் பார்த்துக்கொண் டிருப்பேன். ஃப்யோர்டுக்கு மேலே குன்றுகளில் உள்ள வீடுகளுக்கிடையில் ஒல்லியான செம்மஞ்சள் நிறம் கொண்ட மரத் தண்டுகள் எல்லாப் புறமும் அலைக்கழிவதையும், அபாயகரமான விதத்தில் சாய்வதையும் பார்த்து, வேர்கள் அந்தரத்தில் இருக்க அவை தலைகுப்புற விழத்தான் போகின்றன என்று. ஆனால், அவை வீழ்ந்ததே இல்லை.

ஆஸ்ட்பேன் நிலையத்தில், ஒவ்வொரு ரயிலும் எந்தெந்த நடை மேடையில் வந்து சேரும் என்பது எனக்கு அத்துப்படியாய் இருந்தது. ஒவ்வொரு ரயிலும் புறப்படும் நேரமும் தெரிந்திருந்தது. சரியான நடைமேடைக்கு அம்மாவை நடத்திச் சென்றேன். சரியான பெட்டியைக் கண்டுபிடித்தேன். வலமும் இடமுமாய் ஜனங்களைப் பார்த்து வந்தனம் சொன்னேன். அவர்களுடன் நான் முன்னமே பேசியிருக்கிறேன் – சுமைதூக்குபவர்கள், நடத்துனர்கள், நிலையக் கடையில் இருக்கும் பெண்மணி, அங்கே வந்து இனம்புரியாத ஏதோவொரு பானத்தைக் குடித்துப் பெரும் போதையடைகிற இரண்டுபேர் – ஒரே சீசாவை இருவரும் பகிர்ந்துகொள்வார்கள்; தினசரி துரத்தியடிக்கப்படுவார்கள்; தவறாமல் நாள்தோறும் வரவும் செய்வார்கள்.

பெட்டியில் ஜன்னலோரமாக அமர்ந்தேன் – ரயில் போகும் திசைக்கு எதிர்ப்புறம் பார்த்தபடி. அம்மாவுக்கு அப்படி அமர்ந்தால் தலைசுற்ற ஆரம்பித்துவிடும், என்று சொன்னார். அநேகம் பேருக்கு இருக்கும் பிரச்சினை இது. ஆனால், என்னைக் கொஞ்சம்கூட வருத்தாதது. க்ளோம்மா வழியாக ரயில் விரைந்தது. ப்ளேக்கர் நிலையத்திலும், ஆர்னெஸிலும் கம்பங்கள் விரைந்தோடின – டங் டங் டடடங் என்று. தண்டவாள இணைப்புகளில் சக்கரங்கள் தாளமிட்டன — டங்கடங் டங்கடங் டங்கடங் என்று. இமைகளின்மீது பட்டுப் பட்டு விலகும் ஒளியோடு, அமர்ந்திருந்த இடத்திலேயே தூங்கிப் போனேன். அது சூரிய ஒளி அல்ல; நீருக்கு மேலே இருந்த ஆகாயத்திலிருந்து இறங்கிய சாம்பல் கலந்த வெண்ணிற ஒளி. ஆற்றின் அருகில் இருந்த மரவீட்டுக்குப் போய்க்கொண்டிருக்கிற மாதிரிக் கனவு கண்டேன் – நிஜத்தில் நான் அமர்ந்திருந்தது பேருந்தில்தான்.

விழித்து, தூக்கம் கலையாத கண்களால் வெளியில் க்ளோம்மாவைப் பார்த்தேன். இன்னமும் அது எனக்குள்தான் இருக்கிறது என்பது தெரியும். தண்ணீருடன் எனக்குத் தோழமை உண்டு; ஓடும் தண்ணீருடன். நாங்கள் போகும் திசைக்கு எதிர்த்திசையில் பெருகி ஓடும் பெருநதியின் அழைப்பு அது. நாங்கள் வடக்கு நோக்கிப் போய்க்கொண்டிருந்தோம். நதி தெற்காகப் போனது. கடற்கரையோர நகரங்களை நோக்கி – அகலமாக, அபாரமான நீர்ப்பெருக்குடன், மகத்தான நதிகளின் வழமைப்படி.

க்ளோம்மாவிடமிருந்து திரும்பி, எதிரில் அமர்ந்திருக்கும் அம்மா வைப் பார்த்தேன். ரயில்பாதையையொட்டி இருந்த, கம்பங்கள் மற்றும்

தந்திக்கம்பங்கள், சிறு பாலங்கள் மற்றும் மரங்களால் அவருடைய முகத்தில் ஒளி விட்டுவிட்டுப் படிந்தது. கண்கள் மூடியிருந்தன. கனத்த இமைகள் வட்டமான கன்னங்களின் மீது ஓய்வாய்க் கிடந்தன – தூக்கம் தவிர வேறு அனைத்துமே இந்த முகத்தின் இயல்புக்கு மாறானவை என்கிற மாதிரி. அடக் கடவுளே, என்னை இந்தப் பெண்மணியுடன் விட்டுவிட்டு, சர்வசாதாரணமாக அந்த மனிதர் காணாமல் போய் விட்டாரே, என்று எனக்குத் தோன்றியது.

ஓ, அம்மாவை நான் நேசிக்கவே செய்தேன்; இல்லையென்று சொல்லவில்லை. ஆனால், என் முன்னே இருக்கும் முகத்தில் நான் காணும் எதிர்காலம் நான் கற்பனைசெய்து பார்த்தது அல்ல. மூன்று நிமிடங்களுக்கு மேல் சும்மா அவருடைய முகத்தைப் பார்த்துக்கொண் டிருந்தாலே, என் இரண்டு தோள்களையும் உலகமே நெருக்குகிற மாதிரி இருந்தது. அது என்னை மூச்சுத் திணற வைத்தது. என்னால் பொருந்தி உட்கார முடியவில்லை. இருக்கையிலிருந்து எழுந்தேன். கதவை இழுத்துத் திறந்து, வெளியே தாழ்வாரத்துக்குப் போனேன்; ரயிலின் மறுபக்கம் இருந்த ஜன்னல்களுக்கு அருகில். அறுவடை முடிந்த வயல்வெளிகள் வேகமாய்க் கடந்தோடின. மந்தமான இலையுதிர்கால வெளிச்சத்தில் பழுப்பு கலந்த மஞ்சள் நிறத்தில் வெறுமையாய்க் கிடந்தன. நிலவெளியைப் பார்த்தபடி ஓர் ஆள் நின்றிருந்தார். அவருடைய முதுகில் ஏதோ இருந்தது. சிகரெட் பிடித்தபடி, எங்கோ போயிருந்தார். ஜன்னலருகில் நான் வந்தபோது, கனவில்போலத் திரும்பினார். நட்பாகத் தலையசைத்தவாறு புன்னகைத்தார். என் அப்பா மாதிரியே இல்லை அவர். பகுப்புகளின் கதவுகளையொட்டி இருந்த தாழ்வாரத்தில் பெட்டி யின் முனைவரை நடந்துபோனேன். சுவரிலிருந்த பெரிய தண்ணீர்க் கலத்தின் அருகில் சென்று திரும்பினேன். கையில் சிகரெட்டுடன் இருந்த மனிதரைத் தாண்டி மீண்டும் வந்தேன். தரையைப் பார்த்த படியே பெட்டியின் மறுமுனைக்குப் போனேன். அங்கே, ஒரு பகுப்பு காலியாக இருந்தது. உள்ளே நுழைந்து கதவைச் சாத்தினேன். நாங்கள் போகும் திசையை நோக்கி இருந்த ஜன்னலோரம் அமர்ந்தேன். வெளியில், இப்போது என்னை நோக்கி வந்து, எனக்குப் பின்னால் சென்று மறைந்த நதியைப் பார்த்தேன். ஜன்னல் கண்ணாடியில் முகத்தைப் புதைத்து, கொஞ்சம் அழுதேன் என்றுகூடச் சொல்லலாம். பிறகு, கண்களை மூடி கல்லைப்போலத் தூங்கினேன் – நடத்துனர் கதவை முரட்டுத்தனமாகத் திருகித் திறந்து, கார்ல்ஸ்டாட் வந்துவிட்டது என்று கூறும்வரை. நடைமேடையில் நாங்கள் தோளோடு தோளாக நின்றோம். எங்களுக்குப் பின்னால் தண்டவாளத்தில் நின்ற ரயில் இப்போது நகரவில்லை. ஆனால், பேரோசை எழுப்பியபடி, சீக்கிரமே கிளம்பி விடும் – ஸ்டாக்ஹோம் நோக்கிய பயணத்தில். ஒரு பலகணியின் வழியே உறுமல் ஒலி கேட்டது. நிலையத்தை ஒட்டிய தந்திக்கம்பங்களினிடையே ஓடும் கம்பிகளில் காற்றின் பாடல் கேட்டது. நடைமேடையில் இருந்த ஓர் ஆசாமி, 'வா, சனியனே' என்று ஸ்வீடன் மொழியில் மனைவியை அதட்டினான். ஆனால், அவள் நின்ற இடத்திலேயே நின்றாள். அவளைச் சுற்றிலும் அவர்களுடைய சாமான்கள் கிடந்தன. தொலைந்துபோனவர்

மாதிரி இருந்தார் அம்மா. தூக்கத்தினால் முகம் அதைத்து இருந்தது. இதற்குமுன் அவர் இன்னொரு நாட்டுக்குச் சென்றதே கிடையாது. நான் மட்டுமே போயிருந்தேன் – அதுவும் காட்டுக்குள்தான். கார்ல்ஸ்டாட் ஸ்டாக்ஹோமிலிருந்து மாறுபட்டு இருந்தது. அவர்களுடைய பேச்சே வித்தியாசமாக இருந்தது – கேட்டவுடனே எங்களுக்குத் தெரிந்துவிட்டது. சொற்கள் மட்டுமில்லை, தொனியுமே அந்நியமாக இருந்தது. நகரின் அமைப்பு, ஆஸ்லோவைவிட மேம்பட்டதாக இருந்தது; நிலையத்திலிருந்து பார்க்கும்போது, அவ்வளவு அலங்கோலமாக இல்லை. ஆனால், எங்களுக்கு எங்கே போவதென்று தெரியவில்லை. இரவை அங்கே கழிப்பதில்லை என்று முடிவெடுத்திருந்ததாலும், சுற்றிப் பார்க்கும் உத்தேசம் ஏதும் இல்லை என்பதாலும், ஒரே ஒரு பைதான் வைத்திருந்தோம். வங்கிக்குப் போவது மட்டுமே எங்கள் விருப்பம். வார்ம்ஸ்லாண்ட் வங்கி என்பது அதன் பெயர். இந்த நகரின் மையத்தில் எங்கோ இருக்கிறது. அப்புறம் ஏதாவது சாப்பிட வேண்டும். அந்த அளவு அவகாசம் இருக்கும் என்றே நினைத்தோம். அப்பா எங்களுக்கு விட்டுச் சென்றிருந்த பணத்தை வங்கியிலிருந்து எடுத்தபிறகு, சிற்றுண்டிச் சாலையில் ஒருமுறை சாப்பிடு மளவு. ஆனால், எதற்கும் இருக்கட்டும் என்று, சாப்பாட்டுப் பொட்டலம் ஒன்றைப் பையில் போட்டுவைத்திருந்தார் அம்மா என்பது எனக்குத் தெரியும்.

நிலையக் கட்டடத்துக்குச் சென்று, அதனுள் நுழைந்து, ஓடு பதித்த தரையில் நடந்து, வெளியே இருந்த சாலைக்குப் போனோம். ரயில் பாதையை ஒட்டிச் செல்லும் சாலை அது. ஜார்ன்வாக்ஸ்கட்டன் வழியே, நகர்மையம் நோக்கி நடந்தோம். வங்கியின் பெயர்ப்பலகை தென்படுகிறதா என்று இருபுறமும் இருந்த வீடுகளைப் பார்த்தபடி சென்றோம். வங்கியின் முகவரி எங்கள் பையிலிருந்த கடிதத்தில் இருந்தது. ஆனால், அதை எங்களால் கண்டுபிடிக்க முடியவில்லை. அவ்வப்போது, ஒருவரையொருவர் கேட்டுக்கொண்டோம்: 'உனக்குத் தெரிகிறதா?' அப்புறம் மற்றவரிடம், 'இல்லையே' என்று சொல்லிக் கொண்டோம்.

அந்தத் தெரு நெடுக நடந்துபோனபோது, நான்தான் பையைத் தூக்கிப் போனேன். என் கையிடுக்கில் பிடித்திருந்தேன் அதை. க்ளாரா ஆற்றில் சென்று முடிந்தது தெரு. வடக்கிலிருந்து, பெரும் காடுகளிலிருந்து வரும் ஆற்றை, இங்கே ஓர் ஒடுங்கிய நிலப்பகுதி வகிர்கிறது. நாங்கள் இப்போது அந்த நிலப்பகுதியில் இருந்தோம். கார்ல்ஸ்டாடினூடே செல்லும் ஆறு, நகரத்தை மூன்றாகப் பிரிக்கிறது. பிறகு, இறுதியாக, கடைமடைப் பகுதியில் போல ஓடி, பிரம்மாண்டமான வானெர்ன் ஏரியினுள் பாய்கிறது.

'அழகாக இருக்கிறது, இல்லை?' என்று கேட்டார் அம்மா. எனக்கும் அப்படித்தான் பட்டது. ஆனால், குளிராகவும் இருந்தது – ஆற்றிலிருந்து பனிக்காற்று வீசியதால். ரயிலில் தூங்கிவிட்டு, இலையுதிர்காலக் குளுமை யிலும் காற்றிலும் நேரடியாக வெளிப்பட்டதில் நான் உள்ளூற உறைந்து போயிருந்தேன். நாங்கள் வந்திருந்த வேலை சீக்கிரம் முடிந்துவிடாதா

என்று இருந்தது. கணக்கை ஒரேயடியாக முடித்துவிட வேண்டும்; தொகைப் பத்திகளுக்குக் கீழே, யாரோ ஒருவர், இரண்டு கோடுகள் போடவேண்டும்; இவ்வளவு உங்கள் கணக்கில் இருந்தது, இந்த அளவு கொடுத்தாகிவிட்டது, இவ்வளவுதான் பாக்கியிருக்கிறது.

ஆற்றிடமிருந்து திரும்பி, நாங்கள் நடந்துவந்த தெருவுக்கு இணையாகச் சென்ற இன்னொரு தெருவில் போனோம்.

'உனக்குக் குளிர்கிறதா? பையில் தலைத்துணி இருக்கிறது. எடுத்துக் கொள். பெண்கள் அணிவதெல்லாம் இல்லை, நீ வெட்கப்பட வேண்டியதில்லை.'

'வேண்டாம். எனக்குக் குளிரவில்லை' என்றேன். என் குரலில் சற்றுப் பொறுமையின்மையும் எரிச்சலும் இருந்தது எனக்கே கேட்டது. எனது பின்னாள் வாழ்க்கையில் அதற்காகக் குறைகூறியிருக்கிறார்கள், குறிப்பாகப் பெண்கள். காரணம், பெண்களிடம்தான் அந்தக் குரலை வெளிப்படுத்தியிருக்கிறேன். ஒத்துக்கொள்கிறேன்.

சற்றுக் கழித்து, அந்தத் துணியைப் பையிலிருந்து உருவியெடுக்கிறேன். அது அப்பாவுடையது. சும்மா கழுத்தைச் சுற்றிப் போட்டு, மோவாய்க்குக் கீழே முடிச்சுப்போடுகிறேன். அதன் நீள முனைகளை என் மேற்சட்டைக்குள் திணிக்கிறேன். இப்போது அது என் நெஞ்சின் பெரும்பகுதியை மூடியிருக்கிறது. உடனடியாக நன்றாய் ஆகிவிட்டது. உறுதியான குரலில் சொன்னேன்:

'யாரிடமாவது கேட்க வேண்டும். இந்தமாதிரி, சும்மா தெருவில் சுற்றிக்கொண்டிருக்கக் கூடாது.'

'ஆ, நிச்சயம் கண்டுபிடித்துவிடுவோம்' என்றார் என் அம்மா.

'கடைசியில் கண்டுபிடிக்கத்தான் செய்வோம். ஆனால் அதற்கு இவ்வளவு நேரம் செலவிடுவது முட்டாள்தனம்.'

தான் விசாரித்தால் மற்றவர்களுக்குப் புரியாது என்று அம்மா அஞ்சுவது எனக்குத் தெரியும். அப்புறம் தாம் குழம்பிவிடுவார், நிராதரவாகத் தெரிவார், நகரத்துக்குள் வந்த குடியானவப் பெண்மணி மாதிரி – என்று ஒருமுறை சொல்லியிருக்கிறார். அதை எப்படியாவது தவிர்த்துவிட வேண்டும் என்பது அவரது விருப்பம். என் அம்மாவைப் பொறுத்தவரை, கிராமத்து ஜனங்கள் என்பவர்கள், மக்கட்தொகையில் பிற்பட்ட வகுப்பினர்.

'அப்படியானால், யாரிடமாவது நான் கேட்கிறேன்' என்றேன்.

'உனக்கு வேண்டுமானால் கேட்டுக்கொள். எப்படியானாலும், நாமே சீக்கிரம் கண்டுபிடிக்கத்தான் போகிறோம். அது இங்கேதான் எங்கேயாவது இருக்கும்' என்றார் அம்மா.

தொணதொணக்கிறாரே என்று நினைத்துக்கொண்டேன். நடைபாதையில் வந்துகொண்டிருந்த முதல் ஆளிடம் சென்று, வார்ம்லாண்ட்ஸ் வங்கியைக் கண்டுபிடிக்க உதவமுடியுமா என்று கேட்டேன். அவர்

முழுக்க நிதானமாக இருக்கிற மாதிரித்தான் தெரிந்தார். நிச்சயம் குடித்திருக்கவில்லை. நன்கு உடுத்தியிருந்தார். கோட் புதிதாகவே இருந்தது. என்னுடைய சொல்தேர்வு வெளிப்படையாகவும், தெளிவாக வும் இருந்தது என்று நிச்சயமாக நம்புகிறேன். உச்சரிப்பும் முறையாக இருந்தது. ஆனால், வாயைத் திறந்தபடி அவர் என்னைப் பார்க்க மட்டுமே செய்தார். ஏதோ நான் சீனாவிலிருந்து வந்திருக்கிறவன் மாதிரி, கூர்முனைத் தொப்பியும், சாய்வான கண்களும் கொண்டிருந்த மாதிரி. அல்லது நான் படித்திருந்த சைக்ளோப்ஸ் போல மூக்குக்கு நேர்மேலே, நெற்றி நடுவில் ஒரேயொரு கண் கொண்டவன் மாதிரி. சடாரென்று, நெஞ்சுக்குள் எரியும் தூண் போல எனக்குள் ஆத்திரம் உயர்ந்ததை உணர்ந்தேன். என் முகம் வெப்பமாகியது. தொண்டை வலித்தது. நான் கேட்டேன்:

'நீங்கள் செவிடா என்ன?'

'என்ன?' நாய் குரைப்பது போல ஒலித்தது.

'நீங்கள் செவிடா? மற்றவர்கள் உங்களிடம் பேசும்போது கவனிக்க மாட்டீர்கள்? உங்கள் காதுகளில் ஏதும் கோளாறா? வார்ம்லாண்ட்ஸ் வங்கி எங்கே இருக்கிறது எங்களுக்குச் சொல்ல முடியும்? நாங்கள் அந்த வங்கியைத் தேடிக்கொண்டிருக்கிறோம். புரிகிறதா?'

அவருக்குப் புரியவில்லை. நான் என்ன சொன்னேன் என்பதே அவருக்குப் புரியவில்லை. அபத்தமாய் இருந்தது. சும்மா என்னை உற்றுப் பார்த்துவிட்டு, இப்படியும் அப்படியுமாக முகத்தை ஆட்டினார். தன் முன்னால் நிற்பவன் மனநோய்க் காப்பகத்திலிருந்து தப்பிய மூடன் என்கிற மாதிரி, அவருடைய பார்வையில் பதற்றம் இருந்தது. இப்போது செய்வதற்கு இருப்பது ஒரே காரியம்தான் – காப்பகக் காவலர்கள் வந்து, யாரையும் அவன் காயப்படுத்துவதற்கு முன்னால் இழுத்துப் போகும்வரை நேரத்தைக் கடத்துவது.

'வாயில் ஒரு குத்துவிட வேண்டுமா?' என்றேன். அவர் நான் சொல்வதைப் புரிந்துகொள்ளப் போவதில்லையென்றால், என் மனத்துக்குப் பட்ட எதை வேண்டுமானாலும் நான் சொல்லலாமே. தவிர, நான் அவர் உயரம் இருந்தேன். அந்தக் கோடைகாலத்துக்குப் பிறகு, நல்ல தெம்புடன் இருந்தேன் – காரணம், எல்லாவிதமான சமாசாரங்களுக்கும் உடம்பைப் பழக்கியிருந்தேன். அதை நீட்டவும், எல்லாத் திக்கிலும் வளைக்கவும், சகலவிதமானவற்றையும் தூக்கவும், தள்ளவும் இழுக்கவும் கல்லையும் மரத்தையும் கட்டியிழுக்கவும் ஆற்றில் நீரோட்டத்தோடும் அதை எதிர்த்தும் துடுப்புப்போட்டுப் படகோட்டவும், கோடையின் பிற்பகுதியில் நீல்ஸென்பாக்கெனுக்கும், ஆஸ்ட்பேன் நிலையத்துக்கு மிடையே உள்ள தொலைவு, கணக்கற்ற தடவை சைக்கிள்மிதித்தும் என்று. இப்போது, திடமானவனாகவும், ஒருவிதத்தில், வெல்லப்பட முடியாதவனாகவும் உணர்ந்தேன். இந்த ஆள் தடகளவீரர் மாதிரித் தெரியவில்லை. ஆனால், கடைசிவாக்கியத்தை, முந்தைய வாக்கியங்களை விட நன்றாகப் புரிந்துகொண்டிருக்கக் கூடும். ஏனெனில், அவரது

விழிகள் தட்டுகளைப் போல வட்டமாகின. சட்டென்று எச்சரிக்கை யாயின. நான் வழங்க முன்வந்ததை மறுபடி சொன்னேன்:

'உனக்கு ஒரு குத்து வேண்டுமென்றால், இப்போதே வாங்கிக் கொள்ளலாம். ஏனென்றால், நிஜமாகவே எனக்கு உன்னைக் குத்த வேண்டும்போல இருக்கிறது. நீ சம்மதிக்க வேண்டியதுதான் பாக்கி' என்றேன்.

'வேண்டாம்' என்றார்.

'என்ன வேண்டாம்?'

'வேண்டாம். எனக்கு வாயில் குத்து ***வேண்டாம்***. நீ என்னைத் தாக்கினால், நான் போலீசைக் கூப்பிடுவேன்.' மிகத் தெளிவாக, ஒரு நடிகரைப் போலப் பேசினார். அது என்னை மூர்க்கமடைய வைத்தது.

'அதையும் பார்த்துவிடலாம்' என்றேன். எனது ஒரு கை தானாகவே முஷ்டி. மடக்குவதை உணர்ந்தேன். அதன் மூட்டுகள் அனைத்திலும் வெதுவெதுப்பாகவும், தினவாகவும், முறுக்கேறியும் இருந்தது. நான் கூறுவதாக எனக்குக் கேட்ட சொற்கள் எங்கிருந்து வந்தன என்று தெரியவில்லை. அதுமாதிரியான சொற்களை யாரிடமும் பேசியதில்லை. எனக்குத் தெரிந்தவர்களிடம் பேசியதில்லை; தெரியாதவர்களிடம், நிச்சயமாகப் பேசியதில்லை. நான் நின்றிருந்த இடத்தில் உருளைக்கற்களின் சிறு பாத்தி இருந்தது. அதிலிருந்து புறப்பட்ட கோடுகள் பல திசைகளிலும் சென்றன – கச்சிதமாக வரையப்பட்ட விளக்கப்படத்தில் போல. மத்தியிலிருந்த வட்டத்தில் நான் நின்றேன். இன்று, ஐம்பது ஆண்டுகளுக்குப் பிறகும், கண்களை மூடி அந்தக் கோடுகளை என்னால் தெளிவாகப் பார்க்க முடியும். பளபளக்கும் அம்புகள் போன்ற அவற்றை, அந்த இலையுதிர்கால நாளில் கார்ல்ஸ்டாடில் அவ்வளவு தெளிவாக நான் பார்த்திருக்காவிட்டால்கூட, அவை அங்கே இருந்தன என்பது எனக்குத் தெரியும், நிச்சயமாகத் தெரியும். அந்தக் கோடுகள், நான் போகக்கூடிய வெவ்வேறு சாலைகள். அவற்றில் ஒன்றை நான் தேர்ந்தெடுத்த மாத்திரத்தில் கோட்டையின் இரும்புக் கதவு படுவேகமாக இறங்கும். தூக்குபாலத்தை யாரோ உயர்த்திவிடுவார்கள். யாராலும் நிறுத்தமுடியாத சங்கிலித் தொடர் நிகழ்வுகள் தொடங்கிவிடும்.திரும்பி ஓடுவது என்ற பேச்சேயில்லை. நான் பின்வாங்கவும் முடியாது. என் முன் இருந்த நபரைத் தாக்கினேனென்றால், அந்தத் தேர்வை நான் எடுத்து விட்டிருப்பேன்.

'முழு முட்டாள்' என்றேன். உடனடியாக, அவரை அப்படியே விட்டுவிட முடிவெடுத்துவிட்டேன் என்பது தெரிந்தது. என் வலது முஷ்டி தானாகத் தளர்ந்தது – வலியோடு. முன்னால் இருந்த முகத்தில் துலக்கமான ஏமாற்ற அலை படர்ந்து விலகியது. எனக்குப் புரியாத ஏதோ ஒரு காரணத்தால், அவர் போலீசைக் கூப்பிட்டிருப்பார் – ஆனால், அதற்குள் அம்மா அழைக்கும் சப்தம் கேட்டது:

'ட்ரோண்!' என்று தெருவின் கீழ்ப்புறமிருந்து கூப்பிட்டார். 'ட்ரோண், நான் பார்த்துவிட்டேன். அது இங்கே இருக்கிறது. வார்ம்ஸ்லாண்ட்

வங்கி இங்கேதான் இருக்கிறது' என்று கத்தினார். தேவைக்குச் சற்று அதிகமாகவே கத்துகிறார் என்று எனக்குப் பட்டது. அதிர்ஷ்டவசமாக, அதே தெருவின் இந்தக்கோடியில், என் வாழ்வில் என்ன நடந்து கொண்டிருந்தது என்பதை அவர் அறிந்திருக்கவில்லை. அப்புறம், வட்டத்தைவிட்டு வெளியேறினேன். அம்புகள் பளபளப்பதை நிறுத்தி விட்டன. விளக்கப்படங்களும், கோடுகளும் உருகி, மெல்லிய சாம்பல்நிற ஓடையாக வடிகாலில் ஓடி, அருகிலிருந்த சாக்கடையில் கலந்து மறைந்தன. என் வலது உள்ளங்கையில் நகங்கள் அழுந்திய சிவப்புத் தடங்கள் இருந்தன. ஆனால், தேர்வு நடந்தேறிவிட்டது. கார்ல்ஸ்டாடில் அந்த ஆளை நான் தாக்கியிருந்தால், என் வாழ்க்கை வேறுமாதிரியானதாக ஆகியிருக்கும். நானும் வேறு ஆளாக இருந்திருப்பேன். வேறு பலரும் சொல்கிற மாதிரி, அப்போதும் இதே ஆளாகத்தான் இருந்திருப்பேன் என்று பிடிவாதமாய்க் கூறுவது முட்டாள்தனம். இப்படி இருந்திருக்க மாட்டேன். நான் அதிர்ஷ்டக்காரன். இதை முன்னரே சொல்லியிருக் கிறேன்தான். ஆனாலும், அது உண்மை.

வங்கிக்குள் போக எனக்கு விருப்பமில்லை. எனவே, ஜன்னல்களுக்கு இடையில், சாம்பல்நிறச் சுவரில் தோள்சாய்த்தபடி காத்திருந்தேன். அப்பாவின் கம்பளித்துணி என் கழுத்தில் சுற்றிக் கிடந்தது. அக்டோபர் என் முகத்தில் அறைந்தது, பின்புறம் சற்று அருகாமையில் இருந்த க்ளாரா நதி மற்றும் அது தன்னோடு சுமந்துசென்றவற்றின் தெளிவான வருடல். வயிற்றில் ஒரு நடுக்கம் – என்னமோ வெகுதூரம் ஓடிவந்த மாதிரியும், தப்பிய மூச்சு மீளாதது போலவும். ஆனால், அந்த முயற்சி இன்னும் எனக்குள் ஓயவில்லை – யாரோ அணைக்க மறந்த விளக்கைப் போல.

கையில் அப்பாவின் அனுமதிக் கடிதத்தைக் கையில் எடுத்துக் கொண்டு, வங்கிக்குள் சென்றார் அம்மா – பிடிவாதமாக, எடுத்த காரியத்தை முடிக்க ஆயத்தமாக. ஆனால், தன் நார்வீஜிய மொழியின் பளுவையும் சுமந்தவராக. ஆண்டவனே, முழுசாக அரைமணி நேரம் உள்ளே இருந்தார். வெளியே, தெருவில் கடும் குளிர் இருந்தது. நிச்சயம் என் உடல்நலம் கெட்டுவிடும் என்று தோன்றியது. குழம்பிய, கிட்டத்தட்டக் கனவு படர்ந்த முகத்துடன் அம்மா வெளியே வந்தார். நதியிலிருந்து கிளம்பி வந்த தண்மை இனம்புரியாத மூலப்பொருளாலான மென்படலம் கொண்டு என் உடம்பைச் சுற்றி மூடிவிட்ட மாதிரி இருந்தது. இன்னமும் கொஞ்சம் தனியனாக ஆக்கிவிட்ட மாதிரி. முன்னர் இருந்ததைவிடத் தோல் தடித்தவனாக. நிமிர்ந்து பார்த்துக் கேட்டேன்:

'உள்ளே என்ன நடந்தது? நீங்கள் சொன்னது அவர்களுக்குப் புரியவில்லையா, அல்லது பணத்தைத் தர மறுத்துவிட்டார்களா? அல்லது, கணக்கே இல்லையா?'

'அதெல்லாம் இல்லை. எல்லாமே சுமுகமாக நடந்தது. கணக்கு இருந்தது, அதிலிருந்த பணத்தை அவர்கள் கொடுக்கவும் செய்தார்கள்.' பிறகு, சற்றுப் பதட்டமாகச் சிரித்துவிட்டுச் சொன்னார்:

‘ஆனால், 150 க்ரோனர்தான் இருந்தது. எனக்குத் தெரியவில்லை; ஆனால் அது மிகவும் சிறிய தொகை என்று உனக்குப் படவில்லை? எனக்கு அதைப்பற்றியெல்லாம் ஒன்றுமே தெரியாது. ஆனால், மரத்தை விற்று நிஜமாகவே எவ்வளவு பணம் பண்ணமுடியும் என்று நினைக்கிறாய்?’

பதினைந்து வயதில் நான் அதில் நிபுணன் இல்லை. ஆனால் அதுபோலப் பத்துமடங்கு இருக்கவேண்டும் என்பதில் சந்தேகமே கிடையாது. மரம் வெட்டி விற்பது என்பது என் அப்பா செய்ய விரும்பிய விதமாகச் செய்யவேண்டிய வியாபாரம் இல்லை என்ற உண்மையை ஃப்ரான்ஸ் மறைத்தது கிடையாது. அது ஒரு உருப்படாத திட்டம். ஃப்ரான்ஸ் அதில் உதவ முன்வந்ததே, தாங்கள் இருவரும் நண்பர்கள் என்பதாலும், அப்பா அதில் ஏன் அவ்வளவு பிடிவாதமாய் இருந்தார் என்பது அவருக்குத் தெரிந்திருந்ததாலும்தான். நீரில் சிக்கி நின்றிருந்தவற்றை நானும் அப்பாவும் விடுவித்தோம் என்றாலும், நாங்கள் திரும்பிவர வேண்டியிருந்தது, நான் ஊர்திரும்ப வேண்டியிருந்தது. விடுவித்தது மாத்திரம் போதவில்லை; கருணையேயின்றி, ஆறு அவற்றைத் தடுத்து நிறுத்தியிருக்க வேண்டும். புயல்மழைக்குப் பிறகு, ஜூலை மாதத்துக்கான சாதாரண அளவை நோக்கி நீர்மட்டம் வேகமாக இறங்கியிருக்க வேண்டும். மரத் தடிகள் ஒன்றுடன் ஒன்று மோதிப் புரண்டு மாபெரும் குவியல்களாகத் தாமாகவே தேங்கியிருக்கும் – உரிய நேரம் வரும்போது, வெடிவைத்துத்தான் தகர்க்க வேண்டும் என்கிற அளவுக்கு. பாறை மண்டிய கரையில் சலித்துப்போய்க் கிடக்கலாம், அல்லது, தாழ்வான மட்டம் கொண்ட தண்ணீரின் ஆழத்தில் பரிதாப மாக அமிழ்ந்து நகராமல் போயிருக்கலாம். பத்தில் ஒருபங்கு மட்டுமே மர அறுவை ஆலைக்கு உரிய நேரத்தில் போய்ச் சேர்ந்திருக்கலாம் – அதாவது 150 ஸ்வீடிய க்ரோனர் மட்டுமே விலையாகப் பெறுமளவு.

‘தெரியவில்லை. மரம் விற்று எவ்வளவு சம்பாதிக்க முடியும் என்று எனக்கும் கொஞ்சம்கூடத் தெரியவில்லை.’

வார்ம்ஸ்லாண்ட் வங்கியின் முன்னால், நடைபாதையில் ஒருவரை யொருவர் பார்த்துக்கொண்டு நின்றோம் – நான் சிடுசிடுப்பாகவும், எப்போதும் அவரிடம் காட்டும் பிடிவாதத்துடனும்; அவர் குழம்பியும், திடசித்தமில்லாமலும். ஆனால், அம்மாவிடம் அன்றைய தினம் கசப்பு இல்லை. உதட்டைக் கடித்துக்கொண்டவர், சட்டென்று புன்னகைத்தார்.

‘போனால் போகட்டும், நாம் ஒன்றாக ஒருநாள் வெளியில் சுற்றக் கிடைத்தது அல்லவா; நீயும் நானும். இது என்ன தினசரியா நடக்கிறது?’ என்று சொல்லிவிட்டுச் சிரித்தார். ‘இதில் மிகமிக வேடிக்கையான விஷயம் என்ன தெரியுமா?’

‘வேடிக்கையான விஷயம் வேறு இருக்கிறதா என்ன?’

‘இந்தப் பணத்தை நாம் இங்கேயே செலவழித்தாக வேண்டும். சாமானியமாக நாம் நார்வேக்குள் கொண்டு போய்விட முடியாது.’ வாய்விட்டு உரக்கச் சிரித்தார்.

‘நாணயமுறைக் கட்டுப்பாடுகள் இருக்கின்றன.எனக்கு முன்பே தெரிந்திருக்க வேண்டும் இது. சரியாகக் கவனம் செலுத்தவில்லையோ என்று தோன்றுகிறது. இப்போதிருந்து, கவனம் செலுத்தியே ஆகவேண்டும் நான், இல்லையா ?’

உண்மையில், அம்மா எப்போதுமே அதைச் செய்ததில்லை. தம்முடைய காரியங்களில் மிகவும் தெளிவில்லாதவராகத்தான் இருந்தார். பெரும்பான்மையான நேரம், தமது சிந்தனைக்குள் புதைந்து போயிருப் பார். ஆனால், அன்றைக்கு திடீரென்று முழுக்க விழித்துக்கொண்டு விட்டார். மறுபடியும் வாய்விட்டுச் சிரித்தார். என் தோளைப் பற்றிய படி, சொன்னார்:

‘வா. வரும் வழியில் நான் பார்த்த ஒரு சங்கதியை உனக்குக் காட்டுகிறேன்.’

நிலையத்தை நோக்கி, சேர்ந்து நடந்தோம். இப்போது குளிர் அதிகம் இல்லை. அசையாமல் நின்றிருந்த காரணத்தால், என் கால்கள் விறைத் திருந்தன. உடம்பு முழுவதுமே மரத்துவிட்டிருந்தது. ஆனால், நடக்க ஆரம்பித்தபிறகு, கொஞ்சம் பரவாயில்லை.

ஒரு துணிக்கடையின் முன்னால் நின்றோம்.

‘இதுதான் அது.’ தனக்கு முன்னால் என்னைக் கடைக்குள் தள்ளிப் போனார். கவுண்ட்டருக்குப் பின்னால் இருந்த அறைக்குள்ளிருந்து ஒருவர் வெளியே வந்தார். முன்புறம் குனிந்து வணங்கிவிட்டு, எங்களுக்குச் சேவை புரிவதற்காக நின்றார். அம்மா புன்னகைத்துவிட்டு, தெளிவாக விளங்குகிற மாதிரிச் சொன்னார்:

‘இந்த இளைஞனுக்கு ஒரு சூட் வேண்டும்.’ அதை சூட் என்று சொல்வது வழக்கமில்லை. எந்தவகையிலும் நாங்கள் இனம் காண முடியாத, வேறு ஒரு பெயர் அதற்கு உண்டு. ஆனால், அம்மா சரளமாக அடித்துவிட்டார், கூசவேயில்லை இப்போது. ஒருவித திடீர் கம்பீரத் துடன், காலணியின் குதிகள் ஒலியெழுப்ப, சூட்கள் வரிசையாகத் தொங்குகிற இடத்துக்குப் போனார். ஒன்றை எடுத்து ஹாங்கரிலிருந்து கழற்றி, தனது இடது தோள்மீது போட்டுக் காட்டினார்.

‘இது மாதிரி ஒன்று. அதோ இருக்கிறானே என் மகன், அவனுக்கு.’ புன்னகைத்தபடி, மீண்டும் அதைப் பழையபடி மாட்டினார். அந்த ஆள் புன்னகைத்தார். குனிந்து வணங்கிவிட்டு, என் இடுப்பையும் கவட்டிலிருந்து கீழே வரையிலும் அளவெடுத்தார். அப்புறம், நான் போடும் சட்டையின் அளவு என்ன என்று கேட்டார். நான் யோசித்தே பார்த்திராத ஒன்று அது. ஆனால், அம்மாவுக்குத் தெரிந்திருந்தது. பின்னர், அந்த ஆள் கம்பியருகே போய், அளவு சரியாக இருக்கும் என்று தாம் கருதிய அடர்நீல சூட் ஒன்றை எடுத்தார். கடையின் பின்புறம் இருந்த, அணிந்து பார்க்கும் அறையைச் சுட்டிக் காட்டினார். அவ்வளவு நேரமும் புன்னகத்துக்கொண்டே இருந்தார். அந்தச் சிற்றறைக்

குள் சென்று, சூட்டைக் கொண்டியில் மாட்டிவிட்டு, உடையைக் களையத் தொடங்கினேன். அறைக்குள் உயரமான கண்ணாடியொன்றும், முக்காலியும் இருந்தன. கடைக்குள் வெப்பம் அதிகமாக இருந்தது. என் வயிற்றுத் தோலில் முள்முள்ளாய்க் குத்தியது. என் கைகளிலும் குத்தியது. தலைசுற்றலாகவும், தூக்கக் கலக்கமாகவும் உணர்ந்தேன். முக்காலியில் உட்கார்ந்து, முழங்கால்கள்மீது ஊன்றிய கைகளில் தலையைத் தாங்கிக்கொண்டேன். உள்ளாடைகளும், என்னுடைய நீலச்சட்டையும் மட்டுமே அணிந்திருந்தேன். அந்த இடத்திலேயே தூங்கியிருப்பேன் – அம்மா மட்டும் கூப்பிட்டிருக்காவிட்டால்.

'பிரச்சினையொன்றுமில்லையே, ட்ரோண்?'

'இல்லை. நன்றாய்த்தான் இருக்கிறேன்' என்று பதில் சொன்னேன். எழுந்து, சூட்டை அணிய ஆரம்பித்தேன். முதலில் காற்சட்டை. அப்புறம், நீலச் சட்டைக்கு மேல், மேல்கோட்டு. அளவு கச்சிதமாக இருந்தது. கண்ணாடியில் என்னையே பார்த்துக்கொண்டு நின்றேன். குனிந்து என் ஷூக்களைப் போட்டுக்கொண்டேன். நிமிர்ந்து மீண்டும் என்னைப் பார்த்துக்கொண்டேன். வேறு ஒருவன் மாதிரித் தெரிந்தது. மேல்கோட்டின் மேல் பித்தான்கள் இரண்டையும் போட்டுக்கொண்டேன். கண்களையும் முகத்தையும் புறங்கைகளால் சுழற்றிச் சுழற்றித் தேய்த்துக் கொண்டேன். தலைமுடிக்குள் விரல்களை நுழைத்து, அழுத்திக் கோதிக் கொண்டேன் – பலதடவை. நெற்றியில் விழும் முடியை ஒருபுறமாய்த் தள்ளி, கேசத்தை நெற்றிப்பொட்டுகளையொட்டி காதுகளுக்குப் பின்னால் தள்ளிக்கொண்டேன். விரல்நுனிகளால் வாயைத் தேய்த்துக்கொண்டேன். என் உதடுகளிலும் குத்தல் இருந்தது. முகத்தினுள் ரத்தம் முள்ளாய்க் குத்தியது. முகத்தில் பலமுறை அறைந்துகொண்டேன். கண்ணாடியில் மீண்டும் பார்த்தேன். உற்றுப் பார்த்தபடி, வாயை இறுக மூடிக் கொண்டேன். ஒருபுறம் திரும்பி, தோள்வழியாகக் கண்ணாடியில் பார்த்தேன். பிறகு மறுபுறம் திரும்பி அதேமாதிரிப் பார்த்தேன். அன்று இருந்த ஆள் மாதிரியே இல்லை – முழுக்க வேறு ஆளாகத் தெரிந்தேன். சிறுவன் போலவே இல்லை. கடைக்குள் போவதற்கு முன்னால், மேலும் பலதடவை விரல்களால் முடியை வாரிக்கொண்டேன். அம்மா என்னைப் பார்த்தவுடன் நாணமுற்றார் என்று சத்தியமே செய்வேன். அவசரமாக உதட்டைக் கடித்துக்கொண்டு, கவுண்ட்டருக்குப் பின்னால் தன் இடத் துக்குத் திரும்பியிருந்த விற்பனையாளரிடம் போனார். இன்னமும் மிடுக்காகத்தான் நடந்தார்.

'அதை எடுத்துக்கொள்கிறோம்' என்றாள்.

'சரியாய் எண்பத்தெட்டு க்ரோனர் விலை' என்றார் அவர். இப்போது அகலமாகப் புன்னகைத்தார்.

நான் இன்னமும் சிற்றறைக்கு வெளியில் நின்றுகொண்டிருந்தேன். அம்மா கவுண்ட்டரில் குனிவதைக் கண்டேன். கல்லாப்பெட்டியின் ஒலி கேட்டது. அந்த ஆள் சொன்னார்:

'மிக்க நன்றி அம்மணி.'

'நான் இதை அணிந்தே இருக்கலாமா?' என்று சத்தமாகக் கேட்டேன். அவர்கள் இருவரும் திரும்பி என்னைப் பார்த்தார்கள். ஒன்றாகத் தலையசைத்தார்கள்.

பழைய துணிகளை ஒரு காகிதப் பையில் வைத்திருந்தேன். அதைச் சுருட்டி, என் கையிடுக்கில் சுமந்து சென்றேன். நடைபாதையில் வெளிப் பட்டு, நிலையத்துக்குப் போகும் வழியில் ஓர் உணவகத்தை நோக்கி நடந்தோம் – ஏதாவது சாப்பிடுவதற்காகத்தான். அம்மா என் கைக்குள் தன் கையைக் கோத்துக் கொண்டார். அதே மாதிரித் தொடர்ந்து நடந்தோம். நிஜமான தம்பதி மாதிரி, கைக்குள் கைகோத்து, துரிதமாக நடந்தோம். சமமான உயரம். அவருடைய குதிகள் கூராக ஒலியெழுப்பின அன்று – தெருவின் இருபுறச் சுவர்களிலும் பட்டு எதிரொலித்தது. புவியீர்ப்பு தற்காலிகமாக விசையிழந்துவிட்ட மாதிரி இருந்தது. நடனமாடுவது போன்று இருக்கிறது என்று தோன்றியது, என் வாழ்நாள் முழுக்க நான் நடனமாடியதே கிடையாது என்றபோதிலும்.

அதற்குப் பிறகு, நாங்கள் அதுபோல நடந்ததேயில்லை. நாங்கள் ஆஸ்லோ வுக்குத் திரும்பி வந்த பிறகு, அவர் தம்முடைய கனத்துக்குள் மீண்டும் புதைந்துகொண்டார். பின்னர் ஆயுட்காலம் முழுக்க அப்படியே இருந்தார். ஆனால், அன்றைய தினம் கார்ல்ஸ்டாடில் நாங்கள் தோளோடுதோளாய்க் கைகோத்துத் தெருவில் நடந்தோம். எனது புதிய சூட் என் உடம்போடு இசைவாகப் பொருந்தியிருந்தது. நான் எடுத்துவைத்த ஒவ்வொரு அடியிலும் என்னோடு சரளமாய் வந்தது. வீடுகளுக்கிடையே, நதியிலிருந்து இன்னமும் குளிர்காற்று வீசியது. நான் முஷ்டியை அழுத்தி இறுக்கியதால் தோலில் நகம் துளைத்த இடத்தில் புண்ணாகி, கை வீங்கித் தெரிந்தது. ஆனாலும், அந்தக் கணத்தில் எல்லாமே இதமாகப் பட்டன. சூட் இதமாக இருந்தது. உருளைக்கற்கள் பதித்த தெருவில் நடந்து சென்றபோது அந்த நகரம் இதமாக இருந்தது. எது எப்போது துன்புறுத்தும் என்பதை நமக்கு நாமேதான் தீர்மானித்துக்கொள்கிறோம்.

○

பின்னுரை

நார்வீஜிய மனத்தைப் புலம்பெயர்த்தல்

நனவோடை என்கிற உத்தி தமிழுக்குப் புதிதல்ல. நாவல்களிலும் சிறுகதைகளிலும் நிறையவே பயன் படுத்தப்பட்டிருக்கும் உத்தி இது. லா.ச. ராமாமிருதம், நகுலன் போன்ற தமிழ் முன்னோடிகள் மேற்படி உத்தி யில் நிறைய எழுதி யிருக்கிறார்கள். புதுமைப்பித்தனின் 'கயிற்றரவு' தொடங்கி சிறுகதைகளும் ஏகப்பட்டவை உண்டு. நகுலன் தொகுத்த 'குருக்ஷேத்திரம்' தொகுப்பில் இடம் பெற்ற சார்வாகனின் 'உத்தரீயம்' கதையை முக்கிய மாகக் குறிப்பிடத் தோன்றுகிறது. தோளில் அங்க வஸ்திரத்தை எடுத்துப் போடுவான் ஒருவன் – அது நழுவிக் கீழே விழும். மீண்டும் எடுத்துத் தோளில் போடுவதற்குள் அவனது மனம் ஓடும் ஓட்டத்தையும் தொலைவையும் விவரித்திருப்பார்.

ஆனால், நனவோடை என்றாலே சிடுக்காகவும் குழப்பமாகவும்தான் இருக்க வேண்டும் என்ற பொதுக் கோட்பாட்டுக்கு எதிரான வலுவான நிரூபணமாக பெர் பெதர்சனின் 'குதிரை வேட்டை' அமைந்திருக்கிறது. மிகவும் தர்க்கபூர்வமாக, தன் பால்யகாலத்தில் பரிச்சயமான ஒரு நபரை அறுபத்தேழாம் வயதில் கதைசொல்லி சந்திக்க நேரும்போது, நினைவின் மண்சரிவு தொடங்குகிறது. நேர்க் கோட்டில் எழுதப்பட்டிருந்தால் நினைவுக்குறிப்புகளாக மீந்திருக்கக்கூடிய நாவல், சம்பவங்கள் ஒன்றிலிருந்து ஒன்றாகக் கிளைத்து மனப்போக்கில் அடுக்கப்படுவதன் மூலம், அவற்றின் காலக்கிரமம் முன்பின்னாக நிறுத்தப் படுவதன் மூலம், நனவோடைப் பிரதியாகிறது.

வயோதிக மனநிலையில் மறுபார்வைக்கு ஆளாகும் பால்யம், இந்த வயதின் பார்வையும், அந்த வயதின் சம்பவங்களும் என நூதனமான சேர்க்கை கொண்டதாகிறது. இதைப் பல இடங்களில் கதைசொல்லி குறிப்பிடவும் செய்கிறார். 'அப்போது எனக்கு இந்தவிதமாகத் தோன்ற வில்லை' என்கிற மாதிரி. ஆக, நினைவுகளின் தாழ்வாரத்தில் சாவகாச மாக நடைபழகுவதை முழுநேரப் பணியாக மேற்கொள்ளுமளவு நெகிழ் வான அன்றாடம் – நாவலின் களமும், அதற்கான தர்க்க நியாயமும் உறுதிப்பட்டாகி விட்டது.

பெர் பெதர்சன் கதை சொல்லும் பாணி வித்தியாசமானது. உணர்ச்சி மிகாத மொழியில், நடந்தவை அனைத்தையும் மறுபரிசிலனை செய்கிற தொனியில், அன்று நடந்தவற்றின்மீது இன்றுவரை நீங்காதிருக் கும் ஆச்சரியம் மிகுந்த குரலில் சொல்லிக்கொண்டே போகிறார். இரு வேறு காலகட்டங்களை மாறிமாறிச் சொல்லும்போது மிகச் சில வாக்கியங்களில் சூழலுக்கும், அன்றிருந்த மனநிலைக்கும் வாசகனை இட்டுச் சென்றுவிட முடிகிறது அவரால்.

நினைவுக்கும் நனவுக்கும் இடைப்பட்ட ஓர் இடத்தில் மொத்தக் கதையையும் நடத்துகிறார். நிகழ்வுகளையும் நபர்களையும் தமக்கேயுரிய விதத்தில் கோக்கிறார். எதிர்பாராத இடத்தில் சிறு தகவல் நுழைந்து கதையின் போக்கை மாற்றிவிடும். நடைமுறை உலகின் தளத்திலிருந்து விடுபட்டு, பால்யகால நினைவுகளுக்குள் கதைசொல்லி அமிழ்ந்துவிடுவார். நினைவுத்தொடர் போதுமான தொலைவு ஓடி அடங்கியதும் தற்போதைய நிலவரம் உயிர்பெறும்.

நாவலின் முற்பகுதியில் ஒருவருக்கொருவர் மேலோட்டமான பரிச்சயம் கொண்டவர்களாக அறிமுகமாகும் பாத்திரங்கள், இரண்டாம் பகுதியில் நெருக்கமான, நுட்பமான வலைப்பின்னலின் கண்ணிகளாகும் விதம் இவருடைய தனித்துவத்தைக் காட்டுகிறது. ரகசியங்களும் ஒத்திப் போடல்களும் நிறைந்த சொல்முறை. முதல் அத்தியாயத்தில் இருளில் நாயைத் தேடி வந்த அந்நியன், கதைசொல்லியின் பால்யகாலத்தில் அறிமுகமானவன் என்பதும், சாதாரணமாய் மரம்வெட்டக் கூலிக்காரர் போல வந்துசேரும் ஒரு நபர், வேறு பரிமாணங்கள் கொண்ட, பிற்பாடு கதைப்போக்கின் மையமான அம்சங்களை விவரிக்கிறவராக, நாயக னுடைய அப்பாவின் வேவு நடவடிக்கைகளில் பங்கேற்றவராக, அவருடைய அந்தரங்கம் தெரிந்தவராக உருமாறுவதும் பெதர்சனுக்கே உரிய பிரத்தியேக அம்சங்கள். நாவலின் கடைசிக் கட்டத்தில் நடக்க விருப்பவற்றையும் முன்னறிந்த தொனியில் விவரிக்கும் செவ்வியல் கதை சொல்லும் முறைக்கு நேரெதிரானது இது. பாத்திரங்கள் கதைசொல்லிக்கு அறிமுகமாகும் அதே விதத்தில் வாசகனுக்கும் அறிமுகமாவது, நவீனக் கதைகூறுமுறையின் இன்னொரு பட்டையாக மிளிர்கிறது.

உபரியாக, ரகசிய உள்ளோட்டமாய் இயங்கும் அடுக்குமானம். சொல்லாமல் விட்டுவந்த தகப்பனைத் தேடிப் பிடித்துவிட்ட மகளின் வருகைக்கு அடுத்த அத்தியாயத்தில், சொல்லாமல் மகனைப் பிரிந்து செல்லவிருக்கும் தகப்பனுடன் மகனின் குதிரைச் சவாரிப் பயணம்

நிகழ்கிறது. ஆழ்மனத்தில் தகப்பனின் பிம்பத்தை அடிக்கடி நிகழ்த்திப் பார்த்துக்கொள்ளும் மகன், குடும்பத்தைவிட்டுப் பிரிந்து செல்வதிலும் அவரை நகல் செய்திருக்கிறான்!

நாவலுக்குள் காலம் முன்னும் பின்னுமாய் நகரும் விதம் அலாதியானது. கவனமான வாசிப்பை நல்காத வாசகனுக்கு, நிகழ்வுகளின் கால அடுக்கு எளிதில் வசப்படாது. குழப்பமே மிஞ்சும். ஆனால், சரியான வகையில், சரியான கிரமத்தில் நிகழ்வுகளை அடுக்கிக்கொள்ளும் பட்சத்தில் அபாரமான உணர்ச்சிக் கொந்தளிப்புகள் ஏற்படுவது நிச்சயம். உதாரணமாக, பேருந்தில் மகனை ஏற்றி வழியனுப்ப வந்திருக்கும் தகப்பன், அப்போது மகனுடைய உள்ளத்தில் உருவாகும் பீதி எல்லாமே கடைசி அத்தியாயம் வரும்வரை உறைப்பதற்கில்லை. நாவலில் அது இன்னொரு நிகழ்வு அவ்வளவுதான்.

எதையுமே நுட்பமாக, அதிகபட்ச நுணுக்கங்களுடன் சொல்கிறார் பெர் பெதர்சன். கதைசொல்லி காலை நடை செல்வதற்காக டார்ச் விளக்கை எடுக்கிறான் என்றால், உடனடியாக அவனை நடை கிளம்ப அனுமதிக்க மாட்டார். விளக்கை எங்கிருந்து எடுக்கிறான் என்பதில் தொடங்கி, பேட்டரி மாற்றுவதுவரை விஸ்தாரமாகச் சொல்வார். நெடுநாள் கழித்துத் தகப்பனைத் தேடி வந்திருக்குக்கும் மகள் சிகரெட்டைக் கையில் எப்படிப் பிடித்திருப்பாள் என்பதிலிருந்து, ஓடையில் பாத்திரம் கழுவும் பெண் கையை உயர்த்தி ஆட்டும்போது கையிலுள்ள நீர் அரைவட்டமாகப் பாய்வதுவரை எதுவுமே இவருடைய விவரிப்பிலிருந்து தப்புவதில்லை. கதையை வேகமாக நகர்த்திச் செல்வது அல்ல, காட்சிகளை மனம் மீட்டுக் காணும் அதே விதத்தில் காட்சிகளாகவே தருவதும் மனத்தின் ஓட்டத்தைத் தணிக்கையே இல்லாமல் பதிவு செய்வதுமே அவருடைய நோக்கம் என்று படுகிறது. நினைவுகள் தன்னியல்பாகக் கோத்துக் கொள்ளும்போது உபவிளைவாகக் கதையும் வளர்கிறது. ஓவியனின் அக்கறையுடன் காட்சிக்குள் வாசகனை இழுத்துச் செல்கிறார் – தகப்பனும் மகனும் வசிக்கும் மரவீட்டில் ஒரு காட்சி; மகனை உறங்கச் சொல்லி விட்டு விளக்கணைக்கிறார் தகப்பன். ஆனால், இது ஒருவரித் தகவல் அல்ல. பெதர்சனின் விவரிப்பு இப்படிப் போகிறது: ‘விளக்கின் தலைக்குப் பின்னால் அவருடைய கையை வைத்தார். கண்ணாடிக் குழாய்க்குள் ஊதினார். சுடர் அணைந்து திரியின் உடம்பு சிறு சிவப்புக் கோடாக மாறியது. பிறகு அதுவும் போய்விட்டது . . .’

தகப்பனாரைப் பற்றிக் கதைசொல்லிக்கு மிகவும் நுட்பமான, பரவசமான நினைவுகள் இருக்கின்றன. தானறியாத தகப்பனை மீட்டு அறியும் முயற்சியாகவே பழைய நினைவுகளுக்குள் மீண்டும் மீண்டும் புகுந்து எழுகிறானோ என்று வியப்புத் தட்டுகிறது. தானே தகப்பனின் இடத்தை எட்டிய இடத்தில் நாவல் முடிகிறது – இயல்பாகத் தனது கைக்குள் கதைசொல்லியின் கையை அம்மா கோத்துக்கொண்டு நடக்கும் இடத்தில்.

இடவர்ணனைகளும் வெறுமனே வாசிப்பவருக்கு ஒரு மனோலயம் உருவாக்கும் உத்தேசத்துடன் மட்டுமே இடம் பெறுவதில்லை. லார்ஸ் தன்னை அடையாளம் கண்ட இரவில், கதைசொல்லி ஏரிக்கரை நோக்கி

நடக்கப் போகிறான். பெற்றோரளவு வளர்ந்தும், சாம்பல்நிறம் மாறாத அன்னக் குஞ்சுகள் பற்றி வர்ணனை நீள்கிறது. முதிர்ந்தவர்கள் ஆன பின்னும் பால்ய நினைவுகளுக்குள் மூழ்கும் இரண்டு வெவ்வேறு நபர் களுக்கு இயல்பான குறியீடு ஆகின்றன அவை. ஆனால், பெதர்சன் அதை விண்டு சொல்வதில்லை.

கடைசி அத்தியாயத்தில், தாயாருடன் ரயில்நிலைய மேடையில் நின்றிருக்கும்போது, பைன் மரங்கள் அலைக்கழிவதை விரிவாகச் சொல்லி, 'ஆனால் அவை வீழ்ந்ததே கிடையாது' என்று முடிக்கிறார். முழுமையான கலை அமைதி நிலவும் இது போன்ற அநேக இடங்களை இந்த நாவலில் காணலாம்.

பிரதியைச் செம்மைப்படுத்துவதற்காக இரண்டாம் முறை படித்த போது கதைப்போக்கின் நுட்பங்கள் இன்னும் அதிகமாகப் பிடிபடுகிற மாதிரி இருந்தது. உணர்ச்சி தகித்து உயர்வதைக் கட்டுப்படுத்த முடியாத இடங்கள் அநேகம் இருந்தன. குறிப்பாகத் தகப்பனும் மகனும் எல்லை தாண்டி ஸ்வீடனுக்குள் செல்லும் இடம் ஓர் உதாரணம். மகன் நன்கு விளைந்தவனாகிவிட்டான் என்பதை உறுதிப்படுத்திக்கொண்ட பிறகு குடும்பத்தைவிட்டு விலகும் ரகசியத் திட்டத்துடன் இருக்கும் தகப்பன்; அவரை இன்னமும் தனது நாயகனாகவே வரித்திருக்கிற, உண்மை தெரியாத மகன். மகள் தழுவும்போதும் தகப்பன் அணைக்கும்போதும் அன்பை அனுபவிக்காமல், அதை ஆராய்ச்சி செய்யும் யோசனை மனம் தான் இந்தக் கதை முழுவதையும் நினைவுகூர்ந்து சொல்லியிருக்கிறது.

கதையின் போக்கில், வாசகன் தன்னியல்பாக முன்னுணரக் கூடிய, தளர்வான முனைகள் என்று எதையுமே பெர் பெதர்சன் விட்டுச் செல்வ தில்லை. கிட்டத்தட்ட இருநூறு பக்கங்கள் படித்தபிறகுதான் கதை சொல்லிக்கு ஒரு குடும்பம் இருப்பதும், முப்பத்தொன்பது வயதில் மகள் இருப்பதும் தெரியவருகிறது – அத்தனை பக்கங்களாய் விறைப்பான, வறண்ட ஆசாமியாகத் தன்னைக் காட்டிக்கொண்டிருந்த நபருக்குள் ஈரமும் பாசமுமான ஒரு தகப்பன் இருப்பதுவும்தான். தன் சுபாவப்படி வறண்ட பதில் சொல்லிவிட்டால் மகள் புறபட்டுப் போய்விடுவாளோ என்ற பதற்றம் எழும்போது தனிமைவிரும்பியான கதைசொல்லியின் குணச்சித்திரம் முழுமை பெறுகிறது. வழுக்கும் இடங்கள் கொண்ட சாதாரண மனித மனம்தான் என்பது வெளிப்பட்டு, தன்னைத் தீரனாக முன்னிறுத்திவந்த ஆசாமிக்குள் இருக்கும் கோழைத் தகப்பனைத் தரிசிக்க முடிகிறது. தன்னைப் பார்த்ததும் அவள் கண்கலங்குவதைக்கூட இயல்பான அலட்சியத்துடன் விவரிக்கிறவன்,

'நான் வந்திருக்கவேண்டாம் என்று நினைக்கிறீர்களோ?'

என்று கேட்டதும், அவசரமாக, 'இல்லையில்லை. நீ போய்விடாதே' என்கிறான்!

ஊழின் மாயக் கரங்கள் செயல்படுவதை, தற்செயலின் சாயல் கொண்ட, ஆனால் துல்லியமாகத் திட்டமிடப்பட்டவை போன்ற கச்சிதம்

கொண்ட நிகழ்வுகளின் முன் மனிதவாழ்க்கையும் அதன் எச்சரிக்கை யுணர்வும் திகைத்து நிற்பதைச் சொல்வதே இந்த நாவலின் மைய ஓட்டம் என்று நினைக்கிறேன். ஜானுடைய தாயார் வரவேற்று உபசரிக்கும் அந்நியர் பனியும் தனிமையும் தாங்கவியலாது ஆர்ப்பாட்டம் செய்வதிலிருந்து தொடங்கி பதினோராம் அத்தியாயம் முழுக்க ஊழின் விளையாட்டு சித்தரிக்கப்பட்டிருக்கிறது. மோட்டார் சைக்கிள் ஓட்டிவரும் ஜெர்மானிய வீரன், அதுவரை பார்த்தறியாத முகத்தையும் செயல்பாட்டையும் காட்டும் ஃப்ரான்ஸ் என்று அடுக்கிச் செல்லும் பாதையில் எத்தனைவிதமான உணர்வெழுச்சிகளை நிகழ்த்திவிடுகிறார் பெதர்சன்! வாசிப்பவருக்கே மூச்சுமுட்டும் அளவு திகிலும் வேகமும் நிரம்பிய அத்தியாயம் அது.

இந்த நாவலை மொழிபெயர்த்தபோது நான் எதிர்கொண்ட சிரமங்களை யும் சொல்லத்தான் வேண்டும்.

மனவேகத்தில் அலையும் நினைவுத்தொடரை அப்படியே பதிவு செய்யும்போது இயல்பாக உருவாகியிருக்கும் சிடுக்குகள், நீண்ட நீண்ட பத்திகளாக இருந்தன. ஆங்கிலம் போல இடைச்சொல் வசதி கொண்டிராத தமிழ் வாசிப்பு முறைக்கு அது ஒருவேளை கடினமாக இருக்கலாம் என்று கருதி, உரியவையாக நான் கருதிய இடங்களில் உடைத்திருக்கிறேன்.

ஆசிரியரின் உணர்ச்சிகளில் கொதிநிலை அதிகரிக்கும்போது மொழி யில் சுழற்சியும் அதிகரித்துவிடும். பலவரிகளுக்குச் சுழன்று சுழன்று நீளும் ஒரே வாக்கியத்தை எத்தனையாக உடைப்பது, தகவல்கள் எதுவும் விடுபட்டுவிடாமல் எப்படி உடைப்பது என்பதை முடிவுசெய்வது கடின மாகும். ஆனாலும், என்னுடைய விசுவாசம் பெறுமொழி வாசகருக்குத் தான். ஆங்கிலத்தில் இந்த நாவலை வாசிக்க இயலாத ஒருவரை முன்னிட்டே மொழிபெயர்த்திருக்கிறேன் – வரிக்கு வரி சில இடங்களிலும், பொருளை முன்னிறுத்தி சில இடங்களிலுமாக. கூடுமானவரை ஆங்கிலப் பிரதியின் தடத்தை விட்டு விலகாமல் இருக்கவும் முயன்றிருக்கிறேன்.

முன்னர் ஜிம் கார்பெட்டின் ‘எனது இந்தியா’வை மொழிபெயர்த்த போது இல்லாத சிரமங்களை இந்த நாவலில் எதிர்கொள்ள நேர்ந்தது. முந்தையது ஆங்கிலத்தில் இருந்தாலும், இந்தியக் களம் கொண்டது. உறவுநிலைகளும் உணர்வுநிலைகளும், களமும் சூழலும் என்று எதுவுமே அந்நியமில்லை. ஆனால், ஐரோப்பிய வாழ்முறையின் பல்வேறு அலகு களைத் தமிழ்ப்படுத்துவது எளிதான காரியமாய் இல்லை. குறிப்பாக உரையாடல்கள். அவர்களுடைய பேச்சுவழக்கு மட்டுமல்ல, அது வெளிப் படுத்தும் மனப்போக்குமே தமிழ்ச் சூழலுக்கு அந்நியமானதுதானே. உதாரணமாக, வளர்ப்பு நாயை ‘அவன்’ என்றோ, ‘அவள்’ என்றோ உயர் திணை விகுதியிட்டு விளிக்கும் மரபு தமிழில் இல்லை அல்லவா! பிற இந்திய மொழிகளிலும் இருக்காது என்றே தோன்றுகிறது. ஐரோப்பியப் பேச்சுவழக்கை அல்ல – அவர்களுடைய உணர்வோட்டத்தை அறியத் தருவதே மொழிபெயர்ப்பின் நோக்கம் என்று கருதுகிறேன்.

ஓர் அத்தியாயத்தில் வைக்கோல் போர் நிர்மாணிக்கிறார்கள். நான் பிறந்தது தமிழ்நாட்டுக் கிராமத்தில். வைக்கோல் போர், அது உருவாகும் விதம் என எதுவுமே அந்நியம் அல்ல. ஆனால், ஐரோப்பியக் குடியானவச் சூழலில் போர் கட்டும் நடவடிக்கைகள் எதுவுமே நம் ஊர் வழக்கப்படி இல்லை – அது வைக்கோல் போர்தான் என்று நிதானித்துக்கொள்ளவே நேரம் பிடித்தது. நமது கி. ராஜநாராயணனை ஆங்கிலத்துக்குக் கொண்டு போவது போன்ற சிரமம்! நார்வீஜியனிலிருந்து ஆங்கிலத்துக்கு நகர்த்தவும்கூடப் பெரும் உழைப்பு தேவைப்பட்டிருக்க வாய்ப்புண்டு – காரணம், தனித்துவமான நிலப்பரப்பும் காட்சிகளும் நிரம்பிய நாவல் இது என்றே படுகிறது.

என்னுடைய ஆங்கில மொழியறிவை மட்டுமில்லாமல், தமிழில் எவ்வளவுதான் பிடிப்பு இருக்கிறது என்பதையும் பரிசோதிப்பதாக இந்த மொழிபெயர்ப்பு முயற்சி அமைந்தது என்றே சொல்ல வேண்டும். பிழை திருத்துவதற்காகவும், வாக்கிய அமைப்பின் கண்ணிகளைச் சரிபார்க்கவும் எனத் தமிழில் மீண்டும் ஒருமுறை முழுக்கப் படித்தபோது இப்போது ஆரம்பித்து ஒவ்வொரு வரியாகத் திரும்பவும் மொழிபெயர்க்க வேண்டும் என்று தோன்றியது.

ஆனால், அந்தப் பிரதியைச் செம்மையாக்க முனையும்போதும் இதே உணர்வுதட்ட வாய்ப்பிருக்கிறது!

சென்னை **யுவன் சந்திரசேகர்**

05 டிசம்பர் 2013

சோஃபியின் உலகம்
(நவீன உலக கிளாசிக் வரிசை நாவல்)

யொஸ்டைன் கார்டெர்
தமிழில்: ஆர். சிவகுமார்

ரூ. 790

பதினான்கு வயதுச் சிறுமி சோஃபி அமுய்ண்ட்சென்னுக்கு ஒருநாள் இரண்டு செய்திகள் கிடைக்கின்றன. இரண்டும் கேள்விகள். 'நீ யார்? இந்த உலகம் எங்கிருந்து வருகிறது?' இந்த இரண்டு கேள்விகளுக்குப் பதிலை யோசிக்கும் அந்த நொடியிலிருந்து சோஃபியின் உலகம் வேறாகிறது. காலங்காலமாக சிந்திக்கும் மனிதர்கள் கேட்கும் கேள்விகளுக்கு சோஃபியும் விடைதேடத் தொடங்குகிறாள். அதன் வழியாக மனிதகுலத்தின் வரலாற்றை, தத்துவப் போக்குகளைப் புரிந்து கொள்கிறாள்.

இந்தப் பிரபஞ்சம், இந்த பூமி, இந்த வாழ்க்கை – இவை எல்லாம் எப்படி வந்தன என்ற கேள்வி ஒலிம்பிக் போட்டியில் யார் அதிகம் தங்கப் பதக்கங்களை வென்றார்கள் என்பதைவிட முக்கியமானது என்பதை இளம் தலைமுறைக்கு வலியுறுத்த எழுதப்பட்ட நூல் 'சோஃபியின் உலகம்'. தத்துவ நூலுக்குரிய இறுக்கமில்லாமல் ஒரு நாவலின் சுவாரசியத்தோடு எழுதப்பட்ட இந்நூலில் மனிதனின் ஆதிகால நம்பிக்கை கள் முதல் சாக்ரடீஸ், பிளாட்டோ வழியாக சார்த்தர் உட்பட்ட சான்றோர்களின் சிந்தனைகள்வரை அறிமுகமாகின்றன.

இதுவரை ஐம்பது மொழிகளில் மொழிபெயர்க்கப்பட்டு மூன்று கோடிப் பிரதிகளுக்கு மேல் விற்பனையாகியுள்ளது. தொடர்ந்து உலகில் அதிக எண்ணிக்கையில் வாசகர் களைப் பெறும் நூலாகக் கருதப்படும் 'சோஃபியின் உலகத்தை' தெளிவான மொழியாக்கத்தில் தமிழ் வாசகர்களுக்கு அறிமுகம் செய்கிறது 'காலச்சுவடு பதிப்பகம்'.

(நார்வீஜியனிலிருந்து ஆங்கிலம் வழி தமிழாக்கம் செய்யப்பட்ட நூல்)